அளம்

சு.தமிழ்ச்செல்வி

நியூ செஞ்சுரி புக் ஹவுஸ் (பி) லிட்.,
41-பி, சிட்கோ இண்டஸ்டிரியல் எஸ்டேட்,
அம்பத்தூர், சென்னை- 600 050.
☎: 044 - 26251968, 26258410, 48601884

Language : Tamil

ALAM

Author: **S. Thamizhselvi**

First Edition: December, 2013

Fifth Edition: June, 2019

Sixth Edition: August, 2023

Copyright: Author

No. of pages: vi + 272 = 278

Publisher :

New Century Book House Pvt. Ltd.,

41-B, SIDCO Industrial Estate,

Ambattur, Chennai - 600 050.

Tamilnadu State, India.

email: info@ncbh.in

Online: www.ncbhpublisher.in

ISBN: 978 - 81 - 2342 - 560 - 3

Code No. A 2921

₹ 350/-

Branches

Ambattur 044 - 26359906 **Spenzer Plaza (Chennai)** 044-28490027
Trichy 0431-2700885 **Pudukkottai** 04322- 227773 **Thanjavur** 04362-231371
Tirunelveli 0462-4210990, 2323990 **Madurai** 0452 2344106, 4374106
Dindigul 0451-2432172 **Coimbatore** 0422-2380554 **Erode** 0424-2256667
Salem 0427-2450817 **Hosur** 04344-245726 **Krishnagiri** 04343-234387
Ooty 0423 - 2441743 **Vellore** 0416-2234495 **Villupuram** 04146-227800
Pondicherry 0413-2280101 **Nagercoil** 04652 - 234990

அளம்

ஆசிரியர் : **சு. தமிழ்ச்செல்வி**

முதல் பதிப்பு: டிசம்பர், 2013

ஐந்தாம் பதிப்பு : ஜுன், 2019

ஆறாம் பதிப்பு : ஆகஸ்ட், 2023

அச்சிட்டோர்: **பாவை பிரிண்டர்ஸ் (பி) லிட்.,**

16 (142), ஜானி ஜான் கான் சாலை, இராயப்பேட்டை, சென்னை - 14

☎: 044-28482441

All rights reserved. No part of this book may be reprinted or reproduced or utilised in any form or by any electronic, mechanical, or other means, now known or hereafter invented, including photocopying and recording, or in any information storage or retrieval system, without permission in writing from the publishers.

முன்குறிப்பும் நன்றியும்

'**மா**ணிக்கம்' என்னுடைய முதல் நாவல். 'அளம்' எனது இரண்டாவது நாவல். முதல் நாவலை 25 நாட்களில் எழுதிமுடித்தேன். இந்நாவலை எழுத நான்கு மாதங்களானது.

எட்டு முதல் பத்தாம் வகுப்புவரை வேதாரண்யம் குருகுலத்தில் படித்தேன். குருகுலத்தில் அச்சகம் உள்ளது. நூல்களை அச்சடித்து மூங்கில் தட்டியடைத்த கொட்டகைக்குள் அடுக்கி வைத்திருப்பார்கள். ஓரம்வெட்டி ஒழுங்குசெய்யாத, அட்டைவேலை செய்யாத நூல்களைத் தான் அப்படி அடுக்கி வைத்திருப்பார்கள். படிக்கும் பிள்ளைகள் யாரும் அச்சகத்தின் பக்கம் விளையாடக்கூட போகமாட்டார்கள். நான் மட்டும் அங்குபோய் யாருக்கும் தெரியாமல் தட்டிக்குள் கையைவிட்டு புத்தகத்தை எடுத்துக்கொண்டு வந்துவிடுவேன். பிளேடால் ஓரம் கிழித்து ஊசிநூல் போட்டுத் தைத்து பாடப்புத்தகத்தின் அட்டையைப் போட்டு யாருக்கும் தெரியாமல் படிப்பேன். ஒன்பதாம் வகுப்பில் தொடங்கிய இந்தப் பழக்கம் பத்தாம் வகுப்பு இறுதித்தேர்வு முடித்து கடைசியாய் எடுத்துவந்த 'மகாபாரதம்' நூலோடு முடிவுக்கு வந்தது. அடுத்த இரண்டு வருடம் ஆசிரியர் பயிற்சி திருத்துறைப்பூண்டியில் படித்தேன். அப்போதும் அதற்குப் பிறகு வேலைக்குச் சென்ற பின்பும் முருகையன் மாமா இடும்பாவனம் நூலகத்திலிருந்து புத்தகங்களை வேண்டுமளவிற்கு எடுத்துவந்து கொடுப்பார். ஒருநாளும் படிக்காமல் இருந்ததில்லை. கவிதைகள் என்றால் எனக்கு மிகவும் பிடிக்கும். வாலி, அப்துல் ரகுமான் கவிதை நூல்கள் இடும்பாவனம் நூலகத்தில் கிடைத்தன. இவற்றைப் படித்துவிட்டு நானும் கவிதையெழுதுகிறேன் என்று எதையாவது எழுதிக்கொண்டு போய் ஆசிரியர் சங்கக் கூட்டத்திலும் கவியரங்கு களிலும் படித்துக் கொண்டிருந்தேன் அப்போது.

என்னைத் தெரிந்தவர்கள் யாராயிருந்தாலும் கவிதைப் புத்தகம் கிடைத்தால் கொண்டுவந்து என்னிடம் கொடுத்துவிடுவார்கள். இந்தக் கவிதை ஈடுபாடு என் வாழ்க்கைத் துணைவரைத் தேர்ந்தெடுப்பது வரை என்னை செலுத்தியது. தொடர்ந்து படிக்கும் ஆர்வம் மட்டும் அணையாமல் இருந்தது. குறிப்பாக மகாஸ்வேதா தேவி, உரூஃப், பஷீர், ஹெம்மிங்வே தகழி இன்னும் வங்காளம் என்று மொழிபெயர்ப்பு நாவல்களை நிறையப் படித்தேன். ஒரு கட்டத்தில் எழுதத் துவங்கிவிட்டேன். நான் எழுதத் துவங்கிய போது எனக்கிருந்த தயக்கங்களைப் போக்கி என்னைப் பெரிதும் ஊக்கப்படுத்தினார் என் கணவர். சம்பிரதாயமாக அவருக்கு நன்றி தெரிவிப்பது அவ்வளவு சரியாக இருக்காது.

தங்களோடு செலவு செய்யவேண்டிய நேரத்தை எழுத்துக்குக் கொடுக்க அனுமதித்த என் அன்புக் குழந்தைகள் சிந்து, சுடர், கார்க்கி, கையெழுத்துப் பிரதியிலேயே படித்துவிட்டு ஊக்கமளித்த கவிஞர் த.பழமலய், கவிஞர் அறிவுமதி, குடந்தை செயபாலன், இலக்குமிகுமாரன் ஞானதிரவியம், பெ. பழனிச்சாமி, இளம்பிறை, தம்பி கடற்கரய், சிறுவயதில் நிகழ்ந்தவைகளை நினைவுபடுத்திச் சொன்ன அம்மா முத்துலெட்சுமி, அப்பா சுப்ரமணியம், பெரியம்மா சரஸ்வதி, பெரியப்பா சுக்குரு, உப்பளம் பற்றிய செய்திகளைச் சொல்லிய வைரக்கண்ணு, வளர்மதி அவர்களுடைய மகள் கலாராணி, உப்பளத்திற்கு உடன்வந்து உதவிய மேனகா, அருணகிரி மற்றும் ஸ்நேகா தோழர்கள் சீனிவாசன், பாலாஜி, ராசேந்திரன் ஆகியோர்களுக்கு அன்பும் நன்றியும்.

அன்புடன்

சு. தமிழ்ச்செல்வி

சமர்ப்பணம்....

சோதனையான தருணத்தில்
எனக்கு மீட்சியை அளித்த
ஞானத் தந்தை, எழுத்தாளர்
திரு.வே. சபாநாயகம் அவர்களுக்கும்,
அம்மா திருமதி தேவகிக்கும்.

1

"அம்மா, நம்ம அப்பாரு எங்க?" கேட்டுக்கொண்டே ஓடி வந்தாள் வடிவாம்பாள். அவள் கேட்டது காதில் விழாததுபோல கூளானைத் தூவினாள். அதன்மீது பிசைந்து வைத்திருந்த சாண உருண்டைகளை ஒவ்வொன்றாக எடுத்துப்போட்டு தட்டிக்கொண் டிருந்தாள் சுந்தரம்பாள்.

"அம்மா அப்பாரு எங்க?"

"இஞ்ச வா, வந்து யாம் முந்தானய அவுத்துப்பாரு" என்றாள் வெடுக்கென்று.

சுந்தரம்பாள் தன் கணவன் சுப்பையன்மேல் கோவமா யிருந்தாள். வேலைக்குப் போவதில்லையென்று அவன்மீது வெறுப்பாயிருந்தது. இன்று காலையில் கூட இருவருக்கும் இதுகுறித்து வாய்த் தகராறு ஏற்பட்டது. வேதாரண்ணியம் பள்ளிவாசலில் 'வாங்கு' சொல்லிய நேரத்தில் வழக்கம்போல் எழுந்துவிட்டாள் சுந்தரம்பாள். அவளுக்குப் பிள்ளை பிறந்து ஒரு மாதம்தான் ஆகியிருந்தது. தூங்கிக்கொண்டிருக்கும் பிள்ளை எழுந்துவிட்டால் ஒரு வேலையும் செய்ய முடியாதென்பதால் வாசல் கூட்டுவது மாட்டுக்கட்டுத் தறி சாணம் அள்ளிக் கொட்டுவது போன்ற வெளி வேலைகளையும் மாசிமாத பனியையும் பொருட்படுத்தாமல் செய்து கொண்டிருந்தாள். வேலை செய்யும் சத்தம் கேட்டு தூக்கம் கலைந்தான் சுப்பையன். விளக்கை கொளுத்தி வைத்துக்கொண்டு வேலை செய்யும் தன்

2 ◆ அளம்

பெண்டாட்டியைப் பார்த்துவிட்டு அவனும் எழுந்தான். முகம் கழுவிக்கொண்டு வந்தான். வழக்கமாய் அவன் விடிந்தபிறகுதான் எழுந்திருப்பான்.

"எட்டி சுந்தரம் கொஞ்சம் தெளுவு தண்ணி கொண்டா" என்று கேட்டான். 'இந்த நேரத்துல எளும்பி தெளுவு கேக்குறாவொளே, வேலவெட்டிக்கில்ல போப்பறாவொளா' என்று நினைத்துக் கொண்டே சோத்துப்பானையைத் திறந்து ஒரு பாத்திரத்தில் தெளிவு தண்ணியை ஊற்றினாள். அதில் கொஞ்சம் உப்பைப் போட்டு கலக்கிக் கொண்டுவந்து நீட்டினாள்.

"எங்கயாவுது வேலக்கிப் போறியளா?"

"எவடி இவ. பொளைக்கமாட்டாம, வேலக்கிப் போறியளா வேலக்கிப்போறியளாங்குறவ? எவன் வூட்டுல போயி என்ன மண்ணுகூட தூக்கச்சொல்லுற?"

"மம்ம தெளியிறத்துக்குள்ள எங்கயோப் போறமேரி தெளுவுகேட்டியளே."

"செவ்வாச்சந்தக்கி காளமாட்ட ரெண்டயும் ஓட்டிக்கிட்டு போவப்போறங்."

"ஒப்புறான...வுட்டன், வுட்டன். காளமாட்ட விக்கப் போறியளா? அதயும் வித்துப்புட்டு இஞ்ச யாருமசுர புடுங்கிக் கிட்டு ஒக்காந்துருக்கப்போறிய?"

"என்னடி வாயி நீளுது. குச்சிகாரி செறுக்கி நாக்க இளுத்து வச்சி அறுத்துப்புடுவங்"கோபமாய் பேசியவன் கையிலிருந்த தெளிவு தண்ணீரை பாத்திரத்துடன் தூக்கிவீசினான். வீட்டிற்குள் ஊற்றியதால் மெழுகிய தரை ஊறி நொதித்தது. சோற்றுப் பருக்கைகள் சிதறிக் கிடந்தன. "இப்புடி அன்னத்தண்ணிய ஊத்தியடிக்கிறியே... ஒனக்கு திங்க சோறு கெடக்கிமா? ஓங்குண்டி காஞ்சிறாது? வேலக்கிப்போயி சம்பாரிக்க வக்குல்ல. வூட்டுல உள்ளத்தயெல்லாம் வித்துப்பொறுக்கித் திங்கிறத்துக்கு அலயிறியே... நீயெல்லாம் ஒரு ஆம்புளயா? இப்புடி ஒடம்ப வளத்து வச்சிருக்குறியே பனமரத்துல பாதிக்கி, வளஞ்சி வேலசெய்ய துப்புல்ல? சொரணகெட்ட செம்மங். என்னால முடிஞ்சவரக்கிம் பொம்புளயா சம்பாரிச்சி கொண்டாந்து போட்டு ஒன்ன திங்கடிச்சனே. ஓம் ஒடம்பு பெருத்து என்னத்துக்கு ஆச்சி? புள்ளபெத்த நேரத்திலயாவுது நீ வேலவெட்டிக்கிப் போவக்கொடாது. ஓங்கையிகாலுல எளவாபொறப் புட்டுருக்கு. நல்லாத்தானருக்கு?" ஆத்திரம் தாங்காமல் சுந்தரம்பாள்

பேசிக்கொண்டேயிருந்தாள். அவள் பேசியதை கேட்டுக் கொண்டிருக்க முடியாமல் அப்போது கிளம்பிப் போனவன்தான் சுப்பையன். தலைக்கு மேலே சூரியன் வந்தும்கூட இன்னும் வீட்டிற்கு வரவில்லை. அவனுக்காக எடுத்துவைத்த பழையசோறு அப்படியே உறியிலிருந்தது.

“எங்கன்னு சொல்லும்மா சீக்கிரம்” என்றாள் வடிவாம்பாள்.

“அவ்வள அவசாரமா எதுக்குத் தேடுற?”

“சுப்பகார ராமய்யாப் பெரியப்பால்ல, அவரு நம்ம அப்பாரயும் கப்பலுக்கு அழச்சிக்கிட்டு போவப்போறாராம்மா.”

“யாரு சொன்னா?”

“அந்தப் பெரியப்பாதாம்மா சொன்னாரு. அப்பாவ ஒடனே கூப்புட்டார சொன்னாரு.”

“அப்புடியா சொன்னாரு? ஒங்கப்பன் எங்கபோயி நின்னு கிட்டுருக்கோத் தெரியலையே. தாயாளி மனுசஞ் தெனமும் மூணுவேளயும் தின்னுக்கிட்டு வூட்டுலயே அடஞ்சிகெடக்கும், வயசிக்கிவந்த பொண்ணாட்டம். இன்னிக்கின்னு பாத்து காலயிலயும் அதுக்குக் காளியம்மா வந்துச்சே எங்கபோயி அதத் தேடுறது?”

“இப்ப அப்பா எங்கம்மாருக்கும்?”

“யாண்டி சனியனே. எனக்கு என்ன தெரியும்? என்னக்கிட்ட பஞ்சாங்கம் பாக்கச் சொல்லி கேட்டுக்கிட்டாப் போச்சி? கழுதகெட்டா குட்டிச்செவரு. களவாணி கெட்டா அவுசாரி வூடுன்னு சொல்லலாங். ஒங்கப்பங்கெட்டா எங்கபோயி நிக்முன்னு யாருக்குத்தெரியும்? வாய்க்காலோ வரப்போ, போயி தேடிப்பாரு. தாம் புத்திக்கா நடக்கணும், இல்லாட்டி சொல்லு புத்தியாவுது கேக்கணும். குருட்டு புத்திக்காரன் கோவணத்த சுருட்டிக்கிட்டுப் போனமேரி போயி, காலயிலேருந்து தெளுவுகூட குடிக்காம எங்கெடந்து காயிதோத் தெரியலையே.”

சுந்தராம்பாள் பேசியவற்றை நின்று வடிவாம்பாள் கேட்டுக்கொண்டிருக்கவில்லை. அவள் நேராக மேற்கிலுள்ள கொல்லை வெளியைப் பார்த்து ஓடினாள். தன் அப்பாவும் கப்பலுக்குப் போனால் இதுபோல் கந்தல் பாவாடையைக் கட்டிக்கொண்டு திரியவேண்டாம். வழவழவென்று புதுசு புதுசாய் கெவுன்சட்டை போட்டுப் பார்க்கலாம் என்று

எண்ணினாள். கோடியக்காட்டில் கிடக்கும் மான்குட்டியைப் போல் சந்தோஷமாய் துள்ளியோடினாள். எதிர்படுபவர் களிடமெல்லாம் “எங்க அப்பார பாத்தியளா?” என்று கேட்டுக் கொண்டே ஓடினாள். ‘அப்பாரு இன்னங்கால ஆகாரஞ் சாப்புடலயாமுல்ல. எப்புடி கெடக்கு? அப்ப வரிச்சிராக் கொல்லக்கி போயிருக்குமோ’ என்று நினைத்தாள். இன்னும் வேகமாய் வரிச்சிராக் கொல்லையை நோக்கி ஓடினாள். கொல்லைவெளி முழுதும் குறுக்கும் நெடுக்கமாய் வரப்புகள். மணற்பாங்கான கொல்லைகளில் தையில் கதிரறுத்துவிட்டு தெளித்திருந்த எள்ளும் பச்சைப் பயிரும் பனி ஈரத்தைக் கொண்டே வளர்ந்திருந்தன. எள்ளும் பயறும் பூவும் பிஞ்சுமாக யிருந்தன. வடிவாம்பாள் நினைத்தது போலவே சுப்பையன் வரிச்சிராக் கொல்லையில்தான் நின்றுகொண்டிருந்தான். நடுமேட்டில் ஏறிநின்று கூப்பிட்டாள்.

“அப்பா.”

எள்ளுச் செடிகளுக்கிடையே பின்னிப் படர்ந்து கிடந்தன, யானைத் தொம்மட்டிச் செடிகள். அவற்றைப் புரட்டிப்போட்டு தொம்மட்டிப் பழம் கிடக்கிறதாவென தேடிப்பார்த்துக் கொண்டிருந்தான் சுப்பையன். ‘அப்பா’ என்ற குரல் கேட்டதும் நிமிர்ந்து பார்த்தான். இடுப்பைச் சுற்றி இறுக்கிக்கட்டிய விரிபாவாடையின் இரண்டு தலைப்புகளும் காற்றில் பறக்க தொடை தெரியும்படி நின்றுகொண்டு கூப்பிட்ட வடிவாம் பாளைப் பார்த்தான்.” ஏற்கனவே பெண்டாட்டிமீது வெறுப் பாயிருந்தவனுக்கு இவளைப் பார்த்ததும் இன்னும் கொஞ்சம் வெறுப்பு அதிகமானது. கட்டையாய் கன்னங்கரேலென்று, மேல்சட்டை போடாமல் வயிற்றைக் காட்டிக்கொண்டு பரட்டைத் தலையோடு வந்து நின்று கூப்பிட்டவளைப் பார்த்தான். ‘புருசன்னுகொட பாக்காம பேசுறதயெல்லாம் பேசிப்புட்டு இப்ப மவளவுட்டு கூப்புட்டார சொல்லியிருக்குறா பொலருக்கு செருக்கி. நாம் பெயிருவனா? அவ கையால சோறு வாங்கித் திங்கிறத்தவுட கோலியக்காட்டு சனத்துவ பீய எடுத்துத் திங்கலாம்’ என்று நினைத்தான்.

‘மோரயப்பாரேங் கரிப்பான சூத்துமேரி. வண்ணாஞ்சாலு கணக்கா தொப்பய மின்னாடி தள்ளிக்கிட்டு நிக்கி சனியங்’ என்று முணுமுணுத்தான்.

“அப்பா.” மறுபடியும் கூப்பிட்டாள் வடிவாம்பாள்.

5 ◆ தமிழ்ச்செல்வி

"என்ன மொட்ட, யாம் இப்ப அவட்டயாட்டம் அலறுர?" தூரத்தில் நின்ற வடிவாம்பாளால் சுப்பையனின் முகத்தில் தெரிந்த வெறுப்பைக் கவனித்திருக்க முடியாது. அவன் எப்போதுமே இப்படித்தான். தன்னுடைய மகள் என்பதைக்கூட நினைத்துப் பார்க்காமல் அவள்மேல் எரிந்துவிழுவான். சிலநேரம் அவனேகூட நினைத்துப்பார்ப்பான் 'நம்மளே இப்புடி கண்ணுல காட்டாம அடிச்சா மத்தவ்வொ எப்புடியிருப்பாவோ? இனிமே இப்புடியெல்லாம் பேசக்கொடாது' என்று உறுதியா யிருப்பான். ஆனால் வடிவாம்பாளைக் கண்டவுடன் அவனை அறியாமலேயே அவள்மேல் எரிச்சல் வந்துவிடும். முகம் கடுகடுப்பாகிவிடும். வார்த்தைகள் தடிப்பாய் வந்துவிழும். 'நம்மளபெத்த அப்பாவே இப்புடி பேசுதே' என்று வடிவாம்பாள் ஒருபோதும் கவலைப்பட்டது கிடையாது. அவன் கடுமையாய் பேசும்போது அவள்முகம் லேசாய் வாடுவது போலிருக்கும். இருந்தாலும் அதை பெரிதுபடுத்த மாட்டாள்.

"ஒன்னய கப்பகார ராமய்யாப் பெரியப்பா கூப்புட்டாருப்பா."

"கப்பகாரப் பெரியப்பாவா?"

"ஆமாங்."

"நெசமாவா?"

"நெசமா."

கப்பல்கார ராமையாப்பிள்ளை என்றாலே ஊரில் ஒரு தனி மரியாதையிருந்தது. சிறிய வயதிலேயே கப்பலேறி சிங்கப்பூர் போனவர். அங்கு சம்பாதித்து ஊரில் நிலம் நீச்சு என்று நிறைய வாங்கிப்போட்டிருந்தார். சொந்த பந்தங்களுக்கும் ஓரளவு செய்திருந்தார். சிங்கப்பூரிலேயே கல்யாணம் செய்துகொண்டு குடும்பம் குடியாகியிருந்தார். அவரது நான்கு மகன்களும் ஒரு மகளும் சிங்கப்பூரிலேயே இருந்து வந்தார்கள். இவர் மட்டும் இரண்டு மூன்று வருடங்களுக்கொருமுறை ஊருக்கு வந்து எல்லோரையும் பார்த்துவிட்டுப் போவார். ஊரில் யார் கஷ்டப் பட்டாலும் அவரால் முடிந்ததைக் கொடுத்து உதவுவார். கொல்லைகளை சொந்தக்காரர்களிடம் விட்டிருந்தார். "நானும் யாம்மவனுவளும் இஞ்ச வாரவரக்கிம் இந்த கொல்லை வொள்ள நீங்கல்லாம் வெள்ளாம பண்ணித் தின்னுங்க. வாரங்கீரமுன்னு எனக்கு தூசுகொட வேண்டாங்" என்று சொல்லியிருந்தார். ஆளும் பார்ப்பதற்கு வாட்ட சாட்டமாய் இருப்பார். எல்லோரிடத்தும் நல்லவிதமாய்ப் பழகுவார். சிங்கப்பூரிலிருந்து

அவர் வரும்போதெல்லாம் நான்கைந்து விசாக்களோடு வருவார். திரும்பிப்போகும்போது தனக்கு வேண்டியவர்கள் அல்லது நிலபலம் இல்லாமல் கஷ்டப்படுபவர்களாகப் பார்த்து தம்மோடு அழைத்துக்கொண்டு போவார். அவரோடு சிங்கப்பூர் போனவர்களின் குடும்பங்களெல்லாம் கோவில் தாழ்விலும் சுற்றுபட்ட ஊர்களிலும் வசதியாய் வாழ்கின்றன.

இந்தமுறை அவர் வந்ததிலிருந்து எப்படியாவது கப்பலேறி விடும் ஆசையோடு நிறையபேர் அவரை தினமும் போய் பார்த்தார்கள். சிலர் அவரோடு சேர்ந்து சுற்றிக் கொண்டிருந் தார்கள். ஆனால் இதுவரை யார்யாரை தம்மோடு அழைத்துக் கொண்டு போகப் போகிறாரென்று எதுவும் சொல்லவில்லை. ‘இப்ப நம்மள கூப்புடுறாருன்னாக்க நிச்சயமா கப்பலுக்கு அளச்சிக்கிட்டுப் போறத்துக்காவத்தாங் இருக்கும்’ என்று நினைத்தான் சுப்பையன்.

“என்ன சங்கதியாங் எதாவுது சொன்னாரா மொட்ட?”

“ஆங். ஒங்கப்பன கப்பலுக்கு அளச்சிக்கிட்டுப் போவட் டான்னு கேட்டாருப்பா”

“அப்புடியாக் கேட்டாரு?”

சுப்பையனுக்கு மகள் சொன்னதைக் கேட்டதும் சந்தோஷம் அதிகமானது. வரப்பிலேறி வடிவாம்பாளிடம் வந்தான். தோளில் கிடந்த துண்டின் ஒரு நுனியில் பறித்து சுருட்டி வைத்திருந்த நான்கைந்து யானைத்தொம்மட்டிப் பழங்களை அவளிடம் கொடுத்தான்.

“இந்தா பெரியமொட்ட இத எல்லாத்தயும் நீனே தின்னு.” ராமையனின் வீட்டைநோக்கி வேகமாக நடந்தான்.

அப்பா, அந்த பெரியப்பா இப்ப கல்லாகொளத்துல குளிச்சிக்கிட்டுருக்குறாரு” பின்னாலிருந்து சத்தம் போட்டாள் வடிவாம்பாள்.

“சேரி... நாங் கொளத்தாங்கரக்கே போயி பாக்குறங்.” சுப்பையனின் துண்டிலிருந்து அவள் கையில் கொட்டிய பழங்களில் இரண்டு மட்டுமே கையில் தங்கியிருந்தது. மற்றவை மேட்டி லிருந்து உருண்டோடி கொல்லைக்குள் விழுந்துகிடந்தன. விரிபாவாடையின் ஒரு பக்கத்து தலைப்பை மடக்கி அதற்குள் பழங்களைப் பொறுக்கிப் போட்டுக் கொண்டாள். எல்லாமே நல்ல பழங்கள். இரண்டு பழங்கள் தின்றாலே வயிறு நிரம்பிவிடும்.

வெள்ளரிப்பழத்தைப் போலவே சீனிப்பழமாயிருந்தது. வெள்ளரிப்பழத்தைப் விடவும் யானைத் தொம்மட்டிப் பழம் ருசியாயிருக்கும். 'நடுத்தங்கச்சிக்கும் குடுத்துட்டுத் திங்கணும்' என்று மடியில் பழங்களைக் கட்டிக்கொண்டு சந்தோஷமாய் வீட்டுக்கு ஓடிவந்தாள். 'அப்பாரே எனக்கு திங்கச்சொல்லி குடுத்திச்சி' என்று நினைக்கும்போது அவளுக்கு பெருமையாக யிருந்தது.

கல்லாகொளத்தைச் சுற்றிலும் பூவரசு, வேம்பு, புங்கன், புன்னை மரங்களிருந்தன. மரங்களின் நிழல் தண்ணீரை மேலும் குளுமையாக்கிக் கொண்டிருந்தது. குளத்தில் தாமரைகள் பூத்திருந்தன. குளத்தின் நான்கு பக்கமும் துறைகள் இருந்தன. அடி ஆழத்தில் கிடந்த வெள்ளை மணல் பளிச்சென்று தெரிந்து கொண்டிருந்தது. ராமையாப்பிள்ளை கீழண்டை துறையில் இறங்கியிருந்தார். மற்ற துறைகளெல்லாம் குளிப்பவர்கள் யாருமின்றி வெறிச்சென்றிருந்தது. பெரும்பாலும் ஊரில் யாரும் காலை நேரத்தில் குளிக்க மாட்டார்கள். 'கால குளியல்' என்று வீட்டுக்கு தூர பெண்கள் மட்டும் மூன்று நாட்களுக்கு தலை முழுகிவிட்டுப் போவார்கள். மற்ற எல்லோரும் மாலை மூன்று மணிக்குமேல்தான் குளிப்பார்கள். உத்தியோகத்திற்குச் செல் பவர்கள் ஊரில் யாருமில்லையென்பதால் காலை நேரத்தில் எல்லா குளங்களுமே வெறிச்சோடிப் போயிருக்கும். வெளியூருக்கு போவதென்றாலும் யாரும் குளித்துவிட்டுப் போக மாட்டார்கள். கொல்லைக் காட்டு வேலையைப் போல அதையும் ஒரு வேலை யாய் நினைத்து திரும்பிவந்துதான் ஆற அமரக் குளிப்பார்கள்.

ராமையாப்பிள்ளை வேட்டித் துணிகளையெல்லாம் துவைத்து கரையிலிருந்த மரத்தில் விரித்துக் கட்டி காயப்போட்டுவிட்டு, இடுப்புத் துண்டுடன் தண்ணீருக்குள் இறங்கினார். இடுப்பளவு தண்ணீரில் நின்றுகொண்டார். மூக்கைப் பிடித்துக்கொண்டு இடைவெளி விடாமல் குனிந்து குனிந்து தண்ணீருக்குள் மூழ்கி எழுந்தார். பலமுறை அப்படி மூழ்கிய பிறகே நிமிர்ந்து நின்றார். தலையைச் சிலுப்பி முடியிலிருந்த தண்ணீரை உதறினார். கரையில் போய் நின்றுகொண்டு அவர் குளிப்பதையே வேடிக்கை யாய் பார்த்துக்கொண்டிருந்தான் சுப்பையன். ஊரிலுள்ள எல்லா ஆண்களுமே இப்படித்தான் குளிப்பார்கள். ஏன் சுப்பையனும் இப்படித்தான் குளிப்பான். இருந்தாலும் ராமையாப்பிள்ளை குளித்தது அவனுக்கு ஏனோ வினோதமாயிருந்தது.

"சிங்கப்பூருல இதுமேரி கொளமெல்லாம் இருக்கு மாண்ணா?" கேட்டுக்கொண்டே குளத்தின் சரிவில் இறங்கி வந்தான் சுப்பையன். குரல் கேட்டு திரும்பினார்.

“வா... சுப்பையா, அங்க இது மேரியெல்லாம் எங்க. குளிக்கிற எல்லாத்துக்குமே குழாத்தண்ணிதாங்.”

“எப்புடிண்ண அதுல குளிச்சிட்டு வருசக்கணக்குல இருக்கிறிய?”

“என்ன பண்ணுற தம்பி. எல்லா வூரும் நம்ம வூருமேரி வருமா?”

“மேலுல தண்ணிய ஊத்துனா அளுக்கு போவுமாண்ண? மேலு நாத்தம் களுவு படுமாண்ண?”

“அதுக்குத்தாங் அங்ககெயல்லாஞ் சோப்பு வச்சிருக்குறானுவ தம்பி... கொஞ்சம் தண்ணிய ஊத்திக்கிட்டு மேலுல அதத் தேச்சா சும்மா பாலுல வாரதாட்டம் மொரபொங்கி வருந்தம்பி. அளுக்கெல்லாங் கொட மொரயோட வந்துருந் தம்பி. மேலே வாசமடிக்கும்.”

“சினிமாவுல நடிக்கிறவனுவதாங் அந்த மேரி வாசமடிக்கிற சோப்பெல்லாம் போட்டு குளிப்பானுவளாம். சிங்கப்பூருல எல்லாருமே குளிப்பாவொளாண்ண? இதெல்லாம் நம்மளுக் கெங்கண்ணந் தெரியப் போவுது.” ஆச்சரியப்பட்டான் சுப்பையன்.

தண்ணீருக்குள் நின்றுகொண்டு இடுப்பில் கட்டியிருந்த துண்டை அவிழ்த்து கைகளால் கசக்கி அலசிப் பிழிந்தார் ராமையாப்பிள்ளை. பிழிந்த துண்டு மறுபடியும் நனைந்து விடாதபடி இடுப்பில் கட்டிக்கொண்டு கரையேறி வந்தார்.

“வரச் சொன்னியன்னு யாம்மவ வந்து சொன்னிச்சி. நெசமாண்ண?”

“ஆமாந்தம்பி, நாந்தாங் வரச் சொன்னங்.”

“...”

“நாள பயிஞ்சிநாளும் நாங் கப்பலேறிடணும். வரும்போது நாலு தரும ஆடரு வாங்கியாந்தங். யாரயாவுது நாலுபேர அழச்சிக்கிட்டுப் போவணும்.”

“...”

“போனநட நா வந்தப்பயே யாங்கொட வாரத்துக்கு நீ ஆசப்பட்ட. புள்ளகுட்டிவொ பொறந்து வளரட்டு முன்னுட்டு ஒன்ன உட்டுட்டுப் பெயிட்டங்.”

“இப்ப மூணு புள்ளைவொளாயிட்டுண்ண.”

"மூணும் பொம்புளப்புள்ளயா பொறந்துருக்காமுல்ல?"

"ஆமாண்ணே..."

"அதாங் யோசனயாருக்கு. ஒன்னஅழச்சிக்கிட்டுப்போறதா வேண்டாமான்னு" தயங்கினார் ராமையாப்பிள்ளை.

"ஒண்ணும் யோசிக்காண்டாண்ண. நா வாரங். எனக்கு ஆம்புளப்புள்ளக்கி கெரகமில்லயாம். எத்தனை பொறந்தாலும் பொம்புளப் புள்ளயாத்தாம் பொறக்குமுன்னு சோசியக்காரஞ் சொல்லிப்புட்டாண்ண." இந்த முறை வாய்ப்பை விட்டுவிடக் கூடாது என்கிற ஆர்வத்தில் கெஞ்சும் தொனியில் சொன்னான் சுப்பையன்.

"எல்லாங் கேள்விப்பட்டங். சோசியத்த வுடு, ஓம்பொஞ்சாதி என்ன சொல்லுதுன்னு கேக்கணுமுல்ல. அப்பறம் 'யாம்புருசங் யாங்கொட இருந்துருந்தா புள்ளகுட்டி பெருவிருக்கும். குடும்பம் விரித்திக்கி வந்துருக்கும். அந்தாளு கப்பலுக்கு அழச்சிக்கிட்டு போனத் தாலதாங் மூணோட நிக்கிறே'ன்னு ஓம்பொஞ்சாதி யாம்மேல குத்தஞ்சொல்லக்கொடாது பாரு."

"அதுமேரியெல்லாஞ் சொல்லாதுண்ண. நா வாரண்ண."

"தம்பி... கப்பலுக்குப்போயி சம்பாரிக்கிறதும் வேணுந்தாங். ஆனா வயசிருக்கக்குள்ளயே பெத்துக்கிட்டாத்தாம் புள்ளை வொள. வயசாயி கொட சம்பாரிக்கலாம். வாலிவம் போயி புள்ளபெத்துக்கிட முடியுமா? நீ இஞ்சயேருந்து இன்னம் ரெண்டு புள்ளைவொளப் பெத்துக்கிறதுதான் எனக்கு சரின்னுபடுது. அடுத்தநட நா வாரப்ப ஒன்ன கண்டிப்பா அழச்சிக்கிட்டுப் போறங். தரும ஆடுரே கெடக்கலன்னாலும் நானே ஒனக்காவ பணங்கட்டி அழச்சிக்கிட்டுப் போறங். நல்லா யோசிச்சிப் பாரு. ஒன்னகிட்ட ஒருவார்த்த கேக்கணுமேன்னுதாங் கேட்டங்." தன்மீது எந்த குறையும் வந்துவிடக் கூடாதே என்கிற எச்சரிக்கை யோடு கேட்டார் ராமையாப்பிள்ளை.

"இல்லண்ண... இப்பவே நா ஓங்களோட வாரங். இதுக்கு மேல புள்ளகுட்டியெல்லாம் வேண்டாண்ண. நெலம்நீச்சி ரொம்ப இருந்தாலும் இன்னம் ரெண்ட பெத்துக்கிடலாம். அதுவ பாட்டுக்கு கட்டிக் குடுக்குறவரக்கிம் வேலயள செஞ்சிக்கிட்டுக் கெடக்கும்." போயே ஆகவேண்டும் எனும் ஆர்வத்தில் சொன்னான் சுப்பையன்.

"ஒனக்கு எவ்வளவுதான் கொல்ல இருக்கு?"

“என்னண்ண இருக்கு பெரிசா. அண்ணந்தம்பி அஞ்சி பேருக்கும் புரிச்சதுல ஆளுக்கு மூணு மா நெலம்தாங் வந்துருக்கு. கொல்லகுடி ரொம்ப இருந்தாலும் ஆடுமாட்ட நெறயா வச்சிக்கிடலாம். நெலபலமும் இல்லாம ஆடுமாடுவளயும் வச்சிக்கிட முடியாம பொம்ளப்புள்ளைவொ ஏழெட்ட பெத்துவச்சிக்கிட்டு என்னண்ண பண்ணுற?”

“நீ சொல்லுற... போதுமுன்னு. எதுக்கும் ஓம்பொஞ்சாதிய ஒரு வார்த்த கேட்டுக்கிட்டு சாங்காலமா வந்து சொல்லு.”

“நா வாரண்ண முடிவு பண்ணுனது பண்ணுனதுதாண்ண. இனிமே அதுல மாத்தமில்ல. வூட்டுல அதக்கேட்டாலும் இப்புடித்தாண்ண சொல்லும். இஞ்சருந்து ஒண்ணும் வேல செய்ய முடியலண்ண. கூலிவேலக்கிப் போறத்துக்கும் ஒத்துவல்ல. ஒக்காந்து திங்கிறத்துக்கும் ஆயா அப்பந் தேடிவய்க்கல. கண்ணு காணாத சீமயில சாணியள்ளிக் கொட்டுனாத்தாங் யாருக்குத் தெரியப்போவுது. நா வாரண்ண.”

“சேரி தம்பி, ஒன்ன ஒரு ஆளுன்னு வச்சிக்கிறங். இன்னம் மூணுபேர பாத்து அழச்சிக்கிட்டுப் போவணும்.”

“போறத்துக்கு காசி பணம் எவ்வள செலவாவும். நா எவ்வள கொண்டாரணும். சொன்னியன்னா பாத்து தோது பண்ணுவங்”

“காசிபணமா? எதுக்கு? நா வாங்கியாந்து வச்சிருக்குறது தரும ஆடுருதாங். போற செலவயெல்லாம் நாம்பாத்துக்குறங். அங்க போன வொண்ணே நாஞ்செலவு பண்ணுன காசகொட கம்பெனிகாரங்கிட்ட வாங்கிக்கிடுவங்.”

“ஒங்களுக்குப் புண்ணியமா போவுண்ண.”

நன்றியுணர்வு சுப்பையனின் வார்த்தைகளில் தெரிந்தது. அதை ஏற்றுக்கொள்வதுபோல் மெலிதாய் சிரித்துக்கொண்டார் ராமையாப் பிள்ளை.

‘புண்ணியத்துக்காவ இல்லதம்பி. ஏதோ தோப்புத்தொர ராவுத்தரு புண்ணியத்துல நாங் கப்பலேறுனங். அன்னயிலேருந்து இன்னவரக்கிம் சோறுதண்ணிக்கோ காசிபணத்துக்கோ செரும மில்லாம வண்டி ஓடிக்கிட்டுருக்கு. நம்ம நல்லாருக்குறோங் குறத்துக்கு அடயாளமா நாலுபேருக்கு நம்மளும் செய்வ மேண்னுதாந் தம்பி. ‘ராமய்யன் அழச்சிக்கிட்டு போனாரு அந்த குடும்பம் நல்லாருக்கு’ன்னு மத்தவ்வொ சொல்லக்கேக்கயில கெடய்க்கிற சந்தோஷந்தாம் பெரிசி. ஏதோ நம்மளால முடிஞ்சது. இன்னம் எத்தன வருசத்துக்கு நா இதேமேரி செஞ்சிடப் போறங்?”

11 ◆ தமிழ்ச்செல்வி

"அப்புடியெல்லாஞ் சொல்லாதியண்ண. ஒவ்வொரு குடும்பத்துக்கு வெளக்கேத்தி வக்கிறமேரி நீங்க பண்ணுற ஒதவி ஒங்கள நூறுவருசம் வாழவய்க்கிமுண்ண." சுப்பையன் சொல்லுவது நூற்றுக்கு நூறு உண்மையான வார்த்தை. சிங்கப்பூரிலிருந்து பிறந்த ஊரைப் பார்க்க கிளம்பும் போதெல்லாம். ஒரு மாதத்திற்கு முன்பிருந்தே பல இடங்களுக்கும் சென்று தேடியலைந்து 'வேலக்கி ஆளு அழச்சாறங். தரும ஆடுருகுங்க' என்று கேட்டு காசில்லாத விசாக்களை வாங்கி வருவார். எத்தனை பேருக்கு இது போன்ற நல்ல மனது இருக்கிறது?

"சேரிதம்பி நீ வூட்டுக்குப் போயி ஒம்பொஞ்சாதிகிட்ட விசயத்த சொல்லு."

"சேரிண்ண… நா பெயிட்டு வாரங்."

சுப்பையனுக்கு சந்தோஷம் தாங்க முடியவில்லை. கையை வீசிவீசி எட்டி அடியெடுத்துப்போட்டு உற்சாகமாய் வீட்டுக்குப் போனான். கருக்கலில் அவனுக்கும் சுந்தராம்பாளுக்கும் நடந்த சண்டை நினைவுக்கு வந்தது.

'அவ கெடக்குறா கழுத. அவ பேசுனத்தயெல்லாம் நெனச்சிக்கிட்டுருக்காவுது. எண்ணி இன்னம் பயிஞ்சே நாளுதாங் இருக்கு. போனமுன்னா திரும்பிவர மூணு வருசமாவுமோ நாலு வருசமாவுமோ. யாரு கண்டா? இருக்குறவரைக்கிம் கரச்சயில்லாம இருந்துட்டுப் போவணும்.' காலையிலிருந்து சாப்பிடாமலிருந்ததால் பசி வயிற்றை சுருட்டியது.

பிள்ளைக்குப் பால் கொடுத்துக்கொண்டு பிள்ளையோடு படுத்திருந்தாள் சுந்தராம்பாள். கணவன் வருவதை காலடி யோசையை வைத்து தெரிந்துகொண்டாள். தூங்குவதுபோல கண்களை மூடிக்கொண்டு பிள்ளையை அணைத்துக்கொண்டு கிடந்தாள். உறியில் அவனுக்கென்று எடுத்துவைத்திருந்த சோத்தை அவனே எடுத்து திங்கட்டுமென்று எண்ணினாள். ஒன்றும் நடக்காதது போல கைகால்களை கழுவிவிட்டு வந்து தோளில் கிடந்த துண்டை தரையில் இரண்டாய் மடக்கிப் போட்டு உட்கார்ந்தான்.

"எட்டி சுந்தரம், சீக்கிரம் சோத்த ஊத்தியா பசிக்கிது" என்றான்.

"வெக்கங்கெட்ட மனுசன். எவ்வளத்த பேசினாலும் வெவுத்துப்புட்டு வந்து பேசுறத்தப் பாரேங்'என்று மனதிற்குள் சொல்லிக்கொண்டே எழுந்து உறியிலிருந்த சோத்தை எடுத்து

வந்து கொடுத்தாள். முதல்நாள் இரவு வைத்த பயத்தம்பயறு குழம்பை ஒரு கிண்ணத்தில் ஊற்றிவந்து பக்கத்தில் வைத்தாள்.

"பெரியமொட்ட வந்து சொன்னிச்சா?"

"என்ன?" ஒன்றுமே தெரியாததுபோல் கேட்டாள்.

"இப்ப எங்க ரெண்டு மொட்டயயும் காணுமே?"

"எங்க யாவுது மரத்துக்கு மரம் வேப்பங்கொட்ட பொறுக்கிக் கிட்டு நிக்குங்க."

"நெசமாவுமே ஒனக்கு ஒண்ணுந்தெரியாதா?"

"தெரிஞ்சிகிட்டேதாங் ஒங்களுக்கிட்ட வெளயாடுறங். நேத்து தான மால மாத்திக்கிட்டம். அதாங் கெரக்கத்துல வெளயாடுறங்."

"எப்பவுமே நீ ஓங் வெவண்ட பேச்ச வுடமாட்டியா? கப்பகார ராமய்யண்ணங்கொட நாளா பயிஞ்சிநாளும் கப்பலுக்குப் பெயிடுவங்."

"ஒங்களயும் அழச்சிக்கிட்டுப் போறன்னு சொன்னாராமா?"

"சொன்னாராமாவா? இப்ப நா அந்தண்ணன பாத்துட்டுத் தாண்டி வாரங், என்னக்கிட்டதாண்டி சொன்னாரு."

"நெசமாத்தாம் போறியளா?"

"நெசமாத்தானா? என்னடி இப்புடி கேக்குற? போறது போறது தாங். யாங் நாம் போறது ஒனக்குப் புடிக்கலயா?"

"இல்ல. இந்த புள்ளைவொள வச்சிக்கிட்டு நாமட்டும் ஒண்டியா என்ன பண்ணுவன்னு நெனக்கிறங்."

"கப்பலுக்குப் போறவனுவல்லாம் பொண்டாட்டிய ஒண்டியாத்தாங் உட்டுட்டுப் போறானுவொ. பெயிட்டு வார வரக்கிம் அவனோட இருன்னு வேற கல்யாணமா பண்ணி வச்சிட்டுப் போறனுவ?" "நக்கலாய் சொன்னான் சுப்பையன்.

"கெப்புருதான இதெல்லாம். நா என்ன சொல்லுறங் நீங்க என்ன சொல்லுறிய? பொண்டாட்டின்னா ஒங்களுக்கு அவ்வள எளக்காரமா பெயிட்டா?"

"நா இது சொன்னத்துக்கே ஒனக்கு இவ்வள ரோசம் பொத்துக்கிட்டு வருதே நீ என்ன என்னென்ன பேசுற?"

“ஒங்களமேரியா நாம் பேசுறங். வாயிக்கி என்னடி வாதம்? நாக்குக்கு இல்லடி நரம்புன்னு நா என்னக்கிமே பேசமாட்டங்.”

“சேரி வுடு அத. தெரியாம சொல்லிப்புட்டங். நா என்ன போயி அங்கயேவா இருக்கப் போறங். நாலஞ்சி வருசம் பல்லக் கடிச்சிக்கிட்டு இருக்கவேண்டியதுதாங். வேணுங்குறத்த சம்பாரிச் சிக்கிட்டு வந்துட்டா அப்பறம் கவலயில்லாம இருக்கலாமுல்ல. கப்பகாரனுவ பொண்டாட்டியெல்லாம் வழவழன்னு சீலகட்டிக் கிறாளுவன்னு பாத்து ஆசப்படுவியில்ல. அதுமேரி நீ கட்டிக்கிட வேண்டாமா?”

எதுவும் பேசாமல் அவனையே பார்த்துக் கொண்டிருந்தாள் சுந்தரம்பாள். என்னதான் பேசினாலும் சண்டைபோட்டாலும் அவனை கப்பலுக்கு அனுப்பிவிட்டு தனியாயிருக்க அவளுக்கு கவலையாகவேயிருந்தது. சுப்பையன் கப்பலேறிவிட்டால் இப்போது படுவதுபோல் சாப்பாட்டுக்கும் துணிமணிக்கும் கஷ்டப்படாமல் வசதியாய் வாழலாம். சொந்தக்காரர்களெல் லாம் ‘கப்பகாரம் பொண்டாட்டி’ என்று மரியாதையோடு பார்ப்பார்கள். இருந்தாலும் நான்கைந்து வருடங்கள் அவனைப் பார்க்காமல் எப்படி பிரிந்திருப்பது என்று நினைத்து வருத்தப் பட்டாள். கண்களிலிருந்து தாரைதாரையாய் கண்ணீர் வடிந்தது. விசும்பி விசும்பி அழுதாள்.

“எவடி இவ அழுவுறவ? நா எங்கப் போறன். ஒனக்கும் புள்ளைவொளுக்கும் சம்பாரிக்கத்தான போறங். பெயிட்டு நாலு வருசத்துல வந்துடப் போறங். இதுக்காவயாண்டி அழுவுற?”

“...”

“அழுவாதடி கண்ணத் தொடச்சிக்க. பச்சப்புள்ளக்காரி அழுதா புள்ளக்கி ஒத்துக்கிடுமா?”

“அம்மா... அம்மா... தப்புத்தா வூட்டுல எள்ளு அலசுறா வொளாம்மா. எல்லாரும் வந்து தண்ணி வாங்கிக்கிட்டு போறாவோ. நம்மளுக்கும் வாங்கியாறவா?” மடியிலிருந்த வேப்பங்கொட்டையை வீட்டு மூலையில் கொட்டியவாறே கேட்டாள் வடிவாம்பாள்.

“ஒண்ணும் வேண்டாம் போ” சோர்ந்து போய்ச் சொன்னாள் சுந்தரம்பாள். அவளுக்குத் தன் கணவன் கப்பலேறிப் போய்விடப் போகிறானேயென்று மனம் பேதலித்துப் போயிருந்தது.

"யாண்டி இப்ப வேண்டாங்குற? புள்ள ஆசப்பட்டு கேக்குதுல்ல. எப்பவுமா ஒனக்கு எள்ளுதண்ணி கெடக்கிது. வாங்கியாரச் சொல்லு" அக்கறையோடு சொன்னான் சுப்பையன். இதற்கு முன் ஒருமுறை சாந்துப்பொட்டு ஊற்றியபோது அவன் கேலிபேசியது நினைவுக்கு வந்தது.

"இவ்வள கருப்பா புள்ளைவொள பெத்துவச்சிக்கிட்டு அதுவொளுக்கு பொட்டுவூத்தப் பறக்குறியே. ஓம்புள்ளைவொ நெத்தியில பொட்டு வச்சா கண்ணுக்குத் தெரியுமா" என்றான்.

'அன்னக்கி அப்புடி பேசுன நாக்குதாங் இன்னக்கி இப்புடி பேசுதா.' மனதிற்குள் நினைத்துக்கொண்டாள்.

'அம்மா இப்ப நாங்க மூணுபேரு இருக்குறமுல்ல. வச்சிகிட சுத்தமா வூட்டுல பொட்டேயில்ல."

"..."

நேத்துக்கொட புள்ளக்கி வச்சிவுட கொட்டாச்சிய தடவித் தடவி பாத்தியில்ல. பொட்டு இருந்திச்சா?"

'...'

"இந்த நட நீ எங்களுக்கு ஆளுக்கொரு கொட்டாச்சியா ஊத்திக்குடுக்கணும். ஆமா."

"மவ வாளுற வாழ்க்கைக்கு மாசத்துக்கு பத்துகட்டு வெளக்கமறாங். நம்மகெட்ட கேட்டுக்கு இன்னம் பத்துபயிஞ்சி கொட்டாச்சில ஊத்தி வச்சிக்கிடுவம். தெனமும் கொழச்சி கொழச்சி நெத்தி தெரியாம வச்சிக்கிட்டு மினுக்கிக்கிடடு நிப்பம் சீமத்தேவுடியாமேரி."

"யாண்டி இப்புடி பேசுற?" ஒனக்கென்ன இப்ப கெட்டுப்போச்சி. நல்லாதான இருக்குற? நாங் கப்பலுக்குப் பெயிட்டா இஞ்ச ஒனக்கு வூடுவாச புள்ளக்குட்டி நெலம்நீச்சி எதுவுமே இல்லாம பெயிடுமா? என்னமோ பேசுறா இன்னக்கே சாவு வந்துட்டமேரி."

"அம்மா சொல்லு எதுல வாங்கியாற?"

"கீழண்ட சந்துகுள்ள ஒருமுட்டி கவுத்துருக்கு எடுத்துக்கிட்டுப்போ".

முட்டியை எடுத்துக்கொண்டு சிட்டாய்ப் பறந்தாள் வடிவாம்பாள். கொஞ்ச நேரத்தில் முட்டி நிறைய எள்ளு தண்ணீரோடு திரும்பிவந்தாள்.

அகலமான பெரிய கொட்டங்குச்சியாய்ப் பார்த்து மூன்று கொட்டங்குச்சிகளை எடுத்துவந்து போட்டுக்கொண்டு உட்கார்ந்தாள் சுந்தரம்பாள். கொட்டங்குச்சியிலுள்ள நார்களையும் பஞ்சையும் சுரண்டி எடுத்தாள். உள்பக்கத்தையும் வெளிப் பக்கத்தையும் வழவழவென்றாகும் படி தேய்த்தெடுத்தாள்.

“ஒரு கொட்டாச்சி சாந்த எவ்வள நாளக்கி வச்சிக்கிடலாங்.” என்றான்.

“அது வரும் வருசத்துக்கும்.”

“அப்புடின்னா இன்னம் ரெண்டு மூணு கொட்டாச்சிய எடுத்தா.”

“யாங்?”

“நாலஞ்சி கொட்டாச்சில ஊத்தி வச்சிக்க. நா திரும்பி வார வரக்கிம் வச்சிக்கிடுங்க. இஞ்ச கொண்டா அந்த கொட்டாச்சி வொள”

அவளிடமிருந்த கொட்டங்குச்சிகளை வாங்கி சீப்பாங் கத்தியால் சுரண்டி வழவழப்பாக்கினான் சுப்பையன். அவன் சொன்னதுபோலவே இன்னும் இரண்டு மூன்று கொட்டங் குச்சிகளை எடுத்துவந்து அவன்முன் போட்டாள். ‘விருந்தாடி’ வருவோரும் சுப்பையனும் வாங்கி வரும் ‘கதம்பப் பூ’ காய்ந்ததும் அதிலிருக்கும் மரிக்கொழுந்தை மட்டும் எடுத்து காயப்போட்டு ஒரு துணியில் முடிந்து பானைக்குள் போட்டுவைத்திருந்தாள். அதை எடுத்து முடிச்சை அவிழ்த்து முறத்தில் கொட்டினாள். வாசனை அப்படியே இருந்தது.

“ஆயிரந்தாம் பூவுருந்தாலும் மரிக்கொழுந்துக்கு ஈடாவுமா? பாரு இன்னமும் வாசத்த, அப்புடியேருக்கு.”

கருப்பரிசியை இரண்டு செரங்கை அள்ளிப்போட்டு அடுப்பில் ஒரு சட்டியை வைத்து வறுத்தாள். அரிசியோடு மரிக்கொழுந்தையும் போட்டுக்கொண்டாள். வடிவாம்பாளும் அவள் தங்கை ராசாம்பாளும் தன் அம்மா சாந்துப்பொட்டு ஊற்றுவதற்காக என்னென்ன செய்கிறாள் எப்படியெப்படி செய்கிறாளென்று அடுப்போரமாய் நின்று உன்னிப்பாய் பார்த்துக்கொண்டிருந்தார்கள். சட்டியில் போட்ட அரிசியும் மரிக்கொழுந்தும் கருகி கருப்பானது. மேலும் விடாமல் அடுப்பை எரித்துவிட்டுக் கொண்டேயிருந்தாள். கருகியது மேலும் கிண்டி விடவும் உடைந்து போனது சிறுசிறு தூளானது. பிசின்போல்

உருகிவந்தது. முட்டியிலிருந்த எள்ளு கழுவிய தண்ணீர் கருப்பாயிருந்தது. அதையெடுத்து சட்டியில் ஊற்றினாள். ஆப்பையால் இழைத்துவிட்டாள். எள்ளு தண்ணீரில் அவை இழைந்து கரைந்தது. தண்ணீர் கொழகொழப்பானது. கொஞ்சம் சுண்டிய பின்பு இறக்கிவைத்தாள். ஆறவைத்து ஆறு கொட்டாங் குச்சிகளில் ஊற்றி வெயில்படாத இடமாகப் பார்த்து சந்திற்குள் வைத்தாள் சுந்தரம்பாள்.

"நாம் போறத்துக்குள்ள தண்ணி காஞ்சி பொட்டாயிடுமா பெரியமொட்ட?"

"தெரியலப்பா அம்மாவத்தாங் கேக்கணும்."

"யாண்டி சுந்தரம் பொட்டு காஞ்சிடுமா?"

"யாங் போறப்ப யாருக்காவுது கொண்டுகிட்டுப் போப் போறியளா?"

"ஆமாண்டி ராமய்யண்ணனுக்கு ஒரு பொம்ளப்புள்ள இருக்காமுல்ல, அதுக்கு ஒரு கொட்டாச்ச எடுத்துக்கிட்டப் போயி குடுக்கலாமுல்ல. அங்கயெல்லாம் இந்தமேரி கெடக்கவாப் போவுது?"

"வெயிலு நாளுதான பத்து பண்ணண்டு நாளுலயே காஞ்சிடும்."

"அப்பா கப்பலுக்குப் பெயிட்டு வாரப்ப எங்களுக்கு பூசுறமாவு வாங்கியாறியாப்பா?" என்றாள் வடிவாம்பாள்.

"கெட்ட கேட்டுவள. யாம் ஒடச்ச ஓட்டுவள. ஓம் மூஞ்சிக்கி பூசுறமாவு கேக்குதா?" என்றாள் சுந்தரம்பாள்.

"யாண்டி புள்ளய பேசுற. ஆசப்பட்டுத்தான கேக்குது. பெரிய மொட்ட நீ என்னன்ன வேணுமோ சொல்லு. ஒனக்கு நா எல்லாத்தயும் வரும்போது வாங்கியாந்து தாரங்."

"எனக்கு ரெண்டு மேச்சட்ட வேணும்ப்பா, மொதல்ல மறக்காம அத வாங்கிக்கிடு. அப்பறங்..."

"ஒங்கப்பம் வாங்கிக்கிட்டு வாரவரக்கிம் இப்புடியே கழுமரமாட்டம் மேச்சட்ட போடாம திரியப் போறியா! இப்பயே ஏழரக்கழுத வயசாயிட்டு. இன்னம் ரெண்டு வருசம்போனா வயசிக்கி வந்துடுவ பொலருக்கு. அப்பங் அஞ்சிவருசங்கழிச்சி வாங்கியாந்து குடுக்குறவரக்கிம் குதுருக்குள்ள ஒக்காந்திரு. சட்டய போட்டுக்கிட்டு வெளிய வரலாம்."

17 ◆ தமிழ்ச்செல்வி

'நா வாங்கிக் குடுக்காதத்துக்கு புள்ளய யாம் பேசுற? நம்ம எடுத்தாந்தத வச்சிக்கிட்டா போடாம திரியிது. பாவம் நாம் போறத்துக்குள்ள அதுக்கு ரெண்டு மேச்சட்ட தச்சிக் குடுத்துட்டுப் போவணும்" என்றான் சுப்பையன்.

வடிவாம்பாளால் உண்மையாகவே தன் அப்பா பேசுவதை நம்ப முடியவில்லை. தனக்காக இவ்வளவு கரிசனத்தோடு அவன் பேசி அவள் கேட்டதேயில்லை. 'இந்த அம்மா மோசம். பொழு தேனக்கிம் எதாவுது பேசிக்கிட்டேருக்கு. அப்பா, நல்ல அப்பா. செலநேரம் பேசினாலும் செலநேரம் ஆசையா பேசுது' என்று நினைத்தாள். அப்பாமேல் அதிக பாசம் ஏற்பட்டது அவளுக்கு. அதுவும் கப்பலுக்குப் போவதென்று முடிவான பின்பு அவன் பிள்ளைகளிடம் ஆசையாய் நடந்துகொண்டது வடிவாம் பாளுக்கு ரொம்பப் பிடித்திருந்தது. அதிகநேரம் சுப்பையனையே சுற்றிச் சுற்றி வந்தாள். வடிவாம்பாளின் அடுத்த தங்கை ராசாம்பாளுக்கு மூன்று வயதுதான் ஆகியிருந்தது. அவளுக்கு அவ்வளவாய் விவரம் தெரியவில்லை. வடிவு சொல்வதைக் கேட்டுக்கொண்டு அவளைப் போலவே நடந்துகொண்டாள். மூன்றாவது பெண்ணுக்கு அஞ்சம்மாள் என்று பெயர் வைத்திருந் தான். சுப்பையனுக்குப் பிறந்த மூன்று பிள்ளைகளுமே அட்டக் கருப்பாய் இருந்தார்கள். அவனும் சுந்தரம்பாளும் அப்படி யொன்றும் கருப்பில்லை. மாநிறம்தான். பிள்ளைகள் மூவரும் எப்படித்தான் இவ்வளவு கருப்பாய் பிறந்தார்களோ தெரியவில்லை.

ஒவ்வொரு நாள் கழிவதையும் பெரும் இழப்பாக நினைத் தாள் சுந்தரம்பாள். "சனியோட சனி எட்டு, ஞாயிறு ஒம்பது, திங்கப் பத்து, செவ்வா பதுனொன்னு, புதம் பன்னண்டு இன்னம் பன்னண்டு நாளுதாம் இருக்கு" என்று ஒவ்வொரு நாளையும் எண்ணி எண்ணிப் பார்த்து கவலைப்பட்டாள்.

"இஞ்சேருங்க. கப்பலுக்குப் போறத்துக்குள்ள நம்ம சொந்தக் காரவ்வொ வூட்டுக்கெல்லாம் ஒரு எட்டு பெயிட்டு வந்துடுங்க. அப்பறம் சொல்லாம கொள்ளாம பெயிட்டியன்னு கொற வரும்."

"பெயிட்டுவாரங் சுந்தரம். ஒரு நாளக்கி கப்பகாரண்ண னுக்கு நம்ம ஊட்டுல விருந்து வக்கனுண்டி" என்றான் சுப்பையன்.

"வப்பமே. சொந்தக்காரவ்வொ வூட்டுக்கெல்லாம் பெயிட்டு வார சோலியள முடிச்சிகிட்டு வந்துருங்க. கப்பயேற நாலு நாளுங்க ஒரு நாளக்கி ஆட்டுக்கறி வாங்கியாந்து விருந்து வச்சிருவம்" என்றாள்.

நாட்கள் வேகமாய் ஓடிவிட்டன. புதன்கிழமைதான் கப்பலேறுவதென்றாலும் திங்கள் கிழமையே வீட்டைவிட்டு கிளம்பிவிட வேண்டுமென்று சொல்லிவிட்டார் இராமையாப் பிள்ளை. அன்று மாலை கிளம்பவேண்டிய நேரமும் வந்தது. பத்து ரூபாய் பணத்தை வடிவாம்பாளின் கையில் கொடுத்தான் சுப்பையன்.

"மூட்டகாரன் வந்தா சீட்டித்துணியில ரெண்டு மேல்சட்ட துணி எடுத்துக்குடுக்கச் சொல்லு அம்மாவ."

"சேரிப்பா" அழுதுகொண்டே வாங்கிக்கொண்டாள் வடிவாம்பாள். சுந்தரம்பாள் கீழே விழுந்து அழுது புரண்டாள். அவள் அழுவதைப்பார்த்து வழியனுப்ப வந்திருந்த மற்ற சொந்தக் கார சனங்களும் அழுதார்கள். கண்களைத் துடைத்துக்கொண்டு இராமையாப்பிள்ளையுடன் போனான் சுப்பையன்.

2

“இதுவொள வச்சி உழுது பொழக்கவும் ஆளுல்ல, வித்து தொலக்கவும் வழியில்லாம கட்டியிழுக்குறங். மூச்ச புடிச்சிக்கிட்டு இப்புடி இளுக்குறனே. அசங்குறியளா. கல்ல அசச்சிபுடலாம் பொலருக்கு ஒங்க்ள அசக்க முடியல. ஒங்களோட மல்லு கட்டிக் கிட்டு நிக்க என்னால முடியா வந்து தொலங்களங்.” பின்னால் போய் மாட்டின் தலைக்கயிற்றையே மடக்கி மாடுகளின் முதுகில் அடித்தாள் சுந்தராம் பாள். நூல்கயிறு சுரீரென்று முதுகில் விழுந்தது. முதுகை நெளித்துக்கொண்டு பின்னங்கால்கள் இடறுவது போல் இரண்டடி எடுத்து வைத்தவை மறுபடியும் நின்றுவிட்டன.

“ஒங்களுக்கிட்ட பேசி புண்ணியமில்ல. இப்புடி யெல்லாம் புடிச்சியிழுத்து வரமாட்டிய... இருங்க வாரங்” என்று காளை மாடுகளை அப்படியே விட்டு விட்டு பக்கத்திலிருந்த நொச்சிக்குத்தடியில் ஒரு குச்சி ஒடித்துக்கொண்டு வந்தாள்.

“என்னடி சுந்தரம்பா, காளமாட்டுவளுக்கிட்ட கரச்சவளத்துக்கிட்டு நிக்கிற?” ஆதனூர் மீனாட்சி அவளை வீட்டில் வந்து பார்த்துவிட்டு தேடிக் கொண்டு இங்கேயே வந்துவிட்டாள்.

“வாத்த... வா... வூட்டுல எல்லாரும் சவுரியந்தான?”

“இருக்குறாவொடி சுந்தரம். நீ யாங் இந்த வெயிலுல மாட்டுவொள புடிச்சி இழுத்துக்கிட்டு நிக்கிற?”

“பூசுரமரத்தடிலெயே பொழுதேனக்கும் கட்டி கெடக்குவ. ஓட்டிக்கிட்டுபோயி கல்லா கொளத்துல தண்ணிகாட்டி குளிப் பாட்டி ஓட்டியாரங். இதுவரக்கிம் நல்லாத்தாங் வந்துச்சிவ. இந்தா கெடக்குற வைக்கப்போற பாத்துட்டு அந்த போருல கொண்ட கட்டுடிங்குதுவொ.”

“மாட்ட வக்கப்போருலதான கட்டிப்போடுற?”

“போருல கட்டிப்போடுறதா? வைக்க ஏது? அவ்வொ போனத்துலேருந்து போருலயேதாங் கட்டிக் கெடந்துச்சுவொ. நாலே மாத்தயில போரு முடிஞ்சிப் போச்சி.”

“என்னடி இப்புடி சொல்லுற? நாலே மாத்தயில வைக்க தீந்து பெயிடுமா? ரெண்டேமாடுதான?”

“மூணுமாவுல எவ்வள வைக்ககெடக்கும்? அதுலயும் ஊட்டுக்கும் மாட்டுக்கொட்டாயிக்கும் தாளுபோட்டுட்டு மிச்சத்தத்தான் போருபோட்டம். அந்த ஆம்புள இருந்து ஓரம் ஒண்டுல மாட்டுவொள செத்தமேச்சியாந்து கட்டுனாவொன்னா இன்னம் ரெண்டு மாத்தக்கி வந்திருக்கும். போருலயே கெடந்து தின்னா முடிஞ்சிப்பெயிடாதா?”

“இருந்தடிச்சா பறந்துதாம் போவும். நீதாங் அந்த மாட்டு வொள வாய்க்கா வரப்பு, தரிசிவொளப்பாத்து மேச்சல்ல கட்டக்கொடாதா?”

“வெளில வந்தா எரிக்கிற வெயிலுல உச்சந்தலமயிறு பொசுங்கி பெயிடுது. தரிசிவொள்ள என்ன மேச்ச கெடக்கு? கொண்ட போயி கட்ட? அப்புடியுந்தாங் கட்டிப்பாத்தங். கட்டிப்புட்டு வந்த மறுநாழியே நாயிமேரி நாக்கத் தொங்கப் போட்டுக்கிட்டு நிக்கிவொ.”

“இப்ப மாட்டுவொளுக்கு என்னதாங் போடுற?”

“என்ன போடுற? அறிஞ்சவ்வொ தெரிஞ்சவ்வொகிட்ட ஒருதெர ரெண்டுதெரென்னு கைமாத்தா வாங்கிப்போடுறங். வர்ரவருச வைக்கல்ல குடுக்கவேண்டியதுதாங், நேரங்கெடக்கிறப்ப உப்பருவு வேற வெட்டியாந்து போடுறங்.”

“போரோட தின்ன மாட்டுக்கு புடுங்கிப்போட்டா ஆத்துமா? அதாம் போரக் கண்டவொன்னே இளுக்குது.” பேசிக் கொண்டே மாடுகளின் தலைக்கயிற்றைப் பிடித்துக்கொண்டு “ந்தே” என்றாள் சுந்தராம்பாள்.

நொச்சிக்குச்சியைப் பார்த்ததும் மாடுகளிரண்டும் வழியோடு நடக்க ஆரம்பித்தன.

"பாத்தியாத்த எவ்வளநேரம் இளுத்தங். சத்தம் போட்டங் அசஞ்சிச்சிவொளா. கையில கம்ப பாத்தவொன்னே எப்புடி போவுதுவொ பாரு."

"தெரியாமயா சொல்லிருக்குறாவொ. கோலெடுத்தாத்தாங் கொரங்கு ஆடுமுன்னு. அடி ஒதவுறமேரி அண்ணந்தம்பிகொட ஒதவமாட்டானாம்."

"என்னத்த சங்கதி இந்த நேரத்துல வந்துருக்கிறியே."

"சும்மாதாங். பாத்துட்டுப் போவமுன்னு வந்தங்."

"என்னமோ தெரியல. சொல்மாட்டங்குற. சும்மால்லாம் நீ வரமாட்ட. எனக்குத் தெரியும்."

"..."

"சும்மா சொல்லுத்த. என்ன எதுவும் மருமவக்கிட்ட வையோவமா?"

"வையோவமா? அதயாங் கேக்குற? வையோவன்னாலும் வையோவம் அவ வளங்குன வையோவம் இவ்வளதுன்னு இல்ல."

"சோறு போடுறவ. எதாவுது சொல்லிட்டுப் போறா வுடு."

"சோறு. பெரியசோறு. கள்ளியிலயுஞ்சோறு. கத்தாழயிலயுஞ்சோறு. இவபோடுறதுதாம் பெரிய சோறு.

"இன்னக்கி பேசிப்பிய நாளக்கி கூடிப்பிய மாமியா மருமவ. என்னதாம் பேசுனாலும் அவதான ஒனக்கு கடசிவரக்கிம் கஞ்சி ஊத்தி வழிகூட்டிவுடப் போறவ."

"ஆமா. அவ இடுவா இடுவான்னு இடுக்குள்ள இருக்கப் போறங் போடுவா போடுவான்னு பொந்துக்குள்ள இருக்கப் போறங். கயத்த எடுத்துக்கிட்டு அலேத்திக்காட்டுக்குப் போனாக்க யாம் மொவத்தப் பாத்து எறக்குறவ்வொயாரு? தூக்குறவ்வொ யாரு? நாயோ நரியோ புடுங்கித்தின்னுட்டுப் போவுது. இவதான் எனக்கு வழிகூட்டிவுட போறாளா?"

"யாந்த்த இப்புடியெல்லாம் பேசுற? ஒனக்கென்ன இப்ப?" அலேத்திக்காடு என்று மீனாட்சி சொன்னதும் சுந்தராம்பாளுக்கு என்னவோ போலாகிவிட்டது. அலேத்திக்காட்டில் போய்

எத்தனையோ பேர் செத்துப்போயிருக்கிறார்கள். கடற்கரை ஓரமாயுள்ள அலேத்திக்காட்டில் போய் தூக்குப்போட்டுக் கொண்டு தொங்குவதை இரண்டு நாள் மூன்று நாள் கழித்து யாராவது பார்த்து வந்து சொல்லுவார்களேத் தவிர காட்டில் தொங்கும் பிணத்தை வீட்டுக்குக் கொண்டுவர மாட்டார்கள். அவர்களுக்கென்று 'கல்லுகருமாதி' எடுக்கமாட்டார்கள். சொந்தபந்தங்கள் மீதும் பிள்ளைகுட்டிகள் மீதும் வெறுப்பு கொண்டவர்கள் அலேத்திக்காட்டிற்குத்தான் போவார்கள். ஒரு முறை இந்தப் பகுதியிலுள்ள ஒரு பெண்ணை செய்யாத தப்பிற்காக 'அப்பங்காரனே' பழிசுமத்திப் பேசினான். பழிச்சொல் தாங்கமுடியாத அந்தப் பெண் கயிற்றை எடுத்துக் கொண்டு அலேத்திக்காட்டுக்கு இரவோடு இரவாகப் போய் விட்டாள். 'தூங்கிக் கொண்டிருந்த பெண்ணை காணவில்லையே புருசங்காரஞ் சொன்ன மேரி ஓடிப்பெயிட்டாளா' என்று நினைத்தாள் அந்தப் பெண்ணின் அம்மா. விடிந்ததும் 'ஓம் பொண்ணு ஓடிப்பெயிட்டாளாமுல்ல... ஓடுகாலிப்பொண்ண ஒட்டிவுட்டுட்டு ஒக்காந்துருக்குறியா' என்று கேட்டால் என்ன பதில் சொல்வதென்று பயந்த தாயும் 'இனிமேல் உசுரோட இருக்கக்கொடாது' என்று கயிற்றை எடுத்துக்கொண்டு அலேத்திக்காட்டுக்குப் போனாள். அங்கு போய் தன் மகள் தொங்குவதைப் பார்த்துவிட்டு அழுதவள். 'நம்ம பெத்த புள்ளயே பெயிட்டா இனிமே நம்ம யாங் இருக்கணும்' என்று அவளும் பக்கத்திலேயே கயிற்றைப்போட்டு தொங்கிவிட்டாள். மறுநாள் தகப்பன்காரன், வீட்டில் பெண்டாட்டியையும் மகளையும் காணாததால் ஊரில் எல்லா இடத்திலும் தேடிப் பார்த்துவிட்டு செத்துப்போய் விட்டார்களா என்பதை உறுதிபடுத்திக் கொள்வதற்காக அலேத்திக்காட்டுக்குப் போய் பார்த்தான். அங்கு தாயும் மகளும் ஒரே மரத்தில் பக்கத்தில் பக்கத்தில் தொங்கிக்கொண்டிருந்தார்கள். இரண்டு நரிகள் தொங்குவது போல் பின்னங்கால்களை மட்டும் கீழே வைத்து தாடிபோட்டுக் கொண்டு அவர்களுடைய உடலை புடுங்கித் தின்று கொண்டிருந்தன. அதைப் பார்த்த அவன் "பாவி பழிக்கஞ்சி தொங்குறா பாவிய பெத்தவ சொல்லுக்கஞ்சி தொங்குறா. இந்த வாலுப்பயலும் தோலுப்பயலும் எதுக்கஞ்சி தொங்குறானுவொ?" என்று சொல்லி விட்டு வந்து மறுதாரம் கல்யாணம் செய்து கொண்டானாம்.

"புண்ணியஞ் செஞ்சவ்வொளுக்குத்தாம் பொண்ணு பொறக்கும். நாந்தாம் பாவத்த செஞ்சிப்புட்டு ரெண்டு பாவியள பெத்துவச்சிருக்குறனே எனக்கு அலேத்திகாடுதாங் கதி" என்றாள் மீனாட்சி.

"அப்புடியெல்லாம் இன்னொரு தடவ சொல்லாதத்த - வூட்டுல என்னதான் நடந்தது சொல்லங்."

அவதாம் பேசுறா. கேட்டுக்கிட்டுருக்க முடியல. கௌம்பி வந்துட்டடங்."

"ஆதனூர் மீனாட்சிக்கு இரண்டு ஆண்பிள்ளைகள். பெண் இல்லை. இரண்டு மகன்களுக்கும் கல்யாணம் செய்துவைத்தாள். கணவன் இருக்கும்போதே பெரிய மருமகளைப் பிடிக்கவில்லை என்பதற்காக வீட்டைவிட்டு விரட்டிவிட்டாள். பெரிய மருமகள் பிறந்தது தகட்டூர். அங்கேயே போய் இரவல் மனையில் வீடுகட்டிக் கொண்டு மகனும் மருமகளும் இருக்கிறார்கள். சின்னமகன் செல்ல மகனென்பதால் உள்ளது உரியதையெல்லாம் சுருட்டிக் கொடுத்தாள். புருசன் சாகும்வரை செல்வாக்கோடுதான் இருந்தாள் மீனாட்சி. கிழவன் செத்ததும் சின்ன மருமகளே படுத்த ஆரம்பித்துவிட்டாள். மகனும் அதைக் கண்டுகொள்வ தில்லை. இதுபோல் அடிக்கடி கோவித்துக் கொண்டு கோவில் தாழ்விற்கு சுந்தரம்பாளின் வீட்டிற்கு வந்துவிடுவாள். சுந்தரம்பாள் தன்னுடன் பிறந்த தம்பிமகள் என்பதால் இவள்மேல் அவளுக்கு பாசமிருந்தது. சுந்தரம்பாளும் மீனாட்சி வரும்போதெல்லாம் அவளுடைய குறைகளைக் கேட்டு ஆறுதல் சொல்லி இரண்டு நாள் வைத்திருந்து பின்பு அனுப்பி வைப்பாள்.

"என்ன சீருகுடுத்தா ஒஞ்சின்ன மருமவ?" என்றாள் சுந்தராம் பாள்.

"கெழச்செருக்கி ஒனக்கு எளவெடுக்கலயாடி?" எட்டெடுக்கல யாடி? கருமாதி கட்டலயாடி'ன்னு பேசுறா. அவ பேசுற பேச்சி தாங்க முடியல. எனக்கு ஒருசாவும் வந்து தொலக்க மாட்டங்குது."

"அவ சொல்லிப்புட்டா ஒனக்கு ஒடனே சாவு வந்துபுடுமா? வாழ்த்தி வாழ்வாருமில்ல. திட்டி சாவாருமில்ல. இனிமே அங்கப்போவாத. யாவ்வூட்லயேக் கெட. மூணு புள்ளைவொ இருக்கு. மூத்த புள்ளயா ஒன்ன நெனச்சிக்கிறங். மூணுங்குறத்த நாலு பேரா இருந்துட்டப் போங்க" என்றாள் சுந்தராம்பாள்.

மாடுகள் இரண்டையும் பூவரசு மரத்தில் கட்டினாள். அவையிரண்டும் இவளையே பார்த்துக் கொண்டிருந்தன.

"என்ன பாக்குறிய வைக்கலா போடணும்? வைக்கல கண்ணால பாத்துக்கிட வேண்டியதுதாங். திங்கமுடியா. நாலு

வைக்கக்கெடக்கு இதுவும் முடிஞ்சிட்டா வேற யாருகிட்டப் போயி நா ஒரு தெரகுடுங்க, ரெண்டுதெர குடுங்கன்னு கேட்டுக்கிட்டு நிக்கிற? இருங்க ஒங்களுக்கு உப்பருவு இருக்கு அடிச்சிப்போடுறங்."

பெரிய கூடையில் அமுத்தி அமுத்தி வைத்திருந்த உப்பருவை கொட்டினாள். வேர் முழுவதும் பொருக்குமண் ஒட்டியிருந்தது. நீண்ட தடியால் புல்லை முட்டாய்ப்போட்டு அடித்தாள். வேரிலிருந்த பொருக்கு கொட்டிப்போய் காய்ந்த உப்பருவும் அதன் வேரும் பஞ்சு போல் மேலே கிளம்பியது. நன்றாக உதறினாள். ஒரு குடங்கை நிறைய அள்ளிவந்து மாடுகளுக்கு நடுவில் போட்டாள். அவற்றை ஆவலோடு தின்றன மாடுகள்.

"பாருத்த, காஞ்சவேரு. அதப்போயி எப்புடிப் பறந்துபறந்து திங்கிதுவொன்னு."

"ஆலயில்லாத ஊருக்கு இலுப்பப்பூ சக்கர. வைக்கலுமில்ல மேச்சலுமில்ல. மண்ணோ மசுரோ திங்கவேண்டியான."

"இந்த மாட்டுவொளயும் மூணு புள்ளைவொளயும் வச்சிக் கிட்டு நாம் படாதபாடு படுறந்த்த. என்னக்கித்தாங் எனக்கு விடியுமோ?"

"யாண்டி சுந்தரம் இப்புடி பேசுற? ஒனக்கு என்ன கொறச்ச. ஓம்புருசங் கப்பலுக்கு பெயிட்டுது. கப்பகாரம் பொண்டாட்டி நீ, ராசாத்திமேரி இருக்கப்போற. இதெல்லாம் ஒரு கஷ்டமாடி?" என்றாள் மீனாட்சி.

"கப்பகாரம் பொண்டாட்டி" என்று மீனாட்சி சொல்லி யதைக் கேட்டவுடன் சுந்தரம்பாளுக்கு மனம் சந்தோஷ மாயிருந்தது.

"ஊருசனம் முளுக்க இனிமே அப்புடிதாங் கூப்புடும். எவ்வளபேருக்கு இப்புடி புருசங்கெடப்பாங். என்னயிருந்தாலும் இதுக்கெல்லாங் குடுத்துவச்சிருக்கணுமுல்ல' என்று தனக்குள்ளே நினைத்து பெருமைப்பட்டுக் கொண்டாள்.

"வாத்த கையகால களுவிப்புட்டு வந்து கொஞ்சம் சோறு தின்னு."

"இப்ப யாண்டி எனக்கு சோறு? எனக்குன்னு ஆக்கியா வச்சிருந்த. புள்ளைவொளுக்குக் குடுத்துட்டு நீ சாப்புடு. நா ராவக்கி திங்கிறங்."

“கெடக்கு வாத்த. இருக்குறத்த ஆளுக்கு ரெண்டுவா நெறந்து திம்பம்.”

பழைய சோத்தை இரண்டு ஆப்பை மோந்துபோட்டு உப்பு போட்டுக் கொடுத்தாள். உப்புபோட்ட வடுமாங்காயை தொட்டுக் கொள்ளக் கொடுத்தாள்.

“வடுமாங்கா நல்லாருக்குடி. இது யாரூட்டுது.”

“யாரூட்டு மரத்துல பொறுக்குனதுன்னு யாருக்குத் தெரியும்? காலயில வாங்கு சொல்லுறத்துக்கு மின்னாடியே கௌம்பி நடுமொட்டயயும் கௌப்பி அளச்சிக்கிட்டு பெயிடுது. ரெண்டும் பிசாசிமேரி காடுகரயெல்லாம் சுத்தி விடியிறத்துக் குள்ள மடிநெறயா மாம்பிஞ்சிவொள பொறுக்கிக்கிட்டு வந்துருதுவ. மாங்கா, புளியங்கா, தொம்மட்டிக்கா என்னன்ன பொறுக்கணுமோ எல்லாம் பொறுக்கியாந்துடுதுவ. நானும் பேசியும் பாத்துட்டடங். அடிச்சிம்பாத்துட்டடங். கட்டுப்பட மாட்டடங்கு துவ.”

“பச்சபுள்ளைவொதான அப்புடித்தாங் இருக்கும். அது வளாட்டம் இருந்தப்ப நம்மகொட அப்புடித்தாந் திரிஞ்சிருப்பம்.”

“வூட்டுல ஆம்புள இருந்து இப்புடியெல்லாம் செஞ்சாலும் கேள்வியில்ல. நாளக்கி ஏதாவுது ஒண்ணுன்னா பொம்பளயா வளக்குற புள்ளைவொ அதாம் இப்புடின்னு’ மட்டமா பேசிப் புடுவாவொத்த. இப்பகொட பாரு.... வூட்டுல புள்ளயப் பாத்துக் கிட்டு இருங்கன்னு சொல்லிப்புட்டுதாங் மாட்ட ஓட்டிக்கிட்டுப் போனங். வந்து பாத்தா வூட்டுல இருக்குவொளா? தொட்டில கெடக்குற புள்ள முழிச்சிக்கிட்டு அழுதா என்ன பண்ணுற?”

“புள்ளைவொள கூப்புட்டுப் பாரு சுந்தரம். கூப்புட்டு சோத்தக் குடு.”

வெளியே வந்துநின்று சத்தம்போட்டு கூப்பிட்டாள்.

“ஏ... பெரியங்கச்சோ... ஏ... பெரியங்கச்சோ”

“யாங்...ங்...” தெற்கு வெளியிலிருந்து வடிவாம்பாளின் குரல் கேட்டது.

“இஞ்ச வா...”

“வா... ர....ங்.” சொல்லிக்கொண்டே ஓடிவந்தாள்.

“தூங்குற புள்ளய போட்டுட்டு எங்கப்போன?” என்றாள் சுந்தரம்பாள்.

“இஞ்சதாம்மா வெளயாடிக்கிட்டிருந்தம்.”

“வடிவாம்பாளின் பின்னாலேயே அழுதுகொண்டு வந்தாள் ராசாம்பாள். இடுப்பில் கட்டியிருந்த பாவாடையை சுருட்டிப் பிடித்துக் கொண்டு கால்களை அகட்டி அகட்டி வைத்தபடி வந்துகொண்டிருந்தாள். அவள் இப்படி வருவதை தூரத்திலிருந்து பார்த்த சுந்தராம்பாள் “தங்கச்சி பீபேணுட்டா வருது?” என்று கேட்டாள்.

“ இல்லம்மா பூசரமரத்துல ஊஞ்சலாடுனம். பழுதக்கயறு தங்கச்சி ஆடயில அறுந்துபெயிட்டு. கீழ வுழுந்துட்டு. முட்டிக் காலுல ஓட்டாஞ்சில்லு குத்திப்புட்டு. ரெத்தம் வருதும்மா.”

“எங்கயாவுது போயி வெனய தேடிக்கிட்டுத்தான வருவிய. வூட்டுல அடங்கியொடுங்கி இருந்தான்ன? எல்லாத்துக்கும் நீதாங் காட்டாப்பு காட்டுற. இஞ்சவா ஓங்காலுல சூடுவக்கணும் மொதல்ல.”

வாசலில் கிடந்த ஒரு முளைக்குச்சை எடுத்துக்கொண்டு வடிவாம்பாளை விரட்டினாள். அவள் ஓடிப்போய் மாட்டுக் கொட்டகை மறைவில் நின்றுகொண்டாள். ‘இன்னக்கி நிச்சயமா நமக்கு அடிவுளத்தாம் போவுது’ என்று பயந்து கொண்டே நின்றவளுக்கு மீனாட்சி வெளியே வந்ததைப் பார்த்ததும் ஆறுதலாயிருந்தது. மீனாட்சியின் கண்ணில் படுவதுபோல் கொட்டகை மறைவைவிட்டு வெளியே வந்து நின்றாள். தன் அம்மாவின் கையிலிருக்கும் குச்சியை வீசி அடித்தாலும் தன்மீது விழாத தூரத்தில் நின்று கொண்டாள். ராசாம்பாளின் காலைப் பார்த்தாள் சுந்தரம்பாள். அவளுக்கு இன்னும் கோபம் அதிகமானது. ஓட்டாஞ்சில்லு குத்தி இரண்டு முட்டியிலும் ரெத்தம் வடிந்து கொண்டிருந்தது.

“எருமமாடு கணக்காருந்துக்கிட்டு ஆடுதுவொ. அதுவொ ஆடக்குள்ள யெல்லாம் அறுவாத கயறு நீ ஆடயில அறுந்து போச்சா?” ராசாம்பாளை மெதுவாய் அழைத்துக்கொண்டு போய் உட்கார வைத்தாள்.

“பாருத்த. இது காலப் பாரு இதுமேரி முட்டியப் பேத்துக்கிட்டு வந்து நின்னா நா என்ன பண்ணுற?”

“கொஞ்சம் மண்ணெண்ணெய ஊத்து. ரெத்தம் நின்னு பெயிடும் வலியயும் கேக்கும்.”

தன்னையே பார்த்துக்கொண்டு நின்ற வடிவாம்பாளை அழைத்துக் கொண்டு வந்தாள் மீனாட்சி.

“ஆத்தா. என்ன அம்மா அடிச்சிரும்.”

“நாம் பாத்துக்குறம் வா.”

மீனாட்சியின் மறைவில் பதுங்கிப்பதுங்கி வீட்டிற்குள் வந்தாள்.

மீனாட்சி வந்து நான்கைந்து நாட்களாகிவிட்டது. மகன் வீட்டிலிருந்து யாரும் தேடிக்கொண்டு வரவில்லை. மீனாட்சி இருந்தது சுந்தரம்பாளுக்கும் துணையாயிருந்தது. பிள்ளைகள் இரண்டும் ஆத்தா, ஆத்தா என்று மீனாட்சிமேல் பாசமாயிருந் தார்கள். ஆறுமாதக் கைக்குழந்தை கூட மீனாட்சியை அடை யாளம் வைத்துக்கொண்டு அவள் பேசுவதையும் கொஞ்சு வதையும் கேட்டு கைகாலை ஆட்டிச் சிரித்தது.

“ஓம் புருசம்போயி அஞ்சி மாசமாவப் போவுது. இன்னம் ஒரு கடுதாசிகொட போடலயாடி சுந்தரம்?”

“இப்பதானத்த போயிருக்குறாவோ. போயி வேலயில சேந்து... கடுதாசி போட்டுருந்தாலும் இஞ்ச வந்து கெடக்க மூணு மாசம் ஆவுமாமுல்லத்த.”

“போடட்டும் போடட்டும். மெதுவாவே போடட்டும். நல்லாருந்தா சரி.”

“அதத்தாந்த்த நானும் வேண்டுறங். தெனமும் நா வேண்டாத தெய்வமில்ல. போன எடத்துல அவ்வொ சீக்குபுண்ணி எதுவு மில்லாம நல்லாருக்கணுமேன்னு. யான் நெனப்பெல்லாம் அவ்வொளோடயேப் பெயிட்டுத்த. கூடு மட்டுந்தாங் இஞ்ச ருக்கு.”

“போவயில ஒனக்கு வேண்டித்தயெல்லாந் தேடி வச்சிட்டுத் தான போச்சி தம்பி?”

“கடவுளு புண்ணித்துல இந்த வருசம் வெள்ளாம நல்லாருந்தத்தால நுப்பதுகல நெல்லு கெடச்சிச்சி. அதுல கையவக்காம தொம்பக் கூட்டுல போட்டுட்டாவோ. அதுதாம் இப்ப சாப்பாட்டுக்கு ஒதவுது. அதயில்லாம நாலு கோட்டகட்டிப்

போட்டுட்டுபோயிருக்குறாவோ வெரநெல்லுககாவ.சாப்பாட்டுக்கு ஒண்ணும் கொறயில்ல மேஞ் செலவுக்குத்தாங் காசில்லாம போவுது. யாந் நடுக்கொழுந்தங்கிட்ட சொல்லிப்புட்டுத்தாம் போனாவோ. அவ்வொளயும் குத்தம்சொல்ல முடியா. வந்துவந்து கேட்டுட்டுத்தாம் போறாவோ 'பணங்காசி வேணுமுன்னா சொல்லுன்னு' நாந்தாம் ஒண்ணும் கேக்குறல்ல. நம்மள மேரி அவ்வொளும் புள்ளக்குட்டிகாரவ்வொதான? எல்லாருக்குந்தாஞ் செருமயாருக்கு. நாம்ம செரும நம்மளோடயே இருக்கட்டும்" என்றாள் சுந்தராம்பாள்.

"ஒஞ்செரும போறாதுன்னு தொட்டா ஒட்டிக்கிர்ற துலுக்க பிசாசிமேரி நாவேற வந்து ஒக்காந்துருக்குறங், ஒனக்கு சொமயா."

"அட இது என்ன வம்பாருக்கு. ஒன்னால எனக்கென்ன செரும? நீ இருக்குறது எனக்கு எவ்வள ஒத்தாசையாருக்கு. ஒன்னபோயி சொமங்குறியே. நீ இருக்குறத்தாலதாங் புள்ளயப் போட்டுட்டு வூட்டயும் அப்புடியேப் போட்டுட்டு அக்கடான்னு போயி மாட்டுக்கு வேணுங்குற பில்ல வெட்டியார முடியிது. அடுப்புக்கு வெறவு செத்த தேடியாற முடியிது. நீ இல்லாட்டி என்னால என்ன செய்ய முடியுங்குற? ஆத்துல ஒரு காலும் சேத்துல ஒரு காலுமா வச்சிக்கிட்டு ஒரு வேலயும் செய்ய முடியாம திண்டாடுவங். இப்புடியெல்லாம் பேசாத இனிமே. அப்புடி யென்ன யாவ்வூட்டுல வந்து ஒக்காந்துக்கிட்டு நல்லத்த கெட்டத்த திங்கிற? ஆண்டு அனுவிக்கிற? அங்க குடிக்கிற கஞ்சத்தாங் இஞ்சயுங் குடிக்கிற."

"இல்லடி சுந்தரம்பா. ஓவ்வூட்டுல வந்து ஒங்கையால வாங்கித்திங்கிறதுதாண்டி சோறு எனக்கு. அங்க தின்னதெல்லாம் வேலியோரத்துல கெடந்து நாயி திங்கிறதுதாங்."

"யாந்த்த இப்புடி சொல்லுற?"

"உம்மதாண்டி சுந்தரம்பா. அலுத்துக்கிட்டும் சலிச்சிக் கிட்டும் மோரய ஏளுமொளத்துல நீட்டிக்கிட்டு கொண்டாந்து நங்குன்னு வப்பா. ஏனங்கனமாயிருக்கே. சோறு ரொம்பயிருக்க மோன்னு எடுத்துப்பாத்தா, ஏனத்துல என்ன இருக்கமுங்குற?"

"...."

"மூணுபருக்கயும் மொழங்கா தண்ணியும். அஞ்சி பருக்கயும் அலமலந்த தண்ணியுமா கொண்டாந்து வச்சிருப்பா. சின்னாண்டி

யாங் கொளத்துல கெடக்குற மீன கண்டுபுடிச்சிடலாம். அவகொண்டாந்து வக்கிற ஏனத்துல சோத்த கண்டுபுடிக்க முடியா.”

மீனாட்சி முகத்தையே பார்த்துக்கொண்டிருந்தாள். ‘எப்புடி வாழ்ந்தது இந்த அத்த. இப்ப இப்புடி ஒருவா சோத்துக்கு செருமப்படுதே’ என்று மனதிற்குள் அவளுக்காக வருந்தினாள்.

“அதத்தாங் குடிச்சிட்டு ‘வெக்கங்கெட்ட நாயே விடியப் போவுது வாயே’ன்னு கூப்புட்டு அவ வேலய சொல்லமாட்டாளா பேணத போடமாட்டாளான்னு வீத்துப்போயி ஒக்காந்துருப்பங்.”

சொல்லும்போதே அழுதுவிட்டாள் மீனாட்சி. சுந்தரம் பாளுக்கும் அழுகை வந்துவிட்டது.

“யாந்த்த அளுவுற? அளுவாத” என்று தேற்றினாள்.

‘நம்ம ரெண்டு ஆம்புளப் புள்ளய பெத்தமே ஒருத்தனுக் காவுது இவள கட்டிவச்சிருந்துருக்கலாமே’ என்று நினைத்தாள் மீனாட்சி. அதே நேரம் ‘தம்பி மவ நாயிருக்கக்குள்ள பெறத்தியில தாங் கட்டுவேன்னு சீமாந்துரத்துவொள தேடியாந்து வச்சியில்ல. இப்ப ஒருத்தியாவுது ஒன்ன பீபாத்த கண்ணு பொறங் கண்ணாலகொட பாக்குறாளுவொளா. ஒனக்கு புத்தியில்லாம செஞ்ச, அதாங் இப்ப அனுவிக்கிற’ என்று சுந்தராம்பாளும் மனதிற்குள் நினைத்தாள்.

ஆரம்பத்தில் அவள் மீனாட்சியத்தையின் மகன்களில் ஒருவனுக்கு வாழ்க்கைப்படவே ஆசைப்பட்டாள். அது நடக்காமல் போய்விட்டது. சுந்தரம்பாளின் அப்பாவும் தன் பெண்ணை அக்காள் மகனுக்காக வைத்திருந்து பார்த்துவிட்டுத் தான் சுப்பையனுக்கு கட்டிவைத்தார். சுப்பையனும் ஒரு வகையில் அவளுக்கு தூரத்துச் சொந்தம்தான். அண்ணன் தம்பி ஐந்து பேரென்பதால் சுப்பையனுக்கு பெண் கொடுக்க முதலில் தயங்கினார் சுந்தரம்பாளின் அப்பா. ‘யாம்பொண்ணு பெரிய குடும்பத்துக்குள்ள மாட்டிக்கிட்டு செருமப்படுமே’ என்று கவலைப்பட்டார். ஆனால் கல்யாணமாகி வந்த சில மாதங் களிலேயே சொத்தைப் பிரித்துக்கொடுத்து தனித்தனியாய் குடும்பத்தை விட்டுவிட்டார்கள். பெரிய கொழுந்தனார்கள் இரண்டுபேர் குடும்பமும் கல்யாணமாகாத சின்னக் கொழுந் தனாரும் மாமியாளும் திருத்துறைப்பூண்டிக்கிப் போய் விட்டார்கள். வானம் பார்த்த பூமியை நம்பிக்கொண்டு எத்தனை

நாட்களுக்கு காலம் தள்ள முடியும்? ஒரே ஒரு பருவத்தில் மட்டும்தான் கருப்புநெல் தெளிப்பார்கள். கோவில்தாழ்வு வயல்களில் நடவுநட முடியாது. மணற்பாங்கான கொல்லைகள். உழுதுகொண்டே நட்டாலும் ஒரு 'மொதையை'கூட எடுத்து ஊன்ற முடியாது. தரை இஞ்சிப் போய் கெட்டிப்பட்டுவிடும். எனவே இங்கு வரஉழவாய் உழுது தெளித்து விடுவார்கள். தெளித்த நெல் முளைத்து அப்படியே வளர்ந்து விளைய வேண்டியதுதான். தெளிப்பதில் நடுவதைப்போல அதிக மகசூலும் கிடைக்காது. வானம் ஏமாற்றிவிட்டால் ஒன்றும் கிடைக்காது. மாவுக்கு ஐந்து கலம் ஆறுகலம் நெல் கிடைப்பதே பெரிது. கோடைப் பயிராய் கம்பு, கேழ்வரகு, காடகண்ணி, வரகு என்று விளைவதை வைத்துக்கொண்டு பாதிநாள் ஓட்ட முடிந்தது. மற்ற நாட்களுக்கு என்ன செய்வது? திருத்துறைப்பூண்டி டவுன் என்பதால் கடைகள் கட்டவும் பிரிக்கவுமென்று எப்போதும் வேலை இருந்துகொண்டேயிருக்கும். கீற்றுப்போடுவது, பந்தல் போடுவது, கிராமங்களில்போய் கீற்றுவாங்கி தலைச்சுமையாய் தூக்கிவந்து விற்பது போன்ற ஏதாவதொரு வேலையை செய்து கொண்டு திருத்துரைப்பூண்டியிலேயே தங்கிவிட்டார்கள். ஆரம்பத்தில் பவுண்டடி தெருவில் மூன்று நான்கு ரூபாய்க்கு வாடகை வீடுகளில் குடியிருந்தார்கள். பிறகு திருத்துறைப் பூண்டியின் ஒதுக்குபுறமாயிருக்கும் புறம்போக்கு இடங்களிலிருந்த கருவைக் காடுகளை அழித்துவிட்டு வீடுகட்டிக் கொண்டார்கள். திருத்துறைப்பூண்டிக்குப் போன சுப்பையனின் அண்ணன்கள் மற்றும் தம்பி மூன்று பேருக்குமே அங்கு தனித்தனியாய் வீடும் இடமுமிருந்தது. கீற்று வேலைகளை கவனித்துக்கொண்டு அங்கேயே தங்கிவிட்டார்கள். கோவில்தாழ்வில் சுப்பையனின் குடும்பமும் அவன் நடுஅண்ணன் கணேசனின் குடும்பமும் மட்டுமேயிருந்தது. கணேசனுக்கும் சுப்பையனைப் போலவே மூன்று பெண் பிள்ளைகளும் அடுத்து ஒரு ஆண்பிள்ளையும் இருந்தார்கள். இப்போது சுப்பையனும் சிங்கப்பூருக்கு போய் விட்டான். கணேசன் மட்டுமே கோவில்தாழ்வில் இருந்தான். நல்லது கெட்டது 'ஆவ தேவைக்கு' 'ஆம்பள'யென்று கணேசன் மட்டும்தான் எல்லாவற்றையும் இரண்டு குடும்பத்திற்கும் செய்ய வேண்டியிருந்தது.

"யாம் பெரிய மருமவள குத்தம் சொல்லாதடி சுந்தரம், தப்பெல்லாம் யாங்கிட்டதாங் இருக்கு" அழுதுகொண்டே சொன்னாள் மீனாட்சி.

'இப்பயாவுது ஒணருறியே' என்று மனதிற்குள் நினைத்துக் கொண்டாள் சுந்தராம்பாள்.

"சின்னவமேரிதாங் அவளும் இருப்பா. அவகிட்ட இல்லாதத்தால அவள பெரிசா நெனக்கிற. இக்கர மாட்டுக்கு அக்கர பச்சதாங்."

"இல்லடி சுந்தரம் நாந்தாம் யாம் பெரிய புள்ளக்கி துரோவம் செஞ்சிப்புட்டங். ஒரு கண்ணுல வெண்ணெயும் ஒரு கண்ணுல சுண்ணாம்பும் தடவுனங்."

"ஏதோ தெரியாம செஞ்சிப்புட்ட. அத நெனச்சி இப்ப யாங் கவல படுற? ஒண்ணும் நெனக்காத வுடு."

"தாம்வென தன்னச்சுடும் வூட்டப்பம் ஓட்டச் சுடுமுன்னு சொல்லுறமேரி நா யாம் பெரிய புள்ளக்கி செஞ்ச வஞ்சன இப்ப எனக்கே யாஞ்சின்னமவனால வந்து சேருது."

"ஓம் பெரிய மவனுக்கு சொல்லியனுப்புவமாத்த. நீ வூட்டவுட்டு கோச்சிக்கிட்டுவந்து யாவ்வூட்டுல இருக்குறத்த" கிண்டலாய்தான் கேட்டாள்.

"சொல்லியனுப்பங்" அடுத்த வார்த்தை இப்படி வந்ததும் சுந்தரம்பாளுக்கு ஆச்சரியமாயிருந்தது.

"நெசமாத்தாஞ் சொல்லுறியாத்த?"

"நெசமாத்தாண்டி சொல்லுறங்."

எப்புடித்த நீ மாறுன?"

"யாம் மானம் ரோசத்தயெல்லாம் வுதுத்துப்புட்டு இவளுக்கிட்ட வாங்கித்தின்னுட்டு கெடக்கல? அதவுடவா பெத்த புள்ள வூட்டுக்குப் போறது மானக்கேடு?"

"இல்லயில்ல... நாஞ் சொல்லியனுப்புறங் நீ கவலப்படாத" என்றாள் சுந்தராம்பாள்.

தகட்டூருக்கும் கோவில்தாழ்விற்கும் கொண்டான் கொடுத் தான் சொந்தக்காரர்கள் இருந்தார்கள். அவர்களிடம் சொல்லி வைத்திருந்தாள் எப்போது தகட்டூர் போனாலும் இந்த சேதியைச் சொல்லிவிடும்படி. சொல்லி பத்துநாள்கூட ஆகவில்லை மீனாட்சியின் பெரிய மகனிடம் செய்திபோய் சேர்ந்து உடனே அவனும் அவனுடைய மைத்துனனும் புறப் பட்டு வந்துவிட்டார்கள். வந்தவன் உடனே தன்னோடு தன் அம்மாவை அழைத்துக்கொண்டு போவதாய் சொன்னான்.

மீனாட்சிக்கு மகனைப் பார்த்ததும், அவன் தன்னைக் கூப்பிட்டதும் சந்தோஷமாயிருந்தது. மீனாட்சி போவது சுந்தரம்பாளுக்குத்தான் வருத்தமாயிருந்தது. வந்து இருபது இருபத்தைந்து நாட்கள் ஒத்தாசையாய் இருந்து விட்டு போவது என்னவோ போலிருந்தது.

"அத்தய பட்டினி போட்டாக்கொட ஒண்ணுமில்ல. வாய் வார்த்தய பாத்து சொல்லுங்க. பாவமாருக்கு" என்று ஏதேதோ தன் பங்குக்குச் சொல்லியனுப்பினாள்.

"பெயிட்டு வாரஞ் சுந்தரம்பா."

"பெயிட்டு வாத்த. நெனக்கிறப்ப ஒரு எட்டு இஞ்ச வந்துட்டுப் போத்த" என்ற சுந்தராம்பாளின் கண்களிலிருந்து கண்ணீர் வடிந்தது.

3

“சிட்டுக்குருவியளா... செமலோரத்து பச்சியளா...

சீமக்கி போனியளா? செவந்தகனி தின்னியளா?

செடியெறக்கம் கொண்டியளா...? யாஞ் சீமான பாத்தியளா....?

பச்ச குருவியளா பட்டணம்தான் போனியளா பழுத்தபழம் தின்னியளா...? பசிஎறக்கம் கொண் டியளா...?

யாம் பழிகார பாவிய பாத்தியளா...?”

கண்ணீரையும் மூக்கிலிருந்து வடிந்த தண்ணீரையும் முந்தானையால் துடைத்துக் கொண்டாள் சுந்தராம் பாள். எட்டி படர்ந்து கிடந்த அமலைச் செடிகளை அரித்துக்கொண்டிருந்தாள். அமலைச் செடிகள் முற்றிப் போயிருந்தன. அதன் தோகைகள் சருகிட் டுப் போயிருந்தன. அப்படி காய்ந்துபோன செடி களாகத்தான் பார்த்து அரித்துக்கொண்டிருந்தாள். அரித்து முட்டாய்ப் போட்டிருந்த கொடிகளை பெரிய கூடைக்குள் அள்ளிப் போட்டு அமுத்தி வைத்தாள். ‘இன்னம் ரெண்டு கொடங்க அரிச்சா கூட நொம்பிடும்’ எழுந்து வரப்போராமாய்ப் போய் நின்று சுற்றிலும் பார்த்தாள். கொடிகள் அடர்த்தி யாய் கிடந்த இடத்தில்போய் குனிந்து மறுபடியும் அரிக்கத் தொடங்கிவிட்டாள். கைகள் பழகியதைப் போல இந்த வேலையை செய்து கொண்டிருந் தாலும் மனமெல்லாம் அவளுடைய கஷ்டங்களை எண்ணியே வருந்திக்கொண்டிருந்தது.

இதோ ஐந்து வருடத்தில் வந்துவிடுவேன் என்று சொல்லி விட்டுப் போன சுப்பையன் வருடம் எட்டாகியும் ஒரு கடிதம் கூட போடவில்லை. அவனை அழைத்துக்கொண்டு போன ராமையாப் பிள்ளை அதன்பிறகு இரண்டுதடவை வந்துவிட்டுப் போய் விட்டார். முதல் தடவை அவர் வந்த போது தன்னுடைய கணவன் அவரிடம் துணிமணிகளும் நகை நட்டும் பணமும் கொடுத்தனுப் பிருப்பானென்று நினைத்தாள். அவர் கோவில்தாழ்விற்குள் அடியெடுத்து வைத்த அடுத்த நிமிஷமே அவர் முன்னால் போய் நின்றாள். பிள்ளைகளும் அவள் பின்னால் ஓடிப்போய் நின்று கொண்டார்கள். சுப்பையன் போகும்போது நாற்பத்தேழு நாள் பிள்ளையாயிருந்த கடைக்குட்டிப் பெண், சுந்தராம்பாளின் கொசுவத்தைப் பிடித்துக்கொண்டு அவள் பின்னால் மறைந்து நின்றது. அப்பாவின் முகத்தை பார்த்தேயிருக்காத அவள் கூட தனக்காக அப்பா வாங்கியனுப்பியிருக்கும் கெவுன் சட்டையைப் போட்டுப் பார்க்கும் ஆசையோடு வந்துநின்றாள். வடிவாம் பாளின் மகிழ்ச்சிக்கோ அளவேயில்லை. தான் கேட்ட 'பாவாடை, சட்டைத் துணிகள், பூசுறமாவு, கலர்பொட்டு எல்லாவற்றையும் அப்பா வாங்கிக் கொடுத்தனுப்பியிருக்கும்' என்று நினைத்துக் கொண்டு நின்றாள். 'அதயெல்லாம் இந்தப் பெரியப்பா எப்ப எடுத்துத் தருவாரு' என்று அவரையே ஆவலோடு பார்த்தபடி நின்று கொண்டிருந்தாள்.

சுந்தராம்பாளும் அவளுடைய பிள்ளைகளும் இப்படி எதிர்பார்ப்போடு வந்து நின்று கொண்டிருப்பதைப் பார்த்த ராமையாப்பிள்ளைக்கு என்ன பேசுவதென்றே தெரியவில்லை. 'படுபாவிப்பய நம்மளயும் ஏமாத்திப்புட்டு எங்கிட்டோப் பெயிட்டாங். அவன் பொங்சாதிக்கும் புள்ளைவொளுக்கும் நா என்ன பதில சொல்லுற?' என வருந்தினார். அவர் சுப்பையனை அழைத்துக்கொண்டு போனதும் ஒரு வீட்டில் வேலைக்குச் சேர்த்துவிட்டார். அவனை விட்ட வீட்டிற்கும் அவர் தங்கியிருந்த இடத்திற்கும் இரண்டு ஊர் தூரம்தான் இருந்தது. "நேரங்கெடைக்கக்குள்ள வந்து பாத்துட்டுப் போறங். வூட்டுக் காரங்க சொல்லுற வேலய சுத்தமாச் செய்யி" என்று சொல்லி அவனைவிட்டுவிட்டு வந்தார். சுப்பையனுக்கு அந்த வீட்டில் தோட்டத்தை பராமறிக்கும் வேலைதான். வேலையொன்றும் அவ்வளவு கஷ்டமாயிருக்காது. தன்னுடன் அழைத்து வந்த மற்றவர்களைக் காட்டிலும் சுப்பையன் கொஞ்சம் மெலுக்காய் இருக்க நினைப்பவன் என்பதால் வீட்டுவேலைக்கு அவனை சேர்த்து விட்டுவிட்டு கம்பெனி வேலைகளில் மற்றவர்களை

சேர்த்துவிட்டார். அவனை விட்டுவிட்டு வந்ததிலிருந்து அவருக்கும் நேரம் ஒழியாமல் போனதால் ஒரு மாதம் வரை அவனைப் போய் எப்படியிருக்கிறானென்று பார்க்கவில்லை. என்ன ஏதென்று விசாரிக்கவில்லை. அதன்பிறகு ஒரு நாள் போய் பார்த்தவருக்கு அதிர்ச்சியாயிருந்தது. அந்த வீட்டுக்காரர்கள் "யாரிடமும் சொல்லாமல் கொள்ளாமல் எங்கோ ஓடிவிட்டான்" என்றார்கள். "உங்களிடம் வரவில்லையா?" என்று இவரிடமே திருப்பிக் கேட்டார்கள். 'வூட்டுக் காரனுவொள புடிக்காம, அவனுவகிட்ட வேலசெய்ய முடியாம எங்கிட்டோ ஓடிட்டாம் பொலருக்கு, நம்மகிட்ட வந்து சொன்னா வேற எடத்துல சேத்துவுடலாமே' என்று நினைத்தவர் 'பத்து நாளு எங்கிட்டாவுது சுத்திப்புட்டு வருவாங் வரட்டும்'என்று காத்திருந்தார். ஒரு மாதம் இரண்டு மாதம் என்று மாதங்களும் வருடங்களும் ஓடியதே தவிர சுப்பையன் வரவேயில்லை. இப்போது நான்கு வருடங்களாகி விட்டது. போன வருடமே ராமையாப்பிள்ளை ஊருக்கு வரவேண்டியவர் சுப்பையனால்தான் மேலும் ஒரு வருடம் காத்திருந்துவிட்டு இப்போது வந்திருக்கிறார். அறிந்தவர்கள் தெரிந்தவர்களை வைத்து எங்கெல்லாமோ தேடிப் பார்த்து விட்டார். சுப்பையனை கண்டுபிடிக்க முடியவில்லை. 'நம்ம அழச்சிக்கிட்டுப் போயி இப்புடி ஆயிட்டே' என்று வருத்தப் பட்டுக்கொண்டே வந்தவருக்கு தன் முன்னால் நிற்கும் சுந்தராம் பாளையும் அவள் பிள்ளைகளையும் பார்த்தவுடன் வருத்தம் இன்னும் அதிகமானது. லேசாய் நெஞ்சு வலிப்பது போலிருந்தது. 'என்ன செய்யிற? எப்புடி சொல்லுற' என யோசித்தார். எதுவும் பொய்சொல்லி இவர்களை ஏமாற்ற அவருக்கு மனம் வரவில்லை. பேசாமலே உட்கார்ந்திருந்தார். நலம் விசாரிக்க வந்த சொந்தக் காரர்கள் ஊர்க்காரர்களிடம் கூட அதிகமாய் பேசாமல் ஏதோ யோசனையிலிருப்பது போலிருந்தார்.

"பெரியப்பா... எங்கப்பாரு சவுரியமாருக்கா?" என்றாள் வடிவாம்பாள். அவளை நிமிர்ந்து பார்த்தார். பரட்டைத் தலையோடு கட்டையாய் கருப்பாய் மேல்சட்டை போடாமல் திரிந்துகொண்டிருந்தவள், சீவி சடைபின்னிப் போட்டு மேல்சட்டைக்கு மேலே தன் அம்மாவின் கிழிந்த புடவையால் தாவணியும்போட்டுக்கொண்டிருந்தாள். 'பொம்புளப்புள்ளைவொ எவ்வள சீக்கிரமா வளந்துடுதுவொ. அதுவும் இந்தப் புள்ள, அப்பங்காரன் கப்பலுக்குப் போயிருக்குறாங்குற பூரிப்பாலவேற வளந்துருக்கும் பொலருக்கு, தளதளன்னு நிக்கிது' என்று நினைத்தார்.

அவரால் பதிலேதும் சொல்ல முடியவில்லை.

“பெரியப்பா வந்த களைப்புல அசந்துபோயி ஒக்காந்துருக்கு றாவொ பொலருக்கு. வா பெரியங்கச்சி. நம்ம அப்பறமா வந்து பாத்துக்கிடுவம்.” என்று பிள்ளைகளை கூட்டிக்கொண்டு கிளம்பினாள் சுந்தரம்பாள்.

“இருப்பா தங்கச்சி போவலாங். எனக்கொண்ணும் அசதியில்ல இரு” என்றார்.

வீட்டிற்குப் போகக் கிளம்பியவள் அவர் சொன்னதைக் கேட்டு அப்படியே நின்றுவிட்டாள்.

“ஒனக்கு நாம் பாவியாயிட்டம்ப்பா தங்கச்சி” என்றார். அவர் குரல் உடைந்தது போலிருந்தது.

“என்ன சொல்லுறிய?”

“ஓம் புருசன அழச்சிக்கிட்டுப் போயி தப்புப் பண்ணி புட்டம்ப்பா. ஓம் புருசன நாலு வருசமா நாந் தேடாத எடமில்ல.” அவர் உள்ளுக்குள் எவ்வளவு கலங்கிப் போயிருக்கிறாரென்பது அவருடைய குரலில் தெரிந்தது. நடந்தவற்றையெல்லாம் ஒன்றுவிடாமல் சொன்னார். அதைக் கேட்டுக்கொண்டேயிருந்த சுந்தரம்பாளால் நிற்கமுடியவில்லை. காலுக்குக் கீழேயிருந்த தரை சரிவதைப் போலிருந்தது. தலை சுற்றியது. கண்கள் இருண்டு போனது. அப்படியே மயக்கம்போட்டு விழுந்து விட்டாள். அவளுடைய மகள்களுக்கு அப்பாவைப் பற்றிய ஏமாற்றத்தோடு அம்மா இப்படி மயக்கம்போட்டு விழுந்தது இன்னும் அதிர்ச்சி யாயிருந்தது. “அம்மா... அம்மா” என்று அழுதார்கள். அக்கம் பக்கத்திலிருந்தவர்கள் தண்ணீர் தெளித்து கண்விழிக்க வைத் தார்கள். சிறிது நேரம் கழித்து எழுந்து வீட்டிற்கு கிளம்பினாள். அவளால் நடக்க முடியவில்லை. உடம்பில் இதுவரையிருந்த தெம்பையெல்லாம் ஒரே நொடியில் யாரோ உறிஞ்சிக்கொண்டதைப் போலிருந்தது. வடிவாம்பாளைக் கூப்பிட்டு தான் கொண்டு வந்திருந்த துணிமணிகளையும் பணம் கொஞ்சமும் கொடுத் தனுப்பினார் ராமையாப்பிள்ளை.

“மறுபடியும் போயி அவன நல்லாத் தேடிப்பாக்குறங். அடுத்த நட வரக்குள்ள ஓம்புருசனோட வாரங்” என்று உறுதியாய் சொல்லிவிட்டுப்போனார். அவர் வார்த்தைகளை நம்பி வேண் டாத தெய்வங்களையெல்லாம் வேண்டினாள். எப்படியும் வந்துவிடுவானென்ற நம்பிக்கையும் கொஞ்சம் துளிர்விட்டது.

அடுத்த மூன்றாவது வருடம் ராமையாப் பிள்ளை வந்திருப்ப தாகக் கேள்விப்பட்டு ஓடிப்போய் பார்த்தாள். அவர் மட்டும்தான் வண்டியிலிருந்து இறங்கி வந்தார்.

இவளைப் பார்த்து, "ஓங்குடும்பம் கொலய நா காரணமா யிட்டங், ஓங் குடும்பத்த கெடுத்திட்டம்ப்பா தங்கச்சி. எந்த கடலுலபோயி முளுவுனாலும் இந்தப் பாவம் யாந் தலயவுட்டு கழியாதுப்பா" என்று சொன்னார். அதற்கு மேல் அவரிடம் என்ன கேட்கமுடியும்? பேசாமல் வீட்டிற்கு வந்துவிட்டாள். ராமையாப்பிள்ளை ஒன்றரை மாதம் தங்கியிருந்துவிட்டு திரும்பவும் போய்விட்டார். இனிமேல் சுப்பையனை தேடிப் பார்ப்பதில் புண்ணியமில்லை என்பதுபோல் எல்லோருமே பேசிக்கொண்டார்கள். 'கப்பகாரம் பொண்டாட்டி' ன்னு பெருமப்பட நெனச்சம். இப்ப வாழாவெட்டியா ஒக்காந்திருக்குறங்' என்று ஒவ்வொரு நாளும் கவலைப்பட்டுக் கொண்டிருந்தாள்.

ஆடிமாதம் நொண்டிவீரன் கோயிலில் பூசை போட்டார்கள். 'காத்தாபுள்ள புறத்திற்கும், முத்தாபுள்ள புறத்திற்கும்' நொண்டி வீரன் தான் குலதெய்வம். திருத்துறைப்பூண்டியிலிருந்த சுப்பையனின் அண்ணன் தம்பியெல்லாம் கோயில் பூசைக்காக வந்திருந்தார்கள். சுப்பையனின் வீட்டிற்கு கொஞ்சம் தென்மேற்கு திசையில் இருந்தது, நொண்டிவீரன் திடல். வெள்ளிக்கிழமை இரவு பத்துமணிக்குமேல் எல்லோரும் கோயில் திடலில் கூடினார்கள். திடலெங்கும் ஏழெட்டு அரிக்கன்கள் எரிந்து கொண்டிருந்தன. நொண்டிவீரனுக்கு கோயிலென்று ஒன்றும் கிடையாது. சிலையும் கிடையாது. அந்தத் திடலின் மேற்குப் பகுதியில் ஒரு பெரிய பூவரசு மரமும் அதற்கு நேரெதிரில் பத்து தப்படி தூரத்தில் இரண்டு பூவரசு மரங்களும் இருந்தன. மேற்கிலுள்ள பெரிய பூவரசு மரத்தில்தான் நொண்டிவீரன் இருந்தது. எதிரிலிருந்த இரண்டு மரங்களிலும் ஒன்றில் ஆவுத்திக்காத்தானும் மற்றொன்றில் பெத்தானும் இருந்தன. அறுவடை காலங்களில் சுற்றியுள்ள வயல்களில் அறுக்கும் கதிரையெல்லாம் கொண்டுவந்து இந்தத் திடலில்தான் அடிப்பார்கள். வைகாசி மாதம் வரை வைக்கோல் போர்கள் இந்தத் திடலில் கிடக்கும். இப்போது ஒன்றுகூட இல்லை. திடல் பளிச்சென்றிருந்தது. சாமி மரத்தைச் சுற்றி பனைமட்டையை நேராய் வைத்து அதன் கறுக்கு மட்டையை கீழே ஊன்றி அடைத்திருந்தார்கள். அடைப்புக்குள் சாமிமரத்து வேரில் இரண்டு பெரிய மண் அகல்களைப் பக்கத்திற்கு ஒன்றாய்

கொளுத்தி வைத்திருந்தார்கள். ஆடிக் காற்றிலும் பனைமட்டை அடைப்புக்குள்ளிருந்ததால் அகல்கள் அணையாமல் எரிந்து கொண்டிருந்தன. தென்னண்டை பக்கமாய் கோடுவெட்டி சர்க்கரைச் சோறும் வெண்சோறும் ஆக்கினார்கள். பெரிய இலைகளைப் போட்டு பள்ளயம் போட்டார்கள். படையல் பொருட்களை எடுத்துவைத்தார்கள். சுருட்டும் சாராயமும் சாமி மரத்தின் வேரில் வைக்கப்பட்டது. பழங்களும் பூவும் பள்ளய இலையிலேயே வைக்கப்பட்டது. மரத்திற்கு மாலை கட்டி விட்டிருந்தார்கள். இந்த வேலைகளையெல்லாம் செய்து முடித்த போது கீழ்வானத்தில் நட்சத்திரங்கள் ஒவ்வொன்றாய்த் தெரிய ஆரம்பித்திருந்தன.

“வெள்ளி மொளக்கிறத்துக்குள்ள கிடாய வெட்டிப்புடணும்” என்று ஆளாளுக்குப் பரபரத்தார்கள். சாமியாடி பாலப்பப் பிள்ளை நொண்டிவீரன் முன் வந்துநின்றார். அதேபோல் சோமு ஆவுத்திக்காத்தான் முன்னாலும் காளியப்பன் பெத்தான் முன்னாலும் கண்மூடி நின்றார்கள். சட்டிநெருப்பில் சாம்பிராணிப் பொட்டலங்களை பிரித்துக் கொட்டினார்கள். மூன்றுபேர் ஒவ்வொரு சாமி பக்கத்திலும் நின்று கொண்டு உடுக்கை யடித்தார்கள். உடுக்கைச் சத்தம் வரவர வேகமாய்க் கேட்டது. சாம்பிராணிப் புகை திடலெங்கும் சூழ்ந்தது.. பெரியதாய் ‘வாள்’ என்றொரு சத்தம். சுற்றி நின்றவர்களுக்கு தூக்கிவாரிப் போட்டது. நொண்டிவீரன் வந்துவிட்டது. அடுத்தடுத்து ஆவுத்திக்காத்தானும் பெத்தானும் ‘வாள்...வாள்’ என்று சத்தம் போட்டுக்கொண்டே வந்தன. நடுத்திடலில் இரண்டு பேர் பெரிய கத்தியொன்றை மல்லாத்திவைத்து கத்தியின் கைப்பிடியையும் நுனியையும் கெட்டியாய் பிடித்துக்கொண்டு நின்றார்கள். ‘வாள்’ என்று சத்தம்போட்ட வேகத்தில் ஓடிவந்தது நொண்டிவீரன். வந்த வேகத்தில் கத்தியின் வெட்டுவிளிம்பில் ஏறி நின்று கொண்டது. நொண்டிவீரனின் ஒரு கையில் செக்குமோத்தடியும் மற்றொரு கையில் சிலம்பும் இருந்தது. சிலம்பை ஆட்டிக்கொண்டு செக்கு மோத்தடியை தலைக்கு மேல் தூக்கிப் பிடித்தபடி கத்திமேல் நின்றது நொண்டிவீரன். சுற்றியிருந்த சனங்களெல்லாம் “நொண்டி வீரா... நொண்டி வீரா... சாமி... சாமி” என்று தங்களை மறந்து கன்னத்தில் தட்டிக்கொண்டார்கள். நொண்டிவீரன் நிற்பதைப் பார்க்கவே பயமாயிருந்தது. கத்திமீது நின்று கொண்டிருந்த சாமி ஏதோ முணுமுணுத்துக்கொண்டது ‘வாள்... வாள்’ என்று சத்தம் போட்டது. ஆவுத்திக்காத்தானும் பெத்தானும் ஆளுக்கொரு செக்கு மோத்தடியை வைத்துக்

கொண்டு திடலைச் சுற்றிச் சுற்றி ஆடிவந்தன. இருட்டுக்குள் போய் என்னவோ முணுமுணுத்து 'வாள்... வாள்' என்று சத்தம் போட்டு எதையோ விரட்டி விடுவதுபோல் ஓடிஓடி விரட்டி யடித்தன. சாமிகள் விரட்டியடிக்கும் பகுதிகளை சனங்கள் பார்க்கக்கூட பயந்தார்கள். துஷ்டதேவதைகளைத்தான் சாமி அவ்வாறு விரட்டியடிப்பதாய் பேசிக்கொண்டார்கள். நொண்டி வீரன் கத்தியிலிருந்து தன்னுடைய ஒரு காலை மட்டும் தரையில் வைத்து ஒருகாலை கத்திமேல் வைத்தபடியே நொண்டி, நொண்டி திடலையே சுற்றி வந்து ஆடியது. கத்தியைப் பிடித்திருந்தவர்கள் குனிந்து பிடித்தபடியே நொண்டி வீரனோடு ஓடினார்கள். ஓடி ஓடி ஆடிய நொண்டி வீரன் திடீரென்று தன்னுடைய இன்னொரு காலையும் கத்திமேல் எடுத்துவைத்து ஏறி நின்று 'வாள்... வாள்' என்று சத்தம் போட்டது. கத்தியைப் பிடித்திருந்தவர்களின் கைகள் திடீரென்று சுமை கூடுவதால் கீழே தாழ்ந்து பின் உயர்ந்தன.

"ம்...ம்... நீப்போ நீப்போ.... ம்... ம்...ப்போ" என்று ஆவுத்திக் காத்தானையும் பெத்தானையும் விரட்டியது. நொண்டிவீரனின் சொல்லுக்குப் கட்டுப்பட்டவையாக இரண்டும் தங்களுடைய மரங்களுக்கு முன்னே போய் நின்றுகொண்டன.

"ம்... கொண்டா. அதக்கொண்டா" என்று அதட்டியது. நொண்டிவீரனும் பனைமட்டையால் அடைத்த மரத்தின் முன்போய் கத்திமீது ஒற்றைக்காலை வைத்தபடி நின்றது. ஐந்தாறு கிடாய்கள் வரிசையாய் நிறுத்திவைக்கப்பட்டிருந்தன. அவற்றின் கழுத்துகளில் பூப்போட்டிருந்தார்கள். ஒருவர் ஆட்டின் கொம்புகளிரண்டையும் கெட்டியாய் பிடித்து இழுத்துக் கொண்டார். பின்பக்கமாய் நின்று ஆட்டின் உடம்பை இரண்டு பேர் பிடித்துக்கொண்டார்கள். கிடாவெட்டி முனியப்பன் ஒரே 'ஓங்கில்' வெட்டினான். ஆட்டின் கொம்பை பிடித்திருந்தவனின் கையில் தலை தனியாக வந்தது. அடுத்த கணமே அதை ஓடிப்போய் நொண்டி வீரனின் காலடியில் வீசினான். தலை தனியாய் போனபின்பும் கத்துவதற்காக வாயை திறந்துதிறந்து மூடியது. தரையில் கிடந்து துடித்தது. கண்கள் சுழன்றன. காதுகள் படபடத்தன. பின் மெதுவாய் அடங்கியது. ஆட்டின் உடம்பை பிடித்திருந்தவர்கள் இருவரும் ஆட்டின் இரண்டு பக்க கால்களையும் பிடித்துக்கொண்டு மூன்று பூவரசு மரங்களையும் ஒரே சுற்றாய் சுற்றிவந்து ஒரு ஓரமாய் போட்டார்கள். தரையில் போட்ட ஆட்டின் உடம்பு கிடந்து துடித்து அடங்கியது. எல்லா ஆடுகளும் வெட்டப்பட்ட பின்பு திடலில் சிவப்புநிறக் கோடு போட்டதுபோல் ரத்தம் மரங்களைச் சுற்றி ஊற்றிக் கிடந்தது.

மறுபடியும் நொண்டிவீரன் ஆடத்தொடங்கியது. சனங்களெல்லாம் சாமி சொல்வதைக் கேட்க ஆவலோடிருந்தார்கள். சிலபேருக்கு தானாக சொன்னது. சிலபேர் தாங்களாகக் கேட்டார்கள். கத்திமீது நின்று கொண்டு தான் சாமி சொல்லியது. "ம்... ம்...புடி... புடி... ம்... ம்..." என்று விபூதியை அள்ளிக்கொடுத்தது. சிலபேருக்கு முன் விபூதியை ஒருபிடி அள்ளிமுகத்திற்கு நேராய் ஊதிவிட்டது.

சுந்தரம்பாள் தன்னுடைய பெண்களை பக்கத்தில் நிற்க வைத்துக் கொண்டு சாமியை பக்தியோடு பார்த்துக்கொண்டிருந்தாள். அவள் நின்ற இடத்திற்கு நேராய் சாமி வந்தவுடன் தன்னுடைய கைகளை ஏந்திக் கேட்டாள்.

"யாம் மனக்கொற தீருமா."

முறைப்பாய் நிமிர்ந்து பார்த்தது சாமி.

"நீனா... ஒனக்கு ஒண்ணுஞ் சொல்ல மாட்டங்."

"நா என்ன குத்தப்பாடு செஞ்சேங்."

"எனக்கு நீ இதுவரக்கிம் எசவே செஞ்சதுல்ல... ஒனக்கு நாஞ் சொல்ல மாட்டங்."

"நா எப்புடி செய்யிற? என்னை நல்லா வச்சாத்தான ஒனக்கு செய்யிறதுக்கு..."

"ம்...ம்...புடி...புடி...ம்" என்று அவள் கையில் விபூதியை அள்ளிப்போட்டது.

"எனக்குச் சொல்லிப்புட்டுப் போ. கண்ணு காணாமப் போனவ்வொ வூடுவந்து சேருவாவொளா?"

"ஆறு சின்னவரப்புக்குள்ள வந்தா வந்துருவாங். இல்லன்னா அவம் வரமாட்டாங். அவன நெனக்காத வுட்டுடு."

"அடுத்த வரப்புக்கு ஒனக்கு கிடா வெட்டுறங் யாம் புருசன கொண்டாந்து சேத்துடு"

சாமி இவள் சொல்வதை காதில் வாங்கவில்லை. அடுத்தடுத்து நின்றவர்களிடம் ஏதேதோ சொல்லிக்கொண்டும் விபூதியை அள்ளிக் கொடுத்துக் கொண்டும் போய்க்கொண்டிருந்தது. கலங்கிய கண்களோடு சாமியையே பார்த்துக் கொண்டிருந்தாள் சுந்தராம்பாள்.

சுப்பையன் கப்பலுக்குப் போய்விட்டு திரும்பி வந்தபின் அந்த வருடமே பூசையின் போது கிடாவெட்டுவதாய் நினைத்துக்

கொண்டிருந்தாள். அவன்தான் இதுவரை திரும்பியே வர வில்லையே. சாமி சொன்னது போல இன்னும் ஆறுமாதத்திற்குள் வந்துவிட்டால் எவ்வளவு சந்தோஷமாயிருக்கும்? அப்படி வந்துவிட்டால் ஒவ்வொரு வெள்ளிக்கிழமையும் நொண்டி வீரனுக்கு கூடம் வாங்கிக் கொளுத்துவதாய் வேண்டிக்கொண்டாள். சாமி சொன்ன ஆறு மாதங்களும் போய் மேலும் ஆறு மாதங்கள் ஓடி மறு வருட ஆடி மாதமும் வந்துவிட்டது. பங்காளிகளெல்லாம் நொண்டிவீரன்கோயில் பூசைக்கு வந்திருந்தார்கள். சுந்தரம்பாள் கோயில் பக்கம் தலைவைத்துக் கூட படுக்கவில்லை.

அரித்த கொடிகளை அள்ளிக்கொண்டுபோய் கூடையில் வைத்தாள். ஒரு கூடை நிரம்ப இருந்தது கொடி. 'இன்னம் நாலு கொடியள அரிச்சா கூடமேலப் போட்டுக்கிட்டு போவலாங்' என்று நினைத்துக் கொண்டே சற்று அடர்த்தியாய் கிடந்த கொடி களையும் அரித்தாள்.

பெரியவள் வடிவு வயதுக்குவந்து மூன்று வருடங்களாகிறது. அடுத்தவள் ராசாம்பாள் இன்றைக்கோ நாளைக்கோ என்று வளர்ந்து நிற்கிறாள். 'இந்த வூருல வயசிக்கி வந்து ஒரு வருசங்கொட எந்தப் பொண்ணும் தங்குறதில்ல. காலாகாலத்துல வாக்கப்பட்டு புருசன் வூட்டுக்கு பெயிடுதுவ. நம்ம மவள மூணு வருசமா கட்டிக்குடுக்காம ஒழச்சிப்போட வச்சிக்கிட்டுருக் குறமே' என்ற கவலை வேறு அவளை வாட்டியெடுத்தது. "யாம் புள்ளைவொளுக்கு நல்லவழிக்காட்டு கடவுளே" கண்ணீரைத் துடைத்து கொண்டு எழுந்தாள். அரித்த கொடிகளை கூடையின் மேலே பரப்பிப் போட்டாள். கொடிகள் கூடையைச் சுற்றிலும் தொங்கிக்கொண்டிருந்தன. கையிலும் சீலைத்துணியிலும் ஒட்டியிருந்த மண்ணைத் தட்டிவிட்டுக் கொண்டாள். முந்தானையை உதறி சும்மாடுகோலி கழுத்தைச் சுற்றி பின் பக்கமாய் தலையில் வைத்துக்கொண்டாள். கூடையை சிரமப் பட்டு தூக்கும்போது சும்மாடு கீழே விழாமலிருக்க சும்மாட்டின் மீது ஒரு கொடியைப் போட்டு இறுக்கிப் பிடித்து வாயில் வைத்து கவ்விக்கொண்டாள். கூடை அவள் நினைத்தது போலவே அதிக கனமாயிருந்தது. நின்ற நிலையில் தூக்கி தலையில் வைத்துக் கொள்ள முடியாது. ஒத்தைக்கால் மண்டிபோட்டு உட்கார்ந்து கூடையை மூச்சைப்பிடித்துக் கொண்டு தூக்கி குத்துக்காலின் மீது வைத்துக்கொண்டாள். அடுத்து தன் பலத்தையெல்லாம் ஒன்று திரட்டி ஒரு எவ்வு எவ்வி தூக்கினாள். கூடை இப்போது அவள் தோளுக்கு ஏறியது. கொஞ்சம் மூச்சு வாங்கிக்கொண்டு அடுத்த தாய் ஒரு எவ்வு எவ்வி தூக்கினாள். கூடை எப்படியோ

தலைக்குப் போய்விட்டது. அதற்குள் வாயில் பிடித்திருந்த கொடி அறுந்துபோய் சும்மாடு ஒரு பக்கமாய்ப் போய்விட்டது. கூடையை தலைக்கு ஏற்றுவதுதான் பெரிய விஷயம். தலைச் சும்மாட்டை மெதுவாக சரிசெய்துகொள்ளலாம். மெதுவாய் கையை ஊன்றி எழுந்து சும்மாட்டை கொஞ்சம் கொஞ்சமாய் சரிசெய்தவாறே நடந்தாள்.

'ஒருகூட கொடியிருக்கு எப்புடியும் ரெண்டுபடி தேரும்' என மனதிற்குள்ளேயே கணக்கு போட்டுக்கொண்டு நடந்தாள். 'யாரும் பாத்தா மாட்டுக்குத்தான் பில்லறுத்துக்கிட்டுப் போற முன்னு நெனப்பாவோ. மாடு எங்க இருக்கு? மாடு இருந்தப்ப இப்புடி யெல்லாம் அறுத்தாந்துதாம் போட்டங். எல்லாந்தாம் போய்ச் சேந்துட்டே' பெருமூச்சுவிட்டாள். சுப்பையன் கப்பலுக்குப்போன மறுவருடமே ஒரு காளை மாடு கோமாரி கண்டு செத்துப் போனது. பழகிய மாடு செத்துப்போனதால் வேறுமாட்டுடன் சோடி சேராமல் தனியாகவே நின்றது இன்னொரு மாடு. ஒத்தையாய் புண்ணியமில்லாமல் நின்ற மாட்டை யாரிடமும் விற்க முடியவில்லை. கடைசியாய் ஒருநாள் வேறு வழியின்றி சந்தைக்கு ஓட்டிக்கொண்டுபோய் அறுப்பு மாட்டுக்காரனிடம் அழுதுகொண்டே விற்றுவிட்டு வந்தாள். மாடும் இல்லாமல்போனதால் மூன்றுமா நிலத்தை உழவும் தெளிக்கவும் கூலி கொடுத்து இரண்டு மூன்று வருடங்கள் தெளிதெளித்தாள். வானமும் ஏமாற்றவே விளைந்தது பாதி காய்ந்தது பாதியென்று நெல் கிடைக்காமல் போனது. மூன்றாவது வருடம் விதை நெல்லுக்குக்கூட வழியில்லாமல் போய்விட்டது. விவசாயமும் வேண்டாம் வெள்ளாமையும் வேண்டாம் என்று தெளிப்பதையே விட்டுவிட்டாள். கோடையில் மட்டும் ஓர் ஏர்ஓட்டி பச்சைப் பயறு எள் என்று எதையாவது தெளித்து கிடைப்பதை எடுத்துக் கொண்டிருந்தாள். "நாலுபேரு உங்கவும் உடுத்தவும் எங்கப்போற? யாஞ்செரும யாரும் படக் கொடாது?" என வேண்டிக்கொண்டாள். இரண்டு நாளாய் சாப்பாட்டிற்கு எதுவுமேயில்லை. ஒரு இடத்திலும் வேலையும் கிடைக்கவில்லை. நேற்றும் இப்படித்தான். அமலைக் கொடிகளை அரித்துவந்து நேற்றைய கதையை ஒப்பேத்தினாள். சூரியன் கொஞ்சம் கொஞ்சமாய் மேலே எழுந்தது. வெயில் ஏறஏற உச்சி எரிந்தது. கால்களில் தெம்பில்லாததுபோல் செத்துவந்தன. ஆண்கள் தூக்குவதுபோல் ஒரு மூட்டை நெல்லை அலேக்காய்த் தூக்கி தலையில் வைத்துக்கொண்டு நடப்பவள், இந்தக் கூடையை தூக்கிக்கொண்டு நடக்க முடியாமல் தள்ளாடுகிறாள். சாம்பலம்

ஏரிக்கரையில்தான் அமலைக் கொடிகள் அதிகமாய்க் கிடக்கும். சுந்தரம்பாள் அங்குதான் போயிருப்பாளென்று சாம்பலம் ஏரிவரை போய் தேடிப்பார்த்துவிட்டு வாய்க்கால் வரப்புகளில் குறுக்கே விழுந்து வந்தாள் வடிவாம்பாள்.

"இத எங்கபோயி அரிச்சார இப்ப?"

குரல் கேட்டு நின்று பார்த்தாள். மேற்கு வரப்பிலிருந்து வேகவேகமாய் வந்துகொண்டிருந்தாள் வடிவாம்பாள்.

"தாம்பரபலத்தாங்கரயிலதாங் அரிச்சங்."

"நா சாம்பலம் ஏரிக்கரயெல்லாம் போயி அலஞ்சிட்டு வாரங்."

கையில் எடுத்துவந்த துணியால் சும்மாடுகோலி தலையில் வைத்துக்கொண்டு எதிரேவந்து நின்றாள்.

"இஞ்சக்கொண்டா" என்று தொட்டுவிடாமல் கூடையை தன் தலையில் வாங்கிக்கொண்டாள்.

"வூட்டப்போப்புடாத நேரத்துல இந்தப் பக்கமெல்லாம் யாங்வார? நாதூக்கியாந்து சேக்கமாட்டனா? எதாவுது காத்துக்கருப்பு அடிச்சா என்ன பண்ணுற?"

"யாங்கருப்ப பாத்துட்டு எல்லா கருப்பும் பயந்து ஓடிரும்மா. என்ன எந்தக் கருப்பும் புடிக்காது. பயப்புடாத. எதுக்குமே என்னப்புடிக்காது."

வடிவாம்பாள் என்ன சொல்கிறாளென்பதை புரிந்து கொண்டாள் சுந்தரம்பாள். இவளுக்குப் பிறகு வயதுக்குவந்த கணேசனின் பெண்கள் இரண்டு பேரும் ஆறுமாதம்கூட வீட்டில் தங்கவில்லை. சொந்தத்திலேயே கட்டிக்கொண்டு போய் விட்டார்கள். தன்னுடைய இரண்டாவது மகளை பெண் கேட்டபோது கணேசன் கூட அந்த சம்மந்தத்தில் வடிவாம் பாளைக் கொடுத்துவிட எவ்வளவோ முயற்சி செய்து பார்த்தார். ஆனால் மாப்பிள்ளையும் அவனைப் பெற்றவர்களும் குடுத்தா ஓம் பொண்ணக்குடு. இல்லாட்டி எங்கள ஆளவுடு அந்த கருப்பிய கட்டிக்கிட முடியா' என்று எல்லோருடைய காதிலும் விழும்படி சத்தமாய் சொல்லிவிட்டார்கள். இது வடிவாம்பாளின் காதிலும் விழுந்துவிட்டது. அன்றே தன் பெரியப்பாவை தனியாய்க் கூப்பிட்டுச் சொல்லிவிட்டாள். "பெரியப்பா என்னவிடக் கருப்பாயிருக்குற சம்மந்தமாயிருந்தா அழச்சிக்கிட்டு வாங்க. இல்லன்னா வுட்டுருங்க. நா இப்புடியே இருந்திட்டுப் போறங்."

இப்படி சொல்லியதில் அவளுக்குச் சம்மதமில்லைதான். என்றாலும் தன் பெரியப்பா தனக்காக மற்றவர்களிடம் சங்கடப் படுவதை அவளால் சகித்துக்கொள்ள முடியவில்லை.

'நம்மள விடவும் கருப்பா யாராவுது இருக்க முடியுமா?' என்று இப்போது நினைத்துப் பார்த்தாள்.

அக்காதங்கை மூன்றுபேருமே கருப்பாயிருப்பதைப் பார்த்து விட்டு கேலி செய்யாதவர்கள் இந்த ஊரில் யாருமில்லை.

"கணேசனோட பொண்ணுவ மூணும் வெளக்கிவச்ச குத்து வெளக்குமேரி செக்கச் செவேலுன்னு இருக்குதுவ. அவந் தம்பி பொண்ணுவொளப்பாரு ஆறுமக்கட்டுத் தெருவுல பொறந்தது மேரி இருக்குறத்த" இப்படி வடிவாம்பாளை வைத்துக்கொண்டே எத்தனையோ பேர் எத்தனையோ தடவை பேசியிருக்கிறார்கள். அதைக் கேட்கும்போதெல்லாம் வடிவாம்பாளுக்கு அழுகையாக வரும்.

'நொண்டிவீரன் உம்மையான சாமியாருந்திருந்தா இப்புடி எங்கள மட்டும் கருப்பாக்கி வுட்டுருக்குமா?' அப்போதெல்லாம் சாமியையே சந்தேகப்படுவாள். யாரோ திட்டமிட்டே சதிசெய்து தன்னையும் தன் தங்கைகளையும் கருப்பாய்ப் பிறக்க வைத்து விட்டதைப்போல நினைத்துக்கொண்டு அழுவாள். இவையெல்லா வற்றையும்விட சின்ன வயதாயிருக்கும்போது கோவிந்தன் மாமா செய்ததுதான் அவளை பல நாட்கள் நினைத்து நினைத்து அழவைத்திருக்கிறது.

வடிவாம்பாளும் அவள் தங்கைகளும் கணேசனின் மூன்று மகள்களுமாய் ஆறுபேரும் சேர்ந்துதான் எப்போதும் விளையாடு வார்கள். காயாட்டம், நொண்டியடித்தல், கண்கட்டி விளையாடுதல் என்று ஆட்டம் செந்தூளி கிளம்பும். இப்படி இவர்கள் விளையாடிக் கொண்டிருக்கும் நேரத்தில் ஆட்டத்தை கலைப்பதற்கென்றே வருவான் கோவிந்தன் மாமா. இந்தப் பிள்ளைகளின் சின்னம்மா வுடன் பிறந்த தம்பிதான் கோவிந்தன். கோவிந்தனுக்கு பக்கத்தி லிருக்கும் கயலம்பேட்டைதான் சொந்த ஊர். தன் அக்கா குடும்பம் திருத்துறைப் பூண்டிக்குப் போய்விட்டாலும் கோவில் தாழ்விற்கு கணேசனின் வீட்டிற்கு அடிக்கடி வருவான். வருபவன் 'வந்தோமா போனோமா' என்றில்லாமல் விளையாடிக் கொண்டிருக்கும் பெண் பிள்ளைகளிடம் விளையாடுவான். இந்தப் பெண்பிள்ளைகளெல்லாம் பத்து வயது, பத்து வயதிற்கு உட்பட்டவர்கள்தான். அப்போது கோவிந்தனுக்கு பதினெட்டு

இருபது வயதிருக்கும். நல்ல சிவப்புநிறம். உயரமாய் அழகா யிருப்பான்.

“ஆகா ஆனந்தமானே...
யாங் ராசாக்குட்டியே...
ஒன்ன கலியாணம் பண்ணி
நா வெளயாடப் போறங்...”

என்று பாட்டு பாடிக்கொண்டே பரிகாசம் செய்து கணேசனின் மகள்கள் ஒவ்வொருவரையும் கட்டிப்பிடித்து கொஞ்சி விளையாடுவான். அந்த மூன்று பெண்களும் கூச்சப் பட்டுக்கொண்டு ஓடிஓடி ஒளிந்து கொள்வார்கள். அவனும் மறைந்துவந்து பிடிப்பான். அவர்கள் பொய் கோபத்துடன் அவனைப் பிடிக்காததுபோல் பாசாங்குசெய்து மறுபடியும் அவனிடமே வந்து அகப்பட்டுக்கொண்டு சிரிப்பார்கள்.

‘அவளுவொள பரியாயம் பண்ணி வெளயாடுறமேரி இந்த மாமா என்னையும் பரியாயம்பண்ணி வெளயாடாதா’ என்று ஏக்கமாய் பார்த்துக்கொண்டே நிற்பாள். ஆனால் வடிவாம் பாளையோ அவளுடைய தங்கைகளையோ திரும்பிக்கூட பார்க்கமாட்டான் கோவிந்தன். அவளுக்கு அழுகை அழுகையாய் வரும். கோவிந்தன் மீது ஆத்திரம் எழும். அவனை அப்படியே கொன்று போட்டுவிட்டால் தேவலாம் போலிருக்கும் அவளுக்கு. யாருக்கும் தெரியாமல் தனியாய் ஓரிடத்தில்போய் உட்கார்ந்து கொண்டு கோவிந்தனைத் திட்டுவாள்.

‘ஒன்ன பாம்புகடிக்கோ,
பறசத்தங் கேக்கோ,
பாட கெளம்போ.
பத்தமேல பத்த அடுக்கோ,
பதினாறுபத்த மேலடுக்கோ,
ஓங்கொடலுல எளவு பொறப்புடோ.
கும்பசாதி கட்டோ.
ஓங்காலுல கட்ட மொளக்கோ.
படுவம் பொறப்புடோ.’

அர்த்தம் புரியுமோப் புரியாதோ கோவிந்தனின் நினைவு வந்துவிட்டாலே இந்த வசவுகளை முணுமுணுப்பாள்.

குறுக்கே பெரிய வரப்பு ஒன்றிருந்தது. இந்தப் பக்கம் பள்ளக் கொல்லை. வரப்பில் ஏறிவிட்டால் மேடான கொல்லை. வரப்பு செங்குத்தாயிருந்தது. சுமையில்லாமலென்றால் ஏறிவிடலாம்.

தலையில் கூடையை வைத்துக்கொண்டு ஏறினால் கால்சறுக்கி கீழே விழவேண்டியதுதான். சுற்றி வரலாமா என்று நினைத்தாள். ரொம்ப தூரம்போய் சுற்றி வரவேண்டும். தலையில் சுமையை வைத்துக்கொண்டு எவ்வளவு தூரம் சுற்றுவது என்று யோசித்தாள்.

“இரு பெரியங்கச்சி வரப்புமேல நின்னுக்கிட்டு கூடய நா, வாங்கிக்கிடுறங். நீ அப்பறமா ஏறி வரலாங்” என்று சொன்னவள் முன்னால்போய் வரப்பில் முளைத்திருந்த பூண்டுகளை பிடித்துக் கொண்டு ஏறிவிட்டாள். இவள் தலையிலிருந்த கூடையை அப்படியே இழுத்து வரப்பில் வைத்தாள். வடிவாம்பாளும் ஏறிய பிறகு தலையில் தூக்கிவிடச் சொல்லி, நடந்தார்கள் இருவரும்.

‘பாவம், அந்த கோவிந்து மாமாவுக்கு அப்புடியொரு சாவு வந்திருக்கக்கூடாது’ என்று நினைத்துக்கொண்டாள் வடிவாம்பாள். இவளுக்கு பதினொரு வயதிருக்கும், திடீரென்று ஒருநாள் கோவிந்தன் செத்துப்போய்விட்டான் என்று துக்கம் வந்தது. அதைக் கேட்டவுடன் வடிவாம்பாளின் மனம் திடுக்கிட்டது. கோவில்தாழ்வும் கயலம்பேட்டையும் பக்கத்துப்பக்கத்து ஊர்கள் என்பதால் எல்லோரும் பிள்ளைகுட்டிகளையெல்லாம் அழைத்துக்கொண்டு குறுக்கே விழுந்து ஓடினார்கள். அவர்களுடன் வடிவாம்பாளும் ஓடினாள். ‘நம்ம தெனமும் திட்டிக் கிட்டே இருந்தத்தாலதாங் கோவிந்துமாமா செத்துப்பெயிட்டு’ போலருக்கு’ என்று நினைத்தாள். ‘ஆயிரம் சொல்லு ஒரு ஆளக் கொல்லுமுன்னு அம்மா சொல்லுமே நம்ம எவ்வள வாசாப்பு உட்டுருக்குறம், நம்ம வுட்ட வாசப்பாலதாங் கோவிந்துமாமா செத்துப்பெயிட்டு’ என்று பயந்தாள். ‘நம்மளாலதாங் அந்த மாமா செத்துப்பெயிட்டுங் குறத்த யாராவுது கண்டுபுடிச்சிடு வாவொளா?’ என்று கலங்கினாள். ‘அப்புடி கண்டுபிடிச்சிட்டா எல்லாரும் நம்மள என்ன செய்வாவோ? எப்புடிப் பேசுவாவொ? நம்ம அம்மாவுக்குத் தெரிஞ்சிப் பெயிட்டுன்னா நம்மள கொன்னு போட்டுடுமே’ என்று பலவாறாக நினைத்து பயந்துபோய் நின்றாள். சொந்தக்காரர்களெல்லோரும் அடித்துக்கொண்டு அழுதபோது இவள் மிரண்டு போய் பார்த்துக்கொண்டு நின்றாள். செத்துக்கிடந்த கோவிந்தனின் உடலைப் பார்க்கக்கூட இவளுக்குப் பயமாக இருந்தது. ‘நம்ம மட்டும் அழுவாம நின்னா கண்டுபுடிச்சிடுவாவோளோ’ என்று நினைத்தவள் எச்சிலைத் தொட்டு கண்களிலில் தடவிக்கொண்டு ‘ஓ’ வென்று அழுவது போல் பாசாங்கு செய்தாள்.

கோவிந்தன் தன்னுடைய வாசாப்பால் சாகவில்லை, 'குனுப்படித்து' செத்தான் என்பது பிறகுதான் அவளுக்குத் தெரிந்தது.

திருத்துறைப்பூண்டியிலிருக்கும் கோவிந்தனின் அக்காள் மகன் பக்கிரிச்சாமிக்கு பெரிய வைசூரி கண்டிருந்தது. பக்கிரிச் சாமியைப் பார்க்க கோவிந்தன் போனான். பழங்களெல்லாம் வாங்கிக்கொண்டு வீட்டிற்குப் போய் சேருவதற்குள் இருட்டி விட்டது. இருட்டில் தன் வீட்டிற்கு வந்த தன் தம்பியைப் பார்த்ததும் கோவிந்தனின் அக்காவிற்கு தூக்கிவாரிப் போட்டது.

"யாந்தம்பி நீ வந்த? யாம்புள்ளதாம் மகமாயி பாத்துக் கெடக்குறானே" என்று கேட்டாள்.

"அவன் வசூரிபாத்துக் கெடக்குறான்னுதாங்க்கா பாக்க வந்தங். வூட்டுக்கு வந்தவன யாங் வந்தேன்னு கேக்குறியே" என்று கோவப்பட்டான்.

"நீ கோச்சிக்கிடாதப்பா. சம்மந்தி வந்தா கொம்பேறி பாக்கு மாங் மகமாயி. ஒனக்கும் வசூரி பாத்துடக் கொடாதேன்னுதாங் அப்புடிச் சொன்னங்" என்று சமாதானப்படுத்தினாள்.

"அதெல்லாங் ஒண்ணும் வராதுக்கா. நீ பயப்புடாத" என்று சொல்லிவிட்டுப் படுத்துவிட்டான்.

இரவில் ஒருமுறை ஒன்றுக்குவிட எழும்பி வெளியேப் போனான். ஒன்றுக்கு இருக்கும்போது ஏதோ 'சொரக்'கென்று உயிர்தளத்தில் சுட்டதுபோலிருந்தது. அதைப் பெரிதுபடுத்தாமல், அதைப்பற்றி மற்றவர்களிடம் சொல்வதற்கு வெட்கப்பட்டுக் கொண்டு மறுபடியும் வந்து படுத்துவிட்டான். தன்னை 'குனுப்பு' அடித்தது தெரியாமலே படுத்துத் தூங்கிவிட்டான். விடியற்காலம் எழும்பும்போது காய்ச்சல் அடித்தது. உடம்பு லேசாக நடுங்கியது. 'அக்கா சொன்னமேரியே நம்மளுக்கும் வசூரி பாக்கப் போவுது பொலருக்கு' என்று பயந்தவன் இரவு ஒன்றுக்கு இருந்தபோது உயிர்த்தளத்தில் எதுவோ சுட்டதை சுத்தமாய் மறந்துவிட்டான். வசூரிதான் பார்க்கப் போகிறது அதனால்தான் காய்ச்சலடிக் கிறதென நினைத்தான். எவ்வளவு சீக்கிரம் முடியுமோ அவ்வளவு சீக்கிரம் நம் வீட்டிற்குப் போய்விடவேண்டுமென்று எண்ணியவன் எழுந்து முகம்கூடக் கழுவாமல் ரயிலேறி கொரவப்பலத்தில் இறங்கி வேகவேகமாய் நடந்தான். கொரவப்பலத்திலிருந்து கயலம்பேட்டைக்கு ஐந்தாறு மைல் நடக்க வேண்டும். ஒருமைல் தூரம் நடப்பதற்குள்ளேயே அவனுக்கு கால்கள் சோர்ந்து போய்

விட்டன. நடக்கமுடியாமல் அப்படியே உட்கார்ந்து விட்டான். அந்த வழியாய் வந்தவர்கள் இவனைப் பார்த்துவிட்டு மாட்டு வண்டிகட்டி அதில் ஏற்றிக்கொண்டு வந்துவீட்டில் சேர்த்தார்கள். அன்று முழுவதும் பேச்சு மூச்சில்லாமல் கிடந்தான். மறுநாள் விடிவதற்குள் உயிர் போய்விட்டது.

அம்மை கண்டிருக்கும் இடத்திலெல்லாம் குனுப்பையும் இருக்குமாம். மாரியம்மன் வீட்டிற்குள் இருந்தால் குனுப்பை வீட்டைச் சுற்றிச்சுற்றி வந்துகொண்டேயிருக்குமாம். மாரியம்மன் அயர்ந்த நேரம் பார்த்து வைசூரி பார்த்திருப்பவர்களையே கூட அடித்து விடுமாம் இந்த குனுப்பை. மாரியம்மன் பலமாக காவல் காக்கும்போது யாரை அடிக்கலாமென்று சுற்றிக்கொண்டிருக்கு மாம். இப்படி எதார்த்தமாய் மாட்டுபவர்களை அடித்துவிடு மாம். அப்படித்தான் கோவிந்தனையும் குனுப்பை அடித்திருக் கிறது என்று பேசிக்கொண்டார்கள். பிணத்தைக் குளிப்பாட்டும் போது உயிர்த்தளத்தில் வட்டமாய் சுட்டு கருக்கியது போலிருந் ததை பார்த்துவிட்டு எல்லோரும் பேசிக்கொண்டார்கள். இதைக் கேட்டபிறகுதான் வடிவாம்பாளுக்கு நிம்மதியே வந்தது. அதையெல்லாம் இப்போது நினைத்துப் பார்த்தவளுக்கு ஒருபக்கம் சிரிப்பாகவும் ஒருபுறம் வருத்தமாகவுமிருந்தது.

இப்போதெல்லாம் வடிவாம்பாளுக்கு யாரையுமே பிடிக்க வில்லை. யாரைப் பார்த்தாலும் அவளின் நிறத்தைச் சொல்லி பேசுவது அவளுக்கு வெறுப்பாயிருந்தது.

“நீண்டதூரம் எதுவும் பேசாமல் முன்னால் போய்க் கொண்டிருக்கும் வடிவாம்பாளை பார்த்தாள் சுந்தராம்பாள்.

“என்ன பெரியங்கச்சி பேசாம போயிக்கிட்டுருக்குற?” அவளின் எண்ண ஓட்டத்தை கணக்குப் போட்டவள்போல் கேட்டாள்.

“இல்லம்மா சும்மாதாங். வரப்புல மேடுபள்ளமாருக்கா எங்கயாவு காலவுட்டுகிட்டு வுழுந்துடுவமோன்னு கீளயே பாத்துக்கிட்டுப் போறங்.”

‘நீ சொன்னா நம்பிடுவனா? நீ என்ன நெனப்பேன்னு எனக்குத் தெரியா’ என்று நினைத்தவளாய்.

“ஒனக்குன்னு ஒருத்தங் இனிமே புதுசா பொறந்துவரப் போறதில்ல. ஒனக்கு மின்னாடியே எங்கயாவுது வளந்துக் கிட்டுருப்பாங். அதுதுக்கு நேரங்காலம் வர வேண்டாமா? கன்னிப்பூ மலந்தா நின்னுன்னாலும் நிக்காது”

“எதாவுது ஔறிக்கிட்டு வராதம்மா. ஒன்ன யாரு இப்ப இதெயெல்லாங் கேட்டது? இப்பயே கல்யாணம் பண்ணி வய்யின்னு நா அழுவுறனா? ‘எவளோ அறுக்குற அறுப்பப் போட்டுட்டு சிரிக்கிற சீமாம்பின்னால போனாளாங்’ அந்த மேரியில்ல இருக்கு நீ பேசுறது. நாளக்கி சோத்துக்கு நம்மளுக்கு வழியென்ன பண்ணுறன்னு தெரியல இதுல யாங் கலியாணத்தப் பத்தி பேசாததுதாங் கொறயாருக்காக்கும் ஒனக்கு.”

வடிவாம்பாள் இப்படி தன் அம்மாவிடம் விட்டுக்கொடுக்காமல் பேசிவிட்டாளே தவிர அவள் மனதிற்குள் இதைப் பற்றியெல்லாம் நினைத்து கவலைப்படாமல் இருக்க முடியவில்லை. தனக்கு கல்யாணம் ஆகவில்லையே என்பதால்கூட அவள் கவலைப்படவில்லை. ஆனால் தன்னைக் கல்யாணம் பண்ணிக்கொள்ள யாருக்கும் பிடிக்க வில்லையே. தன்னுடைய கருப்புநிறம் அதற்குக் காரணமாக இருக்கிறதே என்பதை நினைக்கும்போதுதான் அவளுக்கு வருத்தமாயிருந்தது. என்னயாம்மா இப்புடி கருப்பா பெத்தே’ என்று அவள் முகத்தைப் பார்த்து கேட்க வேண்டும் போலிருந்தது. ‘எத்துனயோ புள்ளைவோ செத்தே பொறக்குதுவொ பொறந்தும் சாவுதுவொ வளந்தும் சாவுதுவொ... அதுமேரி நாஞ் செத்துருக்கக்கொடாதா’ என்று நினைத்தாள். ‘அப்பதாஞ் சாவல, காலராகண்டு கெடந்தப்போ அப்பயாவுது செத்துருக்கக்கொடாதா’ என்று மனதிற்குள் சொல்லிக் கொண்டாள். காலராவை நினைத்தவுடன் உடம்பெல்லாம் எரிவதுபோலிருந்தது அவளுக்கு. காலராவில் அவளை பிழைக்க வைக்க கணேசன் பட்டபாடு இருக்கிறதே அது ஆண்டவனுக்குத்தான் தெரியும். ‘பெத்த அப்பங்கொட அப்புடியெல்லாஞ் செய்யாது, கணேசம் பெரியப்பா நமக்கு செஞ்ச பணிவுடயிருக்கே அத ஆயிசிக்கிம் மறக்கக்கொடா, நம்ம பெரியப்பாவுக்காவயாவுது நம்ம சவுரியமாயிருக்கணும்’ என்று நினைத்தாள்.

அப்போது அவளுக்கு பனிரெண்டு வயதிருக்கும். தாவணி போட்டுக்கொண்டு பெரிய பெண்ணைப் போலிருந்தாள். திருத்துறைப்பூண்டயிலிருந்து வந்த பெரியப்பா ஒருவர் வடிவாம்பாளைப் பார்த்துவிட்டு “வயசிக்கி வந்துட்டா புள்ளய அழச்சிக்கிட்டுப் போவ முடியா. இப்பயே அளச்சிக்கிட்டுப்போயி ரெண்டுமாசம் வச்சிருந்து கொண்டாந்து உடுறங்” என்று சுந்தராம்பாளிடம் கேட்டு தன்னோடு அழைத்துக்கொண்டு போனார். வடிவாம்பாள் திருத்துறைப்பூண்டியில் தன்

பெரியம்மாவுக்கு உதவியாய் ஒருமாதம் இருந்தாள். அந்த நேரத்தில் திருத்துறைப்பூண்டி முழுக்க நிறைய பேருக்கு காலராகண்டது. "அங்க ஒண்ணு இங்க ஒண்ணு அந்தோ இந்தோ" என்று இறப்பவர்களைப் பார்த்து சனங்கள் பீதியடைந்தார்கள். விருந்தாடியாய்ப் போயிருந்த வடிவாம் பாளுக்கும் காலரா தொற்றிக் கொண்டது. காலையில் காலரா கண்டவர்கள் இரவுக்குள் செத்துப் போனார்கள். வடிவாம் பாளை இனிமேல் காப்பாற்ற முடியாது என்று சுந்தரம்பாளுக்கு சேதி சொல்லியனுப்ப நினைத்தார்கள். அந்த நேரம் பார்த்து தன் அண்ணன் தம்பி குடும்பங்களை பார்த்துவிட்டு வருவதற்காக கோவில்தாழ்விலிருந்து கணேசன் திருத்துறைப்பூண்டிக்கு வந்து சேர்ந்தார். அவர் வந்தநேரம் வடிவாம்பாள் காலராக்கண்டு கிடப்பதைப் பார்த்துவிட்டு துடித்துப் போய்விட்டார்.

"அப்பங்காரன் ஊருல இல்லாத நேரத்துல புள்ளக்கி இப்புடி ஆயிட்டே. புள்ள செத்துகித்துப் பெயிட்டா நம்மல்லாம் இருந்தும் பாக்கலேன்னு கெட்ட பேரு வந்துடாதா" என்று கலங்கிப் போய்விட்டார்.

"காலரா கண்டு இஞ்ச யாரும் பொழக்கல. நம்ம வேணு முன்னா வுடுறம்? அது தலவிதி அப்புடியாவுது அதுக்கு நம்ம என்ன பண்ணுற?" என்று மற்ற இரண்டு பெரியப்பாக்களும் சொல்லிப் பார்த்தார்கள். கணேசன் கேட்கவில்லை.

"பெத்தவளுக்கிட்ட கொண்ட புள்ளய உசுரோட போட்டு றணும் அதுக்குமேல அது தலவிதி எப்புடியானாலும் ஆவட்டும்" என்று சொல்லியவர் அதற்குமேல் கொஞ்சம்கூட தாமதிக்காமல் அவ்வளவு பெரிய பிள்ளையைத் தூக்கி அப்படியே தோளில் போட்டுக்கொண்டு ரயிலேறிவிட்டார். கொரவப்பலத்தில் இறங்கி யார் வீட்டிலோ கேட்டு பயனற்று பரணியில் போட்டிருந்த பிள்ளைபோடும் பிரம்புத் தொட்டிலை வாங்கி அதற்குள் வடிவாம்பாளை கால்களையும் கைகளையும் குறுக்கிப்போட்டு தொட்டிலை ஒரு தடிக்கம்பில் கட்டினார். இன்னொருவரை துணைக்கு அழைத்து ஒருபக்கத்தை தூக்கச் சொல்லி இரண்டு பேருமாக கோவில்தாழ்வுக்கு கொண்டுவந்து சேர்த்தபோது வடிவாம்பாளுக்கு பாதி உயிர் போயிருந்தது.

வீட்டுக்கு சற்று வடக்கே மாமரத்தடி களத்திடம் வரும் போதே சத்தம் போட்டுக்கொண்டு வந்தார்.

“எட்டியே... காமாச்சி... ஓம்புள்ள குட்டிவொளயெல்லாம் அழச்சிக்கிட்டு ஒங்க அம்மா வூட்டுக்கு ஆதனூருக்கு போ. சீக்கிரமா கௌம்பு.”

கணேசனின் மனைவி காமாட்சிக்கு எதுவும் புரியவில்லை.

“காலரா கண்ட புள்ளய தூக்கியாந்துருக்குறங்... நம்ம புள்ளைவொளுக்கும் பரவிபுட்டா காப்பாத்த முடியா. நீ சீக்கிரமா கௌம்பு” என்று அவசரப்படுத்தினார். அவள் துணி மணிகளை எடுத்துக்கொண்டு தன்னுடைய பிள்ளைகளையும் அழைத்துக்கொண்டு கொஞ்சநேரத்தில் கிளம்பிவிட்டாள். தன் பெண்டாட்டியும் பிள்ளைகளும் வீட்டைவிட்டு வெளியே போனபின்புதான் வடிவாம்பாளை வீட்டிற்குள் கொண்டுவந்து போட்டார். இதையெல்லாம் கேள்விப்பட்டு அலறியடித்துக் கொண்டு ஓடிவந்தாள் சுந்தரம்பாள். அவளை கிட்டே வரக்கூடாதென்று மறைத்து விட்டார். “நாந் தூக்கிக்கிட்டுப் போயி யாவ்வூட்டுல போடுறங்” என்று எவ்வளவோ கெஞ்சிப் பார்த்தாள்.

“நல்லது நடந்தாலும் கெட்டது நடந்தாலும் ஒரு உசுரோட போவட்டும். அதுவ ரெண்டுக்கும் பரவிட்டுன்னா. மண்ணள்ளி வாயில போட்டுக்கிட்டுப் போவ வேண்டியதுதாங். இஞ்ச யாரும் வரக்கொடாது. போயி ஒங்க வேலயள பாருங்க. நா புள்ளய பாத்துக்கறன்’ என்றார்.

சுந்தரம்பாளை பிள்ளையைப் பார்க்கக்கூட அனுமதிக்காமல் விரட்டிவிட்டார். மிளகாயை அரைத்து உச்சந்தலையிலும் உள்ளங்கைகள் உள்ளங்கால்களிலும் அப்பினார். ஒரு நாளைக்கு நான்கைந்து தடவை வெறும் மிளகாயை அம்மியில் வைத்து அரைத்து காயக்காய மாற்றி மாற்றி தடவிக்கொண்டேயிருந்தார். கொஞ்சம் கொஞ்சமாய் வடிவாம்பாளுக்கு உயிர் வந்தது. மிளகாயின் காரம் உடலெல்லாம் எரிந்தது. எரிய எரிய மறுபடி அரைத்து பூசிக்கொண்டேயிருந்தார். இப்படி இரண்டு மூன்று நாட்கள் தொடர்ந்து கண்ணயராமலிருந்து அவளைக் காப்பாற்றினார்.

“வடிவுக்குப் போன உசுர புடிச்சாந்து திருப்பிக் குடுத்துருக் குறாங் கணேசன்” என்று சொந்தக்காரர்களெல்லாம் பேசிக் கொண்டார்கள். “புள்ளக்கி ஆயிசு கெட்டியாருந்தத்தாலதாங் பொழச்சிக்கிட்டு. இல்லன்னா காப்பாத்த முடியுமா?”என்று கணேசன் சொல்வார்.

“ஆமா இப்புடியெல்லாங் கெடந்து கடகட்டப் படத்தாங் யாங் ஆயிச கெட்டியா படச்சிட்டாம்பொலருக்கு ஆண்டவங்’ என்று நினைத்து பெருமூச்சு விட்டாள். வீட்டின் முத்தத்தில் வந்து நின்று கூடையை தானே இறக்கி வைக்கப் பார்த்தாள்.

“இரு வாரங். நா வந்து புடிச்சி எறக்கி வுடுறங்” என்று ஒத்த கைபோட்டு இறக்கி விட்டாள் சுந்தரம்பாள்.

முத்தத்தை நன்றாக மண்போக கூட்டிவிட்டு கொட்டாந் தரையில் கொட்டினாள். முட்டாய் கிடந்த கொடிகளை அள்ளி உதறிப் போட்டாள்.

“கொஞ்சநேரம் வெயிலுல கெடக்கட்டும் நீ போயி ஒக்காரு பெரியங்கச்சி” என்றாள் சுந்தரம்பாள். மாட்டுக்கொட்டகைக்குள் போய் உட்கார்ந்தாள். வீட்டிற்குள் வரக்கூடாது. வீட்டிலுள்ள பொருள்களை தொடக்கூடாது என்பதால் இந்த மூன்று நாட்களும் மாட்டுக் கொட்டகையில்தான் அவளுக்கு எல்லாமே. கொட்டகை வரிச்சியில் அவளுக்காக தனியாக எடுத்துப்போட்ட தட்டும் சொம்பும் செருகிவைக்கப்பட்டிருந்தது. வரிச்சிக் கொடியில் இவளுடைய மாற்றுத் துணிகள் கிடந்தன. மாட்டிற் கென்று சுப்பையன் இருக்கும்போதே கட்டிய கொட்டகை இப்போது மாடில்லாததால் ஒருபக்கம் விறகு அடுக்கி வைக்கப் பட்டிருந்தது. இன்னொரு பக்கத்தில் இவள் புழங்கிக் கொண்டிருந்தாள். இரவில் மட்டும் இவளுக்குத் துணையாக சுந்தரம்பாள் வந்து நடுவில் ஒரு உலக்கையைப் போட்டுக் கொண்டு படுத்துக் கொள்வாள்.

வடிவாம்பாளுக்கு சும்மா உட்கார்ந்திருக்கப் பிடிக்கவில்லை. எழுந்துவந்து கொடிகளைப் பார்த்தாள். கொஞ்சம் வதங்கிப் போயிருந்தன. காயாத கொடிகள் மேலே வரும்படி அள்ளி புரட்டிப் போட்டாள். கொடியில் கணுவுக்குக் கணு முடிச் சிட்டிருந்த விதைகளைக் கையால் கசக்கிப் பார்த்தாள். விதையை மூடியிருந்த தாள் மெலிதாயிருந்தது. கைபட்டதும் கிழிந்து விதைவெளியே வந்தது. விதைகள் நன்றாக முற்றியிருந்தன. வெந்தயம் போல சிறியதாய் கருப்பாயிருந்தது. கொஞ்சம் கொடியை தனியாய் அள்ளிப்போட்டு தட்டினாள்.

“யாம் பெரியங்கச்சி இப்பயே போட்டுத் தட்டுற? செத்த காஞ்ச பெறவு தட்டுனா வலுசும் கொட்டிப்புடுமே”

“கொடிதாம்மா ஈரமாருக்கு. வெறயெல்லாம் நல்லா காஞ்சி போயிருக்கு. கொட்டிப் பெயிடும்” என்றாள் வடிவாம்பாள். கிட்டே வந்து பார்த்தாள் சுந்தரம்பாள்.

“கொடி சதக்கு சதக்குன்னு அடிபடுது பாரு. அந்த ஈரத்துல வெற ஒட்டிக்கிடும் பெரியங்கச்சி. இப்ப தட்டாத.”

“ஒண்ணும் ஒட்டாது. ஒதறுனாக் கொட்டிப்பெயிடும் போ.”

“செத்த நாழி போயி ஒக்காந்துதாங் இறேங். இப்ப இதுக்க என்ன அவசாரம்?”

“சும்மா ஒக்காந்துருக்குறத்துக்கு அலுப்பாருக்கும்மா” என்றவள் கொடிகளை தட்டிக்கொண்டேயிருந்தாள். அவள் தட்டிய கொடிகளில் ஒரு கை அள்ளி உதறிப்பார்த்தாள் சுந்தராம்பாள். விதைகள் பொலபொலவென்று கீழே கொட்டியது. ஒன்றிரண்டு கொடியின் ஈரத்தில் ஒட்டிக் கொண்டிருந்தன. இன்னும் கொஞ்சம் வேகமாய் உதறினாள். எல்லாம் கொட்டி விட்டன.

“ஒதறுனாக் கொட்டுதுதாந் தட்டு. காலாகாலத்துல ஆகாரத்தயாவுது செய்வம்’ என்று சொல்லிவிட்டு வீட்டிற்குள் போய்விட்டாள். கொஞ்சநேரத்திலேயே எல்லாக் கொடிகளையும் தட்டி உதறி தனியாய் விதைகளை அள்ளி தூசியில்லாமல் புடைத்தாள். ஒரு கொட்டுக் கூடையில் முக்கால்கூடை இருந்தது.

“அம்மா இந்தாருக்கு எடுத்துக்கிட்டுப் போ” என்று சொல்லி வீட்டு வாசல்படியில் வெளியில் நின்றே வைத்துவிட்டு வந்து அடித்துப்போட்ட கொடிகளை அள்ளிக் கொண்டுபோய் கணேசன் வீட்டு மாட்டுக் கட்டுத்தறியில் முட்டாய்ப் போட்டு விட்டு வந்தாள்.

விதைகளில் ஒருபடி அளந்து வறவோட்டில் கொட்டி வறுத்தாள் சுந்தரம்பாள். மீதியிருந்த விதையை முறத்தில் கொட்டி முத்தத்து வெயிலில் காயவைத்தாள். வறுத்த விதை பொரியைப் போல் பொரிந்திருந்தது. வாசனையாயிருந்தது. மூன்று பிள்ளை களுக்கும் ஒவ்வொரு பிடி தின்பதற்காக அள்ளிக்கொடுத்தாள். மீதமிருந்ததை திருவையை உருட்டி வைத்து அரைத்தாள். இரண்டு மூன்று மிளகாய்களை பிய்த்துப் போட்டு தண்ணீரை கொதிக்க வைத்து உப்புபோட்டு அரைத்தமாவையும் அதில் கொட்டி கிண்டினாள். கிண்டிய மாவை இறைக்கிவைத்தாள். நடுமகளும் சின்னமகளும் தட்டை எடுத்துச் சட்டிப் பக்கத்தில் வைத்துப் போடச்சொல்லி அவசரப்படுத்தினார்கள்.

ஒங்களுக்கு என்ன அவசாரம்? ஆக்கப்பொறுத்த ஒங்களுக்கு ஆறப்பொறுக்கலயா? தீட்டுக்காரப் பொண்ணுக்கு வெலவெலன்னு வரும். மொதல்ல அதுக்குக் குடுத்துட்டு வந்து அப்பறம் ஒங்களுக்குப் போட்டுத் தாரங். கொஞ்சநேரம் முண்டாம இருங்க.”

என்று சொல்லிவிட்டு ஒரு கிண்ணத்தில் இரண்டு ஆப்பை கிண்டிய மாவை எடுத்துப் போட்டு ஒரு செம்பில் தண்ணீரும் ஊற்றிக்கொண்டு வடிவாம்பாள் உட்கார்ந்திருந்த கொட்டகைக்குப் போனாள். தட்டை எடுக்கச் சொல்லி அவள் தட்டில் தொடாமல் போட்டு விட்டு தண்ணீரையும் கொடுத்துவிட்டு வந்தாள். ராசாம்பாளுக்கும் அஞ்சம்மாளுக்கும் அவர்கள் எடுத்து வைத்திருந்த தட்டில் போட்டுக் கொடுத்தாள். சட்டியோடு மீதமிருந்ததை தனக்கு முன்னால் எடுத்து வைத்துக்கொண்டு வழித்துத் தின்றாள். ‘கடவுளே எத்துன நாளக்கி இந்த நெலம.’ அவள் நினைவுகளில் சுப்பையன் வந்தான். கண்களிலிருந்து கண்ணீர் வடிந்துகொண்டேயிருந்தது.

4

“**பெ**ரியங்கச்சி, நீ போயி பாத்தியமாத்திக்கட்டு. நாங் எறக்கிறங்” என்று சொல்லிக்கொண்டே கிணற்றங் கரைக்கு வந்தாள் சுந்தராம்பாள்.

‘ஒன்னால முடியாம்மா. நீ போயி மாத்திக்கட்டு நானே எறக்கிறங்” என்றாள் வடிவாம்பாள்.

“செத்தநாழி நா எறக்கிறங். இஞ்சக் குடு. குடுத்துட்டு நீ வெலவு” என்று பிடிவாதமாய் அலக்கை கெட்டி யாய் பிடித்துக் கொண்டு வடிவாம்பாளை கிணற்றங் கரையைவிட்டு விலகச் சொன்னாள்.

“எறவாப்பொட்டி பெரிசாருக்கும்மா. யாராவுது மரம் மிறிச்சாலும் கஷ்டமாருக்காது.” தன் அம்மா விடம் அந்த வேலையை விட்டுச்செல்ல மன மில்லாமல் ‘தொளவாய்’ குழியின் ஓரமாய் தயங்கித் தயங்கி நின்றாள்.

“போயி பாத்தியப் பாரு. எங்குட்டாவுது ஒடச்சிக் கிடப் போவுது. நாந்தான் எறக்கிறங்குறன்ல்ல.”

‘எறவாப்பெட்டி’ கட்டிய அலக்கை அழுத்தி அழுத்தி கிணற்றுக்குள் விட்டாள். மேலே கட்டியிருந்த ஏற்றமரம் கனமாயிருந்தது. ஏற்றமரத்தின் அடியில் பெரிய கருங்கல்லை கட்டிவிட்டிருந்தார்கள். ‘எறவாப் பெட்டி’, பெரிதாயிருப்பதால் தண்ணீர் அதிகமாக இறைக்கும்போது சிரமமில்லாமல் பெட்டி மேலே வருவதற்காக இப்படி கட்டியிருந் தார்கள். உள்ளே அழுத்திவிட சிரமமாயிருந்தது.

கால்களிரண்டையும் கிணற்று கட்டையிலும் குறுக்குச் சிராயிலும் பலமாய் ஊன்றி மூச்சைப் பிடித்துக்கொண்டு ஒவ்வொரு முழம் அலக்காய் உள்ளே அழுத்திவிட்டாள். அப்படி அழுத்தி விடும்போது கையை கொஞ்சம் அயர்ந்து அழுத்திப் பிடிக்க தவறினாலும் போதும், அலக்கு அவளையும் சேர்த்து இழுத்துக்கொண்டுபோய் ஏற்றமரத்தோடு மோத விட்டுவிடும் போலிருந்தது.

நேற்று இரவு கலித்தாப்பிள்ளை பெண்டாட்டி வந்து வீட்டில் உட்கார்ந்துகொண்டு அழுவாத குறையாகப் பேசிக் கொண்டிருந்தாள்.

“போயிலக் கொல்லக்கி தண்ணியெறைக்க யாருமில்லாம ரெண்டு நாளாக் காயிது. வச்சிப் பயிஞ்சி நாளுதான் ஆவுது. இன்னம் ஒருநாளு வெயிலுல எல்லாம் சருவாப் பெயிரும். செலவு பண்ணி பட்ட கஷ்டமெல்லாம் வீணாப்போவுது” என்று புலம்பினாள். இரண்டு நாட்களுக்குமுன் ஏற்றமரம் மிதித்துக் கொண்டிருந்த கலித்தாபிள்ளை கால்தவறி மேலேயிருந்து விழுந்துவிட்டார். விழுந்தவருக்கு பேச்சுமூச்சியில்லாமல் போய்விட்டது. காதிலிருந்தும் மூக்கிலிருந்தும் இரத்தம் வடிந்தது. வேதாரண்யம் அரசமரத்தடி ஆஸ்பத்திரிக்கித் தூக்கிக்கொண்டு ஓடினார்கள். அங்கு பார்க்க முடியாதென்று நாகப்பட்டினம் வெளிப்பாளயம் ஆஸ்பத்திரிக்கு எழுதிக் கொடுத்துவிட்டார் டாக்டர். அங்கு கொண்டுபோய் சேர்த்து விட்டார்கள். அவருடன் இரண்டு பிள்ளைகளும் அங்கேயே தங்கிவிட்டார்கள். தண்ணீர் இறைக்க வீட்டில் யாருமில்லை. கலித்தாப்பிள்ளை பெண்டாட்டி வயதானவள். உடம்பு மெலிந்துபோய் முடியாமலிருக்கிறாள். சின்ன மகனுக்கு இன்னும் கல்யாணமாகவில்லை. பெரிய மருமகள் எட்டுமாசம் முழுகாமல் இருக்கிறாள். இந்த நிலையில்தான் தண்ணீர் இறைத்து புகையிலையை பாதுகாக்க யாருமில்லையென்று சுந்தரம்பாளிடம் வந்து கண்ணீர் வடித்துக் கொண்டிருந்தாள்.

“ஆத்தா கவலப்படாதிய நா, யாந் தங்கச்சி, அம்மா மூணியரும் காலயில வந்து ஒங்க போயிலக்கொல்லக்கி தண்ணி எறச்சிவுடுறம்” என்றாள் வடிவாம்பாள்.

கலித்தாபிள்ளைப் பெண்டாட்டியும் எப்படியாவது இவர்களை இறைக்கச்சொல்ல வேண்டுமென்றுதான் இங்குவந்து உட்கார்ந்து கொண்டு மூக்கை சிந்தினாள். கலித்தாப்பிள்ளை ஏற்றமரத்திலிருந்து விழுந்தபின்பு யாரும் அதில் ஏற முன்வர

வில்லை. ஏற்றமரம் புதிதாய் கட்டியது. அவரைப் பலிவாங்கி விட்டது. அதைப்போல் நமக்கும் ஏதாவது ஆகிவிட்டால் என்னசெய்வதென்று எல்லோருமே பயந்தார்கள். அதுவு மில்லாமல் 'ஆம்புளையாளு' கூப்பிட்டால் கூலி, அதிகமாய்க் கொடுக்கவேண்டும். சுந்தரம்பாளுக்கும் அவளுடைய மகள்களுக்கு மென்றால் ஆளுக்கு எட்டணா கூலி கொடுத்தால் போதும். நூத்திமுப்பது குழி நிலத்தில் புகையிலை போட்டிருந்தார்கள். "இவ்வள போயிலக்கிம் பொம்புளயுவொளாருக்குற நம்மளால எறச்சிக்கட்ட முடியுமா?" என்று நினைத்த சுந்தரம்பாளுக்கு இந்த வேலைக்கு வரவே விருப்பமில்லை. வடிவாம்பாள்தான் இரக்கப்பட்டு பிடிவாதமாய் போவோமென்று சொல்லியிருந்தாள்.

விடிந்ததும் விடியாததுமாக மூன்று பேரும் எழுந்து புகையிலைக் கொல்லைக்குப் போய்விட வேண்டுமென்று எண்ணிக்கொண்டுபடுத்தார்கள். ஆனால் கிளம்பும்போது "நடுத்தங்கச்சி, நீ வூட்டுலருந்து சோறாக்கு. பழயது இல்ல. வந்து சோறாக்கி திங்க முடியா. நானும்அம்மாவும் போறம்" என்று சொல்லிவிட்டு இவர்கள் இரண்டுபேரும் மட்டுமே புகையிலைக் கொல்லைக்கு வந்தார்கள். இவர்கள் வரும்போது மார்கழி பனி மண்டையைத் துளைத்துக்கொண்டு உள்ளே இறங்கியது. கொல்லையின் நடுவில் கேணியிருந்தது. நன்றாக விடிவதற்குள் சனிமூலைப் பாத்திகளுக்கு தண்ணீர்விட்டு கட்டிவிட்டார்கள். சூரிய வெளிச்சம் 'சுள்'ளென்று எரிப்பதற்குள் எல்லா பாத்திகளுக்கும் தண்ணீர்விட்டு கட்டிவிடவேண்டும். அதற்குமேல் விட்டால் சூட்டோடு நனைந்த மண்ணே செடியை சுட்டுவிடும்.

ஏழெட்டு ஏற்றப்பெட்டிகள் இறைத்து ஊற்றினாள் சுந்தராம்பாள். அதற்குள் மூச்சு வாங்கியது. கைகள் சோர்ந்து போய்விட்டன. ஏற்றப்பெட்டியில் தண்ணீரை மோந்து அப்படியே கிணற்றுக்குள் விட்டுவிட்டு அலக்கைப் பிடித்திருந்த கைகளை நீட்டி உதறினாள். இப்படியிருக்கும் போது மட்டும்தான் அலக்கைவிட்டு கைகளை எடுக்கலாம். மற்றபடி இழுக்கும் போதும் உள்ளே பெட்டியை விடும்போது கைகள் பிசகிவிடாமல் கவனமாய் பிடித்திருக்க வேண்டும். தன் அம்மா இப்படி கையை உதறிக்கொண்டு நிற்பதைப்பார்த்த வடிவாம்பாள் கையிலிருந்த மண்வெட்டியை அப்படியே வாய்க்காலில் வைத்துவிட்டு கிணற்றங்கரைக்கு வந்தாள்.

"இஞ்சக் குடும்மா. நீ இந்த வருசம் முச்சூடும் எறச்சாலும் நாலு பாத்திகொட ஏறிப்பாயாது பொலருக்கு. நீ போயி

பாத்திமடய மாத்திக்கட்டு" என்று சொல்லிக்கொண்டே வந்து ஏற்ற அலக்கை பிடித்துக் கொண்டாள். விறுவிறுவென்று இறைத்தாள். பெட்டி சரசரவென்று கிணற்றுக்குள் போய் தண்ணீருடன் மேலே வந்தது. இப்படி இறைத்துக் கொண்டிருக்கும்போதே வடிவாம்பாளுக்கு தன் அப்பாவின் நினைவு வந்தது.

'கப்பலுக்குப் போன அப்பாரு சம்பாரிச்சிக்கிட்டு ஒழுங்கா வூடுவந்து சேந்துருந்தா நம்ம இப்புடி செருமப்பட வேண்டி வந்துருக்குமா?' என்று நினைத்தாள். 'நம்ம அப்பாரு என்ன ஆயிருக்கும்? அங்கயே வேற பொண்ணப் பாத்து கலியாணம் பண்ணிக்கிட்டிருக்குமா? இல்ல சம்பாரிக்க முடியாம இஞ்சயிருந்த மேரியே சோம்பேரியா எங்கயாவுது திரிஞ்சிக்கிட்டு வூட்டுக்கு வர வெக்கப்பட்டுக்கிட்டு நிக்கிதா? இல்ல ஒடம்புக்கு எதாவுது சவுரியமில்லாம போயி செத்துக்கித்து பெயிட்டா?' என்று நினைத்தாள். 'அய்யய்யோ அப்புடியெதுவும் ஆயிருக்கக் கொடாது. எப்புடியிருந்தாலும் சவுரியமாருக்கணும். உசுரோட இருந்தா ஒருநாளு இல்லாட்டியும் ஒரு நாளைக்காவுது எங்கள யெல்லாம் நெனச்சிப் பாக்கும். காலம்போன காலத்துலயாவுது எங்க மொவத்தப் பாக்க ஆசப்பட்டு வந்து சேரும். கடவுளே. ஆவுத்திக் காத்தா எங்கப்பாவ காப்பாத்து' என்று வேண்டிக் கொண்டாள்.

"பெரியதங்கச்சி எறச்சது போரும். எல்லாப் பாத்திக்கும் தண்ணிவுட்டாச்சி. எறக்கிறத்த நெறுத்திபுடு" கொல்லைக்குள் நின்றுகொண்டு சத்தம் போட்டாள் சுந்தராம்பாள்.

அலக்கை மெதுவாய் ஏற்றமரத்தோடு கொண்டுபோய் விட்டாள் வடிவாம்பாள். அலக்கிலிருந்து 'எறவாப்பெட்டி'யை அவிழ்த்து தண்ணீரை உதறிவிட்டு 'தொளவாய்'க்குழி மேட்டில் தண்ணீர் வடிய கவிழ்த்துவைத்தாள். தொளவாய்க்குழிக்குள் தண்ணீர் தேங்கிக்கிடந்தது. நல்ல மணற்பாங்கான தரையில் அடியில் பனைமட்டை பதித்துக்கட்டி தண்ணீர் இறைத்து ஊற்ற குழியாக்கிப் போட்டிருந்தார்கள். பனைமட்டையின் மேல் தண்ணீர் தெளிவாய்க் கிடந்தது. அதில் கைகால் முகமெல்லாம் கழுவினாள். 'மம்மட்டிய இஞ்சக் கொண்டா' என்று மண்வெட்டியுடன் கிணற்றங்கரைக்கு வந்த தன் அம்மாவிடமிருந்து வாங்கி கழுவி எறவாப்பெட்டி ஓரமாய் சாய்த்து வைத்தாள்.

"சீக்கிரமா மூஞ்சி, கைகால களுவிக்கிட்டு வாம்மா. பசி உசுருபோவுது. கொடலெல்லாஞ் சுருட்டுது" என்றாள். அதற்குள் "அம்மா, அம்மா." என்று சத்தம் போட்டுக்கொண்டே ஓடிவந்தாள்

சின்னமகள் அஞ்சம்மாள். இருவரும் ஒன்றும் புரியாமல் அப்படியே நின்றுவிட்டார்கள்.

"வந்து என்ன சொல்லப் போறாளோ" என்று மனதிற்குள் கொஞ்சம் உதறலாகவேயிருந்தது சுந்தராம்பாளுக்கு.

"யாஞ் சின்னத்தங்கச்சி இப்புடி வுடியாற?"

"அம்மா... சின்னக்கா... வூட்டுக்கோடியில... நின்னுக்கிட்டு அளுவுது." தொடர்ச்சியாய் சொல்லமுடியாமல் மூச்சு வாங்கியது.

"வூட்டுக்கோடியில நின்னுக்கிட்டு அளுவுதா?"

"ஆங். ஒன்னக்கிட்ட சொல்லச் சொன்னிச்சி." இருவருக்கும் விஷயம் புரிந்துவிட்டது. வடிவாம்பாள் சிரித்துவிட்டாள்.

"அளுதுக்கிட்டே... 'நா அளுவுறத்தப்போயி சொல்லு'ன்னு சொன்னாளா?"

"ஆமாங்க்கா."

சுந்தரம்பாளின் முகம் வாடிவிட்டது. வேலைசெய்த களைப் போடு இந்த செய்தியைக் கேட்டதால் ஏற்பட்ட வருத்தமும் அவளுடைய முகத்தில் தெரிந்தது.

"யாம்மா ஓம்மூஞ்சி செத்துப்போச்சி?"

"ம்...ம் ஒண்ணுமில்ல" என்று இழுத்தாள்.

"மூத்தமவ நா வயசிக்கி வந்துட்டங்குறத்த கேட்டுருந்தாலும் 'நம்ம மவ வயசிக்கி வந்துட்டா இனிமே சடபின்னித் தொங்கப் போட முடியா. பூப்போட்ட சீலகட்ட முடியா'ன்னு நீ கவலப் படலாங். அதயெல்லாந்தாண்டி இப்ப நடுமவ தான வந்துருக்குறா. அதுக்கு யாம் இப்ப கவலபடுற?"

"எனக்கு மினுக்கவும் சிணுக்கவும் கொறஞ்சிபோச்சேன்னு தாங் கவலப்படறனா? நீ வயசிக்கி வந்தே நாலு வருசமாவுது. இன்னமும் ஒன்ன ஒரு எடத்துல புடிச்சிக்குடுக்க முடியாம மங்கவச்சி மருவுறங். இதுல அவவேற வந்துட்டாளேன்னு நெனச்சா யாங் ஆவியே அடங்கிடும் பொலருக்கு பெரியங்கச்சி."

சொல்லும்போதே அழுதுவிட்டாள் சுந்தரம்பாள். அம்மா அழுவதைப் பார்த்த வடிவாம்பாளுக்கும் அழுகை வந்தது.

"அழுவாதம்மா. அளுது என்ன செய்யப் போறம்?"

“ஓங்கப்பாரு இப்புடி பண்ணிப்புட்டு பெயிட்டாவொளே. பொம்புளயா இருந்துக்கிட்டு என்னால ஒழைக்க முடிஞ்சிச்சி. செருமப்பட முடிஞ்சிச்சி. ஓங்கள வளத்து ஆளாக்க முடிஞ்சிச்சி. ஊருசனம் பாத்து ஒரு சொல்ல சொல்லுறத்துக்குள்ள ஒன்ன கரயேத்த முடியலையே.”

‘என்னக்கிம் தீராத எடயங் கவலதாம்மா ஓங்கவல. அத ஒன்னோடயே வச்சிக்க. பாவம் நடுத்தங்கச்சி. அதுக்கு நேரா நீ அளுது கிட்டேப் போனியன்னா அதுக்கும் மூஞ்சி செத்துப் பெயிடும்மா.”

வீட்டிற்குப்போய் பார்த்தவளுக்கு ஒன்றும் சொல்ல முடிய வில்லை. கைகால்களில் தெம்பேயில்லாதது போலாகிவிட்டது. வயதுக்கு வந்திருந்த ராசாம்பாளுக்கு கட்டிக்கொள்ள இருந்தது ஒரே பாவாடைதான். அதையும் வண்ணாத்தியிடம் போட வேண்டுமேயென்று கவலைப்பட்டாள். அக்கம்பக்கத்து பெண்கள் இரண்டு மூன்று பேரைக் கூப்பிட்டு சீனிசர்க்கரை வாங்கிவந்து தலைக்கு தண்ணீர் ஊற்றி மாட்டுக்கொட்டகையில் பச்சை மட்டையால் விரியலைக் கட்டி உட்கார வைத்துவிட்டாள். இனிமேல் ஏழாம்நாள் புட்டு, களி எல்லாம் கிண்டி தலைக்கு தண்ணீர் ஊற்றி உட்காரவைத்து ஏற்றிவைக்க வேண்டும். மறுபடி பதினோராம் நாளோ பதினைந்தாம் நாளோ புட்டு, களி சாப்பாடெல்லாம் செய்து தலைக்கு தண்ணீர் ஊற்றி இறைக்கி வைக்க வேண்டும்.

“தனித்தனியா செலவுபண்ண என்னால முடியா. ஒரே நாளுல ஏத்தி எறக்கி வச்சிறணும்” என்று சொல்லி அப்படியே சுருக்கமாய் ஏழாம் நாளே ஏற்றி இறக்கி வைத்து இரண்டு சடங்குகளையும் ஒரே நாளில்முடித்தாள். பதினோராம் நாள் தலைக்குத் தண்ணீர் ஊற்றி, கோமியம் தெளித்து, கோமியம் குடிக்கச் சொல்லி வீட்டிற்குள் அழைத்துக் கொண்டாள். அதன் பின்பும் கலித்தாப்பிள்ளை வீட்டு புகையிலைக் கொல்லை வேலைகளையே ஆயா மக்கள் மூன்றுபேரும் செய்து கொண்டிருந்தார்கள்.

அன்று வருடபிறப்பு. ‘நந்தனா வருசம் பொறந்துருக்கு இந்த வருசத்துலயாவுது சாமி நம்மளுக்குக் கண்ணத் தொறக்கணும்” என்று வீடுவாசலெல்லாம் மெழுகி சுத்தம்செய்து சாமி கும்பிட ஏற்பாடு செய்தாள், சுந்தரம்பாள். ‘ரொம்ப நாளாவே புள்ளை வொளும் சக்கரச் சோறாக்கித் தரச்சொல்லி கேட்டுக்கிட்டு ருக்குவொ’ என்று நினைத்தவள் அன்று சர்க்கரை சோறாக்கி

காராமணிப்பயறு வடைதட்டி சாமி கும்பிட்டாள். பிள்ளைகளை உட்காரவைத்து சாப்பிடக் கொடுத்தாள். எல்லாருடைய வீட்டிலும் வருடாவருடம் வருச பிறப்புக்கு இதுபோல் செய்வது வழக்கம்தான் என்றாலும் சுப்பையன் தங்களை ஏமாற்றிவிட்டா னென்னு தெரிந்ததுமுதல் சுந்தரம்பாள் தன் வீட்டில் நல்லநாள் கெட்ட நாளில் எதுவும் செய்வதில்லை. ஒரு விளக்குக்கூட கொளுத்தி வைப்பதில்லை. இந்த வருசம் பொங்கலின்போது நடுமகள் வயதுக்கு வந்திருந்ததால் சூதகமாகிவிட்டது. சூதகத்தில் சாமிக்கும்பிடக் கூடாதென்று சர்க்கரை சோறுகூட ஆக்கிக் கொடுக்கவில்லை. அதையெல்லாம் நினைத்துத்தான் இன்று செய்து கொடுத்தாள். இந்த வருசம் எப்புடியாவுது வடிவாம்பாளை கட்டிக்கொடுத்துவிட வேண்டுமென்று நினைத்துக் கொண்டிருந் தாள்.

கொல்லையெல்லாம் தரிசாய்க் கிடந்ததால் வெறும் தொம்மட்டிக் கொடிகள் பின்னிப் படர்ந்து போய்க் கிடந்தது.

“அம்மா நம்ம கொல்லயில தொம்மட்டி நொம்ப காச்சி கெடக்கும்மா. பறிச்சாந்து வத்தப்போட்டு விக்கலாம்மா” என்றாள் வடிவாம்பாள்.

“விக்காண்டாம் வூட்டுக்கு வச்சிக்கிடலாம். கடிச்சிக்கிட ஒண்ணுமில்லாம சோறு திங்கவேண்டிருக்கு. நால அள்ளிப் போட்டு வறுத்துத் தொட்டுக்கிடலாம். போயி அறுத்தாங்க. நடுத்தங்கச்ச அளச்சிக்கிட்டுப் போ. சின்னத்தங்கச்ச வூட்டுப் பாத்துக்கிடச் சொல்லிப்புட்டுப் போ. வாசத்தட்டியில்ல. நாயி உள்ள பூந்து இருக்குறத்தயெல்லாம் உருட்டிப்புட்டுப் பெயிடும்” என்றாள்.

“நீ வல்லயா?”

“எனக்கு ஒரு சோலிருக்கு. காலயிலயும் ஓடிட்டு வந்தர்ரங்” என்றாள் சுந்தரம்பாள். எங்கே என்று கேட்டால் அம்மாவுக்குக் கோபம் வந்துவிடும். பின் எப்படி தெரிந்துகொள்வதென்று யோசித்தாள் வடிவாம்பாள்.

“மீனாட்சி ஆத்தாவ பாக்கவாம்மா போற? பாவம் அந்த ஆத்தா படுத்த படுக்கயா கெடக்காமுல்ல. எனக்கும் அது மொவத்தப் பாத்தா தேவலாமுன்னு இருக்கும்மா” என்றாள்.

“நா அங்க போவல பெரியங்கச்சி... பூந்தோட்டம் போறங். அங்க ஒருத்தன் நல்லா குறுப்பு பாத்து சொல்லுறானாம். ஓங்குறுப்ப எடுத்துக்கிட்டுப்போறங்.”

குறுப்பு பாத்தா மட்டும் மாப்புள்ளைவொ வாசல்ல வந்து வரிசையில நிக்கப் போறானுவொளா. இருக்குற வேலய பாக்குறத்தவுட்டுட்டு இந்தம்மா யாங் கெடந்து அலயணும்' என்று நினைத்துக் கொண்டாள்.

"நடுத்தங்கச்சி வா நம்ம கொல்லக்கிப் போவம்" என்று கூப்பிட்டவள் கூடையை எடுத்து இடுப்பில் வைத்துக்கொண்டு கிளம்பி விட்டாள். பின்னாலேயே ராசாம்பாளும் வந்தாள். கொல்லையில் தொம்மட்டிக் கொடிக்கு பஞ்சமில்லாமல் படர்ந்து கிடந்தது.

"கொடி கொண்ட காயிருக்கு நடுத்தங்கச்சி. இத்துன நாளா நம்ம பாக்காம இருந்துட்டமே."

பழுத்த பழமும், முற்றிய காயும் பிஞ்சும் பூவுமாய் கொடியின் நுனிவரை குலுங்கிப் போய் கிடந்தது.

"பழத்துவொளயும் நல்லா முத்துன காய்வொளயும் மட்டும் அறுத்துப்போடு."

"சேரிக்கா."

நன்றாக பழுத்திருந்த பழங்களைப் பறித்து பாவாடையில் துடைத்துவிட்டு வாயில் போட்டாள் ராசாம்பாள். கடை வாயிக்குள் வைத்திருந்து பின் அப்படியேக் கடித்து மென்று தின்று கொண்டிருந்தாள். காய்களையும் பறித்துப் போட்டுக் கொண்டிருந்தாள்.

"இதத் தின்னுக்கிட்டு ஒக்காந்துருக்காத நடுத்தங்கச்சி. யான தொம்மட்டிப்பழம் கெடக்கும். அதப்பறிச்சி திங்கலாம். கிடுகிடுன்னு அறுத்துப்போடு."

"சும்மா ஒண்ணேஒண்ணு தின்னுப்பாத்தங். சீனியாட்டம் இருக்குக்கா."

"ஒரு கொடிலயே ஒருமரக்கா கா கெடக்கும் பொலருக்கு." சொல்லிக்கொண்டே இருவரும் பறித்தார்கள். கொஞ்ச நேரத்திலேயே கூடை நிறைந்துவிட்டது.

"நடுத்தங்கச்சி இதக்கொண்டபோயி வூட்டுல கொட்டி வச்சிட்டு இந்தக் கூடயயும் இன்னொரு கூடயயும் எடுத்தாறியா?"

"ம்" என்றவள் எழுந்து கையிலிருந்த துணியால் சும்மாடு கோலி தலையில் வைத்துகொண்டு தூக்கிவிடச் சொன்னாள்.

“வரக்குள்ள ரெண்டு கொட்டுக்கூடயும் மறந்துடாம எடுத்தா.”

“சேரிக்கா.”

ராசாம்பாள் திரும்பி வரும்வரை அறுத்து எதில் போடுவது என்று பார்த்தாள் வடிவாம்பாள். மணக்கொல்லைதான். அறுத்துப்போட்டால் சேறு ஒட்டப்போவதில்லை என்றாலும் ஒரு நட அறுத்துப்போட்டு மறுபுடி வேலயத்தவேலயா அள்ளிக்கிட்டு வேற இருக்கணும். ஒரே வழியா கூட வந்தப்பெறவு அறுத்துப்பம்' என்று நினைத்தவள் கொல்லைக்குள்ளேயே ஒரு சுற்று கோலி வந்தாள். யானைத் தொம்மட்டிப் பழங்கள் கிடக்கின்றனவா என்று தேடிப் பார்த்தாள். நான்கைந்து கொடிகளில் பெரிதுபெரிதாய் யானைத் தொம்மட்டிப் பழங்கள் கிடந்தன. தாவணியின் முந்தானையை விரித்து நன்றாக பழுத்த பழங்களை அதில் அறுத்துப் போட்டுக்கொண்டாள். யானைத் தொம்மட்டிப் பழங்களைப் பார்த்தவுடன் அவளுக்கு தன் அப்பாவின் நினைவு வந்துவிட்டது. ‘இப்புடி எங்கள சந்தீல வுட்டுட்டுப் பெயிட்டியேப்பா. அம்மா படுறபாடு ஒனக்குத் தெரியிமாப்பா. சாவக்கொட முடியாம நாங்க தத்தளிக்கிறமே. எங்களப் பாக்கணுமுன்னு ஒனக்கு நெனப்பே வல்லயாப்பா? ஒனக்கும் எங்களப் புடிக்கலயாப்பா? நீ எங்கப்பா இருக்குற? ஒரே ஒருநட வந்துட்டுப் போப்பா' எங்கேயோயிருக்கும் அப்பாவிடம் நினைவுகளால் பேசினாள். கண்களிலிருந்து தண்ணீர் பொல பொலவென்று கொட்டியது. ராசாம்பாள் கூடைகளை எடுத்துக் கொண்டு வரப்பில் ஏறி வருவதைப் பார்த்தாள். குனிந்து தொம்மட்டிப்பழம் தேடுவதைப்போல் கண்களைத் துடைத்துக் கொண்டாள்.

இருவரும் கால்வாசி கொல்லையை முடித்திருந்தார்கள். கூடைகள் நிரம்பியிருந்தது. சூரிய வெயில் சுள்ளென்று சுட்டது.

“வாக்கா போவம். நாளக்கி அம்மாவயும் அழச்சிக்கிட்டு வந்து அறுப்பம்.” நச்சரிக்கத் தொடங்கிவிட்டாள் ராசாம்பாள்.

“ஒனக்கு வயத்த பசிக்கிது. போயி திங்கணும் அதான. சேரிவா போவம்.”

இருவரும் வீட்டிற்கு வந்து பழயதை ஆளுக்குக் கொஞ்சம் தின்று விட்டு அறுத்துக்கொண்டு வந்த காய்களை அறிந்து போட்டுக் கொண்டிருந்தார்கள்.

வெயிலுக்கு சீலை முந்தானையை தலைக்குப் போட்டபடி களைத்துப்போய் வந்து உட்கார்ந்தாள் சுந்தரம்பாள். வடிவாம் பாள் எதுவும் கேட்கவில்லை. அவளே சொன்னால் பரவா யில்லையென்று நினைத்தாள். அவள் வெயிலில் நடந்துவந்த அசதியில் அப்படியே தலையில் போட்டிருந்த சீலைத்தலைப்பை தரையில் போட்டு படுத்துக்கொண்டாள்.

"என்னம்மா சொன்னாரு குறுப்புகாரு? அக்காவுக்கு எந்தத் தெசயிலேருந்து சம்மந்தம் வருமாம்?" என்றாள் ராசாம்பாள்.

"விதி வூட்டச் சுத்திச்சாம். விருந்தாடி வந்தவன் பொண்டு வொள சுத்துனானாங்குறமேரி, நம்மளத்தாங் நம்ம தலவிதி இப்புடி கெடந்து கடகட்டப்பட வுட்டுருக்குன்னு நெனச்சா, இதுல தோசம் வேறப் பட்டுருக்காம்."

"என்ன தோசம்மா?"

"நாவ தோசந்தாங். யாம் பெரியங்கச்சி தீட்டுத்துணிய கசக்கி கொட்டாயிலதான காயப்போடுவ? போடுற துணிய காஞ்ச வொன்னே எடுத்து சுருட்டி வரிச்சியில சொருவிவச்சான்ன?"

"யாம்மா?" வடிவாம்பாளுக்கு அதிர்ச்சியாகிவிட்டது. அவள் எப்போதுமே கொட்டகைக்குள் துணியைக் காயப்போட மாட்டாள். யாருக்கும் தெரியாமல் மறைவாய் கிளுவவேலியில் போட்டு காய வைப்பாள். அந்தப் பக்கம் யாரும் வரமாட்டார்க ளென்பதால் அதை உடனே எடுத்து சுருட்டி வைக்கவும் மாட்டாள்.

"நீ காயவச்சத் துணிய பெறாந்து தூக்கிக்கிட்டுப் போயி பாம்புப் புத்துக்கிட்டப் போட்டுட்டாம். அத நல்லபாம்பும் தீண்டிப்புட்டுதாங். தோசம் உச்சத்துலருக்குன்னு சொல்லுறான் அந்தாளு." கவலையோடு சொன்னாள்.

"இப்புடி கெடுபுடியா தோசம் இருக்கக்குள்ள கல்யாணத்தப் பத்தியே கேக்காத'ன்னுட்டாங்." கேட்டுக்கொண்டிருந்த வடிவாம்பாளின் முகம் செத்துவிட்டது. அவள் செய்வதறியாது அப்படியே உட்கார்ந்திருந்தாள். 'இந்த வூருல வயசிக்கி வந்த எல்லாப் பொண்ணுவளுந்தாம் மாசாமாசம் தீட்டுத்துணியக் கசக்கி காயப்போடுதுவொ. அந்தப் பெறாந்துக்கு யாந்துணிதாங் கண்ணுக்கு தெரிஞ்சிச்சா. கடவுளே. ஆவுத்திக்காத்தா நீயெல்லாம் நெசாமாவே சாமிதானா? ஒனக்கு கண்ணே இல்லயா?"

அம்மாவும் அக்காவும் இப்படி கவலையாயிருப்பதை பார்த்து விட்டு ராசாம்பாள் வீட்டுக்குள்போய் ஒரு ஏனத்தில் பழையதைப் போட்டு, தொட்டுக்கொள்ள கொஞ்சம் நாவலை கடுகு துவையலைக் கொண்டு வந்து வைத்தாள். துவையல் வாசனையாயிருந்தது. இந்த வாசனைக்கே இரண்டு வாய்ச் சோறு அதிகமாய்த் திங்கலாம்.

'எளும்பி சோத்தத் தின்னும்மா. காலயில தெளுவு குடிச்சிட்டுப் போனதுதான். எளும்பு" என்றாள்.

"ம்... ம்...என்னத்த தின்னு என்ன செய்யப் போறங்? சோறு திங்கணும் தண்ணி குடிக்கணுமுன்னு நெனப்பே வரமாட்டங்குது." மனதை கவலை அரித்துத் திங்கும்போது வயிராற திங்கவேண்டு மென்று எப்படித் தோன்றும்? எழுந்து ஒரு கடமையைச் செய்வதுபோல சோத்தை அள்ளித் தின்றாள்.

"அம்மா. நம்ம கொல்லயில ஏகப்பட்ட கொடி கெடக்கும்மா. கொடியெல்லாம் குலுங்கிப் போயி கெடக்கு. காவாசி கொடிதாம் பறிச்சம். இஞ்சப் பாரு எவ்வள காயின்னு. நாளக்கி கருக்கல்லயும் போயி நம்ம மூணுபேரும் குமிஞ்சி அறுத்தா எல்லாத்தயும் அறுத்துடலாம்மா" என்றாள் ராசாம்பாள்.

"நீங்கபோயி அறுங்க. நா நாளக்கி அளத்துக்கு வேலக்கிப் போப்போறங்."

இதுவரை ஏதோ யோசனையிலிருப்பவள் போல் பேசாம லிருந்த வடிவாம்பாள் தன் அம்மா சொன்னதைக் கேட்டதும் திடுக்கிட்டவளாய் நிமிர்ந்து அவளைப் பார்த்தாள்.

"யாம்மா. இவ்வள நாளுமில்லாம புதுசா இப்ப அளத்துக்குப் போவணுங்குற?"

"வூட்டுல இருந்து என்ன பண்ணுறது? செலவுக்குக் கொட காசில்லாம."

"இவ்வள நாளுமேரி இருக்குறத்த வச்சிக்கிட்டு ஓட்ட வேண்டியது தாங்? நம்மளுக்கு இப்ப என்னதாஞ் செலவிருக்கு?"

"செலவாயில்ல ஒனக்கு புடிச்சிருக்குற தோசத்த இன்னம் இருவத்திரெண்டு நாளுக்குள்ள கழிக்கணுமுன்னு சொல்லிப் புட்டாங் குறுப்புக்காரங். இல்லன்னா வயத்துவலி வருமாங். இன்னம் என்னென்னமோ செய்யுன்னாங்."

"அதுக்காவ!"

“தோசத்த கழிக்கிறதுன்னா எமிலிச்சம் பழத்த தலயசுத்தி வீசிபுடுற மேரி சின்னகாரியமாவா சொன்னாங்? காதோல, கரிசமணி, பாம்புப் படமெல்லாம் வாங்கிக்கிட்டுப் போயி கடலுல முழுவி, கட்டியிருந்த துணியோட இதயெல்லாம் கடலோட வுட்டுட்டு திரும்பிப் பாக்காம வரச் சொன்னாங். வந்து கொளருவாக்கோயிலுல ஒரு அரிச்சின பண்ணிக்கிட்டு வரச்சொல்லிருக்குறாங்.”

இதுக்குத்தாங் குறுப்ப எடுத்துக்கிட்டு எங்கயும் போவா தங்குறது. அவ்வள அவசரமா தூக்கிக்கிட்டு ஓடினியே ஒன்னால வந்து நிம்மதியா ஒருவா சோறுதிங்க முடியிதா? எதுக்கு ஒனக்கு இந்த வேலயெல்லாங்? நடக்குறது அதுபாட்டுக்கு நடந்துகிட்டு தாங் இருக்கு. எது நடந்தாலும் நடந்துட்டுப் போவுது. நீனா போயி எதுக்கு கவலய காசிகுடுத்து வாங்கியாற?”

“இப்ப போயி பாத்தத்தால என்ன கொறஞ்சி பெயிட்டு? உள்ளத்த உரியத்த தெரிஞ்சிக்கிட்டம், நாளக்கி தோசத்த கழிச்சிக்கிடப் போறம்.”

“அதெல்லாம் ஒண்ணும் வேண்டாங். எனக்கு தோசங் கழிக்கிறத்துக்காவ நீ உப்பளத்துல போயி காயவேண்டாம் போ” என்றாள் வடிவாம்பாள்.

இவ்வளவு நாட்களாக எவ்வளவோ சிரமப்பட்டார்கள். ஆனால் உப்பளத்து வேலைக்கு மட்டும் இதுவரை ஒருநாள் கூடப் போனதில்லை. கோவில்தாழ்வு, கயலம்பேட்டை சனங்கள் முக்கால்வாசிப் பேருக்கு உப்பளத்து வேலைதான் சோறு போடுவது. உப்பளத்தில் வேலை செய்வது மற்ற வேலைகளைப் போல சுலபமானதல்ல. கொளுத்தும் வெயிலில் நிற்கவேண்டும். உருக்கி ஊற்றிய ஈயமாய் உப்புத்தரை சுடும். எவ்வளவு சிவப்புநிற உடம்பாயிருந்தாலும் ஒரேநாளில் பனங்காய் கருப்புபோல் நிறம்மாறிவிடும். உடம்பும் எவ்வளவு தின்றாலும் தேறாது. கருவாடுபோட்ட மீனைப்போல வத்தலாகிவிடும். கைகளிலும் கால்களிலும் உப்புவெட்டி புண்ணாகிவிடும். உப்புவெட்டிய காயத்தில் உப்புத் தண்ணி பட்டு எரிந்து கொண்டேயிருக்கும். உப்புக் காயம் லேசில் ஆறாது. கசிந்துகொண்டேயிருக்கும். எல்லாவற்றிற்கும் மேலாக இரவென்றும் பகலென்றும் பார்க்காமல் கண்விழித்து வேலைசெய்ய வேண்டும். உப்பளத்திற்கு போவதில் எவ்வளவு சிரமங்கள் இருக்கிறது. இவற்றையெல்லாம் நினைத்துப் பார்த்த வடிவாம்பாளுக்கு தனக்காகத் தன் அம்மா உப்பளம் போவதை ஒத்துக்கொள்ள முடியவில்லை.

"அங்கம் கருக்காம, சிறுக்காம இருக்கணுமுன்னு நெனச்சா ஒண்ணும் புண்ணியப்பட்டு வராது. நாங் கருக்கல்ல அளத்துக்குப் போறங்" உறுதியாய் சொல்லிவிட்டாள் சுந்தராம்பாள்.

"அப்புடிப்போயிதாங் ஆவணுமுன்னா என்னயும் அழச்சிக் கிட்டுப்போ நானும் வாரங்." அவளை தடுத்து நிறுத்துவதற்கு இதுதான் வழி என்பதுபோல் அழுத்தம் திருத்தமாய் சொன்னாள் வடிவாம்பாள்.

"யாங்... என்னோட வேதனய கௌப்புற? ஒன்னக் கட்டிக் குடுத்து கடமய கழிக்கணுமுன்னுதான நா இந்த செரும படுறங். கொஞ்சங்கொட வலிவருத்தம் தெரியாம பேசுறியே."

"யாம்மா ஒன்னக்கொடதான நானும் வாரங்குறன், நா வந்தா மட்டும் கொறஞ்சி பெயிடுவனா? கருத்துப் போவாத மேலு வேணுமுன்னு வரம்வாங்கிவந்து பொறந்தவ நாங். வெயிலுல கருத்துப் பெயிடுவனோன்னு பயப்புடாத. நானும் வாரங். ரெண்டு பேருமே போவம்" என்றாள் வடிவாம்பாள்.

எப்படிக் கெஞ்சினாலும் கோவப்பட்டாலும் வடிவாம் பாளிடம் அது நடக்காது. அவள் பிடிவாதமாய் நானும் வருகிறே னென்றால் வந்தேதான் தீருவாள்.

'இவ்வள நாளும் இருந்த புள்ளய, கடசியாக் கட்டிக் குடுக்கக்குள்ள அளத்துல கொண்டபோட்டு அலக்கழிக்கக் கொடாது' என்று நினைத்தவள் அளத்துக்குப் போக வேண்டு மென்ற தன்னுடைய எண்ணத்தையும் மாற்றிக்கொண்டு விட்டாள்.

மறுநாள் காலையில் கடைக்குட்டிப் பெண் அஞ்சம்மாளை மட்டும் வீட்டில் இருக்கச் சொல்லிவிட்டு இரண்டு மகள்களையும் அழைத்துக்கொண்டு வரிச்சிராக் கொல்லைக்குப் போய்விட்டாள் சுந்தராம்பாள். கொல்லையில் தொம்மட்டி காய்த்துக் குலங்கிக் கிடந்ததைப் பார்த்துவிட்டு அவளே வாய்வூரிப் போனாள். மூன்றுபேரும் அறுத்தார்கள். மகள்களிருவரும் கூடை கூடையாய் வீட்டில் கொண்டு வந்து கொட்டிவிட்டுப் போனார்கள். எல்லாக் கொடிகளையும் புரட்டிப் போட்டுவிட்டு கரையேறும்போது வடிவாம்பாள் சொன்னாள்.'

"பூவிம் பிஞ்சிமாருக்கு. இன்னம் நாலு நாளு கழிச்சி மறுபுடியும் இவ்வள காய் அறுக்கலாம் பொலருக்கும்மா."

"ஊம். அறுக்கலாந்தாங். ஆனா இப்ப அறுத்தத ஊறவச்சி காயப்போட்டு அள்ளி பக்குவம் பண்ணிப்புட்டு, பெறவுதாங் வந்து கொல்லயில குமியணும்."

"யாங்? ஊறுனத்த தரய கூட்டிப்புட்டு அள்ளிப்போட்டா அதுபாட்டுக்கு காஞ்சிக்கிட்டு கெடக்கு, மறுபுடி அறுக்குறத்த அரிஞ்சி ஊறப் போட வேண்டியதுதாங்... கொல்லயில கெடக்குறத்த அறுத்தாந்து அரிஞ்சிபோட யாம் பயப்புடுற? காசா பணமா? தானா மொளச்சி காச்சிக் கெடக்குறதுதான். கெட்டாப் பெயிட போவுது?"

"இப்புடி காச்சிக் கெடக்குறதே நல்லத்துக்கில்ல பெரியங்கச்சி?"

"யாம்மா இப்புடி சொல்ற?"

நெசமாத்தாங். எதுவுமே அதியமா வெளஞ்சாலும் காச் சாலும் அது கெடுதலுக்குத்தாங் அறிகுறிம்பாவோ. ஒண்ணு வூட்டுக்காரவ் வொளுக்காவாது இல்லன்னாக்க வூருக்கே ஆவாது."

"என்னம்மா இப்புடிச் சொல்லுற? நம்மளுக்கு எதாவுது கெடுதல் வருமா?"

"நம்ம கொல்லயில மட்டுமா கெடக்கு எல்லாக் கொல்லயில யுந்தாங் குலுங்கிப் போயி கெடக்கு. ஊருக்கு, ஒலகத்துக்கு என்ன கெடுதி நடக்கப் போவுதோ யாருக்குத் தெரியும்?" என்றாள்.

நான்கு நாட்களுக்கொருமுறை தொம்மட்டியறுத்து ஊறப்போட்டு வற்றலாக்கி கடைசியில் அள்ளி அளந்து பார்த்தாள். இரண்டு கல வத்தல் சேர்ந்திருந்தது. எல்லாவற்றையும் சாக்கில்போட்டு கட்டினாள், விற்பதற்காக.

"நம்மளுக்கு வேணுங்குறத்த பானயில அள்ளி வச்சிட்டு மிச்ச வத்தல விக்கிறத்துக்கு கட்டி வையிம்மா" என்றாள் வடிவாம்பாள்.

"வூட்டுக்கு கொடில கெடக்குற கப்பிக்காயிவொள அறுத்தாந்து வத்தப்போட்டு வச்சிக்கிடலாம். இதயெல்லாம் யாராவுது கேட்டா வித்துப்புடுவம்"

எங்கு கொண்டுபோய் விற்பது? யார் வாங்குவார்கள் என்று யோசனையாயிருந்தது சுந்தரம்பாளுக்கு. கொழுந்தன் கணேச னிடம் போய்க் கேட்டாள்.

‘திற்றப்பூண்டி ரெட்டத்தெருவுக்கு கொண்டுக்கிட்டுப் போனாக்க மிச்சமில்லாம வித்துப்புட்டு வந்துடலாம். சாக்குல எவ்வளது இருக்குன்னு அளந்து கட்டிப்போட்டு வையி. நா. கொண்ட வித்துப்புட்டு வந்து தாரங்”என்றார் கணேசன்.

“நானே கொண்டபோயி குடுத்துப்புட்டு வாரங். நீங்க வீணா எங்களால செருமப்படாண்டாம்” என்று மறுத்துவிட்டாள்.

மறுநாளே கிளம்பிவிட்டாள் சுந்தரம்பாள். இருந்த வற்றலை இரண்டு மூட்டையாய் நிரந்து கட்டிக்கொண்டாள். வயசிக்கி வராத சின்னமகள் அஞ்சம்மாளை துணைக்கு அழைத்துக் கொண்டு குரவப் புலத்தில் ரயிலேறி திருத்துறைப்பூண்டிக்கிப் போனாள். தன் கொழுந்தனார்கள் வீட்டில் மூட்டையைப் போட்டாள். அங்கு சாப்பிட்டுவிட்டு ரெட்டைத் தெருவிற்கு எப்படிப் போக வேண்டுமென்று விசாரித்துக் கொண்டாள். மூட்டைகளை இருவரும் தூக்கிக்கொண்டு ரெட்டைத் தெருவிற்குப் போனார்கள். ரெட்டைத்தெரு முழுவதும் ஐயர் வீடுகள் தான்.

“தொம்மட்டி வத்த வேணுமா? தொம்மட்டி வத்த வேணுமா?” என்று வீடுவீடாய் கேட்டுக்கொண்டு வந்தாள். கணேசன் சொன்னது போலவே ஒரு வீட்டில்கூட வேண்டாமென்று சொல்லாமல் வாங்கிக் கொண்டார்கள். எல்லாம் விற்றபின் சாக்கை உதறி சுருட்டிக் கட்டிக் கொண்டாள். நேராக வீட்டிற்கு போய்விடுவோமென்று முன்பே கொழுந்தனார்கள் வீட்டில் சொல்லிவிட்டு வந்திருந்தாள். ஒரு மரக்கால் வற்றல் நாற்பது காசு என்று விற்றதில் ஒன்பது ரூபாய் அறுபது காசு சேர்ந்திருந்தது. ‘வாற வெள்ளிக்கெழமயாவுது பெரியங்கச்ச அழச்சிக் கிட்டுப்போயி தோசத்த கழிச்சிப்புட்டு வந்துடணும்’ என்று நினைத்தவள் நேராகப் போய் பெரியகோயிலடி மேற்கு வாசலில் மறக்காமல் காதோலை, கரிசமணி, பாம்புப் படமெல்லாம் வாங்கி முடிந்து வைத்துக்கொண்டாள். ரயிலடி வந்து ரயிலேறி வீட்டிற்கு வந்துவிட்டாள்.

தொம்மட்டி வற்றலால் கிடைத்த காசைப் பார்த்ததும் வடிவாம்பாளுக்கு மகிழ்ச்சியாயிருந்தது.

“மொத்தமா எவ்வளதும்மா கெடச்சிச்சி? என்றாள்.

போவ வர ரயில் டிக்கெட்டுப் போவ எட்டு ரூவாயிக்கி மேலயே இருக்கு.”

"விக்கிறது ஒண்ணும் செருமயாயில்லயாம்மா?"

விக்கிறத்துல ஒண்ணும் செருமயில்ல பெரியங்கச்சி. இஞ்சேருந்து கொண்டபோயி சேக்குறதுதாங் செரும. ரெட்டத் தெருவுல பாப்பாத்திவொ காசிக்கி பிசுவுனாலும் வத்தலப் பாத்துட்டு எனக்கு ஒனக்குன்னு போட்டிபோட்டுக்கிட்டு ஆளாளுக்கு குருணி, ரெண்டு மரக்கான்னு அள்ளிக்கிட்டாவொ" என்றாள் சுந்தரம்பாள். தொம்மட்டிக் காய் அறுப்பது வடிவாம் பாளுக்கு தினசரி வேலையாகிவிட்டது.

5

“பெரியங்கச்சி நாளக்கி கருக்கல்லயும் கௌம்பிடுவம். தெக்கக் கோடியக்கர கடலுல போயி முளுவிப்புட்டு அப்புடியே வேதாரணியம் கோயிலுக்கு வந்து துக்கையம்மனுக்கு ஒரு அரிச்சின பண்ணிக்கிட்டு வந்துடுவம்” என்றாள் சுந்தரம்பாள்.

“ஒண்ணும் வேண்டாம்மா. இவ்வள கஷ்டப்பட்ட காசயெல்லாங்கொண்ட வீணா செலவு பண்ணாண் டாம். பெறவு போயிக்கிடலாம்’ என்றாள் வடிவாம்பாள்.

“நீ சும்மாகெட ஒனக்கென்ன தெரியும்? சித்திர மாசமே பெயிட்டு வரச்சொன்னாங் குறுப்புகாரங். வையாசி பொறந்தும் பத்து நாளக்கிமேல ஆயிட்டு இன்னமும் போவல. இப்பவே போவமுடியலன்னா பெறவு போவமுடியுமா? காலயில போவணும். ஒண்ணும் ஏடாஞ்சி பண்ணிக்கிட்டு நிக்காத சொல்லிப்புட்டங்.” கண்டிப்பாய் சொல்லிவிட்டாள்.

நடுமகள் ராசாம்பாளையும் சின்னமகள் அஞ்சம் மாளையும் வீட்டை பார்த்துக்கொள்ளச் சொல்லி விட்டு வெள்ளிமுளைக்கும் நேரத்திற்கே கிளம்பி விட்டார்கள். போகும்போது அஞ்சம்மாள் தயங்கித் தயங்கி வடிவாம்பாளின் பின்னால் வந்து நின்றாள்.

“என்ன மழுமாறுற, என்ன வேணும்? நீனும் வரணுமா?” என்றாள் சுந்தராம்பாள்.

“இல்ல. வரக்குள்ள வேதாரணியத்தில வெல்லமும் தூளும் வாங்கியாம்மா, காப்பித்தண்ணிப்போட

தப்புத்தா வூட்டுல, நம்ம பெரியப்பா ஊட்டுலயெல்லாம் அடிக்கடி காப்பித்தண்ணி போட்டுக் குடிக்கிறாவொம்மா."

"காசிபணம் இருக்குறவ்வொதாங் காப்பித் தண்ணி டீத் தண்ணிக்கெல்லாம் ஆசப்படணும். நம்மளுக்கு தெனமும் தெளுவுதண்ணி கெடச்சாப் போறாது? வூடு வூடாப்போயி இதுக்கெல்லாம் மூஞ்சி வீங்கிப் போயி வாரியா நீ" என்றாள் சுந்தரம்பாள்.

அஞ்சம்மாளின் முகம் சோர்ந்துபோய் விட்டது.

"தெனமும் போட்டுத்தான்னா கேக்குது? ஒருநாளக்கி போட்டுக் குடிப்பமுன்னுதான கேட்டுது. அதுக்குப் போயி அத இப்புடி பேசுறியே" என்று தன் தாயிடம் கடிந்து கொண்டாள் வடிவாம்பாள்.

"வரக்குள்ள நா வாங்கியாறஞ் சின்னத்தங்கச்சி நீ கவலப் படாத." தங்கையை சமாதானப்படுத்தினாள்.

வடிவாம்பாளுக்கு மட்டும் ஒரு மாற்றுத்துணி எடுத்துக் கொண்டு இருவரும் கிளம்பிவிட்டார்கள். கோவில்தாழ்வில் நேரே தெற்கே விழுந்து வந்தார்கள். ஊர்தாண்டியதும் கொஞ்சம் தூரம் வரை கருவக்காடு. கருவைக்காட்டிற்குள் அங்கங்கே ஒத்தை யடிப் பாதைகள். ஒரு பாதையைப் பிடித்து இருவரும் போனார்கள். பொழுது விடிய இன்னும் நிறைய நேரமிருந்தது. நட்சத் திரங்களின் வெளிச்சத்தில் ஒத்தையடிப் பாதை வெள்ளையாய் வளைந்து நெளிந்து போய்க் கொண்டிருந்தது, பளிச்சென்று தெரிந்தது. கருவக்காடு முடிந்தது. சில்லென்று வீசிய இரவு நேரத்து கடல்காற்று உப்பு வாசத்தோடு வந்து உடம்பில் மோதியது. நட்சத்திரத்தின் வெளிச்சத்தில் அளத்தைப் பார்க்க அழகாயிருந்தது. கண்ணுக்கெட்டிய தூரம்வரை உப்புப்பூத்தமண் வெள்ளையாய்த் தெரிந்தது. வைரக் கற்களை பரப்பி வைத்தது போல தூரத்தில் உப்பளத்து பாத்திகள் மின்னியது. மேற்குப் பக்கம் கிழக்குப்பக்கம் தெற்குப்பக்கம் என்று மூன்று பக்கமும் கரைதெரியாத அளவுக்கு அளம் தெரிந்தது. தென்கிழக்கில் மட்டும் அடர்ந்த கோடியக்காடு கருப்பாய்த் தெரிந்தது. காட்டைத்தாண்டித்தான் கடலுக்குப் போகவேண்டும். காட்டோடு அலைவந்து மோதும் கோடியக்கரையில் முழுகினால்தான் பலன் கிடைக்குமென்று எல்லோருமே ஆடிமுழுக்கு, தைமுழுக்கு, மாசி முழுக்குக்கு அங்குதான் வருவார்கள். அம்மாவும் மகளும் அளத்தில் நடந்துகொண்டிருந்தார்கள். நேராக தெற்கே

போனாலும் கோடியக் கரைக்குப் போய்விடலாம். ஆனால் அளத்தையடுத்து பெரிய பெரிய கண்டிகள் குறுக்கும் நெடுக்குமாய் கிடக்கும். ஓடவுக் கோட்டகத்தில் புதைச்சேரு எங்கு இருக்கு மென்று யாருக்குத் தெரியும்? அடுத்து ஓடவு பரந்துவிரிந்து கிடக்கிறது. அதில் எப்படிப் போக முடியும். காட்டின் வழியாகத் தான் கோடியக்கரைக்குப் போயாக வேண்டும். கோடியக்கரைக்கி வரும் சனங்களெல்லாம் ஒன்று ஓடவு வழியாக வத்தையில் வருவார்கள். இல்லையென்றால் திருத்துறைப்பூண்டியிலிருந்து வரும் ரயிலில் வருவார்கள். இந்த ரயில் வேதாரண்யம், அகஸ்தியம் பள்ளி வழியாக கோடியக்காட்டிற்குள் வரும். கோடியக்காட்டில் பாலையன் ஏரியின் குறுக்கே கட்டப் பட்டுள்ள அஞ்சுகண்ணு பாலம் வரை வந்து சனங்களை இறக்கி விட்டுவிட்டுப் போகும். அஞ்சுகண்ணு பாலத்திலிருந்து கடற்கரை வரை ஒத்தயடிப்பாதை போகும்.

“அம்மா... நம்ம எப்புடிப் போற காட்டுக்குள்ள?”

“ரயில் ரோட்டப் புடிச்சிப் போவவேண்டியதுதாங்..”

அகஸ்தியம் பள்ளியிலிருந்து அளத்தை கிழக்கிலும் மேற்கிலுமாக இரண்டாகப் பிரித்துக்கொண்டு வந்த ரயில்ரோடு கோடியக்காட்டின் மேற்கு ஓரமாகவே காட்டிற்குள் நுழைந்து போய்க்கொண்டிருந்தது. இவர்களிருவரும் கோவில்தாழ்வி லிருந்து குறுக்கேப் போனதால் காட்டின் வடமேற்கு மூலையில் போய் ஏறினார்கள். அங்கிருந்து ரயில் ரோட்டிற்குப் போய்ச் சேர இன்னும் தூரமிருந்தது. அந்த இடத்திலிருந்து ரயில்ரோடு வரை ஓர் ஒற்றையடிப் பாதை போகும். அதன் வழியாகப் போய் ரயில் ரோட்டோடு சேர்ந்து கொள்ளலாமென்று சுந்தரம்பாள் நினைத்தாள். பொழுது பொலபொலுவென்று விடிந்து கொண் டிருந்தது. இருட்டு முற்றிலுமாக அகலவில்லை. ஒற்றையடிப் பாதையை இந்த நேரத்தில் எப்படித் தேடுவது என்று யோசித்தாள்.

“பெரியங்கச்சி. செத்தநாழி ஒக்காந்திருப்பம். இப்புடி வந்து ஒக்காரு. வெளிச்சமானத்துக்குப் பெறவு போவம்” என்றாள். காட்டிற்குள் இருட்டு அகலாமலிருந்தது. பார்க்கவே பயமா யிருந்தது. அளத்தைப் பார்த்தபடி இருவரும் உட்கார்ந்தார்கள். அவர்கள் உட்கார்ந்திருந்த இடத்திலிருந்து பார்த்தபோது அளம் தாழ்ந்து கிடந்தது. உப்பளத்தில் சனங்கள் வேலைசெய்து கொண்டிருந்தார்கள். அமைதியான அந்த நேரத்தில் அருகிலிருந்த பாத்திகளில் வார்ப்பலகையால் இடித்துவிடும் சத்தமும் சனங்கள் பேசிக்கொள்ளும் சத்தமும் எதிர்காற்றில் முட்டிமோதி லேசாய்

வந்து கேட்டது. காட்டில் மரங்களிலிருந்த பறவைகளெல்லாம் பொழுது விடிவதைப் பார்த்து ஒலியெழுப்பிக் கொண்டு பறந்தன. காடு அமைதியாயிருந்தது. மரங்கள் மெதுவாய் வீசிய காற்றில் அசைந்து கொண்டிருந்தன. மரங்களிலிருந்த சருகுகள் உதிர்ந்து புதர்செடிகளின்மீது விழுந்து சரசரத்தன. காட்டில் பூத்திருந்த காசாம் பூவின் வாசனை காற்றோடு கலந்து வந்தது. பொழுது கொஞ்சம் கொஞ்சமாய் விடிந்து கொண்டிருந்தது. இலைகளின் பச்சை நிறம் தெரிந்தது. திடீரென்று ரயில்வரும் சத்தம் கேட்டது. அளத்தில் ரயில் வருவதைக்கூட அந்த இடத்திலிருந்து பார்க்க முடியவில்லை. சத்தத்தை வைத்து வடக்கேயிருந்து காட்டிற்குள் ரயில் போவதை அறிந்துகொண்டார்கள். அகஸ்தியம் பள்ளியிலிருந்து கோடியக்கரைக்கு போய்க்கொண்டிருந்தது ரயில். அதிகாலை அமைதியில் ரயில் எழுப்பிக்கொண்டு போகும் சத்தத்தைக் கேட்க வடிவாம்பாளுக்கு சந்தோஷமாயிருந்தது. ரயிலைப் பார்க்கவேண்டுமென்று ஆசையாயிருந்தது.

“அம்மா மரத்துமேல ஏறிப்பாத்தா ரயில்வண்டி போறது தெரியுமாம்மா?”

“அது எப்புடித் தெரியும்? எங்கப் பாத்தாலுந்தாங் ஒரே காடாருக்கே, தெரியுமா?”

ரயில் மிகவும் பக்கத்தில் போவது போல்தான் சத்தம் கேட்டது.

“ரயில்ரோடு கிட்டதாம்மா இருக்குப் பொலருக்கு. இப்ப நம்ம எப்புடிப் போற?”

“இவடத்துலதாங் ஒரு ஒத்தயடிப்பாத இருந்திச்சி. அதக் கண்டுபுடிச்சிட்டமுன்னாக்க ரயில்ரோட்டப் புடிச்சிறலாங்.”

“நா மரத்துல ஏறிப் பாக்கட்டுமாம்மா, ரயில்ரோடு எங்கருக்குன்னு?”

“ரயில்ரோடு எங்கருக்குன்னு பாக்காண்டாம், இந்தப் பாத எங்கருக்குன்னு பாரு. இந்த மரத்துல ஏறிப்பாரு எதாவுது தெரியிதான்னு.” என்றாள் சுந்தராம்பாள்.

சொல்லிவிட்டு அவளும் சுற்றும் முற்றும் பார்த்தாள். நின்ற இடம் மட்டும்தான் தெரிந்தது. காடு முழுதும் மணல்மேடுகள் நிறைந்திருந்தது. தரையையே மறைத்துக் கொண்டு புதர்ச் செடிகளும் கொடிகளும் கிடந்தன. அவற்றிற்கு குடைபிடித்தபடி மரங்கள். அடுத்த அடி வைக்கக் கூட தரைதெரியாத காட்டிற்குள்

பாதையை எப்படிக் கண்டுபிடிப்பது? வடிவாம்பாள் அங்கிருந்த நாவல் மரத்தில் ஏறினாள். உயரமான மரம். கிளைகளுக்கு மேல் ஏறிநின்று பார்த்தாள். பக்கத்தில் எதுவும் பாதை இருப்பதாய் தெரியவில்லை.

“ஒண்ணுந் தெரியலம்மா. எங்கப் பாத்தாலும் அடம்பாத்தாந் தெரியிது. உச்சாண்ட கெளக்கிப்போயி பாக்கவா?”

“நா ஒரு நட வையாசி விசாகத்துக்கு இந்த வழியாலதாங் கொளருவாக் கோயிலுக்கு போனங். எனக்கு நல்லா யாவுவம் இருக்கு” என்றாள் கீழே நின்றபடி.

“ஒண்ணுமேத் தெரியலம்மா.”

“நீ எறங்கு பெரியங்கச்சி. நா ஏறிப்பாக்குறங்.” வடிவாம்பாள் இறங்கி வரவில்லை. மேலும் உயரக்கிளைகளில் ஏறிக்கொண்டிருந் தாள். சுந்தரம்பாளும் தன் கையிலிருந்த துணிப்பையை கிளையில் மாட்டிவிட்டு மரத்தில் ஏறினாள். பாதி மரத்திலிருந்தபடியே சுற்றிலும் கூர்ந்து பார்த்தாள்.

“என்ன பெரியங்கச்சி. கண்ண பொரடில வச்சிக்கிட்டா தேடுற? இந்தாப் போவுது பாரு பாத. நீ இன்னமட்டும் என்னத்த பாத்துக்கிட்டு நின்ன?”

சுந்தரம்பாள் சுட்டிக்காட்டிய இடத்தைப் பார்த்தாள். மேட்டிலிருந்து பள்ளத்தில் இறங்கி வளைந்தும் நெளிந்தும் போய்க்கொண்டிருந்தது பாதை.

“இவ்வள கிட்டப்போறது தெரியலம்மா. நா எட்டி எங்கயாவுது இருக்குமுன்னு பாக்குறங், மரத்துக்கு நேராக் கீழயேருக்கு.”

மரத்திலிருந்தபடியே ஒரு சுற்று பார்த்தாள். மேற்கிலும் வடக்கிலும் பளிச்சென்று வெள்ளையாய் அளம் தெரிந்தது. தெற்கு மூலையைக் பார்த்தாள். ஒரே காடு பசுமையாய்... எங்கு பார்த்தாலும் ஒரே பச்சை, இடைவெளி தெரியாத பச்சை காட்டின் பச்சை வானத்தின் நீலநிறத்தை தொட்டுக்கொண்டிருந்தது போலிருந்தது. அப்படியே பார்த்துக் கொண்டு நின்றாள்.

“கீழ எறங்கிவாப் பெரியங்கச்சி போவம்.”

சுந்தரம்பாள் கீழே இறங்கி பையை கையில் எடுத்துவைத்துக் கொண்டு நின்றாள். வடிவாம்பாளுக்கு மரத்தைவிட்டு கீழே இறங்கிவர மனம் வரவில்லை. அப்படியே பார்த்துக்கொண்டு நின்றால் தேவலாம் போலிருந்தது. வாகான சிறு கிளையில்

உட்கார்ந்துகொண்டாள். முன்னும் பின்னுமிருந்த சிறுசிறு கிளைகளை பிடித்துக்கொண்டாள். சிறுகிளை அவளுடைய கனத்தால் கொஞ்சம் தாழ்ந்து ஆடியது. தன் உடம்பால் கிளையைக் குலுக்கிக் குலுக்கி ஆட்டினாள். கிளை மேலும் கீழும் வேகமாய் ஆடியது.

‘எவ்வள நாளாயிட்டு இது மேரி ஆடி. அதுவும் கோடியக் காட்டு மரத்துல உச்சிக்கெளயில ஒக்காந்துக்கிட்டு ஆடுறது எவ்வள நல்லாருக்கு’ கீழே இறங்கிவரும் எண்ணமில்லாதவளாய் ஆடிக்கொண்டிருந்தாள். உலுக்கும் சத்தம் கேட்டு மேலே பார்த்தாள் சுந்தரம்பாள்.

“என்ன, கெளயில ஒக்காந்துக்கிட்டு உலுக்கிவுட்டு ஊஞ்சலாடிக்கிட்டுருக்குறியா? சீக்கிரம் எறங்கிவா கீழ. இஞ்ச வந்துதாங் வெளயாடுறதா?”

“ஆசயாருக்கும்மா. இரு வாரங்.” ஆடிக்கொண்டேயிருந்தாள்.

“வெளயாடுற வயசா ஒனக்கு. யாராவுது பாத்தா பழிக்கப் போறாவொ. எறங்கி வா.”

“இஞ்ச யாரு வரப்போறா? பாத்துட்டு பழிக்கிறத்துக்கு” என்று சொல்லிக்கொண்டே இறங்கிவந்தாள். இதற்குமேல் உட்கார்ந்து ஆடினால் தன் அம்மாவுக்கு கோபம் வந்துவிடும் என்பது அவளுக்குத் தெரியும்.

“வயசிக்கி வாரத்துக்கு மின்னாடி இப்புடி வெளயாண்டது.”

மரத்திற்கு கீழே நின்றுகொண்டு ஒற்றையடிப் பாதைக்கு எப்படிப் போவதென்று யோசித்தார்கள் இருவரும். பாதை பக்கத்தில்தான் இருந்ததென்றாலும் பாதையுடன் போய்ச்சேர வழியில்லை. புதர்களும் காராம்முள்ளும் அடர்ந்து கிடந்தன.

“பத்து தப்படி பூந்துபோவ முடியல இந்த எடத்துல”

“காடு முழுக்க இப்புடித்தாங் இருக்குமாம்மா?”

“இஞ்சதாங் இப்புடிருக்கு. நடுக் காட்டுக்குள்ளயெல்லாம் இப்புடி இருக்காது. ஆடுமாடு மானல்லாங்கெடக்கே, இப்புடிக் கெடந்தா எப்புடி அதுவ கெடக்க முடியும்?”

“கொஞ்சம் வடக்கால போயி வழியிருக்கான்னு பாப்பம் வா” என்று சொல்லி முன்னே போனாள் சுந்தரம்பாள். வெளிச்சம் நன்றாகத் தெரிந்தது. சிறிதுதூரம் வடக்கேபோய் செடிகொடிகளை லேசாய் விலக்கிக் கொண்டு உள்ளே

நுழைந்தார்கள். ஒருவழியாய் ஒற்றையடிப் பாதையை பிடித்து விட்டார்கள். பாதைவழியே மேடுகளில் ஏறியிறங்கி போய்க் கொண்டிருந்தார்கள். புழுதிமணல், மாவுபோன்ற மணல். பொதபொதவென்று கால்கள் புதைந்தது. கொஞ்சதூரம் நடப்பதற்குள்ளேயே கால்களை சோர்வடையச் செய்தது. இரண்டு பக்கமும் அடர்ந்து கிடந்த காட்டைப் பார்க்கும்போது போவதற்கே பயமாயிருந்தது.

"அம்மா காட்டப் பாத்தா பயமாருக்கும்மா?"

"என்ன பயம்? பூச்சிபொட்டுக்குத்தாம் பயப்புடணும். இதுக்குள்ள வேற என்னருக்குப் பயப்புட?"

"இந்த புழுதில நடக்குறதுக்குள்ள காலு அசந்துபெயரும் பொலருக்கும்மா"

"இன்னங் கொஞ்சதூரந்தாங் ரயில் ரோட்டப் புடிச்சிட்ட முன்னா வெரசா நடக்கலாம்' என்றவள் மகளை முன்னேவிட்டு பின்னே நடந்தாள்.

பாதை கொஞ்சம்அகலமாயிருந்தது. கீழண்டைப் பக்க மிருந்த மரங்களும் செடிகளும் ஒடிக்கப்பட்டிருந்தன. அடிக்கடி சனங்கள் அங்கு வந்து போனதற்கான தடங்களும் நிறைய கிடந்தன. சில மரங்களின் பட்டைகள் வெட்டியெடுக்கப் பட்டிருந்தன. பிடுங்கியெடுத்த வேர்களின் மீதி மிச்சங்கள் அங்கங்கே கிடந்தன.

"இதுதாங் மூலியக்காடு பொலருக்கு" என்றாள் சுந்தரம்பாள். வைத்தியத்திற்குப் பயன்படும் மூலிகை மரங்களெல்லாம் அடர்ந்திருந்தது. கோடியக்காட்டின் வடக்குப்பகுதி முழுவதுமே இப்படித்தான் இருந்தது. மூலியக்காட்டிற்கு நடுவே கொஞ்சம் வடக்கே போய் வளைந்து கிழக்குநோக்கி கொஞ்சம் அகலமான பாதை வளைந்து நெளிந்து போய்க் கொண்டிருந்தது. அந்தப் பாதையோரமாய் சிறிய மரப்பெட்டியால் ஒரு உண்டியல் செய்து வைத்திருந்தார்கள்.

"என்ன உண்டியம்மா இது?" வடிவாம்பாள் இதுவரை இந்த காட்டிற்குள் வந்ததில்லை. காட்டைப் பற்றி மற்றவர்கள் சொல்லக் கேட்டிருக்கிறாளே தவிர இதுவரை யாருடனும் உள்ளே வந்ததில்லை. அவளுக்கு ஒவ்வொரு இடத்தையும் பார்க்கப் பார்க்க வியப்பாக இருந்தது. காட்டிற்குள் உண்டிய லிருப்பதுகூட அவளுக்கு ஆச்சரியமாகவேயிருந்தது. முந்தானைத்

தலைப்பில் முடிந்து வைத்திருந்ததைப் பிரித்து ஒரு காசை எடுத்துக் கொடுத்தாள். "இந்தா பெரியங்கச்சி இத உண்டியல்ல போட்டுட்டு வா."

"என்ன உண்டியம்மா இது?"

"காட்டு சேர்வராயங்கோவிலு உண்டிய. உள்ளருக்குக் கோயிலு" என்றாள்.

காட்டிற்குள் வீரமரங்கள் அதிகமாயுள்ள இடத்தில் பெரிய வீரமரத்தில் சேர்வராயன் சாமி இருந்தது. கோடியக்கரையில் வசிக்கின்ற சனங்களின் சாமி. புதன், சனி, ஞாயிற்றுக்கிழமைகளில் தான் படையல் போடுவார்கள். கிடாவெட்டி சர்க்கரைச் சோறு பொங்கி பச்சைபோட்டு பள்ளயம் போட்டு சாமி கும்பிட்டு, வெட்டிய கிடாயையும் சமைத்து சாப்பிட்டுவிட்டு வெறும் கையோடு வீடு திரும்புவார்கள். கொஞ்சதூரம் பேசிக்கொண்டே நடந்ததில் ரயில்ரோடு தெரிந்தது.

"யப்பா ரயில்ரோட்டப் புடிச்சாச்சி இனிமே விறுவிறுன்னு நடக்கலாம்." என்றாள் சுந்தராம்பாள்.

"ராமருபாதம் அவுலியாகனியெல்லாம் எங்கம்மாருக்கு."

"போற வழியிலதான் இருக்கு."

"போவக்குள்ள செத்த நின்னு அதயும் பாத்துட்டுப் பெயிருவம்மா."

"அதுக்கென்ன பெயிட்டுதாம்போவமே."

ரொம்ப நாளாகவே வடிவாம்பாளுக்கு ராமர்பாதம், அவுலியாகனி பார்க்கவேண்டுமென்று ஆசையாயிருந்தது. இவளையொத்த கோவில் தாழ்வு பெண்பிள்ளைகளெல்லாம் எத்தனையோ தடவை இவற்றை வந்து பார்த்துவிட்டு கதை கதையாய் சொல்லியிருக்கிறார்கள்.

'இந்தாருக்குற கோயித்தாவுல இருந்துக்கிட்டு இவ்வள நாளா இந்தக் காட்டுக்குள்ள ஒரு நடகொட வந்துபோவாம இருந்துருக்குறமே' என்று நினைத்தாள். வடிவாம்பாளின் தங்கைகள் இருவரும்கூட வருடாவருடம் முழுக்கு முழுவப் போகும் சனங்களுடன் போய்விட்டு வந்துவிடுவார்கள். ரயில் ரோட்டிற்கு கீழண்டை பக்கமிருந்தது இராமர்பாதம். உயரமாய் மண்மேடிருந்தது. ஏறுவதற்கு மட்டும் குறுகலான மண்பாதை மேலே சென்றது. பாதையின் இரண்டு பக்கமும் மரங்களும்

கொடிகளும் அடர்ந்திருந்தன. இருவரும் ஏறி மேலே போனார்கள். “ராமரு இந்தக் காட்டுலதான் சீதைய காணுமுன்னு அலஞ்சாராம். காடெல்லாஞ் சுத்தித் தேடியும் எங்கயும் கெடக்கலன்ன வொன்னே இந்த மண்ணுமுட்டுமேல ஏறிநின்னு பாத்தாராங். எலங்கயில சீத இருந்தது தெரிஞ்சிச்சாம். அவரு நின்னு பாத்த அடி அப்புடியே காத்துல மழயில கரயாம பதிஞ்சிபெயிட்டாம்.” இராமர் பாதத்தை தொட்டு கண்களில் ஒற்றிக்கொண்டார்கள். ராமர் பாதத்தை ஒரு சுற்று சுற்றி வந்தார்கள்.

‘இஞ்சயிருந்து பாத்தா எலங்க தெரியுமாமுல்ல’ என்று நினைத்தவள், பார்த்தாள். சுற்றிலும் பச்சை பசேலென்று காடு தெரிந்தது. நீண்டதூர காட்டைத் தாண்டி கடல் தெரிந்தது. கடலையும் தாண்டி தெற்கில் கருப்பாய் காடு தெரிந்தது. ‘அதான் எலங்கயாருக்கும்’ என்று நினைத்துக்கொண்டாள்.

“சூரியன் மேல வாரத்துக்குள்ள திரும்பி வந்துடணும். வெயிலாயிட்டா சூட்டுல நடக்கமுடியா. பாத்ததுபோறும் வா போவம்.” கடகடவென்று சரிவில் இறங்கினாள் சுந்தராம்பாள். பின்னாலேயே வந்தாள் வடிவாம்பாள். ரயில்ரோட்டில் நடந்தார்கள். கொஞ்ச தூரத்திலேயே ரோட்டோரமாய் சிறியதொரு கொட்டகை இருந்தது. பக்கத்தில் பெரிய வீரமரம். கொட்டகைக்கு வெளியே ஒரு மறைக்காயர் உட்கார்ந்திருந்தார். கொட்டகையைச் சுற்றிலும் மூங்கில்தட்டி வைத்து அடைத்திருந்தார்கள்.

“இதாங் அவுலியாகனி. அந்தா ஒக்காந்திருக்குற மறைக்காரு கிட்டத்தாங் எல்லாரும் சக்கர வாங்கியாந்து குடுத்து ஓதிக்கிட்டு போறாவோ” என்றாள் சுந்தரம்பாள்.

“கிட்ட போயி பாப்பமாம்மா, கொட்டாய?”

“அங்க என்னருக்கு போயிப் பாக்க? வெறுங் கெட்டாயிதாங் இருக்கு. இதுல சாமியெல்லாம் ஒண்ணுமிருக்கா. யாருக்காவுது எதாவுது ஒடம்பு சவுரியமில்லன்னாக்க சக்கர வாங்காந்து குடுப்பாவோ இந்த மறைக்காருகிட்ட. அத அவரு ஓதிக் குடுப்பாரு. ஓதிக் குடுத்த சக்கரய வாங்கிக்கிட்டுப் போனாக்க எப்புடியாப் பட்ட சீக்கும் தேவலயா பெயிருமாம்.”

அவுலியாகனி என்ற மறைக்காயர் இந்த வழியாய் வந்து கொண்டிருந்தபோது எப்படியோ இந்த மரத்திற்கும் கீழே இறந்து கிடந்தாராம். கோடியக்காட்டில் இருக்கும் அவருடைய உறவினர் களின் கனவில் வந்து அந்த இடத்திலேயே தன்னை அடக்கம் செய்யவேண்டுமென்று கேட்டுக்கொண்டாராம். அவருடைய

சமாதிதான் இப்போது எல்லோருக்கும் பிணிதீர்க்கும் வழி பாட்டிடமாகிவிட்டது.

ரயில் திரும்பிவரும் சத்தம் கேட்டது. இருவரும் ரயில் ரோட்டைவிட்டு இறங்கி ஓரிடத்தில் நின்று கொண்டார்கள். ரயில் போனபின்பு ரயில்ரோட்டில் ஏறி விடுவிடுவென்று நடந்தார்கள். பாதை நன்றாக இருந்தது. ரயில் வண்டியின் சத்தமும் தூரமாய் போய் மறைந்துவிட்ட பிறகு ஆள் அரவமற்ற காடு அமைதியாயிருந்தது. காட்டு மாடுகளின் கூட்டமும் மான்களின் கூட்டமும் காட்டுக்குள் ஓடுவதுபோல் லேசாய் சலசலப்புக் கேட்டது. சில இடங்களில் ரயில்ரோட்டை குறுக்கில் கடந்து சில கழுதைகள் குட்டிகளுடன் போய்க்கொண்டிருந்தன.

“நல்ல சவுனம்தாங்... ரெண்டுமூணு நட கழுதக் குறுக்கப் பெயிட்டு” என்றாள் சுந்தரம்பாள்.

இந்த முழுக்குக்குப்பிறகு எப்படியும் வடிவாம்பாளுக்கு நல்லதொரு வழி பிறந்துவிடும் என்று நினைத்தாள் அவள். வடிவாம்பாள் இரண்டுபக்கமும் காட்டை வேடிக்கைப் பார்த்துக் கொண்டே வந்தாள். சில இடங்களில் மான்கள் ரோட்டை எட்டிப் பார்ப்பதும் வெறித்து ஓடுவதுமாய் இருந்தது. வடிவாம்பாளுக்கு பார்க்க ஆசையாயிருந்தது. இருந்தாலும் அவளுக்கு அந்த அடர்ந்த காட்டையும் மிரண்டோடும் மான்களையும் பார்க்கும்போது லேசாய் பயம் ஏற்பட்டது.

“யாருமேயில்லம்மா. பயமாருக்கும்மா” என்றாள்.

“யாம் பயப்புடுற? இஞ்ச என்னருக்கு பயப்புட?” என்று தைரியமாய் சொன்னாலும் அவளுக்குள்ளும் லேசாய் பயமிருந்து கொண்டேதானிருந்தது. வழியில் நரிகள் கூட்டம் வந்து மறைத்துக்கொண்டால் என்ன செய்வதென்று பயந்தாள். கொடிய விலங்குகள் எதுவும் இக்காட்டிற்குள் கிடக்காது. ஆனால் நரிகள் நிறைய கிடக்கும். நரிகளை நினைத்தால் குடல் நடுங்கியது சுந்தராம்பாளுக்கு. பையிக்குள் தீப்பெட்டி கிடக் கிறதா வென்று தடவிப் பார்த்துக்கொண்டாள். நெருப்பைக் கண்டால் நரி பயந்து ஓடிவிடுமாம்.

சூரியன் சற்று மேலே வந்தபோது இருவரும் கடற்கரையில் நின்றுகொண்டிருந்தார்கள். ஓவென்ற இரைச்சலுடன் வந்த அலைகள் கரையில் மோதித் திரும்பின. கரையோரங்களில் ஒரு சிலர் கட்டுமரங்களிலிருந்தபடி வலைவீசிக் கொண்டிருந்தார்கள். கரையெங்கும் வெறிச்சென்றிருந்தது.

“சட்டுன்னு எறங்கி முளுவிப்புட்டு வா.” உயர உயரமாய் வரும் ஒவ்வொரு அலைக்கும் தலையைக் கொடுத்து முழுகினாள்.

“பாவடய அவுத்துக் குறுக்கு மாராப்பு கட்டிக்கிட்டு சட்டத்துணி தாவணித்துணிய அவுரு” என்றாள் கரையில் நின்று கொண்டு சுந்தரம்பாள்.

பைக்குள்ளிருந்த மாற்றுப் பாவாடையையும் காதோலை கரிசமணி பாம்புப்படம் இவைகளையும் எடுத்துக்கொண்டு கடலுக்குள் இறங்கினாள்.

“இந்தா இதுவொளயும் கட்டிருந்த துணிவொளோட வச்சி பெரிய அலவரக்குள்ள அலயோடவுட்டுரு. இடுப்புப் பாவாடையயும் அவுத்து வுட்டுரு அப்புடியே. இஞ்ச யாருமில்ல.”

மாற்றுப் பாவாடையை தன் தோளில் போட்டுக்கொண்டு மகள் முழுகும் இடத்தில் நின்றுகொண்டாள். பெரிய அலை வரும்போது சுந்தரம்பாள் சொன்னது போலவே எல்லாவற்றையும் அலையோடு விட்டாள். மறுபடியும் முழுகிக்கொண்டே கையைமட்டும் உயர்த்தி மாற்றுப் பாவாடையை வாங்கிக் கட்டிக்கொண்டு கரையேறி வந்தாள் வடிவாம்பாள்.

அப்பாடா என்றிருந்தது சுந்தராம்பாளுக்கு. இந்த முழுக் கோடு வடிவாம்பாளின் எல்லா தோஷங்களும் கஷ்டங்களும் போய்விடும் என்பதுபோல் நினைத்துக்கொண்டாள்.

“திரும்பிப் பாக்காம கரையேறி வா பெரியங்கச்சி” என்றவாறே கரைக்குப்போய் பையிலிருந்த மற்ற மாற்றுத் துணிகளை எடுத்து உதறி தோளில் போட்டுக்கொண்டு நின்றாள். பின்னாடியே கரையேறி வந்த வடிவாம்பாளை நிற்கக்கூட விடவில்லை.

“இந்தா சட்டத்துணி நடந்துக்கிட்டே மாட்டு” என்று சொல்லிக் கொடுத்தாள். சிறிது தூரம் போவதற்குள் தாவணியை மேலேபோட்டு பாவாடையை இறக்கி இடுப்பில் கட்டிக்கொண்டு அம்மாவோடு நடந்தாள். தலையில் தண்ணீர் சொட்டிக் கொண்டேயிருந்தது.

“தலய தட்டாத அப்புடியே அள்ளி முடிஞ்சிக்க” என்றாள்.

“வேண்டாம்மா. பையில ரிப்பன் இருக்குல்ல அதக்குடு குதுரவாலு கட்டிக்கிடுறங்” என்று சொல்லி ரிப்பனை வாங்கிக் கட்டிக் கொண்டாள்.

“அடிய எட்டிப்போட்டு நட பெரியங்கச்சி, பதினோரு மணி ரயிலுவண்டிய புடிச்சிடணும்.”

வேகவேகமாய் நடந்துவந்து இருவரும் அஞ்சுகண்ணு பாலத்தடியில் நின்றார்கள். ரயில் வண்டி சிறிது நேரத்தில் வந்துசேர்ந்தது. இருவரும் ஏறிக்கொண்டார்கள். ரயிலில் போகும்போது காட்டைப் பார்க்க இன்னும் அழகாயிருந்தது. இரண்டு பக்கமும் பச்சை மரங்கள் வேகமாய் பின்னோக்கி ஓடியது. உப்பளத்திற்குள் ரயில்வரும் போது இன்னும் சுகமா யிருப்பது போலிருந்தது வடிவாம்பாளுக்கு. உப்புக்காற்று கதகதவென்று வந்து உடம்பில் பட்டது. அகஸ்தியம் பள்ளி தாண்டி வேதாரண்யம் ஸ்டேஷனில் ரயில் வந்து நின்றது.

"இப்பத்தான் ஏறுனமேரிருக்கு அதுக்குள்ள எறங்கணுமா" என்று கேட்டுக்கொண்டே இறங்கினாள் வடிவாம்பாள். கிழக்குவீதி வழியாக கோயிலுக்கு வந்தார்கள் இருவரும். கிழக்குக் கோபுர வாசல் வழியாக கோயிலுக்குள் நுழைந்தார்கள். கோயிலுக்குள்ளிருந்த தெப்பக்குளத்தில் வடிவாம்பாளை மறுபடியும் முழுகச் சொன்னாள் சுந்தரம்பாள். அப்படியே கட்டியிருந்த துணியோடு முழுகிவிட்டு ஈரத்தோடு கோயிலுக்குள் அழைத்துக்கொண்டு போனாள்.

சிவனும் பார்வதியும் திருமணக்கோலத்தில் காட்சி தந்தார்கள். இதுபோன்ற திருமணக்கோலத்தை இங்குமட்டும் தான் பார்க்கமுடியும். வேறெந்த கோவிலிலும் காணமுடியாத காட்சி இது. சிவனுக்கும் பார்வதிக்கும் திருக்கயிலாய மலையில் திருமணம் நடக்கும்போது தேவர்களும் கடவுள்களும் அங்கு கூடிவிட்டார்களாம். அவர்களுடைய எடை தாங்காமல் வட பகுதி தாழ்ந்து போனதாம். தென்பகுதி மேலே வந்ததாம் அதைக் கண்ட சிவன் அகத்தியரை தெற்கே அனுப்பி சமன் செய்யும்படி கேட்டுக்கொண்டாராம். அகத்தியரும் இங்கு வந்து அகஸ்த்தியம் பள்ளியில் நின்றாராம். தென்பகுதியும் வடபகுதியும் சமப்பட்ட தாம். அகஸ்தியம் பள்ளியில் வந்து நின்ற அகத்தியர் நாம் மட்டும் கடவுளின் திருமணத்தை காணமுடியாமல் போய்விட்டதே என்று வருந்தினாராம். அகஸ்தியரின் வருத்தத்தை தெரிந்து கொண்ட சிவனும் தன்னுடைய திருமணக்கோலத்தை இந்த கோயிலிலிருந்து காணும்படி அகஸ்தியருக்கு காட்சியளித்தாராம். அதனால்தான் இங்கு மட்டும் இத்திருக்கோலம்.

"யாம் மவளோட கல்யாண கோலத்த நா எப்ப யாங் கண்ணாற காணுவங் கடவுளே." மனமுருக வேண்டிக் கொண்டாள் சுந்தராம்பாள். மேலக்கோபுர வாசல் வழியாக வெளியே வந்தார்கள். கடைவீதியில் வடிவாம்பாளுக்கு

சீட்டித்துணியில் ஒரு சட்டைத்துணியும் ஒருநைலக்ஸ் சீலையும் எடுத்துக்கொண்டாள் சுந்தரம்பாள். வடிவாம்பாளுக்கு கட்டிக்கொள்ள இருந்த இரண்டில் ஒன்றை கடலோடு விட்டு விட்டதால் இன்னொரு 'செட்டாப்பு' எடுத்தாள்.

"யாம்மா சீல எதுக்கு, தாவணி பாவடயே எடுக்கலாமுல்ல?" என்று கேட்டாள் வடிவாம்பாள்.

"பொண்ணுபாக்க யாராவுது வந்தா சீல கட்டிக்கிட்டுத்தான நிக்கணும்? ஒனக்கு எதுக்கு இனிமே அதெல்லாம். சீலதாங் நல்லது" என்று சொல்லிவிட்டாள்.

"அம்மா சின்னத்தங்கச்சி கேட்டுச்சே வெல்லந்தூளு வாங்கல?"

"வாங்கணுமா?"

"வாங்கியாம்மா. பாவம் வாங்காம போனாக்க ஏமாந்துரும்." அரைமனதோடு வெல்லமும் தூளும் வாங்கி பையிக்குள் போட்டுக் கொண்டாள்.

"பொழுது சாயிறத்துக்குள்ள வூட்டக்கு போயி சேந்துடணும் வெரசா நட" என்றவாரே அடியை எட்டிப்போட்டு நடந்தாள் சுந்தராம்பாள். பின்னாலேயே வந்தாள் வடிவாம்பாள். இரு வருடைய மனதிலும் சுப்பையனைப் பற்றிய நினைவுகள் பலவிதமாய் தோன்றின. தாயிக்குத் தெரியாமல் மகளும் மகள் அறியாமல் தாயும் கண்ணீரைத் துடைத்துக் கொண்டு நடந்தார்கள்.

6

ஆடி மாதம் தெளித்த தெளியெல்லாம் வளர்ந்து வேர் பிடித்து பத்தை கட்டிப்போயிருந்தது. சாட்டை சாட்டையாய் வளர்ந்திருந்தது நெற்பயிர். தொண்டைக் கதிர் பருவத்திலிருந்தது பயிர். சாகுபடி செய்வதையே மறந்துவிட்டிருந்த சுந்தராம்பாளை பாடாய்ப்படுத்தி இந்த வருடம் தெளிக்க வைத்திருந்தாள் வடிவாம்பாள். வீட்டைச் சுற்றியிருந்த பள்ளக்கால் கொல்லைகளில் 'வெள்ளைக் கொடவால' நெல்லை தெளித்திருந்தாள். தொம்மட்டிக் கொடிகளை அரித்துப் போட்டுவிட்டு அந்த கொல்லைகளில் 'கருப்பு நெல்' தெளித்திருந்தாள். பயிர் வளர்ந்திருந்ததைப் பார்க்கப் பார்க்க வடிவாம்பாளுக்கு சந்தோஷம் தாங்கவில்லை. வேர் நனைய அவ்வப்போது மழையும் பெய்து கொண்டிருந்ததால் பயிர் செழிப்புற்றிருந்தது. கொல்லைக்குள் இறங்கி பயிர்களுக்கிடையே நின்றாள். அவளுடைய நெஞ்சளவுக்கு வளர்ந்திருந்தது நெற்பயிர். நிரைமாத கற்பிணியாயிருக்கும் பெண்ணின் வயிற்றைப் போல உப்பியிருந்தது கதிர்தோகை. ஒரு பயிரின் பக்க தோகைகளை உறித்துவிட்டு நடுவிலிருந்த உப்பிய தொண்டைக் கதிரை பிடுங்கினாள். கதிர்த்தோகையை உறித்தாள். உள்ளே பிஞ்சுக் கதிர்கள் வெள்ளையாய் இருந்தது. கதிரை மட்டும் எடுத்தாள். மெல்லிய குறுத்துகளாய் தோல்பிடித்து தடிக்காமலிருந்தது. குலைநிறைய குலுங்கி இருந்தன. 'இந்த வருசம் வெள்ளாம நல்லாருக்கும்' என்று நினைத்தவளாய் அந்தக் கதிரை அப்படியே வாயில்போட்டுத்

தின்றாள். கதிர்த் தோகையின் அடிக்குறுத்தையும் வாயில்வைத்து கடித்தாள், ருசியாயிருந்தது. நான்கைந்து தொண்டைக்கதிர்களை அதுபோல் இழுத்துக் கொண்டு கரையேறி வந்தாள்.

அவளுடைய கையிலிருந்த தொண்டை கதிர்களைப் பார்த்த சுந்தராம்பாள்.

"என்ன பெரியங்கச்சி இத்துன தொண்டக்கருத புடிங்கியாற. இதுமேரி புடுங்கித் தின்னாக்க கொல்ல வெளயுமா?"

"சின்னத்தங்கச்சிக்காவ புடுங்கியாந்தம்மா."

"அதுக்குப் புடுங்கித்திங்கத் தெரியாதுன்னு நீவேற போயி புடுங்கியாந்து குடு. கொல்லக்குள்ள போயி ஒக்காந்துக்கிட்டு ஒரு பத்தவுடாம ஒண்ணுவொண்ணா இழுத்து தின்னுப்புட்டு வருது தெனமும். கொல்லக்குள்ள எறங்கிப்பாத்தா வெறுந் தோவதாங் கெடக்கு காஞ்சிப் போயி" என்றாள் சுந்தரம்பாள்.

"இந்த வருசம் 'மா'வுக்கு பத்துக் கலத்துக்குமேல அறுத்துப் புடலாம் பொலருக்கும்மா. தொண்டக்கருது சரஞ்சரமா நெருக்கருக்கு" என்றாள் வடிவாம்பாள்.

"அந்த ஆவுத்திக்காத்தாம் புண்ணியத்துல அப்புடி வெளஞ்சி அறுத்துட்டமுன்னாக்க நல்லதுதான்" என்றாள் சுந்தராம்பாள்.

ஐப்பசி அடைமழை நான்கு நாட்களாய் விடாமல் பெய்து கொண்டிருந்தது. பள்ளக் கொல்லைகளெல்லாம் தண்ணீர்காடா யிருந்தது. மேட்டுமனையிலிருந்த வீடுகள் மட்டும் ஆங்காங்கே திட்டுத்திட்டாய் தண்ணீரில் மிதந்துகொண்டிருந்தது போலிருந்தன. மார்பளவு உயரம் வளர்ந்திருந்த வெள்ளைக் கொடவாலை பயிரின் நுனித் தோகைக்கூட தண்ணீருக்குமேல் தெரியவில்லை. ஒருவர் வீட்டிலிருந்து இன்னொருவர் வீட்டிற்கு போக முடிய வில்லை. ஆண்கள் மட்டும் முக்கியமான வேலைகளுக்காக வேட்டியை அவிழ்த்து தலையில் சுற்றிக்கொண்டு கோவணத்தோடு பள்ளக்கொல்லைகளில் இறங்கிப் போனார்கள். ஆண்களுக்கே கழுத்தளவு தண்ணீரிருந்தது.

வடக்கிலிருந்த சாம்பலம் ஏரியைத்தாண்டி ஆதனூருக்கோ அண்டர்காட்டுக்கோ போகமுடியாது. கிழக்கிலிருந்த மானங் கொண்டாறு கயலம் பேட்டைக்கு போகவிடாமல் கோவில் தாழ்வை தனியாக்கிவிட்டது. மானங்கொண்டாற்றின் குறுக்கே போட்டிருந்த மரப்பாலங்களும் தண்ணீரில் மூழ்கிப்போயிருந்தன. சுற்றிலும் தண்ணீர். நடுவே ஊர். தலையில் பனைமட்டையை

எடுத்துவைத்துக் கொண்டு இடுப்புத் துண்டோடு கணேசன் முத்தத்தில் வந்துநின்றார்.

“பெரியங்கச்சி”

“வாங்க பெரியப்பா”

“மானம் இருக்குற இருப்பப் பாத்தா பொயலடிக்கும் பொலருக்குப்பா” என்றார் கணேசன்.

“ஆமாம் பெரியப்பா... அம்மாகொட அப்புடித்தாஞ் சொன்னிச்சி. விடிஞ்சதுதாங் தெரிஞ்சிச்சி அதுக்குப்பெறவு சூரியங் எங்கருக்குன்னே தெரியல பெரியப்பா. ஒரே இருளோக மாருக்கு பயமாருக்கு பெரியப்பா” என்றாள் வடிவாம்பாள்.

“ஒண்ணும் பயப்புடாதிய்ய. வெளக்கெரிக்க எண்ணெ யெல்லாம் இருக்காப்பா?” என்றார்.

“இருக்கு பெரியப்பா.”

“சோத்துக்கு அரிசியெல்லாம் இருக்கா இல்லயா?”

“நெல்லல்லாம் இருக்கு பெரியப்பா. குத்தி ஆக்கவேண்டியது தாங்.”

‘பத்தரமாருங்க. எதுவும் வேணுமுன்னாக்க வூட்டுக்கு வா பெரியங்கச்சி” என்று சொல்லிவிட்டுப் போனார்.

இவர்கள் ஐந்து அண்ணன் தம்பிகளுக்கும் ஐந்து வீடுகள் கட்டவென்று மனக்கட்டை அகலமாய் பெரிய அளவில் உயர்த்திப் போட்டிருந்தார்கள். ஆனால் அத்தனை பெரிய மனையிலும் இவர்கள் இருவருடைய வீடுகள் மட்டுமே இருந்தது. இரு வீடுகளுக்கும் இடையில் மற்றவர்களின் மனைக்கட்டுகள் வீடில்லாமல் வெறிச்சென்று கிடந்தது.

புளியங்கொட்டையை ஒரு குட்டான் நிறைய வறுத்து வைத்துக் கொண்டார்கள். மழைக்கு ஆளுக்கொன்றாய் எடுத்து வாயில் போட்டு கடித்துக் கொண்டிருந்தார்கள். சுந்தரம்பாளுக்கு கவலை மனதைப் போட்டு வாட்டிக்கொண்டிருந்தது. குளிருக்கு ஒடுங்கியபடி சீலை முந்தானையால் போர்த்திக்கொண்டு சுவரோடு சாய்ந்து உட்கார்ந்திருந்தாள்.

“யாம்மா கவலயா ஒக்காந்திருக்குற? நீ கவலப்படுறத்தால பொயலடிக்கிறது நின்னுடப்போவுதா?” என்றாள் ராசாம்பாள்.

"வாயக்கட்டி வயத்தக்கட்டி வெரநெல்லு வாங்கியாந்து தெளிச்சம். பத்தகட்டி பறியிற நேரத்துல தண்ணிக்குள்ள இருக்கே" என்றாள் பெருமூச்சு விட்டபடி. வடிவாம்பாளும் அதே கவலையோடுதானிருந்தாள். ஏழெட்டு வருடங்களுக்குப் பிறகு இந்த வருடம்தான் கொல்லையில் நெல் வெள்ளாமை யென்று விதைத்திருந்தார்கள். அதுவும் வடிவாம்பாளின் பிடிவாதத் தால். உழவுமாடு வைத்திருக்கும் பொன்னு சாமிபிள்ளை வீட்டிற்கு தொடர்ந்து ஏழெட்டு நாட்கள் சணல்கழி அறுத்துக்கொடுத் தார்கள். அதற்கு மாற்றுவேலையாக மூணுமா நிலத்தையும் இரண்டுமுறை வற உழவாக உழுதுகொடுத்தார் அவர். இப்படி வேலைக்கு வேலை செய்துவிட்டு கஷ்டப்பட்டதெல்லாம் தண்ணீருக்குள் மூழ்கிக்கிடக்கிறதேயென்று நினைக்க நினைக்க வடிவாம்பாளுக்கு வேதனையாயிருந்தது.

"ரெண்டு நாளைக்குள்ள தண்ணி வடிஞ்சிட்டா பயிறு பறிஞ்சிருமுல்லம்மா?" என்றாள் ஏக்கமாய்.

"இனிமே பறிஞ்சி ஒண்ணுக்கும் புண்ணியப்படாது. வெறும் கருக்காயத்தாங் இருக்கும்" என்றாள் சுந்தரம்பாள்.

"இல்லம்மா... அப்புடியெல்லாம் ஆவாதும்மா. நம்மளுக்கு நெல்லு வெளஞ்சிரும்மா" என்றாள் தவிப்புடன்.

"ம்...ம்ம்" என்று ஒன்றும் சொல்லமுடியாமல் பெருமூச்சு விட்டாள் சுந்தரம்பாள்.

"கடவுளேன்னு நாளைக்கே தண்ணி வடிஞ்சிறணும்." வேண்டிக் கொண்டாள் வடிவாம்பாள்.

"மழ நின்னாத்தான தண்ணி வடியிறத்துக்கு. மானந்தாங் வுடாம பேஞ்சிக்கிட்டேருக்கே..."

"..."

"இந்த வருசத்து நெல்லுக்கு இனிமே ஆசப்படாண்டாங். ஒருபடி நெல்லுக்குத்தி உமியெடுக்க முடியா. தண்ணி வடிஞ்ச வொன்னே பாத்தா கொல்ல முழுக்க வெறும் தட்டயாத்தாங் நிக்கிம்" என்றாள்.

வெளியே லேசாய் காற்றடிக்க ஆரம்பித்தது. விறகுப் பட்டரை மேல் போட்டு மூடிவைத்திருந்த பனைமட்டை காற்றில் பறந்துவந்து முத்தத்தில் விழுந்தது.

“அம்மா. வெறவுபட்ர மேலபோட்டு மூடிவச்சிருந்த மட்ட யெல்லாம் பறந்துட்டு. நாளக்கி சோறாக்க ஈரவெறவ வச்சி பொகக்க வேண்டியதுதாங்” என்றாள் ராசாம்பாள்.

“பனமட்டமேல கல்லத்தூக்கி வக்கச் சொன்னனே வச்சியளா இல்லயா?” என்றாள் சுந்தரம்பாள்.

“வச்சம்மா. கல்லு காத்துல உருண்டு வுழுந்துருக்கும்மா” என்றாள் வடிவாம்பாள்.

“எந்தவேல செஞ்சாலும் நறுவுசா செய்யிறதில்ல. கடமக்கி செஞ்சாக்க இப்புடித்தாங் ஆவும்” என்றாள் கோவமாய்.

வீட்டின் மீது போட்டிருந்த மட்டைகள் லேசாய் படபடத்தன.

“பொயல்காத்து அடிக்கப்போவுது பொலருக்கும்மா. மட்டயெல்லாம் தூக்குது” என்றாள் ராசாம்பாள்.

“ஐய்... நான் பொயலடிச்சி பாத்ததேயில்ல... இப்ப அடிக்கு. மாக்கா எனக்குப் பாக்க ஆசயாருக்கு”என்றாள் சின்னவள் அஞ்சம்மாள்.

“பொயலடிக்கனுமா? லேசுபாசா வுட்டுட்டா தேவலாமேன்னு நா வேண்டிக்கிட்டுருக்குறங், பொயலடிக்கனுமாமுல்ல. அடிச் சாத்தான தெரியும் ஒனக்கு. இப்ப ஒக்காந்து எளும்பயாவுது காஞ்ச தரயிருக்கு. பொயலடிச்சா அதுவுமில்லாம பெயிரும்” என்றாள் சுந்தராம்பாள்.

காற்று கொஞ்சம் கொஞ்சமாய் வலுத்தது. ‘உஸ்...ஸ்’ என்ற பேரிரைச்சலுடன் அடிக்கத் தொடங்கியது. மரங்கள் பேய் தலை விரித்தாடுவதுபோல ஆடியது. வீட்டிற்குள்ளிருந்த சட்டி, பானைகள்கூட உருண்டன. மனைக்கட்டு ஓரமாயிருந்த பனை மரங்களிலிருந்த குரங்குமட்டைகள் காற்றோடு பறந்தன. கீழே விழுந்து மறுபடியும் பறந்தன. சுழற்றிச் சுழற்றி அடித்தது காற்று. யார் வீட்டு வைக்கோல் போரோத் தெரியவில்லை பண்ணை பண்ணையாய் காற்று அள்ளிக் கொண்டு வந்தது. கணேசன் வீட்டு ஆடுகள் கட்டியிருந்த ஆட்டுக்கூண்டை உருட்டி தெற்காலிருந்த பள்ளக்கொல்லைக்குள் கவிழ்த்துவிட்டது. மரங்களின் தழைகளும் இலைகளும் பிய்த்துக் கொண்டு பறந்தன. சிறு கிளைகளும் பெறும் கிளைகளும்கூட மடமடவென முறிந்து தூரமாய் போய் விழுந்தன. வடக்கே பொதியப்பப்பிள்ளை திடலில் நின்ற விளாமரமொன்றின் உச்சிக்கொண்டல் முறித்துக் கொண்டு பறந்தது. அது தெற்குச் சாலையிலுள்ள தாழங்குத் தடிக்குள் போய் விழுந்தது. பேய்காற்று வீட்டையும் அசைத்தது.

“காத்து கொண்டசுத்தி அடிக்கிது. இப்புடியடிச்சாக்க வூருல ஒருமரங்கொட தங்காது’ என்றாள் சுந்தராம்பாள். காற்று அடித்த வேகத்தில் மழை நீரையும் வீட்டிற்குள் அள்ளி அறைந்தது. வீடெல்லாம் ஊறி நொதித்தது.

எல்லோரும் சுத்தமாய் நனைந்து போய்விட்டார்கள்.

“அம்மா செவரெல்லாம் ஊறிப்பெயிட்டு அலுக்காந்து ஒக்காந்துரும் பொலருக்கு” என்றாள் வடிவாம்பாள்.

“செவத்தோரத்துக்கு யாரும் போவாதிய. இப்புடி நடுவுலயே வந்து நின்னுக்கிடுங்க” என்றாள் சுந்தராம்பாள்.

வீட்டிலிருந்த சாமான்களையெல்லாம் ஒவ்வொன்றாய் எடுத்து வந்து உச்சிக்கூரைக்கு நேர்கீழே அடுக்கினார்கள்.

“துணிமணியள ஒரே மூட்டையாக் கட்டிக்கிடுங்க. நெல்லு நீரயெல்லாம் என்னபண்ணுற? எல்லாந்தாங் நனஞ்சி போயிருக்கு மே இந்நேரம்” என்றாள் சுந்தராம்பாள். வடிவாம்பாள் நெல் லிருந்த பானையை எடுத்தாள்.

“நெல்ல ஓலப்பொட்டில கொட்டி இப்புடி கொண்டாந்து வைய்யி பெரியங்கச்சி” என்றாள் சுந்தராம்பாள். ஆளுக்கொரு பொருளை பாதுகாப்பதில் குறியாயிருந்தார்கள். நிற்பதற்குக்கூட இடமில்லாமல் போய்விட்டது. சுவர் கரைந்து மண்ணோடு தண்ணீரும் வீட்டிற்குள் வந்தது.

“செவத்து மண்ணு கரச்சிக்கிட்டு வருதும்மா” என்றாள் ராசாம்பாள்.

“கடவுளே. ஆவுத்திக்காத்தா. சின்னஞ்செறுசுவொள வச்சிக்கிட்டு எங்கப்போவங். எங்களக்காப்பாத்து. இந்த வூடு வுளுந்துடக்கொடாது ஆவுத்திக்காத்தா.” சுந்தரம்பாள் வேண்டிக் கொண்டிருக்கும்போதே வீடு அப்படியே தரையில் இறங்கி உட்கார்ந்துவிட்டது. ஓலைப்பாயில் குனிந்து உட்கார்ந்தார்கள் எல்லோரும்.

“அம்மா வூடு ஒக்காந்திச்சிம்மா பயமாருக்கும்மா.” அலறினாள் சின்னமகள். “செவரெல்லாந்தாங் கரஞ்சிபெயிட்டே வூடு ஒக்காராம அந்துரத்துலயா நிக்கிம். பொயலடிக்கணுமுன்னு ஆசப்பட்டியில்ல இப்பயாங் அலறுற?”

“அம்மா இப்ப என்ன செய்யிற? பயமாருக்கும்மா” என்றாள் ராசாம்பாளும்.

“கத்தரிபலத்து ஆளுவொ கட்டுன கட்டு எட்டு பொயல எதுத்து நிக்கிம்பாவோ பாப்பமே” என்றாள் சுந்தராம்பாள்.

சிராய்களும் கட்டியக்கட்டும் அப்படியேயிருந்தாலும் கீற்றுகளும் அதற்குமேல் வேய்ந்திருந்த பனைமட்டைகளும் பிய்த்துக்கொண்டு பறந்திருந்தது. புயலும் மழையும் வீட் டிற்குள் நேரடியாகவே அடித்தது. வெளியே போவதற்கான வழியில்லாமல் போய்விட்டது.

“வூடு நம்மள அப்புடியேப் போட்டுஅழுத்திப்புடுமாம்மா” அழுதுகொண்டே கேட்டாள் அஞ்சம்மாள். அவளுக்கு அதிகமாய் பயம் வந்துவிட்டது. தன் அம்மாவை கெட்டியாய் பிடித்துக் கொண்டாள்.

“கடவுளே இத்தோட வுட்டுடணும்” என்று எல்லோருமே வேண்டிக்கொண்டார்கள். உச்சிக்கு நேராய் சூரியன் இருந்திருக்க வேண்டும். அப்போது ஆரம்பித்த புயல் சாயிங்காலமாய்த்தான் தணிந்தது.

வீட்டிற்குள்ளேயிருந்து வெளியேவர, ஒரு வாசலை தயார் செய்துகொண்டு வெளியே வந்து பார்த்தார்கள்.

“ஊன்னு வூருல ஒண்ணு இல்லாம ஊதித்தள்ளிப்புட்டு பெயிட்டு” என்றாள் வடிவாம்பாள்.

“எப்புடியோ இத்தோட வுட்டுச்சே” கொஞ்சம் நிம்மதியா யிருந்தது சுந்தராம்பாளுக்கு.

தண்ணீருக்குள் மரங்கள் விழுந்து கிடந்தன. சில மரங்கள் சாய்ந்து நின்றன. வீடுகளெல்லாம் சிதைவுற்ற எலும்புக் கூடுகளைப் போலிருந்தன. கணேசனுடைய வீடும் இவர்களுடைய வீட்டைப் போலவே தான் பாதிக்கப்பட்டிருந்தது. கணேசன் காற்று ஓய்ந்தவுடன் ஓடிவந்து பார்த்தார்.

“வூடு ஒக்காந்துட்டு பெரியப்பா’ என்றாள்.

“ஒண்ணுல்ல செவரு கரஞ்சத்தாலதாங் ஒக்காந்துட்டு. நாளக்கி ஏழெட்டு காலு வெட்டியாந்து பொதச்சி வூட்ட அதுமேல தூக்கிவிச்சிடலாம் கவலப்படாதிய. ராவைக்கி மட்டும் நாலஞ்சி பனமட்டயள மேலப்போட்டுக்கிட்டு இருங்க. விடிஞ்சவொன்னே பாத்துக்கிடலாம்” என்றார் கணேசன்.

“சேரி பெரியப்பா.”

“இனிமே ஒண்ணுஞ்செய்யா, பயப்புடாம இருங்க” என்று சொல்லிவிட்டுப் போனார்.

ராசாம்பாளும் அஞ்சம்மாளும் காற்றில் பறந்துவந்து கிடந்த சப்பை மட்டைகளை விறகுக்காக பொறுக்கிவந்து சேர்த்தார்கள். கணேசன் வீட்டில் வெளியே ‘கல்லை கோலிவைத்து’ அடுப்புக் கூட்டி அவசர அவசரமாய் சோறாக்கிக் கொண்டிருந்தார்கள். ஈர விறகு புகைந்து கொண்டிருந்தது.

“நம்மளுக்கும் சோறாக்கணுமாம்மா?” என்றாள் வடிவாம்பாள்.

“வேண்டியல்ல. இருக்குறத்த நெரந்து திம்போம். இப்பப் போட்டு பொகச்சிக்கிட்டிருக்க முடியா.”

சுந்தராம்பாளுக்கு சோறாக்க வேண்டியதில்லை. காலையில் ஆக்கிய சோறு கொஞ்சம் மிச்சமிருந்தது. புயலின் போது சோத்துப் பானையை கூடைக்குள் வைத்து பாதுகாத்து வைத்திருந்தாள். மறுபடியும் வானம் இருட்டத் தொடங்கியது.

“ஒக்கார உள்ளங்கை எடமில்ல. இதுல மறுபுடியும் மழபேஞ்சா எப்புடி ராத்திரிபொழுத கழிக்கிற?” என்றாள் சுந்தராம்பாள்.

“ராவைக்கி எங்கம்மா படுக்குற?”என்றாள் சின்னவள். இருக்குற எடத்துலதாம் படுக்கணும், நாலஞ்சி பனமட்டய கீளப்போட்டு அதுமேல ஓலப்பாய விரிச்சிப்போட்டு படுத்துக் கிடுவம்” என்றாள்.

“மழ பேஞ்சா கூரத்தண்ணி முளுக்க தொர்ருன்னு ஊத்து மேம்மா” என்றாள் வடிவாம்பாள்.

“அதுக்குத்தாங் என்ன பண்ணுறன்னு தெரியல...” இஞ்ச கெடக்குற வய்க்கல அரிச்சி கூரமேல ஒதறிப்போட்டு பாப்பமா பெரியங்கச்சி?”

“போடலாம்மா. மானம் இருண்டுகிட்டு வருது. வாங்க எல்லாருமா வந்து வய்க்கல அரிச்சிக் குடுங்க” என்ற வடிவாம்பாள் சரசரவென்று கூரையில் ஏறிக்கொண்டாள். கூரையில் ஏறுவது அவளுக்கு புதிதில்லை. கூரையில் காய்த்துக் கிடக்கும் சுரக்காய் அறுப்பது பீர்க்கங்காயறுப்பது ஒழுகும் இடங்களில் வைக்கோல் வைத்து மூடுவது போன்றவற்றிற்காக அவள் அடிக்கடி கூரையில் ஏறியிருக்கிறாள்.

காற்று கொண்டுவந்து போட்டிருந்த வைக்கோல், மனைக் கட்டு ஓரங்களிலும் பள்ளக்கொல்லையிலும் இரைந்து கிடந்தன. தென்னம் பாளையால் மேட்டில் கிடந்த வைக்கோலை அரித்துக்கூட்டிக் கொண்டுவந்து சுருணையாய் சுருட்டிமேலே வீசினார்கள் மற்ற மூவரும். சுருணைகளைப் பிடித்து கூரையில் உதறிப்போட்டாள். பள்ளக் கொல்லைகளின் தண்ணீரில் மிதந்து கொண்டிருந்த வைக்கோலையும் அரித்துக்கொடுத்தார்கள். அதிலிருந்து தண்ணீர் வடிந்து கொண்டிருந்தது.

“அம்மா தண்ணி வடியிது. இந்த வக்கல மேல ஒதறட்டுமா வேண்டாமா?” என்றாள் கூரையில் நின்றபடியே.

“தண்ணி வடிஞ்சான்ன? ஒதறிப்போடு. சட்டுபுட்டுன்னு ஒதறிப்புட்டு கீள எறங்கி வா ஒரே இருளோகமா வருதுபாரு” என்றாள் சுந்தராம்பாள்.

“பொத்த தெரியாம ஒதறிருக்குறங். மழபேஞ்சாத்தாந் தெரியும் எங்கங்க ஒளுவுதுன்னு” என்றவாரே கூரையை விட்டு இறங்கிவந்தாள்.

“ஏதோ நம்மளால முடிஞ்சது அதான். பீத்தக்கூரக்கி மாத்துக்கூர... ஓடுறது ஓடட்டும் ஊத்துறது ஊத்தட்டும். பாத்து எறங்கு” என்றாள் சுந்தராம்பாள்.

கருக்கில்லாத நான்கைந்து பனைமட்டைகளை எடுத்துக் கொண்டு எல்லோரும் உள்ளே நுழைந்துவிட்டார்கள். வீட்டிற்குள் சுவற்றின் களிமண்ணும் தரையும் ஊறி சேரும் சகதியுமாய் கொழகொழவென்று கிடந்தது. அதிகமாயிருந்த களிமண்ணை ஓர் ஓரமாய் வழித்து வைத்துவிட்டு பனைமட்டைகளை போட்டார்கள் பனைமட்டை மீது ஓலைப்பாயை விரித்துக் போட்டுக் கொண்டார்கள். முக்கியமான பொருட்களை யெல்லாம் அதன் ஓரத்தில் தூக்கி வைத்துக்கொண்டார்கள். பாயின் நடுவில் உட்கார்ந்தார்கள்.

“சீக்கிரமா ஆளுக்கு ரெண்டுவா சோறுதின்னுடுங்க” என்றவள். சோத்தை ஏனத்தில்போட்டு அதில் மூக்கரட்டை ரசத்தை ஊற்றினாள். இதுபோன்ற மழைக்காலங்களில் கோவில்தாழ்வில் பெரும்பாலும் எல்லாருடைய வீட்டிலும் இந்த ரசம் வைப்பார்கள். கட்டுமனைகளில் நிறைய மூக்கரட்டை கொடிகள் கிடக்கும். மூக்கரட்டை ரசத்தின் வாசனை குளிருக்கு இதமாயிருந்தது. ஆப்பையால் ரசம் எல்லா சோற்றிலும் படும்படி கிளறினாள். தட்டுகளை எடுத்துவைத்து ஆளுக்கொரு ஆப்பை

போட்டுக்கொடுத்தாள். சாப்பிட்டு முடிப்பதற்குள் நன்றாக இருட்டிவிட்டது.

“அய்யய்யோ இன்னமும் அரிக்கன தொடைக்கலயே” என்று சொல்லிக்கொண்டே ராசாம்பாள் அரிக்கனை எடுத்து துடைக் காமலே கொளுத்தி மூடினாள்.

ஓலைப்பாயில் நான்குபேரும் நெருக்கியடித்துக்கொண்டு படுத்துவிட்டார்கள். எல்லோருடைய துணிகளுமே ஈரமாயிருந்தது. ஓலைப்பாயும் ஈரம்தான். உட்கார்ந்திருந்தபோது அவ்வளவாய் குளிர்தெரியவில்லை. ஆனால் படுத்தபோது எல்லோருக்குமே நடுக்கலெடுத்தது. சுற்றிலும் தண்ணீர் தேங்கிக் கிடக்கிறது. ஈரம்வேறு. காற்று ‘உஸ்... உஸ்...’ என்று ஊதிக் கொண்டிருந்தது. வரிச்சியில் குச்சியைச் செருகி அரிக்கனை அதில் தொங்கவிட்டிருந்தாள். பாயின் தெற்கு ஓரத்தில் வடிவாம்பாளும் வடக்கு ஓரத்தில் சுந்தராம்பாளும் படுத்துக் கொண்டார்கள். நடுவில் ராசாம்பாளும் அஞ்சம்மாளும் படுத்துக் கொண்டார்கள். மழை ‘சடசட’ வென பெய்ய ஆரம்பித்தது. அங்கங்கே ஒழுகியது. மேலே உதறிப்போட்டிருந்த வைக்கோல் காற்றில் சரிந்தது.

“மழையோட காத்தும் அடிக்கிதும்மா” என்றாள் வடிவாம்பாள்.

‘பாளாப்போன காத்து அடிச்சமா வுட்டமான்னுட்டு இல்லாம இப்பயும் வந்து ஊதுதே” என்று எழுந்துகொண்டாள் சுந்தராம்பாள்.

அடித்த காற்றில் மேலே உதறியிருந்த வைக்கோலெல்லாம் போன இடம் தெரியாமல் போய்விட்டது.

“அய்யய்யோ... அம்மா எல்லாம் நனயிதே என்ன பண்ணுற?” என்றாள் வடிவாம்பாள்.

“ஓலப்பாய சுருட்டு பெரியங்கச்சி, சுத்தமா நனஞ்சிடப் போவுது.”

“மொத அடிச்சக்காத்து சுத்திசுத்தி அடிச்சிச்சில்ல... இப்ப பாரேங்... ‘ஓ’ன்னு தெக்கேருந்து ஒரேக்காத்தா அடிக்கிது” என்றாள் வடிவாம்பாள்.

“ஆமாங்...‘ஓ’ ன்னுதாம் பலமா அடிக்கிது... இந்தக் காத்துக்கு நம்ம தவாளிக்க முடியா பெரியங்கச்சி” என்றாள் சோர்வாய் சுந்தராம்பாள்.

“பகல்ல அடிச்சதோட வுட்டுடுமுன்னு நெனச்சமே. இப்ப இப்புடி அடிக்கிதே என்னம்மா பண்ணுற பயமாருக்கு” என்றாள் வடிவாம்பாள்.

வீடு ஆட்டம் கண்டது. சுந்தரம்பாளால் எதுவுமே பேச முடியவில்லை. கனமான சிராய்களோடு வீட்டை மேலே தூக்கித் தூக்கி வைப்பது போலிருந்தது.

“அம்மா பயமாருக்கும்மா” என்று மூன்றுபேருமே சுந்தரம் பாளின் கையையும் தோளையும் கெட்டியாய் பிடித்துக் கொண்டார்கள். அடிக்கும் காற்றில் வெளியே போகவும் பயமாயிருந்தது.

‘பெரியப்பா வூட்டுக்கு பெயிடுவம்மா பயமாருக்கு” என்றாள் ராசாம்பாள்.

“பெரியப்பா வூடுமட்டும் இரும்பாலயா கட்டிருக்கு” என்றாள் சுந்தராம்பாள்.

காற்றுக்கு ஈடுகொடுக்க முடியாமல் கத்தரிபுலத்து ஆட்கள் கட்டிய கட்டுக்கள் இளக்கம் கொடுத்தன. கூரை அப்படியே அவர்களின் தலையில் விழுவதுபோல் ஆட்டம் கண்டது.

“வூடு நம்மளப்போட்டு அமுக்கிப்புடும் போலருக்கும்மா. வெளிய பெயிடுவம்மா” என்று அழுதாள் ராசாம்பாள்.

“வெளிய போனமுன்னாக்க அடிக்கிற காத்துல நம்மளும் சேந்து பறக்க வேண்டியாங். என்ன ஆனாலும் ஆவட்டும், அம்மிகல்ல இப்புடி நவத்திப்போட்டு அதுமேல ஓரக்கட்டய உருட்டி வச்சிட்டமுன்னாக்க மோட்டுவள சிரா இதுலயாவுது பொறுத்துக்கிடும். எப்புடியாவுது குனிஞ்சிக்கிட்டே உசுரோட கெடந்துடலாங்” என்றாள்.

சுந்தரம்பாள் சொன்னதுபோலவே செய்தார்கள். மேலே தொங்கிக் கொண்டிருந்த அரிக்கனை காற்று கீழே தள்ளி விட்டுவிடும் போலிருந்தது.

“அரிக்கான எடுத்து ஓரக்கட்ட ஓரமா கீளயே வச்சிரட் டாம்மா.”

“ம்... வைய்யி.”

முன்பு உட்கார்ந்து நகர்ந்துபோன வாசல்கூட இப்போது அதிலும் பாதியாக அமுத்திக்கொண்டது.

“வெளிய ஓடணுமுன்னாலும் பொசுக்குன்னு ஓடமுடியா உள்ளயே கெடந்து சாவவேண்டியாங். ஆவுத்திக்காத்தா நீயிருந்தா

யாம் புள்ளைவொள காப்பாத்து.'' அரிக்கனின் ஓரமாய் குந்தி உட்கார்ந்து கொண்டாள். மகள்களையும் தன்னுடன் உட்காரச் சொன்னாள். எல்லோருடைய துணிகளும் தொப்பலாய் நனைந்து போய்விட்டது. குளிரையும் காற்றையும் தாங்கிக் கொள்ள முடியவில்லை அவர்களால்.

“பெரியங்கச்சி, பெரியங்கச்சி...'' முத்தத்தில் வந்து நின்று கொண்டு கணேசன் கூப்பிட்டது யாருக்கும் காதில் விழவில்லை. கணேசனால் உள்ளே போகமுடியவில்லை. வாசலுக்கு நேராய் தரையோடு தரையாய் குனிந்து தலைவைத்துக் கூப்பிட்டார்.

கணேசனைப் பார்த்தவுடன் அஞ்சம்மாள் அலறி சத்தம் போட்டு அழுதாள்.

“ஒங்கவூடு நல்லாருக்கா பெரியப்பா?'' என்றாள் வடிவாம்பாள். பேசியவை காத்தோடு போனது. சரியாய் காதில்கூட விழவில்லை கணேசனுக்கு.

“தென்னல் திரும்பிட்டு. இனிமே நிக்கிறமேரி தெரியல. உள்ளயேயிருந்தா செத்துடுவிய, வெளிய வந்துடுங்க எல்லாரும்'' என்றார்.

“யாரூட்டக்குப் பெரியப்பா போற?''

“யாரூட்டக்குப் போறன்னு ஒண்ணுந் தெரியல. வெங்கடா யிலம் புள்ள வூட்டுப்பக்கம் போயிப் பாப்பம். சட்டுன்னு வெளிய வாங்க'' என்றார் கணேசன்.

வெளியே வருவதற்கு வாசலுமில்லை. உட்பக்கமிருந்து சுந்தராம்பாளும் வெளிப்பக்கமிருந்து கணேசனும் வாசலுக்கு நேராய் இறங்கியிருந்த குறுக்குசிராயை தாங்கிப்பிடித்துக் கொண்டார்கள். மகள்கள் மூன்றுபேரும் உட்கார்ந்து குனிந்து தலையை சாய்த்து உடலை நெளித்து நகர்ந்து வெளியே போனார்கள். கடைசியாய் சுந்தரம்பாளும் வெளியே வந்தாள். கணேசன் வீட்டில் எல்லோரையும் அழைத்துக்கொண்டு மனக்கட்டை விட்டு கீழே பள்ளக்கொல்லைக்குள் இறங்கினார். கழுத்தளவு தண்ணீரிருந்தது. வழக்கமாய்ச் செல்லும் பாதைகளை அடையாளம் வைத்து போகமுடியவில்லை. நெடுகிலும் மரங்களும் வைக்கோலும் கம்புகழிகளும் கிடந்தன. பள்ளக் கொல்லைகளில் பெரும்பாலும் கொல்லைக்கு ஓர் ஊற்று வெட்டி வைத்திருப்பார்கள். தெரியாமல் ஊற்றுக்குள் இறங்கி

விட்டால் என்ன செய்வதென்று வேறு அவருக்கு பயமாயிருந்தது. ஒருவரையொருவர் கெட்டியாகப் பிடித்துக் கொண்டார்கள். காற்று முகத்தில் அரைந்தது. தண்ணீருக்குள் இவர்கள் ஒருபக்கம் போக நினைத்தால் காற்று இவர்களை வேறுபக்கம் தள்ளியது.

புயலுக்கு பாதுகாப்பாயிருக்குமென்று நினைத்துக்கொண்டு போன வெங்கிடாயிலம் பிள்ளையின் வீடு சப்பரமாய் விழுந்து கிடந்தது. இந்த வூட்டு சனமெல்லாம் எங்கபோயிருப்பாவோ?" என்றாள் கணேசனின் மனைவி.

"தூணெறக்கி திண்ணவச்சி கட்டுனவூடே இப்புடிக் கெடக்கே இதுக்குமேல இஞ்ச யாரூடுதான் முழுசாருக்குப் போவுது?" என்றாள் சுந்தரம்பாள்.

"எங்க போற?" திகைத்துப்போய் நின்றார் கணேசன்.

சுற்றிலும் பார்த்தார். எங்கும் ஒரேயிருட்டு. ஊரின் மேற்குக் கடைசியிலிருந்த காக்கா ராமய்யாப்பிள்ளை வீட்டிலிருந்து வெளிச்சம் தெரிந்தது.

"அந்த வூட்டுல வெளிச்சம் தெரியிது போயிப்பாப்பம் வாங்க" என்று அழைத்துக்கொண்டு போனார். தண்ணீருக்குள் பாதை எங்கேயிருக்கிறதென்று தெரியவில்லை. அடிக்கும் காற்றில் அதையெல்லாம் தேடிக்கொண்டிருக்கவும் அவர்களால் முடியவில்லை. பள்ளக்கொல்லைகளில் குறுக்கும் நெடுக்குமாய் போனார்கள். நெற்பயிர் அவர்கள் உடலோடு உரசியது. பயிரிருக்குமிடமாய்ப் பார்த்து நடந்தார்கள்.

"பயிர பின்னி பின்னி காலவச்சி வாங்க... எங்கயாவுது பள்ளம் படுகுழில காலவச்சிடப்போறிய" என்று அடிக்கடி எச்சரித்துக்கொண்டே முன்னால் போனார் கணேசன்.

கணேசன் நினைத்தது போலவே காக்கா ராமைய்யாப் பிள்ளை வீட்டில் எல்லோரும் இருந்தார்கள், உட்கார இடமில்லை. கிடைத்த இடத்தில் தலையை நுழைத்துக்கொண்டு கூட்டத்தோடு கூட்டமாய் நுழைந்து விட்டார்கள் இவர்களும்.

"வூணுகுச்சி வச்சி பதுங்கலாக் கட்டுனத்தாலத்தான். இந்தவூடு மட்டும் தப்பீருக்கு. நம்ம நல்லகாலம் ஒண்டிக்கிட இதுமட்டுமாவுது இருக்கே' என்று பேசிக்கொண்டார்கள். எல்லோருமே நடுக்கிக் கொண்டுதான் உட்கார்ந்திருந்தார்கள்.

"ஒருத்தரோட ஒருத்த முண்டியடிச்சிக்கிட்டு, ஒருத்த வுடுற மூச்ச ஒருத்த இழுத்துக்கிட்டு ராவக்கி முழுக்க நெலயா நிக்கணும் பொலருக்கு" என்று அலுத்துக்கொண்டாள் கிழவியொருத்தி.

"யாம் போயி ஆரோக்கியமா காத்து வாங்கிக்கிட்டு வெளில நின்னேங்... ஒன்னயாரு முண்டியடிச்சிக்கிட்டு இஞ்ச நிக்கச் சொன்னா. உசிர கையில பிடிச்சிக்கிட்டு நிக்கிறோம் நாங்களல் லாம், ஒனக்கு கெப்புரு குப்பற அடிக்கிதா" என்று மற்றவர் களெல்லாம் அவளை பிலுபிலுவென்று பிடித்துக் கொண்டார்கள்.

"தென்னல் திரும்பி வுடாம சாத்துது.... இந்த வூடும் இன்னம் எவ்வள நேரத்துக்கு தாக்குபுடிக்குமுன்னு தெரியல..." நிலைமையை உணர்ந்து உண்மையாய் கவலைப்பட்டார்கள் மற்றவர்கள்.

இரவு முழுவதும் 'ஓ' வென்று பெரும் இரைச்சலுடன் காற்றடித்துக் கொண்டிருந்தது.

'இந்நேரம் நம்ம வூட்டுலயே இருந்துருந்தமுன்னா என்னா யிருக்கும்?' நினைத்துப் பார்த்தாள், சுந்தரம்பாள்.

"புள்ளைவொளோட நம்மளும் வெறச்சி செத்துப்போயி கெடப்பம்" என்று எண்ணினாள்.

குளிரால் நடுங்கியபடி எல்லோரும் அந்த சிறிய வீட்டிற்குள் இரவு முழுவதும் இருந்தார்கள். பொழுதுவிடிவதற்கு சற்று முன்பாகத்தான் காற்று ஓய்ந்தது. எல்லோரும் வெளியே வந்து பார்த்தார்கள். புயல் ஒரு செடியைக்கூட விட்டுவைக்கவில்லை. எல்லாவற்றையும் அழித்துவிட்டது. எல்லோருடைய வீட்டிலும் பாதுகாத்து வைத்திருந்த பொருட்களெல்லாம் தண்ணீரில் மிதந்துகொண்டிருந்தது. காக்கா ராமையாப் பிள்ளையின் வீட்டிலிருந்த கறுப்புநெல்லைக் குத்தி கஞ்சிவைத்து அத்தனை பேருக்கும் குடிக்கக் கொடுத்தார்கள். ஊரில் யாரிடமும் எதுவுமில்லை. மற்ற ஊர்களிலிருந்து ஆதனூரையும் கோவில் தாழ்வையும் மானங்கொண்டாறு துண்டித்துவிட்டது. அங்கங்கே போட்டிருந்த மரப்பாலங்கள் இருந்த இடம் கூட அடையாளம் தெரியாமல் அடித்துக்கொண்டு போய்விட்டது வெள்ளத்தோடு. ஆதனூர் நிலவரத்தை தெரிந்து கொள்ளலாமென்றால் சாம்பலம் குறுக்கே கிடக்கிறது. இந்த ஏரியைத் தாண்டி ஊரை பார்க்கக்கூட முடியவில்லை. எங்கு பார்த்தாலும் ஒரே வெள்ளக்காடு. இங்குள்ள சனங்களுக்கு யார் உதவுவார்கள். நன்றாக பொழுது விடிந்தது.

"மானம் நல்லா வெக்காளிச்சிருக்கு... இனிமே மழக்கொட அதியமா பெய்யாது. எல்லாரும் அவ்வொவ்வொ வூடுவாசல போயிபாருங்க" என்றார் பெரியவர் சோமு. அவர் சொன்னது போலவே கஞ்சியைக் குடித்துவிட்டு எல்லோரும் அவரவர்

வீடுகள் இருந்த இடங்களைத் தேடிப் போனார்கள். சுந்தரம்பாள் வீட்டிற்கு வந்து பார்த்தாள். கட்டுமனையில் வீடிருந்ததற்கு அடையாளமாக அம்மியும் ஆட்டுக்கல்லும் சட்டிப்பானை ஓடுகளும்தான் கிடந்தன. சிராய்களெல்லாம் யாரோ பிரித்துப் போட்டது போல அங்கொன்றும் இங்கொன்றுமாக கிடந்தன. கணேசன் வீட்டு ஆடுகள் நான்கு செத்து விறைத்துப் போய் கிடந்தன. ஒரு ஆடு மட்டும் உயிருடன் நடுங்கிக் கொண்டு கிடந்தது. வயிறு லேசாய் ஏறியிறங்கியது. "முளி பெறண்டு பெயிட்டு இன்னஞ் செத்த நாளில இதுவுஞ் செத்துப் பெயிடும்" என்று எல்லோரும் சொன்னார்கள். ஆனால் கணேசன் மட்டும் அதை எப்படியாவது காப்பாற்றிவிட வேண்டுமென்று நினைத்தார்.

"நல்ல கொராலு. இத மட்டுமாச்சிங் காவந்து பண்ணிப் புடணும்" என்று சொல்லியவர், ஈரவைக்கோல் ஈரப் பண்ணடை 'தோவைமட்டை' எல்லாவற்றையும் பொறுக்கிப்போட்டு பற்றவைத்து புகையவிட்டார். 'கொராலை' நன்றாக துவட்டி விட்டு புகையில் குளிர் காயவைத்தார். ஏதேதோ கை வைத்திய மெல்லாம் செய்தார். 'கொரால்' லேசாக காதை ஆட்டியது பின்பு தலையைத் தூக்கியது. அதற்குப் பிறகுதான் கணேசனுக்கு உயிரே வந்தது. கணேசன் ஆட்டை காப்பாற்றும் முயற்சியிலிருந்ததால், தன்னுடைய மாமாவும் மாமாவின் சம்மந்தியும் தனியாய் ஒரு கொட்டகையிலிருந்தார்கள். அவர்கள் என்ன ஆனார்கள் என்று நினைக்காமலே இருந்துவிட்டார். ஆடு பிழைத்துவிடும் என்ற நம்பிக்கை வந்தவுடன் கிழக்கே அவர்களுடைய கட்டுமனையைப் பார்த்தார்.

"அய்யய்யோ ராத்திரி நம்ம மாமாவ அள்ச்சிக்கிட்டப் போவ மறந்துட்டமே" என்று நினைத்தவுடன் மனது திடுக்கிட்டது. ஓடிப்போய் பார்த்தார். சிதைந்து கிடந்த வீட்டிற்குள் இரண்டு பேருமே குளிரால் விறைத்து செத்துப்போய்க் கிடந்தார்கள்.

"அய்யய்யோ மாமா... படுபாவி நா ஒங்கள மறந்துட்டு பெயிட்டனே" என்று தலையிலடித்துக்கொண்டு அழுதார். அவர் அழுகுரல் தண்ணீரில் நீண்டதூரம் வரைக்கேட்டது. எல்லோரும் அங்குவந்து கூடிவிட்டார்கள். "எடுத்து அடக்கம் பண்ணக் கொட முடியாதாச்சே" என்று யாரோ கூட்டத்தில் பேசிக் கொண்டார்கள். கணேசன் வீட்டுக் குடும்பமும் சுந்தரம்பாளும் பிள்ளைகளும் செத்தவர்களுக்காக அழுதார்கள். கோவில் தாழ்வுக்கும் கயலம்பேட்டைக்கும் கொன்னமரத்தடிதான் சுடுகாடு. ஆற்றைத் தாண்டித்தான் போக வேண்டும். ஆற்றிலோ

தண்ணீர் இழுத்துக்கொண்டு போகிறது. எப்படி இரண்டு பிணங்களையும் ஆற்றைக் கடந்துபோய் எரிப்பதென்று ஒரே குழப்பமாயிருந்தது. பத்துப்பதினைந்து ஆட்கள் சேர்ந்து அக்கரையிலிருந்த கயலம்பேட்டை ஆட்களின் உதவியுடன் எப்படியோ ஆற்றை கடந்துபோனார்கள். ஒரு வழியாய் கொன்ன மரத்தடியில் புதைத்துவிட்டு வந்தார்கள்.

ஊரில் யாருக்குமே வீடில்லை. மழைக்கு வெயிலுக்கு ஒதுங்க ஒரு மரமும்கூட இல்லை. எல்லோருமே ஆங்காங்கே கிடந்த சிராய்கள், மரங்கள், மட்டைகளை பொறுக்கிக் கொண்டு நின்றார்கள்.

“ஒரு நாளுகொட ஒக்காராம ஓடிஓடி ஒழச்சி என்ன பிரயோசனம். இன்னக்கி ஊருசனம் ஒதுங்க நெழலில்லாம காவயத்து கஞ்சிக்கி வழியில்லாம கட்டுன துணியோட நிக்கிதே. ஒருத்தருக்காவுது வூடுவாச சொத்துசொவமுன்னு நேத்திருந்தது இன்னக்கி இருக்கா” என்றார் வயதான பெரியவரொருவர்.

“ஆமாங்குறங்... ஒங்கபேச்ச கேட்டுக்கிட்டுருந்தா குந்த நெழலுமிருக்கா, குடிக்க தண்ணியுங் கெடக்கா... எளும்பி போயி நாலு குச்சி பொறுக்கியாந்து ஊனி ஒரு ஒத்தாப்பா கட்ட சொன்னா வக்கன பேசிக்கிட்டு ஒக்காந்துருக்குறியளே” என்றாள் அப்பெரியவரின் மனைவி.

“யாண்டி நேத்து ஒண்ண காலாகாலத்துல நல்ல எடமாப் பாத்து அழச்சிக்கிட்டு போனத்தாலதான இன்னக்கி இப்புடிப் பேசுற... எக்கதியோ ஆவட்டுமுன்னுட்டு பேசாம இருந்திருந் தன்னாக்க நீ இன்னக்கி பல்லக்குல்ல ஏறியிருப்ப” என்றார்.

“நீங்க இப்புடியே பேசிக்கிட்டு ஒக்காந்திருந்தியளுன்னா சீக்கிரமே ரெண்டு பேருமா பல்லக்குல ஏறிடுவம்” என்றாள் விடாமல் அவளும். விழுந்து கிடந்த மரங்களிலிருந்து கொட்டகைக் கட்ட வாகான கால்களை வெட்டிக் கொண்டிருந்தார்கள். சுந்தரம்பாளும் அவளுடைய மகள்களும் கொட்டகைக் கட்டுவதற்குத் தேவையான பொருட்களையெல்லாம் ஓரளவு சேகரித்து வைத்திருந்தார்கள்.

“பெரியங்கச்சி நம்ம பனமுட்ட போயிப்பாத்து கெழங்க புடுங்கியா. அவுச்சி ஆளுக்கு நாலாத் தின்னுட்டு வேலயப்பாப்பம்” என்றாள் சுந்தராம்பாள். அவர்கள் மனைக்கட்டின் பின்பக்கமாய் வடக்கியோரத்தில் பனைமுட்டு போட்டிருந்தார்கள். தெற்குச் சாலையோரமாய் இருந்த ஏழெட்டு மரங்களில் விழுந்த

பழங்களையெல்லாம் பொறுக்கி வந்து கொட்டைகளைப் பிய்த்து வரிசையாய் அடுக்கி மண்ணைப் போட்டு மூடி முட்டு போட்டிருந்தார்கள்.

“இன்னம் கெளங்கு முத்திருக்காம்மா. அதுக்குள்ள புடுங்கச் சொல்லுறியே” என்றாள் வடிவாம்பாள்.

“வேற என்னருக்கு சாப்புட? புடுங்கியா போயி. மாவா தின்னாலும் பனியாரமா தின்னாலும் நம்மதாந் திங்கபோறம்.”

வடிவாம்பாள் பனைமுட்டின் ஓர் ஓரமாய் உட்கார்ந்து தோண்ட ஆரம்பித்தாள். அவள் நினைத்ததுபோலவே கிழங்குகள் குறுத்தாயிருந்தன.

“யம்மா, வெறுங்குறுத்தாருக்கு. ஒண்ணுகொட கெளங்கா வுரு வாயில்ல.”

“எப்புடியாவுது இருந்துட்டுப் போவுது புடுங்கியா” மட்டைகளில் ஒட்டியிருந்த மண்ணைத்தட்டி அடிக்கியவாறே சொன்னாள் சுந்தராம்பாள்.

“அக்கா இதுமேரி குறுத்துக்கெளங்குல இருக்குற கொட்ட யெல்லாம் மாக்கொட்டயா இருக்குங்க்கா.”

கிழங்குக்கொட்டைகளுடன் கிழங்கு வைக்காத கரணைக் கொட்டைகளும் இருந்தன.

“அய்ய கருணாக்கொட்ட.... எனக்குத்தாங் இதெல்லாம்” என்று ஓடிவந்து அவற்றை மடியில் அள்ளினாள் அஞ்சம்மாள்.

“போடு சின்னங்கச்சி. எல்லாருக்குந்தாம் பசிக்கிது. ஆளுக்கு ரெண்டா வெட்டித்திம்பம் போடு” என்று அதட்டினாள் வடிவாம்பாள்.

கரணைக்கொட்டையில் முளைவந்து கிழங்குபெருக்காமல் சுருட்டிக்கொண்டு பனங்கொட்டையின் சூத்தோடு அப்படியே கட்டையாயிருந்தது. இப்படியுள்ள கொட்டைகளை வெட்டினால் உள்ளேயுள்ள பூ மாவுபோல் தித்திப்பாய் ருசியாயிருக்கும். பூவும் நிறைய இருக்கும். கிழங்குள்ள கொட்டைகள் அப்படியிருக்காது. கிழங்கு முற்றியிருந்தால் கொட்டையை வெட்டித் திங்கவே முடியாது. கொஞ்சம் பதமான கிழங்காயிருந்தால் தண்ணீர் கொட்டையாயிருக்கும். வெட்டும் போதே கொட்டையிலிருந்து தண்ணீர் ஊற்றும் அதற்குள்ளிருக்கும் பூ தண்ணீரில் ஊறிப்போய் சொதசொதவென்றிருக்கும். தின்றுபார்த்தால் எந்த

ருசியில்லாமல் சப்பென்றிருக்கும். இன்னும் கொஞ்சம் இளம் கிழங்குகளின் கொட்டை சளிக்கொட்டைகளாயிருக்கும். வெட்டும் போது சளி முகத்திலடிக்கும். சளிபோன்று கொழ கொழப்பாயிருக்கும் திரவத்தில் பூ அதிகமாய் ஊறியிருக்கா தென்பதால் பூ தின்பதற்கு ஓரளவு நன்றாகவேயிருக்கும். குறுத்துக் கிழங்குகளில்தான் மாக்கொட்டையிருக்கும். தண்ணிக் கொட்டை, சளிக்கொட்டை, மாக்கொட்டை எல்லாவற்றையும் விட கரணைக் கொட்டைகள்தான் தின்பதற்கு ருசியாயிருக்கும். சுந்தராம்பாளின் மகள்கள் மூன்றுபேருமே கரணைக்கொட்டை கள் எங்கே கிடந்தாலும் பொறுக்கிவந்து விடுவார்கள். வந்து வெட்டித் தின்ற பிறகுதான் அடுத்த வேலைகளைச் செய்வார்கள். அப்படி 'கருணாக்கொட்ட வெட்டுறேன்' என்று கையை வெட்டிக்கொண்ட அனுபவங்களும் சுந்தராம்பாளின் மகள் களுக்குண்டு.

"அவிக்கிறதா சுடுறதா" என்றாள் வடிவாம்பாள்.

"கெளங்கெல்லாம் குறுத்தாருக்குன்னியே, சுடமுடியுமா? அவிச்சிப் புடு" என்றாள் பதிலாய்.

"எதுல அவிக்கிற?"

அவிப்பதற்கு சட்டிப்பானை எதுவுமேயில்லை. பாத்திரங் களென்று வெங்கலத்திலானவை ஒன்றிரண்டு மட்டுமே உருண்டோடிப் போய் ஆங்காங்கே கிடந்தன.

"இட்டிலி பானையில போட்டு அவி" என்றாள் சுந்தராம்பாள். கற்களையெடுத்து அடுப்புகோலி வைத்து அதில் இட்லி பானையை தூக்கிவைத்தாள்.

அடுப்பு பற்றவைக்க வேண்டுமே. தீப்பெட்டியில்லை. நெருப்புமில்லை.

"அம்மா பெரியப்பா வூட்டுலபோயி நெருப்பெடுத்தாறங்" என்று தேடிப்பிடித்து ஒரு கொட்டங்கச்சியை எடுத்துக்கொண்டு கணேசனின் வீட்டிற்குப் போனாள்.

ஈரவிறகு, அங்கும் புகைந்து கொண்டுதானிருந்தது அடுப்பு. ஊதிஊதிப் புகைத்து புகையில் ஈரவிறகை காயவைத்து பின் எரித்துக் கொண்டிருந்தாள் கணேசனின் மனைவி. கொட்டங் கச்சியில் நெருப்பை எடுத்துக்கொடுத்தாள் அவள். பண்டையைப் போட்டு மூடிக்கொண்டு வந்தாள் நெருப்பை. அடுப்புக்குள் கொட்டங்கச்சியோடு வைத்து மேலே பண்ணடைகளை

பியத்துப் போட்டு புகையவைத்தாள். புகை கொஞ்சம் கொஞ்சமாய் அதிகமானது. ஊதுவதற்கு பயமாயிருந்தது ஊதினால் இருக்கும் நெருப்பும் அணைந்து போய்விடுமோ என்று நினைத்தாள்.

"பாப்பா வூட்டுல பாலுஞ்சோறும் வாங்கித்தாரம் பத்திக்கோ. பத்திக்கோ... பாப்பா வூட்டுல பாலுஞ்சோறும் வாங்கித்தாரம் பத்திக்கோ. பத்திக்கோ..." என்று சொல்லியவாரே மெதுவாய் ஊதினாள். இப்படியே ஊதிஊதி பெருக்கி பற்றவைத்தாள்.

"கெளங்கு வேவுறத்துக்குள்ள பசிச்சா ஆளுக்கு நாலு நாலு பனங்கொட்டய வெட்டித்தின்னுங்க" என்ற சுந்தராம்பாள் தானே ஒரு கொட்டாமுடி கட்டையையும் வெட்டுக்கத்தியையும் எடுத்துப்போட்டுக்கொண்டு கொட்டைகள் கிடந்த இடத்தில் உட்கார்ந்தாள். ஆளுக்கு நாலாய் வெட்டிக்கொடுத்தாள்.

குறுத்துக்கிழங்கு வாயில் வைக்கும்போதே தொளதொள வென்றிருந்தது. கொஞ்சம் தித்திப்பாகவும் இருந்தது.

தன் மாமாவையும் மாமாவின் சம்மந்தியையும் அடக்கம் செய்துவிட்டு வந்த கையோடு மூன்று ஆட்களையும் அழைத்துக் கொண்டு வந்தார் கணேசன். வீட்டிற்கு இரண்டிரண்டு ஆட்களாய் நின்று கொண்டார்கள். கணேசன் குடும்பத்திற்கு ஒரு கொட்டகையும் சுந்தராம்பாளுக்கு ஒரு கொட்டகையும் ஒரே நேரத்தில் போட்டார்கள்.

7

கையிலிருந்த குச்சியால் மண்ணைக் குத்திக் குத்திக் கொட்டிக் கிழங்கு முழுதும் தெரியும்வரை பக்கத்தில் தோண்டிக் கிழங்கை முழுதாய் எடுத்துக் குட்டானுக்குள் போட்டுக் கொண்டாள் ராசாம்பாள். பள்ளக்கொல்லையின் வரப்புகளில் கொட்டிக் கிழங்கு நிறையவே கிடந்தது.

"சின்னங்கச்சி கெழங்க ஒடிச்சிராம புடுங்கு. சின்னச் சின்னமாருக்கு. அதுவும் ஒடிஞ்சிச்சின்னா அலசி அவிக்கசெருமயாருக்கும்" என்றாள். உருண்டையாகவும் கொஞ்சம் நீண்டதாகவும் சுண்டுவிரலளவுக்கு இருந்த கிழங்குகள் குட்டானுக்குள் கிடந்தன.

"பத்துநாளு போனாக்க இன்னங்கொஞ்சம் பெருக்கும். இப்ப பிஞ்சாருக்குவேற. மடக்கு மடக்குன்னு ரெண்டாயிருது" என்று சொல்லிக்கொண்டே பிடுங்கினார்கள்.

ஊதாநிறப் பூக்களோடு கொட்டிச் செடிகள் அங்கங்கே நிறைய கிடந்தன.

"இதாவுது கெடைய்க்கிதே நம்மளுக்கு. இதுவுமில்லன்னாக்க என்ன செய்யிற?" என்றாள் ராசாம்பாள்.

புயலடித்த நாள்முதலாய் ராசாம்பாளுக்கும் அஞ்சம்மாளுக்கும் கொட்டிக் கிழங்கு பிடுங்குவதுதான் வேலையாயிருந்தது. காலையில் எழுந்தவுடன் ஆளுக்கொரு குட்டானை எடுத்துக் கொள்வார்கள்.

நொச்சிக் குச்சியை கூராய் செதுக்கிக் குட்டானுக்குள் போட்டுக் கொண்டு கிளம்பிவிடுவார்கள். ஊர் முழுக்க உள்ள குளத்தங் கரை, ஆற்றங்கரை ஏரிக்கரையெல்லாம் சுற்றி குட்டான் நிறைய கொட்டிக்கிழங்கை பிடுங்கி வருவார்கள். இவர்கள் மட்டுமல்ல. ஊரில் நிறைய பேருக்கு கொட்டிக்கிழங்கு தான் உணவாக இருந்தது. யாரிடமுமே நெல்லோ மற்ற தானியங்களோ எதுவுமில்லை. தண்ணீர் ஓரளவு வடிந்தபிறகு ஆற்றைக் கடந்து மற்ற ஊர்களுக்குச் சென்ற சிலபேர் அவர்களின் சொந்தக் காரர்களைப் பார்த்துவிட்டு வந்தார்கள். அதுபோல வெளியூர் காரர்களும் இங்குவந்து பார்த்துவிட்டுப் போனார்கள்.

கணேசனும் திருத்துறைப் பூண்டிக்குச் சென்று தன்னுடைய அண்ணன்தம்பி குடும்பங்களைப் பார்த்துவிட்டு அவர்கள் கொடுத்த அரிசியை வாங்கிக்கொண்டு வந்தார். மேற்கு வீட்டு முருகையனின் கொட்டகைக்கு மட்டைபோட கணேசனையும் கூப்பிட்டார் அவர். கணேசனைப் பார்த்துவிட்டு இன்னும் இரண்டு மூன்று பேர் வந்தார்கள். சிறிய கொட்டகைக்கு மட்டைபோட அவ்வளவு பேர் தேவையில்லை தான். என்றாலும் சும்மா உட்கார்ந்திருப்பவர்கள், பொழுது போகாமல் வந்து சேர்ந்தார்கள்.

"யாம்ப்பா இத்துனபேரு? நானே போட்டுருவங். இருந்தாலும் ஒண்டியா போட அலுப்பாபெயிடுமேன்னு கணேசன மட்டுங் கூப்புட்டங்" என்றார் முருகையன்.

"என்ன காசா? பணமா? கூலியாகுடுக்கப் போறிய? சும்மா ஒக்காந்து தான இருக்குறம். ஒங்க கைவேலய வாங்கிச் செய்யப் போறம். இந்த ஒத்தாசக்கொட செய்யலன்னாக்க எப்புடி" என்றனர் மற்றவர்கள்.

"சேரி... சேரி... ஆளும்பேருமா செஞ்சா அலுப்பு தெரியாது தாங் வாங்க" என்றார் கணேசனும்.

பலவற்றைப் பற்றியும் பேசிக்கொண்டே வேலையைச் செய்தார்கள்.

"எல்லா வூருக்கும் பொயலடிச்சத்துக்காவ சர்க்காருலேருந்து அரிசி, மண்ணெண்ணெ, வூட்டுக்கு நாப்பதுரூவா பணமெல்லாங் குடுத்துருக்குறானுவொ. நம்ம ரெண்டு வூருக்கும் ஒண்ணும் குடுக்காம ஏமாத்திப்புட்டானுவொ" என்றார் கணேசன்.

"சர்க்காரு ஆளுவொன்னாக்க அவனுவொளும் மனுசனுவ தான. அவனுவொ மட்டும் எப்புடி நம்ம ஊருக்குள்ள கொண்டாந்து குடுக்க முடியும்? நம்ம வூருவதாங் தீவுமேரி தனியா தண்ணிக்குள்ள கெடந்துச்சே" என்றார் முருகையன்.

“அட நீங்க வேறண்ண... சர்க்காரு நெனச்சாக்க குடுக்க முடியாதா? நம்ம ஊரு சனங்கல்லாம் பட்டினியும் பசியிமா கெடந்து சாவுதே, கொட்டிக்கெழங்கும் பனங்கெழங்கும் இல்லன்னாக்க நம்ம இப்ப பேசிக்கிட்டுருக்க முடியுமா? இதயெல்லாம் நெனச்சிப் பாக்குறதில்லையா?”

“ஆமாந் தம்பி... நம்மளயெல்லாம் மனுசனுவளாவே நெனச்சிப் பாக்கலபொலருக்கு” என்றார் முருகையன்.

“இதுக்கெல்லாம் அந்த கருப்பம்பலத்து அருணாயிலம்தான் காரணமுன்னு பேசிக்கிறாவொண்ணே” என்றார் கணேசன்.

“அப்புடியா”

“அவருதான் நம்மளுக்கு எதுவும் செய்யவுடாம பண்ணிப் புட்டாருன்னு வூருல எல்லாருமே சொல்றாவொ”

“அவரு செஞ்சிருப்பாரு தம்பி... அவரு எப்புடியாப்பட்ட ஆளு... நம்ம சாதிக்காரனுவொள பாத்தாலே அவருக்குப் புடிக்காதாச்சே...”

“ஆமா, அவரு எப்புடித்தம்பி சர்க்காரானுவொள வுடாம அடிச்சாரு?”

“அவருக்கு எல்லா எடத்துலயும் சலுவண்ண. அவருசொன்னா எல்லா அதியாரிவொளுமே கேப்பானுவொளாண்ண. எல்லா வூருலயும் வாய்க்காலுக்கு வாய்க்கா பாலம் கட்டுறானுவொ, ரோடு போடுறானுவொ நம்ம பாத்துக்கிட்டுத்தான இருக்குறம்? நம்ம ஊருக்கு பாலங்கட்டுறன் ரோடுபோடுறமுன்னு இதுவரக் கிம் யாராவுது கிட்ட வந்துருக்குறானுவொளாண்ண? எல்லாத் துக்கும் அந்த அருணாயலம்தாண்ண காரணம்.”

“அடப்பாவி.”

“சர்க்காருலேருந்து நம்மவூருக்கு என்ன சலுவ வந்தாலும் அத இவரு ஒடனேத் தடுத்து அவரு சாதிக்கார ஆளுங்க இருக்குற வூருவளுக்கே செய்ய வச்சர்றாருண்ண.”

“அய்யய்யோ...” பாவி... பாவி... படுபாவி.”

“அதுமட்டுமில்லண்ண... அம்பலகாரனுவொளுக்கெல்லாம் ஒரு வூரு அதுக்கு ஒரு ரோடான்னு எளக்காரமாப் பேசுவாராண்ண அந்தாளு”

“அவரு பேசுவாரு தம்பி... பேசுவாரு... அவரப்பத்தி எனக்குத் தெரியா? நாளு வருசத்துக்கு மின்னாடி என்னக்கிட்டயிருந்த

வண்டிமாடுவொள புடுங்கிக்கிட்டு வுட்டுட்டாருல்ல. அத இன்னக்கி நெனச்சாலும் அடிவயறு சொறசொறங்குது தம்பி" என்றார் பெருமூச்சுவிட்ட படி.

சவுக்குமரம் ஏற்றிக்கொண்டு முருகையன் வேதாரண்யம் போயிருந்தார். மரத்தை இறக்கிவிட்டு திரும்பி வந்துகொண்டிருந்தார். பாரமில்லாத வெறும்வண்டி மேலவீதியில் வந்து கொண்டிருந்தது. வண்டியில் பூட்டியிருந்த மாடுகளிரண்டும் கொழுகொழுவென்று இருந்தன. அவற்றைக் கன்றாயிருக்கும் போதே சந்தையிலிருந்துப் பிடித்து வந்துகொம்புதீய்த்து சலங்கை கட்டி நன்றாக வளர்த்திருந்தார். ஒன்று மயிலை இன்னொன்று வெள்ளை. வண்டியோடு மாடுகளிரண்டையும் பார்த்துவிட்டார் எதிரே வந்த அருணாச்சலம். பக்கத்திலிருந்த தன்னுடைய கடையில்போய் உட்கார்ந்துகொண்டார். கடையில் வேலை செய்யும் ஆட்களைவிட்டு "வண்டிய நெறுத்திப்புட்டு வண்டிக்காரன அழச்சாங்கடா" என்றார்.

அருணாச்சலத்திற்கு அந்தச் சுற்று வட்டாரத்தில் நல்ல செல்வாக்கு. அந்த அளவுக்கு அவரிடம் சொத்து இருந்தது. ஆரம்பத்தில் எல்லோரையும்போல சாதாரணமாயிருந்தவர்தான் இவரும். கடலோரப் பகுதி என்பதால் வேதாரண்யம் பகுதியில் கடத்தல் தொழில் ஓகோவென்றிருந்தது. இத்தொழிலில் நான் கைந்து பேர் ஈடுபட்டிருந்த போதிலும் இவரால் மட்டுமே தொழிலில் கொடிகட்டிப் பறக்க முடிந்தது. கருப்பம்புலத்தில் அருணாச்சலம் தனக்கென்று ஒரு பெரிய வீட்டைக் கட்டினார். வீட்டிற்குப் பின்புறமாக பெரிய வாழைத்தோட்டமொன்றையும் போட்டிருந்தார். கடத்தல் பொருட்களை கொண்டுவரும் ஆட்களை இந்த வீட்டில் வைத்துத்தான் வரவேற்று உபசரிப்பார். இவருடைய அக்கறையான உபசரிப்பால் மகிழ்ந்துபோகும் ஆட்கள் நிம்மதியாய் படுத்துத் தூங்குவார்களாம். நடு இரவில் அயர்ந்து தூங்குபவனை அரவம் தெரியாமல் கொன்று தோட்டத்திலுள்ள வாழைக்கு உரமாக புதைத்துவிடுவாராம்.

கடத்தல் கூலியாள் காணாமல் போனால் யார் தேடப் போகிறார்கள்? அனுப்பிவைத்த கடத்தல் புள்ளிகள் கேட்டால் உங்கள் ஆள் என்னிடம் வரவில்லையென்றும் பொருட்களோடு அவன் தலைமறைவாகியிருப்பானென்றும் கதைகட்டி விடுவாராம். கடத்தலிலும் குறுக்கு வழியில் உயர்ந்தவர் இந்த அருணாச்சலம். சுற்றுவட்டார சனங்களுக்கெல்லாம் கூட அவரைப் பற்றிய எல்லா விவரங்களும் தெரிந்தேயிருந்தது. என்றபோதும் அவரின் அடாவடிக்குப் பயந்துகொண்டு யாரும் வாய் திறப்பதில்லை.

அவரின் முன்னால் போய் நின்றார் முருகையன்.

"அண்ண... வரச்சொன்னியளா?" என்று மரியாதையோடு கேட்டார்.

"எந்த வூருக்காரன் நீ!"

"கோயித்தாவுண்ண."

"வண்டிமாடு யாருது?"

"யாம் மாடுதாண்ண."

"சேரி... மாட்ட அவுத்துக்கட்டிப்புட்டுப் போ" என்றார் சாதாரணமாக.

"அண்ண!" முருகையனுக்கு அதிர்ச்சியாயிருந்தது.

"மாடுங்க நல்லாருக்கு. பண்ணவேலக்கி வேணும். அவுத்துக் கட்டிப்புட்டுப் போ" என்றார் திரும்பவும்.

"யாம் மாடுண்ண... வண்டியகொண்ட சேக்கணும்" என்றார் பரிதாபமாக.

"வேற மாட்டப்புடிச்சி ஓட்டிக்கிட்டுப்போ... இல்லன்னாக்க வெறும் வண்டிதான இழுத்துக்கிட்டே போய்ச்சேரு" என்றார்.

"அண்ண... இதுவொ யாம் மாடுவொ எனக்கு வேணும்" என்றார் கொஞ்சம் தைரியமாய்.

"ஒனக்கெல்லாம் எதுக்குடா இந்த மேரி மாடு. தொத்தலோ வத்தலோ சந்தயிலப் பாத்துப் புடிச்சிக்க. இந்தா இத எடுத்துக்கிட்டு வந்த வழியப் பாத்து ஒழுங்காப் போய்ச்சேரு. நின்னுக்கிட்டே யிருந்த இதுவுங்கெடக்காது" என்று பதினைந்து ரூபாயைத் தூக்கி அவர்முன் போட்டார். அதற்குள் வண்டியிலிருந்து மாடுகளை அவிழ்த்துப் பக்கத்திலிருந்த மின்கம்பத்தில் கட்டி விட்டார்கள் அவருடைய ஆட்கள்.

முருகையனுக்குக் கோவமும் ஆத்திரமும் பொத்துக் கொண்டு வந்தது. கோபத்தைக் காட்டினால் வண்டியோடு தானும் வீடுபோய்ச் சேரமுடியாதென்பதால் பேசாமல் போய் விட்டார். வண்டியை கையாலேயே இழுத்துக்கொண்டு வந்தார். பூந்தோட்டத்தில் ஆனந்தாங்கொளத்தாங்கரையில் நிறுத்தி விட்டார். அதற்குமேல் அவரால் இழுக்க முடியவில்லை. அண்டர்காடு சுக்குருபிள்ளையின் மாடுகளை ஓட்டி வந்து வண்டியைப் பூட்டி வீட்டுக்கு வந்துசேர்த்தார். நான்கைந்து

நாட்கள் அவரால் வீட்டைவிட்டு வெளியே கிளம்ப முடியவில்லை. பயித்தியம் பிடித்தவர்போல வீட்டிற்குள்ளேயே புலம்பிக் கொண்டிருந்தார்.

முருகையனின் பெண்டாட்டி நாவம்மாள்தான் அதிகமாய் மாடுகளைப் பராமறித்தவள். அவளால் சுத்தமாய் இதைத் தாங்கிக் கொள்ளவே முடியவில்லை.

“புள்ளமேரி வளத்தமாட்ட புடுங்கிக்கிட்டு வுட்டுட்டானே. அவம்புள்ளைவொள எம(ன்) எடுத்துக்கிடமாட்டானா? யாவ்வயறு எரியிதே! இந்நேரம் தண்ணிக்கிக் கத்துமே... தலய ஆட்டி ஆட்டி தவுடு கொண்டான்னு கேக்குமே! வூட்டுக்குள்ள இருந்தாக்கொட சலங்கய ஆட்டி ஆட்டி கூப்புடுமே. யாவ்வூட்டு கட்டுத்தறில சலங்கச் சத்தம் கேக்கலயே! அவன் மனயில சங்குசத்தங் கேக்காதா? அவன நல்லபாம்பு புடுங்க மாட்டங்குதே. விரியம் பாம்பு கடிக்க மாட்டங்குதே... அவந் தலயில இடி வுளோ... அவன் நாசகதியாபோவோ...”கோவத்தில் திட்டுவாள். கடைசியாய் ஒப்பாரிவைத்து ஒருபாட்டம் அழுதுதான் ஓய்வாள்.

நம்ம ஆளுவசேந்து அவரோட அட்டாதுட்டிய அடக்க லேன்னாக்க சரிப்பட்டு வராது பொலருக்குண்ண” என்றான் மட்டை போட்டுக் கொண்டிருந்த ஒருவன்.

“அவர எதுத்துக்கிட யாருக்குத் தம்பி துணிச்சயிருக்கு. நம்ம பயளுவொதாங் அவரக்கண்டாலே கோமணத்துணி அவுருதான்னு கொட பாக்காம ஓடிப்போயி ஒளிஞ்சிக்கிடுறானுவொளே தம்பி” என்றார் நினைவு கலைந்தவராய் முருகையன்.

“புதுத்துணில கோமணங்கட்டியிருந்தாக்க அதக்கொட வுருவிக்கிட்டு வுட்டுருவாருண்ண அவரு” என்றான் கூரையில் நின்ற இன்னொருவன்.

“ஆமாமா அது நெசந்தாங்...” என்றார் முருகையன்.

“அவரு என்னண்ண பெரிய இவரு... நம்ம ஆளுவொ ஒண்ணாப்போயி ஒக்காந்து மூத்தரத்த பேஞ்சமுன்னாக்கொட போரும் அந்த ஊரு முளுந்திபெயிரும். ஆனாக்க அவருக்குப் பயந்துகிட்டு நம்மாளுவொ நடுங்குறானுவொளே யாண்ண?”

“அப்புடி பயமுறுத்தி வச்சிருக்குறாரு. அவரும் மனுசன்தாம் நம்மளும் மனுசன்தான். அவய்ங்க தல எத்துன? நம்ம தல எத்துன? எவந்தம்பி இதெல்லாம் யோசிச்சிப் பாக்குறான்?” என்றார்.

“இல்லண்ண இதச் சும்மா வுடக்கொடாது. அவர ஒரு தடயாவுது பயமுறுத்தி வக்கலண்ணாக்க அவரு எப்பவும் நம்ம வூருக்கு எடஞ்ச பண்ணிக்கிட்டேதாம் இருப்பாரு” என்றார் கணேசன்.

“நம்ம ஆளுவொ பத்துபேர ஒண்ணாக் கூப்புட்டாருவம் தம்பி. ஒக்காந்து பேசிப்பாப்பம்” என்றார் முருகையன்.

இவர்களுடன் மட்டைபோட்டுக் கொண்டிருந்த மற்ற மூவரும் “இப்பயே வாங்கண்ண எல்லாருமா சேந்துபோயி ரெண்டுல ஒண்ணு பாத்துட்டு வந்துருவம்” என்று பரபரத்தார்கள்.

“மொதல்ல நம்ம ஆளுவொள ஒண்ணாக் கொண்டாந்து சேருங்க. அப்பறமா என்ன செய்யலாமுன்னு யோசிப்பம்” என்றார் முருகையன்.

முருகையன் சொன்னதுபோல அவர்கள் மூவரும் மறுநாளே ஊர்க்காரர்களையெல்லாம் ஒரே இடத்தில் கொண்டுவந்து சேர்த்து விட்டார்கள்.

கூட்டத்தில் அருணாச்சலத்தின் அட்டூழியங்களைப் பற்றி ஆளாளுக்குச் சொல்லி கோவப்பட்டார்கள்.

“நம்மளுக்கு மட்டுமில்ல ஆதனூருக்குந்தான அவரால பாதிப்பு. அதுனால ஆதனூருக்காரனுவொ பத்துபேரயாவுது வச்சிக்கிட்டுத்தாம் பேசணும்” என்று முடிவாய்ச் சொன்னார் பெரியவரொருவர்.

அவர் சொன்னதுபோலவே ஆதனூரில் முக்கியமான ஆட்களிடம் விஷயத்தைத் தெரியப்படுத்தினார்கள்.

ஆதனூரில் ஏற்கெனவே எல்லாருக்கும் அருணாச்சலத்தின் மேல் ஏகப்பட்ட கோவமிருந்தது. இவர்கள் போய் கேட்டது தான் தாமதம்.

“அவர வெட்டிப்புட்டு செயிலுக்குப் போனாலும் போறன். நா இப்பயேப் போயி அவருதலய கொண்டாறங்” என்றான் ஒருவன்.

“அவரு ஒத்த கையகால நா வாங்கிப்புடுறங்.” என்றான் இன்னொருவன்.

“யாம் பொண்டாட்டி தாலிய அறுத்தாலும் அறுக்கட்டும் அவர கண்டதுண்டமா வெட்டிப்புட்டு வாறன்.” என்றான் புதிதாய் கல்யாணமான சற்குணம்.

"வெட்டுறங், கொத்துறன்னல்லாம் பேசக்கொடாது. எடுத்தவொன்னே நம்ம அதுமேரியெல்லாம் போவாண்டாம். நம்ம ஊருவொளுக்கு ஒண்ணும் செய்யவுடாம பண்ணுற அவர ஒருநட சும்மா மெரட்டி வச்சாப்போரும். அதுக்குமேலயும் அவரு அடங்கலன்னாக்க பெறவு நம்ம எப்புடிவேணுமுன்னாலும் எறங்கலாம்." என்றார் ஆதனூர் பெரியவரான காசிப்பிள்ளை.

"முடிவா என்னதாஞ் செய்யிற? அதச் சொல்லுங்க." என்று பரபரத்தது கூட்டம்.

"அந்தாளு கப்பிரோட்டுல போவக்குள்ள ஒருநாளக்கி நம்ம போயி வழிய மறச்சி அவர கண்டிச்சிவுட வேண்டியாங்" என்றார் காசிப் பிள்ளை. அருணாச்சலத்திற்கு வாரத்தில் இரண்டு மூன்று நாட்கள் குதிரை வண்டியில் வேதாரண்யம் போய்வருவது வழக்கமாயிருந்தது.

மறுநாளே அவரை வழிமறைப்பதென்று முடிவு செய்தார்கள். வாய்மேட்டிலிருந்து கிழக்காக வரும் மானங்கொண்டாற்று வடக்கு கரையோரமாய் கப்பிரோடு இருந்தது. ஆற்றுக்கும் தெற்கால் இருந்தது ஆதனூர். ஆதனூர் சனங்கள் கப்பிரோட்டுக்கு போகவென்று ஒரு மரப்பாலம் போட்டிருந்தார்கள். அந்த பாலத்திற்கு ஆப்பகன்னி பாலம் என்று பெயர். புயலுக்குப் பின்பு பாலம் இருந்த இடம் வெறுமையாயிருந்தது. அடையாளமாய் நின்ற பனைமரங்கள் இரண்டும் கூட புயலில் விழுந்துவிட்டன. இருந்தாலும் ஆப்பக்கன்னி பாலத்தடி, ரெட்டபன மரத்தடி என்றே அவ்விடத்தைச் சொல்லி வந்தார்கள்.

காலையிலிருந்தே ஆதனூர் ஆட்கள் இரண்டுபேர் ரெட்டை பனைமரத்தடியில் அருணாச்சலம் கிழக்கே போகிறாவென்று பார்த்துக் கொண்டு நின்றார்கள். அவர் போவதைப் பார்த்தபிறகு ஊரில் வந்து சொன்னார்கள். இரண்டு ஊர் ஆட்களும் ஆப்பக் கன்னி பாலத்தடியில் வந்து கூடிவிட்டார்கள். எல்லோருடைய கையிலும் ஒவ்வொரு சவுக்குக் கட்டை இருந்தது. அங்கிருந்த பள்ளங்களிலும் வரப்போரங்களிலும் மறைந்திருந்தார்கள். இவர்களையல்லாமல் ஆதனூர் பெண்களெல்லாம் ஆளுக்கொரு சட்டியில் சாணத்தை கரைத்து எடுத்துக்கொண்டு ஒரு கையில் விளக்குமாற்றுடன் அவர்களும் ஒரு கூட்டமாய் வந்து நின்றார்கள்.

பொழுதுபோகும் நேரத்தில் அருணாச்சலத்தின் குதிரை வண்டி கிழக்கேயிருந்து திரும்பி வந்துகொண்டிருந்தது. கொஞ்சம் பக்கத்தில் வண்டி வந்தவுடன் எல்லோரும் ரோட்டில் வந்து நின்றுகொண்டு வண்டியை மறைத்துக் கொண்டார்கள். துணை யில்லாமல் தனியாய் வண்டியிலிருந்தார் அருணாச்சலம்.

“எறங்குய்யா கீள.” கூட்டம் சத்தம்போட்டது.

“எதுக்கு?” என்றார் குதிரையின் கடிவாளத்தை இழுத்துப் பிடித்தபடி.

“பொண்டுவ சனமெல்லாம் சாணிசட்டியும் வெளக்கு மாறும் வச்சிக்கிட்டு நிக்கிறத்தப் பாத்தாத் தெரியல?. எறங்கி வாய்யா சீக்கிரமா. வந்து பாரு தெரியும்.”

அருணாச்சலத்திற்கு உடல் லேசாக நடுங்கியது. தான் மட்டும் தனியாய் வந்து மாட்டிக்கொண்டதை நினைத்துப் பயந்துபோய் விட்டார்.

“இவனுவக் கிட்டயிருந்து எப்புடியாவுது தவாளிச்சிப் பெயிடணுமே” என்று நினைத்தார்.

வண்டியைவிட்டு மெதுவாக இறங்கினார். கடிவாளக் கயிற்றை பிடித்தபடியே இறங்கி நின்றார்.

“நா என்ன செஞ்சேங்?”

“என்ன செஞ்சியா? நீ செஞ்சது என்னன்னு எங்களுக்குத் தெரியாதுன்னு பாத்தியா?”

“இவனுவக்கிட்ட எதுத்துப்பேசி புண்ணியப்படாது.” என்று நினைத்தவர்,

“நாஞ்செஞ்சது தப்புதாங். என்ன என்னவேணுன்னாலும் பண்ணிக்கிடுங்க” என்று கடிவாளக்கயிற்றை குதிரையின் முதுகிலேயே போட்டுவிட்டு முன்னால் வந்தார்.

சவுக்குக் கட்டையைப் பிடித்திருந்த யாருடைய கையும் மேலே எழும்பவில்லை. அதுவரை ஆளாளுக்கு கண்டபடி பேசிக் கொண்டிருந்த பெண்களெல்லாம் கப்சிப்பென்று அடங்கி விட்டார்கள்.

“எதுத்து ஒருவார்த்த பேசியிருந்தாக்கொட ஓம்முதுவுல டின்னு கட்டியிருப்பம். இப்புடி செய்யிறத்த செஞ்சிக்கிடுங்கன்னு ஒண்டியாளா வந்துநின்னா நாங்க என்ன பண்ண முடியும்?” என்றான் ஒருவன்.

“இனிமே எங்க வூரு விசயத்துல எதுவும் தலயிடக்கொடாது. சர்க்காரு எது செஞ்சாலும் அதத் தடுக்கக்கொடாது. எங்கவூரு ஆளுங்க நிக்கிற பக்கம்கொட திரும்பிப்பாக்கக்கொடாது.” காசிப் பிள்ளை அழுத்தம் திருத்தமாய் சொன்னார்.

எல்லாவற்றிற்கும் "சேரி...சேரி...." என்று தலையாட்டிக் கொண்டு நின்றார் அவர்.

"இஞ்ச எல்லாருமே எங்க ஆளுவொதான் இருக்குறம். ஒனக்குன்னு ஓடிப்போயி நல்லதுகெட்டது சொல்லக்கொட ஒருத்தனுமில்ல. இப்ப நெனச்சாக்கொட ஒன்ன அரவந் தெரியாமத் தூக்கிக் கிட்டுப்போயி தெக்க ஒடவுக்கோட்டாவத்து சேத்துக்குள்ள வச்சி அமுத்திப்புட்டு வந்துடுவம். அடையாளந் தெரியாமப் பண்ணிப்புடுவம். போனா பெயிட்டு போவுதுன்னு வுடுறம், மனசில வேகத்த வச்சிக்கிட்டு இதுக்கு மேல எங்களுக்கு எதாவுது எடஞ்ச பண்ணப்பாத்த அப்பறம் நாங்க என்ன செய்வோன்னு எங்களுக்கேத் தெரியாது" என்று கோபமாய் பேசினார் கணேசன்.

"ஒன்னோட ஆளுவொள அளச்சிக்கிட்டுவந்து எதுவும் அட்டாதுட்டி பண்ணக்கொடாது. அப்புடி செஞ்சே... அப்பறம் நாந்தான் ஒனக்கு எமனாருப்பங்... ஒரு நாளக்கி இல்லாட்டியும் ஒரு நாளக்கி யாங்கையில மாட்டாம போவமாட்ட" கையிலிருந்த கட்டையை ஓங்கியபடியே பேசினான் வைரக்கண்ணு.

அருணாச்சலத்திற்கு இவர்களுடைய நியாயமான கோபம் உறைத்தது. இனிமேல் இவர்கள் விஷயத்தில் உண்மையாகவே தலையிடக்கூடாது என்று முடிவுசெய்து கொண்டார்.

"இனிமே நீங்க நெனக்கிறமேரி நா எதுவுமே செய்யமாட்டன். நீங்க நம்பாட்டி நா இந்த துண்டப்போட்டுத் தாண்டுறன்." என்று தனது தோளில் கிடந்த துண்டை எடுத்து கீழேப் போட்டார்.

"அதெல்லாம் ஒண்ணும்வேண்டாய்யா." காசிப்பிள்ளை கோவம் தனிந்தவராய் முன்னேவந்து குனிந்து கீழே கிடந்த துண்டை எடுத்து அருணாச்சலத்தின் கையில் கொடுத்தார்.

"நாங்க ஒங்கள நம்புறம். இன்னயோட ஒங்கமேல எங்களுக் கிருந்த கோவம் பெயிட்டு. நீங்களும் எங்கள பகையா நெனக்க மாட்டியன்னு நம்புறம். மனசுல ஒண்ணும் வச்சிக்கிடாதிய்ய. பெயிட்டு வாங்க" என்று சொல்லி அனுப்பிவைத்தார் காசிப் பிள்ளை.

நடுக்கம் குறையாதவராய் அதே சமயம் மனம் மாறியவராய் வீடுபோய்ச் சேர்ந்தார் அருணாச்சலம்.

8

“**பெ**ரியங்கச்சி... பெரியங்கச்சி...” கூப்பிட்டுக் கொண்டே முத்தத்தில் வந்துநின்றார் கணேசன்.

“வாங்க பெரியப்பா”அவர் குரல் கேட்டதுமே உள்ளேயிருந்து ஓடிவந்தாள் வடிவாம்பாள்.

“நாந் திற்றபூண்டி போறங். கொல்லயில ஈரம் இருக்கக்குள்ளயே எதாவுது தெளிச்சிப் போடலா மான்னு பாக்குறங்.

“நெல்லு தெளிச்சி இப்பத்தான பெரியப்பா வெள்ளத்தோட போச்சி இனிமே என்ன தெளிக்கிற?”

“தென, கம்பு, காடகன்னி ஏதாவுது ஆசக்கி தெளிச்சிப்போட்டுப் பாப்பமே. வெளஞ்சாலும் வெளயிது. காஞ்சாலும் காயிது. அதுக்குமேல ஆண்டவன் வுட்டவழின்னு போவ வேண்டியாங். நம்மகையில என்னருக்கு?” என்றார்.

“அம்மாக்கிட்ட கேட்டுசொல்லுறம் பெரியப்பா.”

“சேரிப்பா. நா சாங்கால வண்டிக்குத்தாம் போறங். நாளக்கி செவ்வாச் சந்தயில கருக்கல்லயும் கெடக் கிறத்த வாங்கிக்கிட்டு அப்புடியே வண்டியேறி வந்துடுவங்.”

“அம்மா எங்கயோ பெயிட்டு, வந்தவொண்ணே கேட்டுச் சொல்லுறம் பெரியப்பா.”

“வரட்டும் வரட்டும்” என்று போய்விட்டார்.

மடிநிறைய பலகீரை பறித்துக்கொண்டு வந்தாள் சுந்தராம்பாள். வடிவாம்பாள் கணேசன் செவ்வாச் சந்தைக்குப் போகும் விஷயத்தை சொன்னாள்.

"ஓம்பேச்சக்கேட்டு நெல்லு வெரச்சி நா கடம்பட்டு பாழாப்போனது பத்தாதா? நெல்லு வெரச்சி வெள்ளத்தோட வுட்டுப்புட்டு கொரவம்பில்ல தின்னுக்கிட்டுருக்குறமே. இது பத்தாதா நம்மளுக்கு. இன்னமும் வேற அந்த கொல்லயிலக் கொட்டி அழிக்கச் சொல்லுறியா? ஒண்ணும் தெளிக்காண்டாம். இப்ப தெளிச்சி எதுக்கும் புண்ணியப்படாது. தரிசாவே கெடக் கட்டும். ஊருசனம் ஆடுமாடுவொளயாவுது கட்டி மேய்க்கட்டும்" என்றாள் சுந்தரம்பாள்.

"எல்லாருட்டுலயும் தெளிக்கப் போறாவொம்மா நம்மளும் தெளிச்சிப்பாப்பமே."

"நீ முண்டாமகெட. நம்மளால ஒண்ணும் சமாளிக்க முடியா? எங்கபோற காசிக்கி. தெளிக்கிறன்னா அப்புடியே கொண்ட கொட்டிப்புட்டு வந்துடமுடியுமா? ஒழவு ஓட்ட வேண்டாம்? அதுக்கெல்லாங் காசிருக்கா என்னக்கிட்ட? மொதல்ல வெரவாங்க வழியிருக்காசொல்லு. நெல்லுவாங்குன கடனே இன்னங் குடுபடாம இருக்கு. அத எப்புடியாவுது சீக்கிரம் குடுத்து அடக்கணுமேன்னு நா நெனச்சிக் கிட்டுருக்குறங். இதுல நீ வேற எதுக்கு ஒவ்வொன்னுக்கும் ஆசப்படுற?" என்றாள் சற்று கடுமையான குரலில்.

அவள் கோவப்படுவதிலும் அர்த்தமிருந்தது. நெல் தெளிக்க வேண்டாமென்றுதான் இருந்தாள். வடிவாம்பாள் தான் "ஒரு வருசமாவுது நம்மளும் வெள்ளாம செஞ்சிப்பாக்கணும். புதுநெல்லு அறுக்கணும், புதுரு ஆக்கணும்." என்று ஆசைப்பட்டு சதா நச்சரித்துக் கொண்டேயிருந்தாள். அவளால் கெட்டது போலாகிவிட்டது எல்லாம். அவள் இதற்கெல்லாம் ஆசைப் படாமல் இருந்திருந்தால் வேலை செய்ததற்கான மாற்று வேலையாக உழவு ஓட்டியிருக்கவேண்டாம். அத்தனை நாள் கூலியும் கையில் கிடைத்திருக்கும். விதைநெல்வாங்கிய கடனும் இப்போது சுமையாய் இருக்காது. பாவம் வடிவாம்பாளின் ஆசையுமல்லவா நிறைவேறாமல் போய்விட்டது. 'புதிரு' ஆக்க வேண்டுமென்று எவ்வளவு ஆசையோடிருந்தாள். அவளுக்கு மட்டுமல்ல, புதிர் ஆக்குவதில் தனி மகிழ்ச்சியிருந்தது எல்லோருக்குமே.

கொல்லையில் நெல் விளைந்தால் தை பிறந்த பிறகுதான் அறுவடைக்கு வரும். பொங்கலன்று குளித்துவிட்டு கொல்லையின் சனிமூலையில் பனியீரத்தோடு மூன்று அரி கதிரறுத்துக் கொண்டு வருவார்கள். அறுத்துவந்த கதிரை முற்றத்தில் மெழுகியதரையில் போட்டு குச்சியால் தட்டுவார்கள். தோகையிலிருந்து பொலபொல வென்று நெல்மணிகள் உதிரும். தட்டியநெல்லை உரலில் போட்டு இடிந்து போய்விடாமல் பக்குவமாய்க் குத்துவார்கள். குத்தியதை புதுமுறத்தால் புடைத்து முற்றத்தில் தேங்காய் உடைத்து கோடுவெட்டி புதுப் பானையில் பால்மணம் மாறாத ஈர அரிசியைப் போட்டு சர்க்கரை சோறாக்கி சாமி கும்பிடுவார்கள். பொங்கல் நாளன்று 'புதிர்' ஆக்க ஒத்து வரவில்லையென்றால் தைமாதத்தில் வேறொரு நல்ல நாளில் இப்படிச்செய்வார்கள். புதிராக்கி ஒருவாரம் பத்து நாட்களுக்குப் பிறகுதான் அறுவடை செய்வார்கள். எல்லோருடைய வீட்டிலும் தை மாதத்தில் புதிராக்குவது கட்டாயம் நடக்கும்.

எல்லோருடைய வீட்டிலும் புதிராக்குகிறார்களே அதுபோல் நம்வீட்டிலும் ஆக்கவேண்டுமென்று எவ்வளவோ ஆசை களோடிருந்தாள் வடிவாம்பாள். அவளுடைய ஆசையெல்லாம் வெள்ளத்தோடு அடித்துக் கொண்டு போய்விட்டது. நெல்லரிசி கொண்டு புதிராக்க முடியாவிட்டாலும் புல்லரிசிகொண்டு புதிர் ஆக்கி தின்றார்கள். புயலுக்குப் பிறகு தண்ணீரெல்லாம் வடிந்த பின் பார்த்தபோது கொல்லைகளிலெல்லாம் நெற்பயிர் அழுகிப் போயிருந்தது. பச்சை திரும்பாமலே காய்ந்து போய்விட்டது. பயிர்கள்தான் காய்ந்ததேத் தவிர குரவம்புல் மட்டும் கொல்லையில் ஆங்காங்கே பச்சையாய் வளர்ந்துநின்றன. அவை பத்தைகட்டி குத்துக்குத்தாய் வளர்ந்தன. ஒவ்வொரு குத்துக்கும் இருவதுக்கு மேற்பட்ட கதிர்கள் விளைந்தன. ஒரு குத்தை உருவினால் ஒருமரக்கால் குரவம்நெல் இருந்தது. எல்லோருடைய கொல்லை களிலுமே இந்த குரவம் புல் முளைத்திருந்தது. நன்றாக முற்றிய போது புதிராக்கும் ஆசையிலிருந்த வடிவாம்பாள் நான்கைந்து குரவம்பத்தைகளை அடியோடு அறுத்துக்கட்டினாள். அதுவே ஒரு குடங்கையாகிவிட்டது. முற்றத்தில் போட்டு தட்டி உரலில் போட்டு குத்தினாள். புடைத்துப் பார்த்தபோது சின்னச்சின்ன அரிசியாய் சிறு கடுகுபோல் வெள்ளை வெளேரென்றிருந்தது குரவம்புல் அரிசி. அதைப்போட்டு சர்க்கரை சோறாக்கி எல்லோரும் சாப்பிட்டார்கள்.

கொல்லை முழுக்க விளைந்திருந்த குரவம்புல்லையெல்லாம் அறுத்து 'அரிகிடையாய்' காயப்போட்டு குச்சியால் சிறுகச்சிறுக

தட்டிசேர்த்துப் பார்த்தபோது இரண்டு கலத்திற்கு மேலிருந்தது புல்நெல். அதை அப்படியே காயவைத்தாள். ஈரமில்லாமல் காய்ந்தபிறகு பதினெட்டு மரக்கால் புல்நெல்லை பானையில் கொட்டி வைத்தாள். மீதமிருந்ததை நெல் ஊறவைப்பதுபோல் ஊறவைக்காமல் பானையில் 'பிசறிவைத்து' அவித்தாள். லேசாய் ஆவிவந்ததும் இறக்கி வெயிலில் கொட்டிக் காய வைத்தாள். காயவைத்த புல்நெல்லை ஒவ்வொரு படியாய் உரலில் கொட்டி குத்தியபோது அரிசி உடையாமல் கடுகுபோல் சிறியதாய் மணிமணியாய் வந்தது. அதைப்போட்டு கஞ்சிவைத்துக் குடித்துக் கொண்டிருந்தார்கள்.

அந்த அரிசிதான் இப்போது ஒருவேளை கஞ்சிக்காவது உதவுகிறது. விதைத்தது வெள்ளத்தோடு போன ஆதங்கத்தால் சுந்தராம்பாள் மறுபடி தெளிக்க மறுத்துவிட்டாள்.

'இதற்குமேல் அம்மாவிடம் பேசி புண்ணியமில்லை யென்று' அதை அத்தோடு விட்டுவிட்டாள். கணேசன் திருத்துறைப் பூண்டிக்கு போவதற்குமுன் மறுபடியும் ஒரு தடவை வந்து கேட்டார்.

"எங்களுக்கு ஒண்ணும் வாங்கியாராண்டாம் பெரியப்பா. கொல்லயில எதயும் தெளிக்க அம்மாவுக்குப் புடிக்கல. வேண்டாங்குது." என்றாள்.

"சேரி...வர்ற வருசம் பாத்துக்கிட்டு தெளிச்சிக்கிடலாம்ப்பா." என்று சொல்லிவிட்டுப் போனார்.

நாளைக்கே வந்துவிடுவேனென்று சொல்லிவிட்டுப் போன கணேசன் நான்கைந்து நாட்களாகியும் திருதுறைப்பூண்டியி லிருந்து திரும்பிவரவில்லை.

'என்னவாருக்கும் ஏதாருக்கும்?' என்று ஒன்றும் புரியாமலே எல்லோரும் இருந்தார்கள். எல்லோரையும்விட வடிவாம் பாளுக்குத்தான் கணேசனைப் பார்க்காமல் இருக்கமுடியவில்லை. அவளுக்கு எந்த வேலையும் புரியவில்லை. அடிக்கடி தன் அம்மாவிடமும் தங்கைகளிடமும் பெரியப்பா "யாவ்வல்ல? எதுனால வராமருப்பாரு?" என்று கேட்டுக்கொண்டேயிருந்தாள்.

ஐந்தாம்நாள் பொழுது சாயும் நேரத்திற்குத்தான் கணேசன் வீட்டிற்கு வந்தார். வந்தவர் நேராக சுந்தராம்பாள் வீட்டிற்கு வந்தார். அவர் நடந்துவரும் காலடி சத்தத்தை வைத்தே படுத்திருந்தவள் 'பெரியப்பா வந்துட்டாவொ.' என்று வாரிச் சுருட்டிக் கொண்டு வெளியே ஓடிவந்தாள்.

"யாம் பெரியப்பா மறுநாளே வந்தர்றேன்னு சொல்லிப் புட்டுப் போனிய. அஞ்சிநாளா வல்லயே. என்னாச்சி பெரியப்பா. ஒடம்புகிடம்பு சவுரியமில்லாம பெயிட்டா பெரியப்பா?"

"அதல்லாம் ஒண்ணுமில்லப்பா."

"அப்பறம் யாம்பெரியப்பா மறுநாளே வல்ல?"

"ம்...ம்..." என்று தயங்கியவாறே ஒன்றும் சொல்லாமல் மேலும் கீழும் பார்த்தபடி நின்றார்.

"என்னபெரியப்பா?"

"ஒண்ணுமில்லப்பா... நானும் குடும்பத்தோட திற்றபூண்டியில போயி தங்கிடலாமான்னு பாக்குறன் பெரியங்கச்சி."

"யாம் பெரியப்பா?" வடிவாம்பாளுக்கு அதிர்ச்சியாயிருந்தது.

'இஞ்சயிருந்து என்னப்பா பண்ணுற? சாப்பாட்டுக்கு வழியில்லாம திண்டாடணும்பொலருக்கு. அங்க போனாலும் எதாவுது வேலவெட்டி இருக்கும். இல்லாட்டி கீத்து யாவார மாவுது செய்யலாம்."

"சந்தயில வெரப்பண்டம் வாங்கியாறன்னுட்டுப் போனிய திரும்பிவந்து இப்புடி சொல்லுறியளே பெரியப்பா" என்றாள் கலங்கியவளாய்.

நானும் அதுக்காவத்தாம் பெரியங்கச்சி போனங். அங்கருக்குற பெரியப்பா ஆத்தா எல்லாரும் "கோயித்தாவுலயே யாங்கெடந்து செருமப்படுற இஞ்ச வந்துடுன்னு சொன்னாவோ"

"..."

"அவ்வொ சொன்னமேரி செஞ்சிப்பாத்தா நல்லாருக்கு மோன்னு நெனச்சிப்பாத்தங். எனக்கும் அங்க பெயர்றதுதான் நல்லதுன்னு யாம் மனசுக்குப்பட்டுது பெரியங்கச்சி. காடுங்கரயு மாருந்த ஒரு எடத்த பெரியண்ணன் காட்டிவுட்டாரு. அத வெட்டி அழிச்சி சுத்தம்பண்ணி சின்னமா ஒரு கொட்டயும் போட்டுட்டு வந்துருக்குறங். அதுனாலதாங் ஒடனே வரமுடியல."

"நீங்க இருக்குற தெம்புலதாம் பெரியப்பா நாங்க இருந்தம். நீங்களும் பெயிட்டாக்க நாங்க என்ன பெரியப்பா பண்ணுற?"

வடிவாம்பாளுக்கு தொண்டை அடைத்தது. கண்களிலிருந்து பொலபொலுவென்று கண்ணீர் வடிந்தது.

“அழுவாத பெரியங்கச்சி. ஒங்கம்மாக்கிட்ட சொல்லி நீங்களும் வந்துடுங்களம்ப்பா. எல்லாருமேப் பெயிடுவம்.” என்றார்.

வடிவாம்பாளால் பதிலேதும் சொல்லமுடியவில்லை. தேம்பித்தேம்பி அழுதாள்.

“அழுவாத பெரியங்கச்சி” என்று சொல்லிவிட்டு தன்வீட்டில் போய் மூட்டைமுடிச்சுக்களை கட்டச்சொல்லி கிளம்புவதற்கான ஏற்பாடுகளை செய்தார் கணேசன். ஒரு மாட்டுவண்டியை அமர்த்திக் கொண்டார் மறுநாளே வண்டியில் சாமான்களை யெல்லாம் ஏற்றிக் கொண்டு பெண்டாட்டி பிள்ளைகளையும் வண்டியிலேயே ஏற்றிவிட்டார். புயலில் பிழைத்த ஆட்டுக் குட்டியோடு மறுபடி யாரிடமிருந்தோ பிடித்துப்போட்ட ஆட்டுக்குட்டியும் சேர்ந்து இரண்டு ஆட்டுக்குட்டிகள் கிடந்தன. அவையிரண்டையும் பிடித்து வந்து வடிவாம்பாளிடம் கொடுத்தார்.

“நாம் போயி ஒங்களுக்கும் ஒரு எடம்பாத்து கொட்டாவ போட்டுக்கிட்டு ஒங்களயும் வந்து அழச்சிக்கிட்டுப்போறங் கவலப்படாதிய.” என்று சொல்லிவிட்டு வண்டிக்குப்பின்னால் நடந்தே போனார்.

வடிவாம்பாளால் கணேசனின் பிரிவைத் தாங்கிக்கொள்ள முடியவில்லை. தினமும் ஒருமுறையாவது அவரை நினைத்து அழுதுகொண்டிருந்தாள்.

“பெத்த அப்பங்காரனே உட்டுட்டுப் போயி பதிமூணு வருசமாவப் போவுது, இன்னமும் எங்கருக்குன்னுகொடத் தெரியல, இதுல பெரியப்பங்காரரும் உட்டுட்டுப் பெயிட் டாருன்னு ஒக்காந்துக்கிட்டு ஒப்பாரி வக்கிறியே, நீ அழுவுறதால என்ன புண்ணியஞ்சொல்லு, அவ்வொவ்வொ அவ்வொவ்வ பொழப்பப் பாக்காண்டாம்?” என்று மகளை கண்டிப்பாள் சுந்தரம்பாள்.

கணேசன் குடும்பம் திருத்துறைப்பூண்டிக்குப்போய் இரண்டு மாதத்திற்கு மேலாகிவிட்டது. இடையிடையே கோவில் தாழ்விற்கு இரண்டுமூன்று முறை வந்து இவர்களையும் திருத் துறைப்பூண்டிக்கே வந்துவிடும்படி கூப்பிட்டுப் பார்த்தார்.

பிள்ளைகள் மூன்றுபேரும் திருத்துறைப்பூண்டிக்குப்போய் விடலாமென்று சொல்லியபோதும் சுந்தராம்பாள் மட்டும் பிடிவாதமாய் மறுத்துவிட்டாள்.

"புள்ளக்குட்டிவொளோட இந்த வூட்டுலதாங் ஒங்கப்பாரு என்ன உட்டுட்டுப் போனாவோ. இன்னக்கி இல்லாட்டியும் என்னக்காவுது ஒரு நாளு அவ்வொ வந்து பாத்துட்டு, 'எங்க போயிருப்பா நம்ம பொண்டாட்டி'ன்னு தெவச்சி நிக்கக் கொடாது 'யாரக்கேட்டுக்கிட்டு வூரவுட்டுப் போன?'ன்னு கேட்டா நான் என்ன பதிலு சொல்லுற? செத்தாலும் கெட்டாலும் இந்த வூரவுட்டு நா வரமாட்டங்." என்று உறுதியாய் சொல்லி விட்டாள். சுந்தராம்பாளின் பேச்சிலும் ஞாயமிருப்பதாய் நினைத்தாரோ என்னவோ அதற்குமேல் கணேசன் அவர்களை வற்புறுத்தவில்லை.

கணேசன் கொடுத்த ஆட்டுக்குட்டிகளில் ஒன்று சினையா யிருந்தது. நான்கைந்து மாதங்களில் குட்டிபோட்டது. சுந்தராம் பாளின் வீட்டில் எல்லோருக்குமே ஒருநாளைக்கு ஒருவேளை சாப்பாடு என்றுதான் ஓடிக்கொண்டிருந்தது. சின்னவள் அஞ்சம்மாளால் பசி தாங்கிக்கொண்டு கிடக்கமுடியாது. தினமும் ஆட்டை கட்டியிருக்கும் சந்துக்குள் போய் படுத்துக் கொண்டு குட்டி குடிப்பதுபோலவே ஆட்டில் பால் குடித்து விடுவாள். பசிக்கு பால்குடிக்கப்போய் ஆட்டுப்பாலின் ருசிக்கு அலைந்து கொண்டிருந்தாள் அஞ்சம்மாள். தினமும் ஆடுகளுக்கு தழை ஒடித்துப்போடுவது, புல்கொண்டுவந்து போடுவது, காடுகளில் படர்ந்து கிடக்கும் கொடிகளை அறுத்துவந்து போடுவது என்று ஆட்டிற்கான வேலைகளையெல்லாம் அஞ்சம்மாளே செய்தாள்.

அஞ்சம்மாள் ஆட்டிற்கு தழை ஒடிப்பதற்காக தெற்குச் சாலைக்குப் போனாள் ஒருநாள். தெற்குச்சாலையின் இருபக்கமும் நெடுகிலும் தாழங்குத்தடிகள் நிறைந்திருந்தன. தாழங்குத் தடிகளில் பலவகையான கொடிகள் படர்ந்திருந்தன. தாழைகளுக் கிடையே மத்தாப்பு போல வெள்ளை நிறத்தில் பூப்பூத்துக் கொண்டிருந்தன சில செடிகள். அவற்றின் இலையையும் பூவையும் பறித்துவந்து சுந்தராம்பாளிடம் காட்டினாள் அஞ்சம்மாள்.

"அம்மா இந்தப் பூவப்பாரு மத்தாப்பூ மேரியிருக்கு என்ன பூவும்மா இது? இத ஆட்டுக்கு அறுத்துப் போடலாமா?" என்று கேட்டாள்.

வாங்கிப்பார்த்த சுந்தராம்பாளுக்கு அவளுடைய ஆத்தாவின் நினைவு வந்தது. சுந்தராம்பாள் சிறுவயதாயிருக்கும்போது அவளுடைய அம்மாவைப்பெற்ற ஆத்தா காரக்கொட்டிக் கிழங்கில் களிகிண்டிக் கொடுத்திருக்கிறாள்.

"..."

"காரகொட்டிக் கெழங்குல்ல இது? எங்க கெடந்திச்சி?" என்றாள் ஆவலாய்.

"தாழங்காட்டுக்குள்ள நெறயாக் கெடக்கும்மா." என்றாள்.

"இதுமேரி பூத்துருக்குற செடிக்கும் கீள நோண்டிப் பாத்தாக்க சட்டிமேரி கெழங்குருக்கும். புடுங்கிக்கிட்டு வா." என்றாள்.

சுந்தராம்பாள் இப்படி சொன்னதுதான் தாமதம். உடனே களைக்கொத்தி ஒன்றை கையில் எடுத்துக்கொண்டு கிளம்பி விட்டாள் அஞ்சம்மாள்.

"சின்னங்கச்சி, தாழங்காட்டுக்குள்ள பாம்பு கெடக்கும் பாத்து நோண்டு." என்றாள்.

"சேரிம்மா." சொல்லிக்கொண்டே சிட்டாய்ப் பறந்தாள் சின்னவள். கார கருணைபோன்ற, சற்று அளவில் சிறிய இரண்டு மூன்று கிழங்குகளை தோண்டிக்கொண்டு வந்தாள்.

சின்னமகள் கொண்டுவந்து கொடுத்த காரக் கொட்டிக் கிழங்கை வெட்டி அலசினாள். உரலில்போட்டு இடித்தாள். வெள்ளையாய் மாவுபோல் வந்தது கிழங்கு. சொதசொத வென்றிருந்த மாவை உரலிலிருந்து அள்ளினாள். கையெல்லாம் ஒரே அரிப்பெடுத்தது. அரிப்பு தாங்க முடியவில்லை. உடலில் மாவுபட்ட இடமெல்லாம் அரித்துத்தின்றது. நிறைய புளியையக் கரைத்து ஊற்றி களியாகக் கிண்டினாள். புளியால் காரல் குறைந்தது. பிள்ளைகளுக்கும் கொடுத்துவிட்டு தானும் தின்றாள். அன்றிலிருந்து காரக்கொட்டிக் கிழங்கைத் தேடியும் ஊரை ஒருமுறை சுற்றிவந்தார்கள் அஞ்சம்மாளும் ராசாம்பாளும். தாழங்காடுகளில் மின்னிக்கொடியும் படர்ந்துகிடந்தது. மின்னிக்கொடியின் வேரில் கிழங்கிருப்பதைப் பார்த்துவிட்டு பிடுங்கினாள் அஞ்சம்மாள். கட்டை விரலளவு கிழங்குகள் வேரிலிருந்தன. வாயில் வைத்துலேசாய் கடித்துப் பார்த்தாள். காரலடித்தது. திங்கலாமென்று மடிநிறைய மின்னிக்கிழங்குகளை பிடுங்கிக்கொண்டு வந்தாள்.

மின்னிக்கிழங்குகளைச் சுட்டும் அவித்தும் தின்றார்கள். ஒவ்வொரு நாளையும் இப்படி காடுகரையில் கிடப்பதைத் தின்றே ஓட்டினார்கள். தினமும் அக்கம்பக்கத்து சனங்களுக்குத் தெரியாமல் காட்டில் கிடக்கும் காரக்கொட்டிக் கிழங்கையும்

மின்னிக்கிழங்கையும் பிள்ளைகளுக்குக் கொடுத்துவிட்டு வெகுநேரம் வரை தனியாய் உட்கார்ந்து அழுதுகொண்டிருப்பாள் சுந்தராம்பாள். அவள் வேண்டாத தெய்வமில்லை. எந்தத் தெய்வம் அவள் கணவனை அவளிடம் கொண்டு வந்து சேர்க்கப் போகிறது? 'இந்த மூணு புள்ளைவொளயும் வச்சிக்கிட்டு அரவயத்துக் கஞ்சிக்கி அல்லாடுறனே. கடவுளே... ஒனக்கு கண்ணேயில்லயா? ஓங்கண்ணு அவிஞ்சி பெயிட்டா? யாம் புள்ளைவொள நான் எப்புடி கரசேக்கப் போறனோத் தெரியலையே. போன ஆம்புள என்ன ஆனாவோன்னு ஒண்ணுந் தெரியாம தெவச்சி நிக்கிறனே. பன்னண்டு வருசமா பரிதவிச்சி நிக்கிறனே. என்ன கண்கொண்டு பாக்க இந்த வூருல ஒரு தெய்வமும் கெடயாதா. நொண்டிவீரன் ஆவுத்திக்காத்தானெல் லாஞ் செத்துப்பெயிட்டியளா?' என்று எதையெதையெல்லாமோ நினைத்து கலங்குவாள்.

கோவில் தாழ்வு சின்னப்பையன்களெல்லாம் வின்கோ கம்பெனிக்கு வேலைக்குப் போய்க்கொண்டிருந்தார்கள். வெள்ளைக்காரனின் உப்பு கம்பெனிதான் வின்கோ கம்பெனி. அதன் மேனேஜராய் வேதாரண்யம் வேணுகோபாலய்யர் இருந்தார். ஆதனூர் பிச்சமுத்துதான் கங்காணி. அவர்தான் கோவில்தாழ்வு பிள்ளைகளைக் கூப்பிட்டு வேலைகொடுத்தார்.

உப்பளத்தில் கிணறு தோண்டும் வேலை நடந்தது. உப்பளத்தில் மண்வெட்டி போட்டு வெட்டி களியள்ள முடியாது. கிணறுதோண்டும் போது கீழே வெறும் கருங்களியாக இருக்கும். கருங்களியை கையாலேயே தோண்டியெடுக்கவேண்டும். தோண்டியெடுக்கும் கருங்களியை நீண்டதூரம் நடந்துபோய் பாத்திகளின் தலைப்பகுதிபோலிருக்கும் தட்டிமேட்டில் போட்டு விட்டு வரவேண்டும். கருங்களி தூக்குவதற்கு கனமாகவும் இருக்கும். இந்த வேலைக்கு பெரிய ஆட்களைவிட்டால் கூலிகொடுத்து கட்டுபடியாகாதென்று சிறிய பிள்ளைகளைக் கூப்பிட்டிருந்தார்கள். கருங்களியைத் தோண்டி ஒவ்வொரு கொட்டாய் சிறுவர்களின் தலையில் தூக்கி விடுவார்கள். சிறுவர் கள் நீண்டதூரம் நடந்துபோய் தட்டிமேட்டில் போட்டுவிட்டு வருவார்கள். சிற்றெறும்புகள் போல் அங்குமிங்கும் ஓடிக் கொண்டிருப்பார்கள் சிறுவர்கள். தட்டிமேட்டில் கையில் ஓலையை வைத்துகொண்டு கங்காணி நிற்பார். ஒவ்வொரு வருக்கும் ஒவ்வொரு ஓலை. ஒரு கூடை கொண்டுவந்து போட்டால் ஓலையில் ஒருகோடு போட்டுக் கொள்வார்

கங்காணி. சிறுவர்கள் ஒவ்வொரு கூடையாய் கொண்டுவந்து போடும்போதும் கங்காணியிடம் தன்யெரைச் சொல்லி அவர் ஓலையில் ஒரு கோடு போடுவதைப் பார்த்துவிட்டு மறுபடியும் ஓடுவார்கள். கடைசியாய் எத்தனைக்கூடை என்று கங்காணி எண்ணிச் சொல்லுவார். கூடைகளின் எண்ணிக்கைக்குத் தகுந்தபடி மேனேஜர் கூலிகொடுப்பார்.

அஞ்சம்மாளுடன் விளையாடும் கரடும், தப்புத்தாவின் தம்பி பூச்சியும் மற்ற சிறுவர்களோடு கம்பெனிக்கு சீட்டுக்கூடைத் தூக்கும் வேலைக்குப் போனார்கள். தினமும் காசுகொண்டுவந்து வீட்டில் கொடுத்தார்கள். ஆட்டுப்பால் குடித்துவிட்டு துறுதுறு வென்றிருந்த அஞ்சம்மாளுக்கும் சீட்டுக்கூடை தூக்கும் வேலைக்குப்போக ஆசையாயிருந்தது. பூச்சியிடம் போய்க் கேட்டாள்.

“பூச்சி... நானும் சீட்டுக்கூடத் தூக்க வரட்டா?”

“பொண்ணா பொறந்த புள்ளைவொள வேலக்கிச் சேத்துக்கிடமாட்டாவோ.” என்றான் பூச்சி.

“பூச்சி..பூச்சி.. நானும் வாறம்பூச்சி.. என்னயும் அழச்சிக்கிட்டுப் போ பூச்சி.”

“அதாஞ் சொல்லுறனே. நாங்க ஆம்புளப் புள்ளைவொளாத் தாஞ் செய்யிறோம். ஒன்ன சேத்துக்கிட மாட்டாவொன்னு.”

“ஓங் காலுசட்ட மேலுசட்டய தா பூச்சி. அதப்போட்டக் கிட்டு நானும் ஆம்புளப்புள்ளமேரியே வாறங்.” கெஞ்சினாள் அஞ்சம்மாள்.

“என்னக்கிட்ட ஒரேவொரு காலுசட்டதான இருக்கு. அதுவும் சூத்துக்கு நேரா ஓட்டபோட்ட காலுசட்டதாங் இருக்கு.”

“அத என்னக்கிட்ட குடு பூச்சி.”

“அப்ப எனக்கு?”

“நீ அசல் ஆம்புளப்புள்ளதான கோமணத்துணிய கட்டிக்க.”

“எங்கம்மாவுக்குத் தெரிஞ்சா அடிக்குமே.”

“எங்கம்மாவுக்குத் தெரிஞ்சாலுந்தான் அடிக்கும். நீ வேலக்கிப் போவக்குள்ள யாருக்குந்தெரியாம சாடயா என்னக் கூப்புடு தெக்கிச் சாலயில தாழங்காட்டு மறவுல நின்னு ஓங் கால்சட்டய நா போட்டுக்கிட்டு ஒன்னோட வாறங்.”

"சேரி...சேரி... யாருகிட்டயும் சொல்லிப்புடாத." என்று பூச்சியும் ஒத்துக்கொண்டான்.

மறுநாள் ஆட்டிற்குத் தேவையான தழைகளையும் கொடிகளையும் நிறைய அறுத்துவந்து போட்டுவிட்டு வீட்டில் யாரிடமும் சொல்லாமல் போய் தாழங்காட்டு மறைவிலேயே பூச்சிக்காக காத்துக்கொண்டு நின்றாள். பூச்சி வந்தவுடன் அவன் கோமணத்தைக் கட்டிக்கொண்டு தன்னுடைய கால்சட்டையை அவிழ்த்துக் கொடுத்தான். கால் சட்டையின் பின்பக்க ஓட்டையை ஒட்டுபோட்டு தைத்திருந்தான். பூச்சியின் சட்டையைப் போட்டுக் கொண்டாள் அஞ்சம்மாள். உப்பளத்தில் வெயிலுக்காக தலையை முழுவதுமாக முடிதெரியாமல் கட்டிக்கொண்டுதான் வேலைசெய்வார்கள். தன் அக்காவின் கிழிந்த தாவணித் துணியால் தன்னுடைய எலிவால்சடை தெரியாமல் கட்டிக் கொண்டாள் அஞ்சம்மாள். பூச்சியுடன் போய் சீட்டுக் கூடை தூக்கினாள். கங்காணி பிச்சமுத்துவிடம் தன்னுடைய அப்பா பெயரையே தன்னுடைய பெயராகச் சொன்னாள். கங்காணி மிகவும் நல்லவர். அஞ்சம்மாளை அவர் அடையாளம் கண்டு கொண்டார். இருந்தாலும் வெளியில் சொல்லாமல் இருந்தார். மேனேஜருக்கு சந்தேகம் வராததுபோல பூச்சியும் அஞ்சம்மாளும் தூக்கிய கூடைகளின் எண்ணிக்கையில் ஏழெட்டு கோடுகளை அதிகமாகப் போட்டுக்கொடுத்தார். தூக்கிய கூடைகளை விடவும் காசு கொஞ்சம் அதிகமாய்க் கிடைத்தது இருவருக்கும்.

அஞ்சம்மாளை காலையிலிருந்து காணவில்லை என்பதால், எங்காவது கிழங்குதோண்டப் போயிருப்பாள் என்று வீட்டில் நினைத்துக் கொண்டிருந்தார்கள். ஆனால் கிழங்கு எதுவும் மடியிலில்லாமல் களைத்துப்போய் அவள் வந்து நிற்பதைப் பார்த்துவிட்டு சுந்தராம்பாள் அதட்டினாள்.

"காலயிலேருந்து எங்கபோயி சுத்திப்புட்டு வாற? ஒரு வேள சோறு. அதக்கொட திங்கணுமுன்னு ஒனக்கு நெனப்பு வல்லயா? அப்புடியென்ன வெளயாட்டு ஒனக்கு. கண்ணுமுளியெல்லாம் மண்டக்குள்ள கெடக்கு. எங்கடிப் போன?" வாசலிலேயே மறைத்துக் கொண்டாள், வீட்டிற்குள் விடாமல்.

அவள் அப்படி அதட்டியதைப் பார்த்து பயந்துபோய் விட்டாள் அஞ்சம்மாள். கனமான கருங்களிக் கூடையைத் தூக்கிக்கொண்டு அளத்தில் நீண்டதூரம் அங்குமிங்கும் நடந்ததால் உண்டான கால்வலி தாங்கமுடியவில்லை. காலையிலிருந்து சாப்பிடாததால் பசி மயக்கம் வேறு. இறுக்கிக்கட்டியபாவாடை

நாடாடிவிற்குள் காசைவைத்து பெரட்டி பெரட்டி மடித்து விட்டிருந்தாள். முன்பக்க பாவாடைமட்டும் மேலே தூக்கிக் கொண்டு நின்றது.

"பாவாடையில என்னத்த சுருட்டி வச்சிருக்குற?" என்று கேட்டவாறே பிடித்து இழுத்தாள் சுந்தராம்பாள். சில்லறை கீழே விழுந்தன.

" ஏதுடி காசி? ஒனக்கு ஏது காசி? எங்கயாவுது போயி திருடிக்கிட்டு வாரியா?" வந்த கோபத்தில் பக்கத்தில் கிடந்த விளக்குமாற்றுக்கட்டையை கையில் எடுத்துக்கொண்டு ஓங்கினாள்.

எங்கே அடி விழுந்துவிடுமோ என்ற பயத்தில் அழுது கொண்டே சொன்னாள்.

"நாம் பூச்சியோட சீட்டுக்கூடத் தூக்கப் போனங்."

"செலவுக்கு காசில்லாம செருமப்படுறியேன்னுதாம்மா நாம் போனங்." என்றாள்

சுந்தராம்பாளால் எதுவுமே சொல்லமுடியவில்லை. அப்படியே உட்கார்ந்து அழுதாள்.

"படுபாவி இப்புடி யாம்புள்ளைவொள சந்தில வுட்டுட்டுப் பெயிட்டாவொளே." அவளுடைய அழுகை ஓய வெகுநேரமானது.

9

வைகாசி யாகக்காற்று ஓவென்று அடித்துக் கொண்டிருந்தது. தலையில் முந்தானைத் துணியைப் போட்டுக்கொண்டு தெற்கே போய்க்கொண்டிருந்தாள் சுந்தராம்பாள். கக்கத்தில் கூடை இருந்தது. அவளுடைய நடைக்கு ஈடுகொடுக்க முடியாமல் பின்னால் ஓட்டமும் நடையுமாய் ஓடிவந்தாள் கடைசிமகள் அஞ்சம்மாள். ஊரை அடுத்து தெற்கிலிருந்த கருவைக்காட்டை தாண்டி அளத்தில் அடியெடுத்து வைத்தபோது வெயிலிலும் காற்றிலும் அளம் வெறிச்சோடிக் கிடந்தது. மேற்கில் வின்கோ கம்பெனி அளமும் கிழக்கில் அகஸ்தியம்பள்ளி அளமும் வெள்ளை வெளேறென்று உப்பு பூத்துப் போய்க்கிடந்தது. ஆண்களும் பெண்களுமாய் ஏராளமானபேர் உப்பளங்களில் வேலைசெய்து கொண்டிருந்தார்கள்.

நந்தனா வருட புயலுக்குப் பிறகு சனங்கள் பெரும் பாலும் உப்புக் கம்பெனிகளை நம்பியே வாழத் தொடங்கினார்கள். மார்கழி கடைசியில் ஆரம்பிக்கும் வேலை ஆவணிமாதம்வரை இருக்கும். தொடர்ந்து வேலையும் கூலியும் கிடைப்பதால் உப்பளவேலைக்கு போட்டி போட்டுக்கொண்டு போனார்கள். உப்பளத் திற்கு சென்றவர்களின் கையில் ஓரளவு காசு புழங்கியது. சுந்தராம்பாளுக்கும் அளத்து வேலைக்குப் போகும் எண்ணமிருந்தது. ஆனால் வடிவாம்பாள் தான் தன் அம்மாவை போகவிடாமல் தடுத்துவிட்டாள்.

“இவ்வள நாளும் இருந்துட்டம் இன்னங்கொஞ்ச நாளு இப்புடியே ஓட்டிப்பாப்பம். அதுக்குள்ள கடவுள் கண்ணத் தொறந்து நம்ம அப்பால்ல வந்துட்டாக்க. நிம்மதியாயிருக் கலாம்.” என்றாள்.

“ஒனக்கு அப்பாரு வருங்குற நப்பாச இன்னமும் இருந்துக் கிட்டுத்தாங் இருக்கு பொலருக்கு.”

“என்னக்கிருந்தாலும் ஒரு நாளு வராமயா பெயிடப் போவுது?”

“நானும் அப்புடித்தான் நம்பிக்கிட்டுருக்குறங். அதுக்குமேல ஆண்டவன் வுட்டவழி.”

உள்ளூரில் யார்வீட்டில் என்ன மாதிரியான விவசாய வேலையென்றாலும் ஓடிஓடிப்போய் செய்தார்கள் சுந்தராம்பாளும் அவளுடைய மகள்களும். கம்பு, காடகன்னி விதைத்தவர்களுக்கு இரண்டு வருடங்களாக ஓரளவு விளைந்தது. கேழ்வரகு விளைச்சல்கூட நன்றாக இருந்தது. ராசாம்பாளும் வடிவாம்பாளும் தினமும் கதிர்அறுக்கும் வேலைக்குப் போய்விட்டு வந்தார்கள். எல்லோருடைய வீட்டிலும் விளைந்திருப்பதைப் பார்த்துவிட்டு வந்து தன் தாயிடம் இரைவாள்.

“தெளிச்சவ்வொளுக்கு வெளயாமயாப் பெயிட்டு. நம்மளும் தெளிப்போன்னத்துக்கு ஒவ்வொரு நடயும் வேண்டாம் வேண்டான்னு. தட்டிக்கிட்டே இருக்குறியே. சொந்தகொல்லயில குனிஞ்சி ஒருபுடி தானியம் எடுக்க வக்குல்லாத வூடாப் பெயிட்டே நம்மவூடு” என்று மனதில் பட்டதையெல்லாம் கொட்டித் தீர்ப்பாள். அவள் சொல்லுவதைப் பார்க்கும்போது, ‘நம்மளும் தெளிச்சிருக்கலாம் பொலருக்கே. என்று சுந்தராம் பாளுக்கேத் தோன்றும். ‘கேவுரு வூனியிருந்தாக்கொட நாலஞ்சி மாத்தய ஓட்டிருக்கலாம் பொலருக்கே.’ என்று நினைத்து வருந்தினாள்.

கொல்லையில் விளையாவிட்டாலும் கூலிவேலைக்குப் போய் சம்பாதித்த தானியங்கள் ஓரளவு அடுக்குப்பானைகளை நிரப்பியிருந்தது. இரண்டு மூன்று நாட்களாய் அந்த வேலைக்கும் கிராக்கி வந்துவிட்டது. பெரிய மகள்கள் இருவரும் யார் வீட்டிற்கோ வேலைக்குப் போய் விட்டார்கள். சுந்தராம்பாளுக்கு வேலைகிடைக்கவில்லை.

“வூட்டுல சும்மாருந்து என்ன செய்யிற?” என்று சின்னமகளை துணைக்கு அழைத்துக்கொண்டு வந்துகொண்டிருக்கிறாள்.

தூரமாய் தெரிந்தது கோடியக்காடு. கோடியக்காட்டிற்கு சுந்தராம்பாள் இதுவரை இப்படி பாலாப்பழம் பறிக்கபோனதில்லை. இப்போதுதான் முதன்முறையாகப் போகிறாள். அகஸ்தியம்பள்ளி சனங்களெல்லாம் கூடைநிறைய பலாப்பழம் பறித்துக்கொண்டு வருவதை எத்தனையோ முறை பார்த்திருக்கிறாள். கோவில்தாழ்விலும் சிலபேர் தின்பதற்காக பாலாப்பழம் பறித்து வந்திருக்கிறார்கள்.

'காட்டுல கெடக்குறத்த பறிக்கமுடியாமயா பெயிடப்போவுது. போயிப் பறிச்சிதாம் பாப்பமே.' என்று நினைத்தவளாய் துணிந்து கிளம்பிவிட்டாள்.

எப்போதாவது கோடியக்காட்டு வழியாய் போகும் சமயங்களிளெல்லாம் "பாலாப்பழ நாளுக்கு நம்மளும் இஞ்ச வந்து பழம்பறிச்சிக்கிட்டுப் போவணும்" என்று நினைத்துக் கொள்வாள். மரங்களையெல்லாம் அடையாளமாய் பார்த்து வைத்திருப்பாள். ஆனால் ஒவ்வொருவருடமும் பழம் பழுக்கும் போது அவளால் வரமுடியாமல் போய்க்கொண்டேயிருந்தது. இப்போதுதான் அவளுக்கு நேரம் வாய்த்திருக்கின்றது.

"பழம் பழுத்திருக்குமாம்மா?" என்றாள் அஞ்சம்மாள்.

"பாலாப்பழ நாளுதாங் இது. நேத்துகொட யாரோ தின்னுக்கிட்டுருந்ததப் பாத்தங்.' என்றாள் சுந்தரம்பாள். அஞ்சம்மாளுக்கு கொஞ்சம் கொஞ்சமாய் காடு பக்கத்தில் வந்துகொண்டிருந்தது போலிருந்தது.

"அம்மா... காடு கிட்ட வந்துட்டு." என்றாள்.

சுந்தராம்பாளின் மகள்கள் மூன்றுபேரிலும் அஞ்சம்மாள் கொஞ்சம் சுறுசுறுப்பானபெண். மற்ற இரண்டுபேரைப் போலவே கறுப்பாயிருந்தாலும் அவர்களைவிடவும் கொஞ்சம் களையான முகம் அஞ்சம்மாளுக்கு. கடைக்குட்டி என்பதால் சுந்தராம்பாளுக்கு அவள்மேல் வாஞ்சை கொஞ்சம் அதிகமாயிருந்தது.

'இந்தப்பொண்ண தொணக்கிவச்சிக்கிட்டுத்தாங் மூத்தது ரெண்டயும் கரயேத்தணும்' என்று அடிக்கடி நினைத்துக் கொள்வாள்.

"அக்கா ரெண்டு பேரயும் கட்டிக்குடுத்துட்டு ஒன்ன மட்டும் யாங்கூட வச்சிக்கிடலாமுன்னு நெனக்கிறம்" என்பாள்.

"சேரிம்மா.' என்பதுபோல் தலையாட்டுவாள் கொஞ்சம் தயக்கமாய்.

"அதுக்காவ ஒன்னக் கட்டிக்குடுக்காமயே வச்சிக்கிடுவன்னு நெனக்காத உள்ளூரு சம்மந்தமாப் பாத்துக்கட்டிக் குடுப்பங்." என்பாள்.

அவளுடைய அம்மா இப்படிச் சொல்லும் போதெல்லாம் அஞ்சம்மாளுடைய மனதில் பூச்சியின் நினைவு வந்துபோகும்.

இருவரும் காட்டின் வடமேற்கு மூலையில் போய் ஏறினார்கள். பாலாப்பழ வாசனை காற்றோடு வந்து மோதியது. செடிகளை விலக்கிக் கொண்டு உள்ளே நுழைந்தார்கள். ஒரு பெரிய பாலாமரமிருந்தது.

"இதுல பறிப்பம் சின்னங்கச்சி" என்றாள் சுந்தராம்பாள்.

கூடையை ஓரிடத்தில் வைத்துவிட்டு கீழே கிடந்த சருகுகளையும் செடிகொடிகளையும் அரித்து அப்புறப்படுத்தினார்கள்.

"நா ஏறி உலுக்கட்டுமாம்மா?" எனக்கேட்டாள் அஞ்சம்மாள்.

"ஈம்...ம்..." என்று எதற்கோ யோசிப்பவள் போல் மேலும் கீழும் பார்த்தாள் சுந்தராம்பாள்.

"நா ஏறட்டுமாம்மா?" என்றாள் மறுபடியும்.

"ஏறங்."

பாவாடையை சுருட்டிக்கட்டிக்கொண்டு மரத்தில் ஏறினாள்.

"பாத்து ஏறு சின்னங்கச்சி."

பாதி மரத்தில் ஏறியவள் "ஆ... அம்மா... அப்பா" என்று துடித்தாள்.

"என்னங்கச்சி ஆ... ஊங்குற?"

"செவப்பெறும்பு கடிக்கிதும்மா. அடஅடயாருக்கு எறம்பு. விறுவிறுன்னு ஏறுது. தாங்கமுடியல" என்றாள்.

"எறங்கி வா கீழ"

சரசரவென்று கீழே இறங்கியவள் சற்று மேலேயிருந்தபடியே குதித்தாள். கையையும் காலையும் தேய்த்துக்கொண்டு உதறியபடி நின்றாள். எறும்புகடித்து உடலெங்கும் அங்கங்கே தடித்துப் போயிருந்தது.

"முசுட்டெறும்பு பொலருக்கு."

“ஆமாம்மா... அதாம்மா நெறயாருக்கு” என்றாள்.

“கொஞ்சநேரங் கடுக்கும். அப்பறஞ் சரியாபெயிடும் தாங்கிக்க.”

“எப்புடிம்மா பழம்பறிக்கிற?”

“எப்புடியாவுது பறிச்சித்தாங் ஆவணும். கூடய எடுத்துக்கிட்டு வந்துட்டம். வெறுங்கூடய தலயில கவித்துக்கிட்டா திரும்பிப் போவ முடியும்?”

“அலக்கு இருந்தாகொட உலுக்கிவுட்டுப் பொறுக்காலம்மா.”

“அலக்கு எங்கருக்கு இஞ்ச. இருந்தாலும் பாலாப்பழம் பறிக்க அலக்கெல்லாம் புண்ணியப்படாது.”

வேற மரத்துக்குப் போயி பாப்பமாம்மா.” எறும்புகடித்த இடங்களை தேய்த்துவிட்டுக் கொண்டே கேட்டாள்.

“எந்த மரத்துக்குப் போனாலும் இந்த எறும்பு இருக்குந்தாங். ஒரு வேலக்கி வந்துட்டமுன்னா ஈகடி எறும்புகடியயெல்லாம் பாத்தாக்க முடியுமா? நீ தேச்சிக்கிட்டே நில்லு நா ஏறி பறிச்சிப்போடுறங்.” மரத்தில் ஏறினாள்.

“அம்மா நீ ஏறாண்டாம்மா. எறும்பு நெறயாருக்கு ஏறாதம்மா.” என்றாள் கெஞ்சுவது போல். கடிபட்டவளின் பயம் சுந்தரம்பாளுக்கில்லை.

“தேனுங் குடிக்கணும் கொளவியுங் கொட்டக்குடான்னா, என்ன பண்ணுற?” என்றபடியே ஏறினாள். ஒரு பக்க கிளையில் தாவி ஏறினாள். அஞ்சம்மாள் சொல்லியது போல நிறைய எறும்புகளிருந்தன. எல்லாமே சிவப்பு எறும்புகள்தான். தழைகளை ஒடித்து தழையால் மரத்தில் ஊர்ந்துகொண்டிருந்த எறும்புகளை கசக்கி தட்டிவிட்டாள். கைகளில் ஏறிய எறும்புகள் விரல்களிலும் விரலிடுக்குகளிலும் கடித்தன. எறும்புகள் கடிப்பதை பொருட்படுத்தாமல் மேலே ஏறினாள். நுனிக் கிளைகளில் கொத்துக்கொத்தாய் பழங்களும் செங்காய்களும் இருந்தன.

‘இதப் பறிக்கவும் முடியா, உலுக்கிப் பொறுக்கவும் முடியா பொலருக்கு.’ என்று எண்ணினாள்.

கொத்துக்கொத்தாய் தழையோடு ஒடித்து கீழேப் போட்டாள்.

“என்னம்மா இப்புடி ஒடிச்சிப்போடுற? பாலாப்பழம் பறிக்க வந்தியா? இல்ல ஆட்டுக்கு தழ ஒடிக்க வந்தியா?”

“இப்புடிதாங் ஒடிக்கமுடியிது. ஒடிச்சிப் போடுறத்தயெல்லாம் பொறுக்கி முட்டாப்போடு. அப்பறமா ஒக்காந்து ஆஞ்சிக்கிடுவம்.” என்றாள்.

“சேரிம்மா.”

கொத்துகளை ஒரேயிடத்தில் முட்டாய்ப் பொறுக்கிப் போட்டாள். கொத்துகளிலும் சிவப்பு எறும்புகள் இருந்தன. கீழே ஒடித்துப் போட்டதில் பல எறும்புகள் தரையில் அங்குமிங்குமாக ஓடியது. அஞ்சம்மாளின் கால்களிலும் சில எறும்புகள் ஏறின. கால்களை உதறி எறும்புகளை தட்டிவிட்டாள். பாவாடையை முட்டிக்கு மேலே மடித்துக் கட்டிக்கொண்டாள்.

மரத்தில் எறும்புகள் கடிக்கும் வலியையும் தாங்கிக்கொண்டே கிளைக்குக் கிளை தாவி நிறைய கொத்துக்களை ஒடித்துப் போட்டுக்கொண்டிருந்தாள் சுந்தராம்பாள். அவளுடைய சீலைக் குள்ளும் சட்டைத் துணிக்குள்ளும் எறும்புகள் போய்க் கடித்தன. கடித்த இடங்களில் அப்படியே துணியுடன் எறும்புகளை கசக்கிவிட்டுக்கொண்டு வேலையில் மும்மரமாயிருந்தாள்.

“அம்மா... போரும்மா... ஆஞ்சிப்பாத்துக்கிட்டு கூட ரொம்பலன்னா அப்பறமா ஒடிச்சிக்கிடலாம் எறங்கிவாம்மா.” என்றாள் அஞ்சம்மாள்.

“ஆமா... ஆஞ்சிப்பாத்துக்கிட்டு இன்னொரு நட ஏறப் போறனா? இரு ஒருவழியா இந்தக்கெளயில உள்ளத்தமட்டும் ஒடிச்சிப் போட்டுட்டு எறங்கியர்ரங்” என்றவள் தலைக்கு மேலேயிருந்த கிளையை ஒடிப்பதில் கவனமாயிருந்தாள். மேற்கிளையின் நுனிக் கொத்துக்களை கீழிருந்த கிளையில் நின்றுகொண்டே வளைத்து ஒடித்தாள். அவ்வாறு ஒடிக்கும் போது எட்டாமல் போகவே நின்ற கிளையிலேயே கொஞ்சம் கொஞ்சமாய் நகர்ந்து நுனிக்கு வந்துவிட்டாள். அவள் கால்வைத்திருந்தது சிறிய சிம்பு. அவள் கனம் தாங்காமல் சிம்புகிளைகள் லேசாய் வளைந்தது. மேலேயிருந்த ஒரு சிம்பை ஒருகையால் பலமாய் பிடித்துக்கொண்டு லாவகமாய் ஒருகை யால் எட்டியவரையிருந்த கொத்துகளை ஒடித்தாள். பக்க வாட்டிலும் முன்னும் பின்னுமிருந்த கொத்துகளையெல்லாம் ஒடித்த பின்பு தலைக்கு மேல் ஆதாரமாய் பற்றியிருந்த சிம்பின் பக்கத்தில் நிறைய பழங்களோடிருந்த கொத்தை ஒடித்தாள். நேராய்மேலே அண்ணாந்து பார்த்தபடி ஒடித்தாள். அப்படி ஒடிக்கும்போது அக்கொத்திலிருந்த சிவப்பெறும்புகள் அவள்

முகத்தில் விழுந்தன. அவற்றில் ஒன்று சரியாய் அவளுடைய கண்ணுக்குள் விழுந்து கடித்தது. சுந்தாராம்பாளால் தாங்கிக் கொள்ள முடியவில்லை. கண்ணைத் திறக்க முடியவில்லை. கண்ணைக் கசக்கவும் முடியவில்லை. காலை வைத்திருந்த மெல்லிய சிம்பு வளைந்து ஆடியது. மேலே பிடித்திருந்த சிம்புவும் வலுவில்லாதது. ஆகையால் தடுமாறி நிலையாய் நிற்கமுடியாமல் தவித்தாள். கிளைகள் குலுங்கியது.

“அம்மா.... அம்மா... என்னம்மா? என்னம்மா....? வுழுந்துடா தம்மா” கீழேயிருந்தபடி அலறினாள் அஞ்சம்மாள். வலுவுள்ள பக்கக்கிளை எங்கேயிருக்கிறதென்று சுந்தராம்பாளால் கண்டு பிடிக்க முடியவில்லை. கொத்துக்களை ஒடிப்பதற்காக அலைந்து கொண்டிருந்த வலதுகையை அலையவிட்டு எதையெதையோப் பிடித்து எப்படியோ மரத்தின் உறுதியான கிளைப் பகுதிக்கு வந்து சேர்ந்தாள்.

“என்னம்மா... என்னம்மா...?”

கீழேநின்று பார்த்துக்கொண்டிருந்த அஞ்சம்மாளால் அதற்குமேல் பொறுத்துக்கொண்டிருக்க முடியவில்லை. பதறினாள்.

கண்ணுல கட்டெரும்பு கடிச்சிக்கிட்டு கெடக்கு பிராணனே போவுது... கண்ண முளிக்க முடியல” என்றாள்.

விடுவிடுவென்று மரத்தில் ஏறினாள் அஞ்சம்மாள். அதற்குள் பலமான கிளையில் காலை இரண்டு பக்கமும் போட்டுக்கொண்டு உட்கார்ந்துவிட்டாள் சுந்தரம்பாள். கையை கண்ணில் வைக்க முடியவில்லை. ஒருகையை வைத்து பொத்திக்கொண்டு செய்வதறியாது வலியால் துடித்துக்கொண்டிருந்தாள்.

மேலே ஏறிவந்த அஞ்சம்மாளுக்கும் எறும்பு கடித்தது. தன் அம்மா இருக்கும் நிலையில் எறும்பு கடித்ததொன்றும் அவளுக்குப் பெரிதாய்த் தெரியவில்லை. தாய் அமர்ந்திருந்த மரக்கிளைக்கு வந்தாள். அவளுக்கு எதிரில் நடுமரத்தில் சாய்ந்து கொண்டாள்.

“கண்ணத்தெற எறும்ப எடுக்குறங்”

“ஊகூம்” கண்ணை பொத்திய கையை கண்ணைவிட்டு அவளால் எடுக்க முடியவில்லை.

“கைய எடும்மா”

“உசுருபோவுது எப்புடி எடுக்குற?”

அவளுடைய சீலைமுந்தானையை எடுத்து சுருட்டி வாயில் வைத்து ஊதினாள் அஞ்சம்மாள். கையை இழுத்துவிட்டு ஆவித்துணியை கண்ணில் வைத்து ஒத்தினாள். துணியில் இருந்த ஆவியின் கதகதப்பு அடித்ததால் எறும்பு இன்னும் கொஞ்சம் அழுத்தமாய்க் கடிப்பதுபோலிருந்தது. மாற்றிமாற்றி வாயால் ஆவிபிடித்து ஒத்தடம் கொடுத்தாள். ஓரளவு சுந்தரம்பாளால் தாங்கிக்கொள்ள முடிந்தது. இருந்தாலும் கண்ணைத்திறக்க முடியவில்லை.

"ரெண்டு கையாலயும் கண்ண இழுத்து புடிச்சிக்கம்மா... நா எடுத்து வுடுறங்" என்றாள்.

"படபடன்னு வருது சின்னங்கச்சி... மெதுவா எப்புடியாவுது மரத்தவுட்டு கீழ எறங்கிடுறங்"

"சேரி எறங்கு"

ஒற்றைக்கண்ணால் இடுக்கிக்கொண்டு பார்த்தபடி கீழே இறங்கி வந்தாள். இறங்கிய வேகத்தில் அப்படியேத் தரையில் முந்தானையை உதறிப்போட்டு சுருண்டு விழுந்துவிட்டாள். கைகால்களிளெல்லாம் எறும்பு கடித்து வீங்கிப்போயிருந்தது.

"அம்மா... கண்ணத்தொற ரெண்டு பக்கத்து எமயயும் இளுத்துப் புடிச்சிக்க... நா மெதுவா எடுத்தூட்டர்ரங்"

இரண்டு கையாலும் கண்ணை விரித்துப் பிடித்தாள். வலி தாங்க முடியவில்லை. இழுத்துப்பிடித்த கை தாமாவே இளகிக் கொடுத்தது. இமைகள் ஒட்டிக்கொண்டன.

"முளி தெரியிறமேரி நல்லா இழுத்துப்புடிம்மா" பல்லைக் கடித்துக்கொண்டு இழுத்துப்பிடித்தாள்.

"கருப்பு முளியில கடிச்சிக்கிட்டு கெடக்கு. எப்புடித்தாந் தாங்குறியோ"

கவனமாய் நகத்தால் கிள்ளி வெடுக்கென்று பிடித்திழுத்தாள்.

"கண்ணு செவந்துபெயிட்டும்மா."

வலிதாங்க முடியாமல் துடித்தாள் சுந்தராம்பாள். அவள் சீலைத் துணியை வாயில்வைத்து ஊதி முன்பு போலவே ஆவி பிடித்துவிட்டாள் அஞ்சம்மாள்.

"இன்னக்கி வந்தது தப்பாத் தெரியிது, யாந்தான் வந்து தொலச்சமோன்னுருக்கு, வூட்டவுட்டு கெளம்பும்போதே பூன

குறுக்க ஓடுச்சி, அப்பவே நெனச்சங் இப்புடி எதாவுது நடக்கு முன்னு" என்றாள் சுந்தராம்பாள்.

"........"

"சும்மா வூட்டுலருந்து என்ன பண்ணப்போறம். போயி பாப்பமேன்னுட்டு வந்தங். இவ்வள எறும்புருக்குமுன்னு தெரியாமப் பெயிட்டே" என்றாள்.

ஆவி ஒத்தடம் கண்ணுக்கு இதமாயிருந்தது.

"இஞ்சக்குடு நானே ஆவி புடிச்சிக்கிர்ரங்" என்று அஞ்சம்மாளின் கையிலிருந்த சீலைத்துணியால் சுருட்டிய உருண்டையை வாங்கிக் கொண்டாள்.

"பழத்த ஆயட்டுமா?"

"ஆங்...ஆயி."

"பழமும் காயிமாருக்கே எல்லாத்தயும் ஒண்ணா ஆஞ்சிப் போடட்டா இல்ல தனித்தனியா போடட்டா?"

"தனித்தனியா ஆய ரெண்டு கூடயாருக்கு? ஒண்ணாவே ஆயி... வூட்டுல போயி பாத்துப் பொறுக்கிக்கிடுவம்."

ஒவ்வொரு கொத்தாய் எடுத்து கூடைக்கு நேராய் வைத்து காய், பழம் எல்லாவற்றையும் ஆய்ந்து போட்டாள் அஞ்சம்மாள்.

சுந்தராம்பாளும் எழுந்து வந்தாள்.

"நீ ஒண்ணும் இப்ப ஆய வராண்டாம். செத்தநாழி கண்ண மூடிக்கிட்டு முண்டாம கெட. நா ஆஞ்சிப் போடுறங்" என்றாள்.

"நீ மட்டும் எவ்வள நாழிக்கி ஆஞ்சிக்கிட்டு இருப்ப?"

"எவ்வள நாழி ஆனாலும் நா ஆயிறங். நீ கண்ண மூடிக்கிட்டு கெட." பிடிவாதமாய் தன் அம்மாவை ஆயவிடாமல் படுக்கச் சொல்லிவிட்டாள். சுந்தராம்பாளுக்கு உட்காரக்கூட தெம்பில்லாதது போல்தானிருந்தது.

கண்களைமூடிப் படுத்துக் கொண்டாள். மனம் மட்டும் ஓரிடத்தில் நில்லாமல் அல்லாடியது. கணவன் விட்டுவிட்டுப் போனபின்பு கணேசன் தன்னுடைய பிள்ளைகளுக்கு ஆதரவாயிருந்தது, அவரும் போனபின்பு பெண்பிள்ளைகளை வைத்துக்

கொண்டு தான் மட்டும் அனாதரவாய் நிற்பதையெல்லாம் நினைத்துப் பார்த்தாள். 'வலி கால் வருத்தம் முக்கால்' என்று வந்த அழுகையை அவளால் அடக்க முடியவில்லை.

"அல்லியும் தாமரையும்
ஆத்தடச்சி பூத்தாலும்
அல்லி கொணமறிஞ்சி - என்ன
ஆதரிக்க யாருமில்ல...

கொட்டியும் தாமரையும்
கொளத்தடச்சி பூத்தாலும்
கொட்டி கொணமறிஞ்சி - என்ன
கொண்டணைப்பார் யாருமில்ல...

காதத்துக் கண்ணாடி
கண்ணங்கையி லாந்தருதான்
கரிபுடிச்சி மங்காம - நா
கவலவச்சி மங்குறனே...

தூரத்துக் கண்ணாடி
துலுக்கங்கையி லாந்தருதாங்
துருப்புடிச்சி மங்காம - நா
தொயரம்வச்சி மங்குறனே..."

"அழுததுபோரும்... எளும்பு வூட்டுக்குப்போவம்" என்றாள் அஞ்சம்மாள்.

"எல்லாத்தயும் ஆஞ்சிட்டியா?"

"ஆங்."

முக்கால் கூடைக்குமேல் நிரம்பியிருந்தது பழம். மஞ்சளாய் பழமும் மஞ்சள்கலந்த பச்சைநிறத்தில் செங்காயுமாயிருந்தன. சிறிய பழங்கள் எல்லாம். பார்க்கவே ஆசையாயிருந்தது. பாலோடு பிசுபிசுப்பாயிருந்தன. பழம் ஆய்ந்த அஞ்சம்மாளின் கைவிரல்களெல்லாம் பால்பட்டு பிசுபிசுத்தது. மண்ணில் கையைப் புரட்டி தேய்த்து உருட்டினாள். பால் நூல்போல் மண்ணோடு சேர்ந்து கொண்டது.

சும்மாடு கோலி தலையில் வைத்துக்கொண்டு நின்றாள் அஞ்சம்மாள். கண் வலித்துக்கொண்டேயிருந்தது சுந்தராம் பாளுக்கு. ஒரு கையை வைத்து கண்ணைப் பொத்தியவாறு

எழுந்துநின்று சீலைத் துணியை உதறி தோளில்போட்டுக் கொண்டாள். முதுகுக்கு நேராய் தொங்கிய முந்தானையைப் பின்பக்கமாய் இழுத்து இடுப்பைச் சுற்றி கட்டிக்கொண்டாள்.

“நீ தூக்கமாட்ட, கனமாருக்கும். கொண்டா நானே தூக்கியாறங்” என்றாள் சுந்தராம்பாள்.

“வேண்டாம்மா. ஒனக்கு கண்ணுவேற ஒதவல. நானே தூக்கியாறங். தூக்கிவுடு” என்றாள் அஞ்சம்மாள்.

“கொஞ்சதூரம் நான் தூக்கியாறங் முடியலன்னாக்க ஒன்னக்கிட்ட குடத்தர்றங். கொண்டா சும்மாட்ட” என்றபடி சுந்தராம்பாள் சும்மாட்டை வாங்கி தன் தலையில் வைத்துக் கொண்டாள்.

“ஒத்தக்கையி போட்டு தூக்கிவுடு.”

தலையில் கூடையை வைத்துக்கொண்டு துணியை வைத்து கண்ணைப் பொத்தியபடி அஞ்சம்மாள் வழிகாட்ட நடந்து வந்தாள்.

ஊரின் முனையிலேயே தேத்தாக்குடியிலிருந்து வந்து வாழ்க்கைப்பட்டிருக்கும் மல்லிகாவின் வீடிருந்தது. அந்த வீட்டைத் தாண்டி இன்னும் கொஞ்சதூரம் போகவேண்டும் இவளுடைய வீட்டிற்கு. மல்லிகாவின் வீட்டின்முன் கூடையை இறக்கி வைத்துவிட்டு உட்கார்ந்துவிட்டாள்.

“உள்ள மல்லியாருந்தா கூப்புடு சின்னங்கச்சி”

“யாம்மா?”

“கண்ணுவலி தாங்கமுடியல. கொஞ்சம் புள்ளப்பாலு போட்டுக்கிட்டுப் போவம்.”

மல்லிகா வீடும் தெற்குபாத்த வீடுதான். உள்ளேபோய் எட்டிப் பார்த்தாள் அஞ்சம்மாள். ஈச்சநார்த் தொட்டிலில் பிள்ளை மட்டும் தூங்கிக்கொண்டிருந்தது.

“அந்த அக்காவக் காணும்மா, புள்ளமட்டும் தொட்டியில தூங்கிக்கிட்டு கெடக்கு.”

“இஞ்சதாங் எங்காயவுது நிக்கிம் கூப்புட்டுப்பாரு.”

“ஏ... அக்கம்மா, ஏ....அக்கம்மா.”

“ஓரக்கக் கூப்புடு, நீ கூப்புடுறது எனக்கே காதுல வுளல.” மறுபடியும் சத்தமாய்க் கூப்பிட்டாள்.

யாரோ கூப்பிடும் குரல்கேட்டு ஒரு குடங்கை விறகுடன் கிழக்கேயிருந்து வந்தாள் மல்லிகா.

"யாம்? புள்ள அளுவுதா?" என்று கேட்டுக்கொண்டே வந்தாள்.

"புள்ளயெல்லாம் ஒண்ணும்அளுவல, எங்கம்மாதாங் ஒங்களக் கூப்புடச் சொன்னிச்சி."

கையிலிருந்த விறகை ஒருபக்கமாய் சாய்த்துப் பிடித்துக் கொண்டு உட்கார்ந்திருந்தவளைப் பார்த்தாள்.

"யாஞ் சின்னம்மா? சோந்துபோயி ஒக்காந்துட்டிய. ஒடம்பு கிடம்பு சவுரியமில்லயா?"

"ஒடம்பெல்லாம் நல்லாருக்கு மல்லியா. யாங் கண்ணுதாங் அவிஞ்சி பெயிடும் பொலருக்கு."

"என்ன கண்ணுல?"

விறகை முத்தத்தில் அப்படியேப் போட்டாள். சீலையில் ஒட்டியிருந்த தூசுகளை உதறிக்கொண்டே அருகில் வந்தாள். சுந்தராம்பாளின் கண்ணைப் பார்த்துவிட்டு,

'அய்யய்யோ இது என்ன கண்ணு கோவப்பழம்மேரி இப்புடி செவந்துபோயிருக்கு. குச்சியில்ல குத்திப்புட்டா சின்னம்மா?"

"இல்லங்கச்சி. செவப்பெறும்பு புடுங்கிப்புட்டு."

"அய்யய்யோ இத எப்புடித் தாங்குனிய?"

"தாங்கித்தான ஆவணும்... வூடுவரக்கிம் போய்ச்சேர முடியாபொலருக்கு கொஞ்சம் புள்ளபாலு போட்டு வுடு" என்றாள் சுந்தராம்பாள்.

"வூட்டுக்குள்ள வாங்க சின்னம்மா."

"தேவலாம் மல்லியா இஞ்சயே கொஞ்சம் பீச்சிவுடு நாம்போறங். காலயில குடிச்ச தெளுவோட இருக்குறம். களச்சிப் பெயிட்டு வூட்டுலப் போயி கஞ்சியாவுது ரெண்டு மடக்கு குடிச்சாத்தாங் கள தெளியும்."

சுந்தராம்பாளின் பக்கத்தில் மல்லிகாவும் உட்கார்ந்தாள். வாகாய் மடியைக் காட்டி "படுத்துக்கிடுங்க சின்னம்மா" என்றாள்.

மல்லிகாவின் மடியில் தலையை வைத்து மல்லாந்து படுத்துக் கொண்டாள் சுந்தராம்பாள். இரண்டு கையாலும் இமைகளை

மூடவிடாமல் அகலமாய் விரித்துப்பிடித்துக் கொண்டாள். அவள் கண்ணுக்கு நேராய் குனிந்து அழுத்தி அழுத்தி வேகமாய் பிள்ளைப் பாலை கண்ணில்பீய்ச்சி விட்டாள் மல்லிகா. கதகதப்பான பால் எரிச்சலெடுத்த கண்ணுக்கு இதமாயிருந்தது. சிவப்புநிறம் தெரியாதபடி குளம்கட்டி கண்ணில் தேங்கி நின்றதுபால்.

“செத்தநாளி அப்புடியே கண்ணமூடிடாம புடிச்சிக்கிடுங்க சின்னம்மா” என்றாள் மல்லிகா.

கண் வழியாய் இறங்கிய பால் தொண்டைவரைப் போனது. சுந்தராம்பாளுக்கு தன் கணவன் சுப்பையனின் நினைவு வந்தது. அவன் இப்படித்தான் சுந்தராம்பாள் பச்சைப்பிள்ளைகாரியாய் இருக்கும் போதெல்லாம் கண்ணில் ஒரு சிறிய தூசு விழுந்தால் கூடப் போதும் “கண்ண உறுத்துது புள்ளப்பாலு போட்டுடு சுந்தரம்” என்று இவள் மடியில் வந்து படுத்துவிடுவான். ‘பாலு தொண்டக்கிப்பெயிட்டு சுந்தரம், ஓம் பாலுதான முழுங்கிட்டன்.” என்பான். “புள்ளப்பாலுவுட்டா கண்ணு குளுகுளுன்னு இருக்கு சுந்தரம். ஒன்னக்கிட்ட புள்ளபாலு இருக்குற வரக்கிம் அப்பப்ப போட்டுடு” என்பான்.

“படுபாவி மனுசன். அவ்வொ கண்ண நல்லாக்கிக்கிட்டு யாவ் வாழ்க்கயயே குருடாக்கிப்புட்டு பெயிட்டாரவொளே’ என நினைத்துக் கொண்டாள்.

“லேசா சாச்சிவுட்டுடுங்க சின்னம்மா. இன்னொருநட பீய்ச்சிவுடுறங்” என்றாள் மல்லிகா.

அவள் மடியிலேயே தலையைச் சாய்த்தாள். கண்ணிலிருந்த பால் வழிந்தோடியது. மறுபடியும் ஒருமுறை பீய்ச்சிவிட்டாள்.

கொஞ்சநேரம் அப்படியேக் கிடந்துவிட்டு எழுந்தாள். இப்போது கண்வலி கொஞ்சம் குறைந்தது போலிருந்தது. சிவப்புநிறம்கூட லேசாக மாறியிருந்தது.

“நாம் பெயிட்டு வாறம் மல்லியா.”

“செத்தக்கி செத்த புள்ளபாலு போடுங்க சின்னம்மா. தேவலயாப் பெயிடும். கிட்ட யாரும் இருக்குறாவொளா?”

“எங்கவூட்டுக்கும் வடக்கால வண்டாஞ்சேரி பொண்ணுருக்கு அதுக்கிட்ட போட்டுக்கிர்றங்” என்று சொல்லிவிட்டு ஒரு கை பாலாப்பழத்தை அள்ளி அவள் மடியில் போட்டாள்.

“யாஞ் சின்னம்மா எனக்கு? நீங்க கொண்டுக்கிட்டுப் போங்க” என்றாள்.

“பச்சப்புள்ளக்காரி பாலுள்ள பழம் திங்கக்கொடா. தம்பிக் கிட்ட குடு திங்கட்டும்” என்றவாரே கூடையைத் தூக்கிவிடச் சொல்லி வீட்டிற்கு வந்தாள்.

வீட்டிற்கு வந்து கூடையை இறக்கி வைத்துவிட்டு அப்படியே படுத்துவிட்டாள். கூடையிலிருந்த பழத்தைக் கொஞ்சம் கொஞ்சமாக முறத்தில் கொட்டி காய்வேறு, பழம்வேறாகப் பொறுக்கிப் போட்டுக் கொண்டிருந்தாள் அஞ்சம்மாள்.

வேலையை முடித்துவிட்டு குளத்தில் குளித்துவிட்டு ‘மசண்டை’ நேரத்திற்குத்தான் வடிவாம்பாளும் ராசாம்பாளும் வீட்டிற்கு வந்து சேர்ந்தார்கள். சுந்தராம்பாள் இப்படி கிடப்பதைப் பார்த்துவிட்டு பேசினாள்.

“ஒனக்கு யாம்மா இந்த வேலயெல்லாம்? இத்துன நாளா பாலாப்பழம் பொறுக்கியாந்து வித்துதாங் காலத்த ஓட்டுனமா? செய்யாத வேலயயெல்லாஞ் செஞ்சிப்புட்டு ஒவ்வொன்னா யாங் வெனய வெலகுடுத்து வாங்கியாற?”

“சும்மாதான இருக்குறம் போயிப்பாப்பமேன்னுட்டுப் போனங். இப்புடி ஆவுமுன்னு யாரு நெனச்சா.”

“ஓடிவுடியாந்து நல்லதுகெட்டது செய்யிறத்துக்கு எங்களுக் குன்னு நீ மட்டுந்தான் இருக்குற? நீனும் இதுமேரியெல்லாஞ் செஞ்சி, ஒனக்கு ஒண்ணு ஆயிட்டுன்னா எங்களுக்கு வேற யாருருக்குறா சொல்லு.” சொல்லும்போதே வடிவாம்பாளுக்கு தொண்டை அடைத்தது.

“யாம் பெரியங்கச்சி? இப்ப எனக்கு என்ன ஆயிட்டுன்னு நீ பேசுற? எறும்பு கடிச்சத்துக்குப்போயி பாம்பு கடிச்சமேரி பதறுறியே. மேல கடிச்சா தேச்சிவுட்டுக்கிட்டு போவமாட்டம்? கண்ணுல கடிச்சதால மூடிக்கிட்டு செத்தபடுத்தங். உறுத்த நின்னிச்சின்னா எளும்பிடப் போறங்.”

கோடியக்காட்டில் தான் நினைத்து அழுததுபோலவே வடிவாம்பாளும் தங்களுக்கு யாரும் ஆதரவில்லை என்பதுபோல் பேசியதை நினைத்து சுந்தராம்பாள் வருந்தினாள்.

“நம்மளுக்கு யாரு இல்ல? ஒங்கப்பா வுட்டுட்டுப் போனாலும் ஒங்கப்பாகொட பொறந்த நாலுபேரும் நல்லாத்தான இருக் குறாவொ? எனக்கு ஒண்ணாயிட்டா ஒங்கள அப்புடியே அம்போன்னு உட்டுருவாவொளா? கஞ்சி வூத்த ஆளுல்லன்னாலும்,

ஒங்களுக்கு கச்சகட்ட ஆளுருக்கு. அப்புடியொன்னும் நம்ம நாதியத்துப் போயிடல" என்று சற்று காட்டமாகவே படுவதுபோல் பேசினாள்.

கணேசனும் அவனுடைய அண்ணன் தம்பிகளும் இவர்களையும் திருத்துறைப் பூண்டிக்குக் கூப்பிட்டுத்தான் பார்த்தார்கள். சுந்தராம்பாள்தான் பிடிவாதமாய் வரமாட்டோம் என்று மறுத்துவிட்டாள். அவர்களை குறைசொல்ல முடியுமா?

வடவாண்டை வீட்டுப் பெண்ணிடம் வந்ததிலிருந்து ஏழெட்டு தடவை பிள்ளைப்பால் போட்டுக் கொண்டாள். இரவு படுக்கும் முன்பாகவும் ஒருதடவைப் போட்டுக்கொண்டு படுத்தாள். எழுந்தபோது கண் சற்று பரவாயில்லை போலிருந்தது. பழுத்த பாலாப்பழத்தின் வாசனை வீடெங்கும் நிறைந்திருந்தது. வெளியே வந்து பார்த்தாள். வெள்ளி முளைத்திருக்கவில்லை. மூன்று மகள்களும் நன்றாகத் தூங்கிக் கொண்டிருந்தார்கள்.

"பெரியங்கச்சி... பெரியங்கச்சி எளும்பு."

"யாம்மா."

"பாலாப்பழத்த எங்குட்டாவுது கொண்ட குடுத்துட்டு வாறங் எளும்பி வாசலுல ஒருகை சாணி கரச்சிப்போடு" என்றாள்.

வடிவாம்பாள் எழுந்து குடத்தை எடுத்துக்கொண்டு போய் கிழக்காலிருந்த ஊற்றில் தண்ணீர் தூக்கிவந்தாள்.

"அம்மா செத்தநேரம் ஒக்காந்துரு. நாம் போயி பன்னீரண்ண வூட்டு மாட்டுல சாணியெடுத்தாந்தர்றங்"

"இந்த நேரத்துல அந்த அடம்புக்குள்ள போவாண்டாம், மேலண்ட சந்துல நேத்து எடுத்தாந்து போட்ட சாணி கெடந்திச்சிப்பாரு. அதக் கரச்சிப் போடு" என்றாள்.

"பழஞ்சாணியயா கரச்சிப்போடச் சொல்லுற?"

"பழஞ்சாணியாயிருந்தான்ன? அன்னய தண்ணியும் ஆறுமாத்த சாணியுமுன்னு சொல்லுவாவோ. தண்ணி புதுசாத் தூக்குன தாருந்தா போரும்."

"வாறத்துக்கு நாழியாச்சின்னாலும் ஆவும். கொஞ்சம் தெளுவு தண்ணி வூத்திக் குடிச்சிட்டுப் போம்மா" என்றாள் வடிவாம்பாள்.

"வூத்திக் குடிச்சிட்டங். வூட்டப் பாத்துக்க. நாம் பெயிட்டு வந்தர்றங்" என்றவள் அரைப்படி சுண்டை எடுத்து பழக்கூடைக்குள் போட்டுக் கொண்டாள். சும்மாடுகோலி தலையில் கூடையை

தூக்கிவைத்துக் கொண்டாள். ஆதனூரைக் கடந்து சென்றாள். விடிவதற்குள் ரெட்டைப் பனைமரத்தடி போய் ஏறிவிட வேண்டும் என்ற எண்ணத்தோடு நடந்தாள்.

வேகமாய் நடந்ததாலோ அல்லது வெகு சீக்கிரமே கிளம்பி விட்டதாலோத் தெரியவில்லை. விடிவதற்குள் கருப்பம்பலம் வரை போய்விட்டாள். அதற்கு அடுத்த ஊர்களில் கொண்டு போய் கொடுத்தால்தான் சொன்ன காசு கொடுத்து வாங்குவார்கள். பக்கத்து ஊர்களில் விற்றால் 'தடுக்கி விழுந்தால் படிக்குப் பத்துகாசு' குறைத்துக் கேட்பார்கள் என்று நினைத்துக் கொண்டே நடந்தாள்.

நன்றாக விடிந்தபோது ஆயக்காரம்புலத்திற்கு வந்து சேர்ந்தாள். நன்றாக பழுத்திருந்த பாலாப்பழங்களைப் பார்த்த வுடன் எனக்கு உனக்கு என்று போட்டிபோட்டுக்கொண்டு வாங்கினார்கள். சுந்தராம்பாள் நினைத்ததைவிடவும் சுலபமா யிருந்தது விற்பது. கையில் கொஞ்சம் காசும் கிடைத்தது. காசில்லாதவர்கள் படிக்குப்படி அரிசியும், சோளமும், கம்பும், கேழ்வரகும், பச்சைப்பயிறும் கொடுத்துவிட்டு பழத்தை வாங்கிக் கொண்டார்கள். சும்மாட்டிற்காக எடுத்துக்கொண்டுபோன துணியில் கொடுத்த தானியங்களை தனித்தனியாய் முடிந்து கூடைக்குள்போட்டுக் கொண்டாள். உச்சிப் பொழுதானபோது வீட்டிற்கு வந்து சேர்ந்துவிட்டாள்.

'கண்ணுமுழியில கடிபட்டு ஒத்திரியப்பட்டாலுங்கொட பாலாப்பழம் வித்தத்துல கொஞ்சம் காசியிம் ரெண்டு நாளு கஞ்சிக்கும் கெடச்சிட்டுதே' என்று நினைத்தாள். மனம் நிம்மதியாயிருந்தது.

'சும்மா இருந்திருந்தாக்க இதெல்லாங் கெடச்சிருக்குமா' என்று எண்ணினாள்.

செங்காயாக இருந்தவையெல்லாம் மறுநாள் விற்பதற்கு ஏற்றவாறு பழுத்திருந்தது. அவற்றையும் கொண்டுபோய் விற்று விட்டு வந்தாள். அதற்குப்பிறகு ஒருநாள் கூட வீட்டில் சுந்தராம்பாளுக்கு இருப்பு கொள்ளவில்லை. அஞ்சம்மாளையே துணைக்கு அழைத்துக்கெண்டு தினமும் காட்டிற்கு கிளம்பி விடுவாள். எறும்புகள் உடல் முழுவதும் கடித்தபோதும் முகத்தை மட்டும் பாதுகாத்துக் கொண்டாள். போகப்போக எறும்பு கடிப்பது பெரிதாய்த் தெரியவில்லை. பாலாப்பழம் பறிப்பதும் விற்பதும் சுந்தராம்பாளுக்கு வாடிக்கையாகிவிட்டது.

10

“**சா**தகத்த இன்னொருநட நல்லாப்பாத்து சொல்லுங்க குறுப்புகார்ரே” என்றாள் சுந்தராம்பாள்.

“எத்துன நடப் பாத்தாலும் இருக்குறத்தத்தாம்மா சொல்ல முடியுங்” என்றவர் பிறந்த குறிப்பு எழுதியிருந்த ஓலையை விரித்துப் பிடித்தபடி

“மன்மத வருசம் ஐப்பசி நாலாந்தேதியோட இந்த குறுப்புகாரப் பொண்ணுக்கு இருவது முடியிது. இதுவரய்க்கும் நீங்க கல்யாணம் பண்ணிக்குடுத்துடலாமுன்னு தலங்கீழ நின்னுருந்தாலும் முடிஞ்சிருக்கா. ஐப்பசிக்கிப் பெறவு இருவத்தோராவுது வயசிலதாங் கல்யாண கெரவம் கூடிவருது.”

மனதிற்குள் கணக்கு போட்டுப் பார்த்தாள் ‘ஆடி நடக்குது. ஆடி ஒண்ணு, ஆவணி ரெண்டு, பொரட்டாசி மூணு ஐப்பிய நாலு... இன்னம் நாலு மாத்தைக்கிப் பெறவு நம்ம மவளுக்கு எப்புடியோ கல்யாண கெரவம் கூடிவருதுன்னு சொல்லுறாரு. அதுக்குள்ள வேணுங்கறத்தயெல்லாஞ் செஞ்சி வச்சிரலாங்.’

“கல்யாண கெரவம் கூடிவந்தாலுங்கொட அவ்வளவு சொவப்படாது. இன்னம் மூணேமுக்கா வருசத்துக்கு கேது தெச நடக்கப் போவுது. மாங்கல்லிய தோசமிருக்கு வேற. நெலமயா ஒண்ணுஞ் சொல்ல முடியா. இதுக்குமேல எதுவுங் கேக்க வேண்டாங்” என்றவர் குறிப்பை மூடி, கட்டி அவளின்முன் வைத்து விட்டார்.

சிறிது நேரத்திற்குமுன் ஏற்பட்ட நிம்மதி சட்டென்று காணாமல் போய்விட்டது. 'இப்புடியிருக்குறத் தாலதாங் மொதல்லயே ஒழுங்கா சொல்லாம மளுப்புனாரா இந்த ஆளு. புடிவாதம் பண்ணிக் கேட்டதுக்குப் பெறவுதான இதெல்லாஞ் சொல்லு றாரு. இதுக்குமேல கேக்காதியங்குறாரே இன்னம் ஏதாவது இருக்கா குறுப்புல. கடவுளே என்ன யாம் இப்புடி கஷ்டப் படுத்துற? சுந்தராம்பாளுக்கு மனதை கவலை அரித்துத் தின்றது. 'இதுக்குத்தாங் நாலு வருசமா குறுப்ப எடுத்துக்கிட்டு எங்குட்டும் போயி பாக்காம இருந்தங். நடக்குறது நடக்கட்டுமுன்னுட்டு இருந்துருக்கணும். அக்கம்பக்கத்து சனங்க பூந்தோட்டத்து சோசியக்காரு நல்லா பாத்து சொல்லுறாருன்னு சொன்னா வொளேன்னு எடுத்தாந்து பாத்தா இந்தாளு இப்புடிச் சொல்லுறாரு' என்று நினைத்தாள்.

'அவருமேல என்ன தப்பு, நம்ம நேரங்காலம் அப்புடிருக்கு.' பனையோலையை மடியில் வைத்துக்கொண்டு வாடிய முகத்தோடு வீட்டுக்குத் திரும்பினாள். வடிவாம்பாளின் கல்யாணத்திற் கென்று நல்ல துணிமணிகளும் மூக்குத்தியும் கொலுசும் சொருவும் கூட எடுத்து வைத்திருந்தாள். பொதுவாக இங்கு கட்டிக்கொடுக்கும் எந்தப் பெண்ணுக்கும் சொருவு போடுவதில்லை. அப்பன் வீட்டில் மூக்குத்தியும் கால்கொலுசும் தான் போடுவார்கள். கட்டிக்கொண்டு போகும் மாப்பிள்ளை வீட்டார்தான் காதுக்கும் கழுத்துக்கும் போட்டு கட்டிக்கொண்டு போவது வழக்கமா யிருந்தது. மற்றவர்களைப் போலவா வடிவாம்பாளின் நிலை யிருந்தது.

'பதினாலு வயசுக்குள்ள எடுபட்டுப் போவவேண்டியவ இது வரய்க்கிம் எடுபடல. இன்னம் எத்துன வயசி வரய்க்கும் எடுபடாம இருக்கப்போறாளோ. அதுவரய்க்கிம் புள்ளயோட காது ஓட்டய மறய்க்காம மொட்டயா வுடுறதா' என்று எறும்புபோல் சிறுகச் சிறுக சேர்த்த காசில், சிவப்புக்கல் சொருவு ஒன்று வாங்கி இரண்டு வருடங்களுக்குமுன், வடிவாம்பாள் காதில் போட்டுவிட்டிருந்தாள்.

'என்ன நெனச்சிம் எதுவும் முடியலையே, ஆண்டவன் நம்மள அல்லாடவுட்டு வேடிக்கப்பாக்குறானே! பொம்புளயா வளத்த பொண்ணுவ ஆளாசங்கதியா ஆயிடக்கொடாதுன்னு கடவுளே நம்மள கருவக்குள்ள நம்ம என்ன பண்ண முடியும்? விதிவுட்ட வழின்னுட்டுப் போவவேண்டியாங்' சுந்தராம்பாளின் நெஞ்சை உரலுக்குள் போட்டு இடிப்பது போலிருந்தது. படபடவென்று வந்தது. பழக்கப்பட்ட கால்கள் பாதை வழியே

நடந்தன. வீட்டிற்கு வந்தவள் அப்படியே சுருண்டு படுத்து விட்டாள். எதையெதையோ நினைத்தபடி அப்படியேக் கிடந்தாள்.

'நடுமவளுக்கும் பதினாறு வயசாவப்போவுது காலாகாலத்துல அதக்கட்டிக் குடுத்துருந்தாக்கொட ரெண்டு புள்ளைவொளுக்கு தாயாயிருக்கும். மொத்திய வச்சிக்கிட்டு எளயத எப்புடி கட்டிக் குடுக்குற? அதமட்டும் ஏந்திக்கிட்டுப் போறன்னு தாம்பளத்தோட வாசலுல வந்து நிக்கிறானுவொளா? அதோட குறுப்பப் பாத்தாத் தான தெரியும். இன்னம் என்ன சனியனெல்லாம் வந்து இது வொளப் புடிச்சிருக்கோ யாருகண்டா. சின்னமவ இன்னக்கோ நாளக்கோன்னு நாளு பாத்துக்கிட்டு நிக்கி. வயசிக்கி வாரத்துக்கு. மூணு சின்னஞ்சிருசுவொள வச்சிக்கிட்டு என்ன செய்யப்போறங்' பலவாறாக நினைத்து மனதிற்குள் அழுதுகொண்டிருந்தாள்.

செடிகழிக்கப் போயிருந்த இரண்டு மகள்களும் மடிநிறைய அரும்போடு வீட்டிற்கு வந்தார்கள். கோவில்தாழ்வில் மேட்டுக் கொல்லைகளில் புகையிலையும் மல்லிகைப் பூச்செடியும்தான் விவசாயம். கிணற்றுநீரை இறைத்து இவற்றை பராமறிக்க முடியுமென்பதால் நிறைய பேர் வீட்டில் மல்லிகைச் செடி வைத்திருந்தார்கள். குத்துகுத்தாயிருக்கும் செடிகளை பூத்து ஓயும்போது கழித்துவிடுவார்கள். இரண்டு நாட்களாய் வடிவாம் பாளும் ராசம்பாளும் செடிகழிக்கும் வேலைக்குதான் போய்க் கொண்டிருந்தார்கள். எந்த வேலையாய் இருந்தாலும் வடிவாம்பாள் தன்னுடைய வேலைபோல் அக்கறையாய் செய்வாளென்பதால் எல்லோருமே அவளைத் தான் விரும்பிக் கூப்பிடுவார்கள். கழித்துப்போட்ட செடிகளில் இருந்த கப்பி அரும்புகளை வேலை முடிந்து வீட்டிற்கு வரும்போது பறித்துக்கொண்டு வந்திருந்தார்கள்.

படுத்திருந்த அம்மாவின் முன்னால் தரையில் கொட்டினார்கள் இருவரும். வரிச்சியில் கிழித்து செருகி வைத்திருந்த வாழைநாரை எடுத்து தண்ணீரில் நனைத்துக்கொண்டுவந்து உட்கார்ந்தாள் வடிவாம்பாள். எதுவுமே பேசாமல் படுத்திருந்த அம்மாவைப் பார்த்தாள். 'இந்த அம்மாவுக்கு செத்தநாளிக்கி செத்தநாளி என்னதான் வருமோத் தெரியல' என நினைத்துக் கொண்டாள். வரவர வடிவாம்பாளுக்கு எதைப் பார்த்தாலும் கொஞ்சம் எரிச்சலாவே இருந்தது. அவளுடைய அம்மா அழுதாலும் தங்கைகள் ஏதாவது ஒன்றுகிடக்க ஒன்று செய்தாலும் முன்புபோல் பொறுத்துக்கொள்ள முடியவில்லை. ஏதாவது கோவத்தில் பேச வேண்டும் போலிருக்கும். ஆனால் அவ்வாறு எதுவும் பேசிவிடக் கூடாதென்று பல்லைக் கடித்துக்கொண்டு பேசாமல் இருந்து விடுவாள். இப்போதும் தன் அம்மா என்ன ஏது என்று கேட்காமல் படுத்திருப்பது அவளுக்கு என்னவோ போலிருந்தது.

"யாம்மா மோட்டுவளய அப்புடிப் பாத்துக்கிட்டுருக்குற? எதாவுதுபொத்துக்கிட்டு கொட்டுமுன்னு பாக்குறியா?" என்றாள்.

"ஆமாங்... ஒங்கப்பம் வச்சிட்டுப் போன குதுருல கொறயிது பாரு. அத நொப்பி வய்க்கலாமுன்னு பாக்குறங்." எதை நினைத்துக் கொண்டிருந்தாளோ தெரியவில்லை வடிவாம்பாள் கேட்டவுடன் சுருக்கென்று கோவம் வந்தவளைப் போல் சொன்னாள்.

"நானும் வந்ததுலேருந்து பாக்குறங் ஒரு வார்த்தகொட பேசாமபடுத்துக் கெடக்குறியே யாங்?"

"என்ன இப்ப பேசணும் ஒன்னகிட்ட?"

"..."

"வெங்கத்துக்கு வெங்கம் வாச்சத்தப் பாரு, விதியோட சாமியும் ஏச்சத்தப் பாரு'ன்னு யாவ் விதிய நெனச்சி வெந்துக் கிட்டுருக்குறங்."

"எதுக்காவ நீ இப்புடி கப்ப கவுந்துட்டமேரி கவலப்படுற? காலயில நாங்க வேலக்கிப் போவக்குள்ள நல்லாத்தான இருந்த?"

"ஒங் குறுப்ப எடுத்துக்கிட்டு பாக்குறத்துக்குப் போனங்."

"அதான பாத்தங். ஒன்னக்கிட்ட எத்துன நட சொல் லிருக்குறங். இப்ப எனக்கு கருமாதியாவலன்னு நா அளுதுக் கிட்டா கெடக்குறங். கண்டவங்கிட்டயும் கொண்ட காட்டி யாம்மா மானத்த வாங்குற? எந்த நேரத்துல என்னப்பெத்தியோ. எதுக்கும் ராசியில்லாத அட்ட தரித்திரியமா நிக்கிறன். அது ஊருமுளுக்கத் தெரியுணுமுன்னா போயி தப்புபோட்டு அடிச்சிப் புட்டு வார?" வடிவாம்பாள் வார்த்தைகளில் கோபத்தைக் கொட்டினாள்.

"யாம் இப்புடி பேசுற? ஒன்னப் பெத்தவ நா. ஒனக்கு நல்லது கெட்டது செஞ்சி கடமயக் களிக்கணுமுன்னு நா நெனக்க மாட்டனா?"

"என்ன சொன்னாங் குறுப்புகாரங்?"

"ஐப்பியலுக்குப் பெறவு கல்யாண கெரவம் கூடிவருதுன்னு சொன்னாங்."

"அதுக்காவத்தாங் கவலப்படுறியா?"

"அதுக்காவ கவலப்படுவனா நா?"

"பெறவு எதுக்காவ?"

“ஒனக்கு மாங்கல்யதோஷம் இருக்குதாம்.” கல்யாண வாழ்க்க கொட அவ்வளதா சொவப்படாதாம்’ என்று சொல்ல வந்தவள் ‘பாவும் அதுகிட்ட சொல்லி அதயும் கவலப்பட வய்க்காண்டாம்’ என்று நினைத்தவளாய் வாய்க்குள்ளேயே வார்த்தைகளை விழுங்கினாள்.

‘என்னம்மா ஒனக்குன்னே அப்பறம் வாய மூடிக்கிட்ட சொல்லேங் எனக்கு என்ன?” என்றாள் விடாப்பிடியாய்.

“ஒண்ணுல்ல.. ஒனக்கு ஒரு கல்யாணத்த பண்ணிக் கண்ணாலப் பாக்க ஒங்கப்பாருக்கு குடுத்துவக்கலியே... அவ்வொளும் இருந்து செஞ்சிவச்சாக்க எப்புடியிருக்குமுன்னு நெனச்சங். அதாங் அளுதுகிட்டே படுத்துருந்தங்” என்றாள் மிக இயல்பாக.

“ஆ.. மா.. அவனயே காணுமாங் அவளுக்கு புள்ள பதினாறாம்... இப்ப என்ன பரிசம்போட வந்த சனம் முத்தத்துலயா நிக்கி. கல்யாணம் ஆவுறன்னக்கி கவலப்பட்டுக்கிடலாம் அதுக்காவ. இப்ப எளும்பி வேலயப்பாரு” என்றாள்.

வடிவாம்பாள் இப்படி பேசினாளே தவிர அவளுக்கு ஐப்பசிக்கு மேல் கல்யாண கெரகம் கூடிவருகிறது என்பதைக் கேட்டவுடன் மிகவும் சந்தோஷமாயிருந்தது. என்றாவது ஒரு நாள் நிச்சயம் தனக்கு கல்யாணம் நடக்குமென்று நம்பியிருந்தாள். ஆனால் அது இன்னும் நான்கைந்து மாதங்கள் கழித்து இந்த வருடத்தில் என்பதை அறிந்தவுடன் அவளுடைய மனம் பொங்கியது.

‘ஆவுத்திக்காத்தா... இப்பதாங் கண்ணத்தொறந்து என்னப் பாக்குறியா’ என்று நினைத்தாள். உடனே ஆவுத்திக்காத்தானை பார்க்க வேண்டும் போலிருந்தது. அங்கே போகவேண்டும், தான் கட்டிக் கொண்டிருக்கும் பூவைக் கொண்டுபோய் ஆவுத்திக் காத்தானுக்குப் போட்டு விழுந்து கும்பிட வேண்டும் போலிருந்தது.

‘இப்ப எப்புடி நொண்டிவீரந்தெடலுக்குப் போற?’ என்று யோசித்தாள். ‘வெள்ளி, செவ்வான்னாக்க வெளக்கேத்தப் போறன்னு சொல்லிப்புட்டுப் போவலாம். இன்னக்கி பொதங் கெளம. எப்புடிப் போற? அதுவும் இந்த உருமநேரத்துல போவலாமா? கோயிலு தெடலு பக்கம் சின்னஞ்செரு பொண்ணுவொ, புள்ளத்தாச்சிவொ, பச்சப் புள்ளகாரிவொல்லாம் போவக்கொடாதுன்னுடுவாவொளே நம்ம மட்டும் போவலாமா?’ என்று நினைத்தாள்.

'ஆவுத்திக்காத்தான் நம்மள ஒண்ணுஞ் செய்யா. இருந்தாலும் இப்ப அங்கபோயி நின்னமுன்னா அம்மாவுக்கு வெசயம் புரிஞ்சி பெயிடும். அதுனால இப்பப் போக்குடா.' என்று முடிவு செய்தாள்.

இருந்தாலும் ஆவுத்திக்காத்தானைப் பார்க்கவேண்டும் என்ற ஆவலை அவளால் அடக்கிக்கொள்ள முடியவில்லை. கட்டிக் கொண்டிருந்த பூவை அப்படியே போட்டுவிட்டு எழுந்தாள்.

'நடுத்தங்கச்சி, என்னமோ வவுத்த வலிக்கிறமேரிருக்கு சணக்கொல்லைக்கு பெயிட்டுவாறங். ஒக்காந்து நீ பூவ கட்டிக் கிட்டுரு" என்றாள்.

பள்ளக்கொல்லைக்குள் இறங்கி அதற்கடுத்த சணல் கொல்லைக்குள் நுழைந்தாள். சணலுக்குள் நின்றபடி பார்த்தாள். நொண்டிவீரன் திடல் தெரியவில்லை. முன்பிருந்த பெரிய பூவரசு மரங்களென்றால் எங்கிருந்து பார்த்தாலும் அடம்பாய்த் தெரியும். நந்தனாவருடப் புயலில் நொண்டி வீரன், ஆவுத்திக்காத்தான் இருந்த பெரிய பெரிய பூவரசு மரங்களும் விழுந்துவிட்டன. சாமி மரங்கள் விழுந்ததால் அந்த இடத்திலேயே விழுந்த மரங்களில் இருந்த போத்துக்களை வெட்டிப் புதைத்திருந்தார்கள். அந்த போத்துக்கள் துளிர்விட்டு ஓரளவுதான் கிளை பரப்பி நின்றன. எனவே அவை சணக்கொல்லைக்குள்ளிருந்து பார்க்கத் தெரிய வில்லை. வரப்பிலேறி நின்று பார்த்தாள். சிறியதாய் தெரிந்தன பூவரசு மரங்கள். கிழக்காலிருக்கும் மரம்தான் ஆவுத்திக்காத்தான்.

"ஆவுத்திக்காத்தா எங்கம்மா சொன்ன சேதி ஒனக்கும் காதுல வுளுந்திருக்கும். என்னக் காப்பாத்திட்ட ஆவித்திக் காத்தா... ஒன்னயே நம்புன என்னக் கைவுடல. நீதாங் யாங் கடவுள். எங்கருந்தாலும் ஒன்னவந்து கும்புடுவங்." ஆவுத்திக்காத்தானிடம் என்ன பேசுவதென்று தெரியாமல் ஏதேதோ சொல்லிக் கொண்டிருந்தாள்.

'அப்பியலுக்குமேல எனக்கு கல்யாண கெரவம் கூடிவரு தாம். ஆவுத்திக்காத்தா... தனியாருந்து எங்கம்மா எங்கள வளத்து ஆளாக்கி இப்ப என்னக் கட்டிக்குடுக்கப் போவுது. பத்துபேருக்கு கல்யாண சோறு போடப் போவுது. எங்க வூட்டு குப்பயில எப்ப எச்சியெல பறக்குமுன்னு எங்கம்மா ஏங்கிக்கிட்டுருந்துச்சி. இன்னம் அஞ்சாறு மாத்தயில பறக்கப் போவுது ஆவுத்திக்காத்தா.. நீ தாங் எங்கள இனிமேயுங் காப்பாத்தணும். கருப்பி கருப்பின்னு

என்ன பழிச்சவ்வொல்லாம் பாத்து பொச்செரிப்பு படுறமேரி என்ன கட்டிக்கிர்ரவ்வொ இருக்கணும். என்னவிட கருப்பாருந் தாலு ம் கொணமனமாருந்து குடும்பம் பண்ணனும். ஆம்புள இல்லாத எங்கவூட்டுக்கு அரசனா வரணும். அண்ணந்தம்பி யில்லாத யாந்தங்கச்சிவொளுக்கு கூடப் பொறந்தவம்மேரி யிருந்து நல்லதுகெட்டது செய்யணும். ஆவுத்திக்காத்தா... அடுத்த வருசம் ஆடிமாசப் பூசக்கி ஒனக்கு நாங்க ரெண்டியரும் சோடியா வந்து எசவு செய்யணும்' என்று வேண்டிக்கொண்டாள். வந்து நீண்ட நேரமாகிவிட்டதை உணர்ந்தவளாய் வீட்டிற்கு திரும்பி நடந்தாள்.

சணல் கொல்லைத் தாண்டியதும் வடிவாம்பாள் வீட்டுப் பள்ளக்கொல்லை. தரிசாய்க்கிடந்தது. இரண்டு மூன்று வருடங் களாகவே எதுவும் தெளிக்கவில்லை என்பதால் பூண்டும் புனலும் அடம்பாய் மண்டிக் கிடந்தது.

'தரிசாவே போட்டத்தாலதாங் இப்புடி கெடக்கு' என நினைத்தவள் அப்பியலுக்கு மேல கல்யாணமாவுமுன்னாக்க கல்யாணச் சோறு போடவெல்லாம் நெல்லுநீரு வேணுமே. இந்த வருசம் அம்மாவ நெல்லு தெளிக்கச் சொல்லணும். வேண்டா முன்னு தட்டிக்கழிச்சாலும் இந்தநட வுடக்கொடாது. புடிவாதம் புடிச்சியாவுது தெளிக்க வச்சிறணும். நம்ம வூட்டவுட்டுப் போவக்குள்ள வூட்டுல நெல்லுநீரையெல்லாம் நெறயா வச்சிப் புட்டுத்தாம் போவணும். தலச்சம்புள்ள போவக்குள்ள வூட்ட தடவிக்கிட்டுக் போவக்கொடாது.' இதுபோன்ற எண்ணம் வந்தவுடன் வேகவேகமாய் வீட்டிற்கு வந்தாள். வந்தவள் சந்துப் பக்கம் போகாமல் நேராக வீட்டிற்குள் நுழைந்தாள்.

"என்ன பெரியங்கச்சி, என்ன யாவுவம் மனசுல ஓடுது? சணக்கொல்லக்கிப் போறன்னுட்டுப் பெயிட்டு காலு களுவாம வூட்டுக்குள்ள வார? பேணசூத்துக் களுவாம வூட்டுக்குள்ள வந்தாக்க வூடல்லாம் தத்துவான் புளுத்துடும். ஒருவா சோறுகொட வாயில அள்ளிப்போட முடியா. சோத்துப்பான கொளம்புசட்டி எல்லாத்துலயும் தத்தா வுளுந்து கெடக்குமே" என்றாள்.

"இல்லம்மா வவுத்த வலிச்சிதேன்னுதாம் போனங். போயி ஒக்காந்து பாத்தும் வெளியருக்க வல்ல. எளும்பி வந்துட்டம்மா" என்றாள்.

"வயரௌவோ என்னமோ முருங்கக்கீரயயும் உப்பயும் உள்ளாங்கையில வச்சிக் கசக்கி தொப்புளகோலி தடவு" என்றாள் சுந்தராம்பாள்.

“ம்” என்றவள் தயங்கியபடி அம்மாவின் பக்கமாய் வந்து நின்றாள்.

“இந்த வருசம் மட்டும் தெளி தெளிப்பம்மா” என்றாள் மெதுவாக.

“யாம் பெரியங்கச்சி ஒனக்கு இந்த ஆசயெல்லாம். கொல்லயவச்சி என்னக்கி நம்ம கா வவுத்து கஞ்சி குடிச்சிருக்குறம்? ஒங்கப்பாரு வுட்டுட்டுப் போனத்துலேருந்து நம்ம கையவூனித்தாங் கரணம் போட்டுக்கிட்டுருக்குறம். அதுதாம் நம்மளோட தலயெளுத்து. வெள்ளாம வெளஞ்சி ஒக்காந்து திங்கவெல்லாமா நம்மளுக்கு பொசுப்புருக்கு.”

“எப்பப் பாத்தாலும் தடுத்துக்கிட்டே இருக்காதம்மா, கஷ்ட்டம் வந்தா கஷ்ட்டமேவா வந்துக்கிட்டுருக்கும். நம்ம படவேண்டியதெல்லாம் பட்டாச்சி, இனிமே நம்மளுக்கும் நல்லகாலம் பொறந்துடும் பாரு. கையிலதாங் காசிருக்கே, அதுக்கு வெரநெல்லு வாங்கியா. யாருட்டு ஒளவுமாட்டயாவுது பாத்துக் கூப்புட்டாந்து ஓட்டுவம். ஆடிமாசம் பாதிக்குமேல பெயிட்டு. இன்னம் நாலஞ்சி நாளுக்குள்ள தெளிச்சிப்புடணும்” என்றாள்.

சுந்தராம்பாளுக்கு சம்மதமில்லையென்றாலும் கூட வடிவாம்பாளின் வற்புறுத்தலுக்காக ஒத்துக்கொண்டாள். விதை நெல் வாங்க கையில் கொஞ்சம் காசிருந்தது. கயலம்பேட்டைக்குப் போய் வெள்ளைக் கொடைவாலை நெல் வாங்கிவந்தாள். ஓட்டுவீட்டு சதாசிவம் ஏர் ஓட்டித் தருவதாய் ஒத்துக்கொண்டருந் தான். எல்லா ஏருக்கும் கொடுக்க பணமில்லை. உழவு ஓட்டினால் உடனுக்குடன் கையில் கூலியைக் கொடுத்து விடவேண்டும். பிறகு தருகிறேன் என்றால்கூட சதாசிவம் ஒத்துக்கொள்ளும் பேர்வழி தான். என்றாலும் அவனுடைய நிலையும் கொஞ்சம் மோசமா யிருந்தது. கஷ்டசீவனம்தான். “ஆம்புளயா இருந்தா மட்டும் சம்பாரிக்க வழியென்னருக்கு இந்த வூருல”என்பான் அடிக்கடி. உப்பள வேலைக்கும் அவன் போகவில்லை. உழவுமாட்டை வைத்துக்கொண்டு ‘அதேகதி’யென்று இருந்தான்.

ஆரம்பத்தில் சதாசிவத்தின் குடும்பம் நல்ல வசதியான குடும்பமாகத்தான் இருந்தது. சதாசிவத்தின் தாத்தா பெருமாளுக்கு மாடு கண்ணு, நிலம் நீச்சு என்று ஏகப்பட்ட சொத்திருந்தது. கோவில் தாழ்விற்குள் அவர் மட்டும்தான் ஓட்டுவீடு கட்டியவர். இவ்வூரில் ஓட்டுவீடு கட்டுமளவுக்கு பெரும்பாலானவர்களுக்கு வசதியில்லை என்பது ஒரு காரணமாக இருந்தாலும் தெற்கே

அளத்திலிருந்து வீசும் உப்புக்காற்று சுவற்றை அரித்துவிடும். செங்கல்லும், சிமிண்டும் பொரிந்து கொட்டிவிடும் என்பதால் இவ்வூரில் யாரும் ஓட்டுவீடு கட்ட நினைப்பதில்லை. மண்சுவரும் பனை ஓலைக் கூரையும்தான் இந்தக் காற்றுக்கு தாக்குப்பிடித்து நிற்கும். எல்லோருடைய வீடுகளிலுமே உள்ளே தென்னங் கீற்றுகளை வேய்ந்து அதன்மீது பனைமட்டைபோட்டிருப் பார்கள். மழைக்கும் பனிக்கும் காற்றுக்கும்கூட அடக்கமாயிருக்கும். பெருமாள், ஊருக்குள் தான் மட்டும் தனியொருவராய்த் தெரிய வேண்டும்மென்பதற்காகவோ அல்லது கட்டித்தான் பார்ப்போமே என்றோ செங்கல்வைத்து சுவர் எழுப்பி மேலே ஓடுபோட்டார். ஓட்டு வீட்டுக்காரர் என்றே எல்லோரும் அவரை அழைத்தார்கள். வீடுகட்டிய ஐந்தாறு வருடங்களில் தெற்குப்பக்கத்து சுவர் முதலில் பொரிந்து கொட்டியது. பின்பு ஒவ்வொரு சுவராய் பொரிந்துபோனது. மீதமிருக்கும் சுவர்களையாவது காப்பாற்றி விட வேண்டுமென்று நினைத்து சுண்ணாம்பு அடித்துப் பார்த்தார். என்ன செய்தபோதும் அவரால் சுவர்களைக் காப்பாற்ற முடியவில்லை. கோடையில் சுற்றிச் சுற்றியடித்த சூறாவளிக் காற்றிலேயே வீடு விழுந்தது. விழுந்த வீட்டில் வேய்திருந்த நாட்டு ஓடுகள்,கோவில்தாழ்வு சனங்களுக்கு மேல் தேய்த்துக் குளிப்பதற்கு பயன்பட்டது.

பெண்கள் எல்லோருமே பெருமாள் வீட்டு ஓட்டுடன்தான் குளத்திற்குப் போனார்கள். ஓட்டால் உடம்பைத் தேய்த்தால் திரிதிரியாய் அழுக்கு உருண்டுவரும். அரிப்புக்கும் ஓட்டின் உரசல் இதமாயிருக்கும். ஓட்டின் உள்பக்கமாய் மஞ்சள் இழைத்துக் கொள்வார்கள். முன்பெல்லாம் ஒரு சிலரிடம் மட்டுமே அபூர்வமாயிருந்த ஓடு இப்போது எல்லோரிடத்திலும் இருந்தது.

பெருமாளின் ஓட்டுவீடு இருந்த இடம்கூட சிலருக்கு மறந்து போய்விட்டது. ஆனால் ‘ஓட்டுவீட்டுக்காரர்கள்’ என்று அழைப்பதை மட்டும் யாரும் விடவில்லை. அதனால்தான் சதாசிவம் ஓட்டு வீட்டுப் பிள்ளை என்று அழைக்கப்பட்டான்.

இரண்டு மூன்று வருடங்கள் தரிசாகவே போட்டுவிட்டதால் முதல் உழவு ஓட்டுவது கொஞ்சம் சிரமமாயிருந்தது. இரண் டாவது உழவு ஓட்டிக்கொண்டிருக்கும்போதே உழுத கொல்லை களில் கையோடு நெல்லை தெளித்துவிட்டான் சதாசிவம். வடிவாம்பாளின் சிவப்புக்கல் சொருவை அடகுவைத்து உழவு கூலி கொடுத்தாள் சுந்தராம்பாள்.

ஆவணியில் அவ்வப்போது மழைபெய்தது. புரட்டாசியில் நான்கு நாட்களுக்கொரு முறையாவது மழைபெய்து கொண்டிருந்தது. பயிர் நன்றாக வளர்ந்தது. பத்தைகட்டி பயிர் பிடித்த நேரத்தில் பயிருக்கிடையே கிடந்த களைகளை சுந்தராம்பாளும் அவளுடைய மகள்களும் இறங்கி எடுத்தார்கள். தினமும் கொல்லைகளை இரண்டு சுற்றாவது சுற்றி வருவாள் வடிவாம்பாள். சுந்தராம்பாள் கூட பொதைக்கட்டி செழித்திருந்த பயிரைப் பார்த்துவிட்டு 'எவ்வள நல்லாருக்கு... சுற்றி வருசா வருசம் இப்புடி பச்சயாருக்கவேண்டிய கொல்லய மூளியாக்கிப் பாக்குறமேரி தரிசாவே போட்டுட்டனே' என்று அடிக்கடி நினைப்பாள். இந்தமுறை பயிர் வளர்ந்திருந்ததைப் பார்த்து சுந்தராம்பாளுக்கும் நிம்மதியாயிருந்தது.

11

ஐப்பசியில் ஆரம்பித்த மழை விட்டபாடாய்த் தெரியவில்லை. கார்த்திகையிலும் அடைமழை தொடர்ந்தது. தினமும் ஒரு பாட்டம் அடித்துத்தான் ஓயும். அன்று பெருங்கார்த்திகை. கோவில்தாழ்வில் சிலபேர் கார்த்திகைக்கு எட்டுக்குடி முருகனுக்கு காவடி எடுத்துக்கொண்டு போவார்கள். வருடா வருடம் போகும் வழக்கமுடையவர்கள் காலை யிலேயே காவடியை கட்டிவைத்துக்கொண்டு 'எப்புடிப் போற?' என்று விழித்துக்கொண்டிருந் தார்கள். மற்றவர்களெல்லாம் கார்த்திகையைப் பெரிதாய்க் கண்டுகொள்வதில்லை. மற்ற நாட் களைப்போல கார்த்திகையும் ஒருநாள் அவர்களுக்கு. எட்டு குடிக்குப் போவோரின் வீடுகளில் மட்டும் இரவு நான்கைந்து அகல்விளக்குகள் குட்டானுக்குள் பாதுகாப்பாய் எரியும்படி முத்தத்தில், குப்பைக் குழியில், கட்டுத் தறியில் வைக்கப்பட்டிருக்கும்.

மழை தொடர்ந்து விடாமல் பெய்துகொண்டிருந்தது. கால்களை நீட்டிப் போட்டபடி வெளியே பெய்யும் மழையையே வெறித்துப் பார்த்துக்கொண்டிருந்தாள் சுந்தராம்பாள். அரைப்படி சோளத்தை ஓட்டில் போட்டு பொரித்துக் கொட்டி, முறம் நிறைய கொண்டு வந்து வைத்தாள் வடிவாம்பாள்.

"ஆளுக்கு நாலா அள்ளிக்குடம் பெரியங்கச்சி. யாம் அப்புடியே யாம்மின்னாடி கொண்டாந்து வய்க்கிற?"

"நீனே அள்ளிக்குடும்மா" என்றவள் வாசல்படி ஓரமாய் குந்தினாள்.

“சார அடிக்கிதில்ல... உள்ள நவந்து நல்லா ஒக்காரு” என்றாள் சுந்தராம்பாள்.

“என்னம்மா மள வுடவேயில்லை” என்றாள் கவலையாய்.

“பேஞ்சமா வுட்டமான்னு இல்லாம தொணதொணன்னு தூறிக்கிட்டேருக்கு. எத்துன நாளக்கி வூட்டுக்குள்ளாறயே அடஞ்சி கெடக்குற? இன்னக்காவுது கொஞ்சம் வெக்காளிக்கும் எங்குட்டாவுது போயி பாக்கலாமுன்னுட்டுருந்தங். கொஞ்சங் கொட வுடுறமேரி தெரியலையே”

சோளப்பொரியை மகள்களின் மடியில் ஆளுக்கொரு கையாய் அள்ளிப்போட்டாள்.

நான்குபேரும் வெளியே பெய்யும் மழையைப் பார்த்தபடியே சோளத்தை தின்றுகொண்டு உட்கார்ந்திருந்தார்கள்.

“இந்த வருசம் தேவலாம்மா. மளக்கி வறுத்துத்திங்க சோளம், பச்சப்பயறுன்னு எதாவுது இருக்கு. மிந்தியெல்லாம் புளியங்கொட்டயத்தான போட்டு கடிச்சிக்கிட்டு இருப்பம்” என்றாள் ராசாம்பாள்.

நந்தனாவருட புயலில் வீடில்லாமல் போனவுடன் மறுநாளே கணேசன் கட்டிக்கொடுத்த கொட்டகைதான் இப்போதும் வீடாயிருந்தது. கட்டும்போதே ‘பனிரெண்டுக்கு எட்டு’ என்ற அடிக்கணக்கில் அளந்து கயிறு பிடித்து நேர்பார்த்து கால்வூன்றிக் கட்டிக்கொடுத்த கொட்டகையை மழை நின்ற பிறகு மார்கழியில் மண்போட்டு உயர்த்தி சுற்றுச்சுவர் வைத்தாள். பழைய வீட்டிலிருந்த நிலையை எடுத்துவைத்து குறுக்குச் சுவரும் வைத்து கொட்டகையை இரண்டாகப் பிரித்து விட்டாள்.

“பெரியப்பா இருக்கக்குள்ளயே நம்மளுக்கு இருக்க ஒரு வூடாவுது கட்டிக்குடுத்துட்டுப் பெயிட்டாவோ... இல்லன்னாக்க இந்நேரம் குந்தியிருக்கக்கொட எடமில்லாம தவிக்கணும்” என்றாள் சுந்தராம்பாள்.

வடிவாம்பாளுக்கு பெரியப்பாவின் நினைவு வந்துவிட்டது.

“இந்நேரம் அவ்வொல்லாம் எப்புடிம்மா இருப்பாவோ?” என்றாள்.

“நம்ம இருக்குறமேரித்தாங் அவ்வொளும் இருப்பாவோ. அங்கயும் மளயாத்தாங் இருக்கும். டவுனாருக்குறத்தால எதாவுது கடகண்ணில வேலயிருந்து செஞ்சாலும் செய்வாவோ... அங்கயெல்லாம் எதாவுது செஞ்சி காலத்த ஓட்டிப்புடலாம்.

இஞ்சமேரியா, 'கெட்டும் பட்டணஞ்சேர்'ன்னு தெரியாமயா சொல்லிருக்குறாவொ."

"நம்மளமேரியே அவ்வொளும் இந்நேரம் நம்மளப்பத்தி பேசிக்கிட்டிருந்தாலும் இருப்பாவோ இல்லம்மா" என்றாள் அஞ்சம்மாள்.

மழை கொஞ்சம் கொஞ்சமாய் வலுத்தது. சூரியனே தெரிய வில்லை. பார்த்துக் கொண்டிருக்கும்போதே தண்ணீர் மட்டம் மேலேறிக் கொண்டிருந்தது. தோளுயரம் வளர்ந்த பயிர்க ளெல்லாம் கொஞ்சம் கொஞ்சமாய் மூழ்கிக்கொண்டே வந்தது.

"பயிரெல்லாம் முளுந்திபெயிடும் போலருக்கும்மா-வுடுமுன்னு நெனச்சம் வரவர வலுத்துக்கிட்டேப் போவுது" என்றாள் வடிவாம்பாள்.

"இந்த வருசமும் நம்ம கொல்லயெல்லாம் நாசமாய்பெயிடும் பொலருக்கே. இந்த நாதியத்த மானம் வுட்டு தொலக்கமாட்டங் குதே." புலம்பினாள் சுந்தராம்பாள்.

"யாம்மா மொதப் பொயலடிச்சப்ப மானமெல்லாம் இப்புடித்தாங் இருந்திச்சா..." ஏதோ சந்தேகம் வந்தவளாய்க் கேட்டாள் வடிவாம்பாள். சுந்தராம்பாளும் முன்பே அதை உணர்ந்திருந்தாள். நிச்சயமாய் புயலடிக்கத்தான் போகிறதென்று எண்ணினாள். மனதிற்குள் பயம் ஏற்பட்டது.

"மொதப் பொயலுக்காவுது பெரியப்பா இருந்தாவோ, நம்மள தென்னல் திரும்பியடிக்கிற நேரத்துல அளச்சிக்கிட்டுப் போனாவோ. இப்ப நம்மளப்பத்தி நெனக்கக்கொட யாருமில்ல" என்றாள் ராசாம்பாள்.

"பயமாயிருக்கும்மா" என்றாள் அஞ்சம்மாள்.

இவர்கள் இப்படி பேசிக்கொண்டிருக்கும்போதே வடக்கு வீட்டு கோவிந்தராசு இவர்களுடைய கட்டுமனையை பார்த்த படியே சத்தம் போட்டுக் கொண்டிருந்தான். மழையின் சத்தத்தில் அவன் கூப்பிட்டது எதுவும் காதில் விழவில்லை. பள்ளக் கொல்லையில் இறங்கி நனைந்து கொண்டே வந்தான். கூப்பிட்ட படி கட்டுமனையில் வந்து ஏறினான். தெற்குப்பார்த்த வீடு என்பதால் வடக்கு கோடிலிருந்து கூப்பிட்டது அவ்வளவாய் காதில் விழவில்லை.

"போரும்மா... யாரோ கூப்புடுறமேரிருக்கு" என்றாள் ராசாம்பாள்.

எல்லோரும் காதைத் தீட்டிக்கொண்டு கேட்டார்கள்.

"பெரியங்கச்சி... பெரியங்கச்சி... பெரியங்கச்சி..."

"கோயிந்தராசண்ணங் கொரலுமேரி கேக்குதும்மா" என்ற வடிவாம்பாள் முறத்தை தலைக்கு வைத்துக்கொண்டு சந்துக்குள் வந்து உட்கார்ந்து பார்த்தாள். "யாருது...? அண்ணனா?" என்றாள்.

"எவ்வள சத்தம்போட்டு கூப்புடுற காதுல வுளுவல?" என்றான்.

"இல்லண்ண... மளசத்தத்துல சுத்தமா கேக்கல, வாங்கண்ண அம்மா வூட்டுக்குள்ளத்தாங் இருக்கு" என்றாள். சந்துக்குள் குனிந்தபடியே வந்து வீட்டுக்குள் நுழைந்து கொண்டாள்.

"சின்னம்மா... கௌம்புங்க சீக்கிரமா" என்றபடியே முத்தத்தில் வந்து நின்றான் கோவிந்தராசு.

"எங்க தம்பி?" என்றாள் ஒன்றும் புரியாமல்.

"மானம் இருக்குற இருப்பப்பாத்தாக்க ஒண்ணுஞ்சொல்ல முடியாபொலருக்கு. ரேடியாவுல எதுவுஞ் சொல்லியிருப்பானுவொபொலருக்கு. வேதாரண்ணியத்துலேருந்து நம்ம காத்தேசம்புள்ள ஆளுவுட்டுருக்குறாரு. நம்ம ஊரு சனத்துவொள யெல்லாம் கௌம்பி அங்க வந்துடச் சொல்லிட்டாராம். எல்லாருமே கௌம்பியாச்சி. எடுக்குறத்த எடுத்துக்கிட்டு சீக்கிரமா கௌம்பி வாங்க."

கோவிந்தராசு சொல்லியதைக் கேட்டு செய்வதறியாது திகைத்து நின்றாள் சுந்தராம்பாள்.

"நாங்க நாலஞ்சிபேரு வூடுவூடாப் போயி சொல்லிப்புட்டு வாறம், எல்லாருமே கௌம்பிட்டாவோ, நீங்க இருந்துதாம் பாப்பமேன்னுல்ல வூட்டுலயே இருந்துடாதிய்ய சின்னம்மா. மானம் இருக்குற நெலமயப்பாத்தா என்ன நடக்குமுன்னு சொல்லமுடியா. பொயலடிச்சாலும் அடிக்கும். ஒண்ணும் பண்ணாம வுட்டாலும் வுட்டுரும். நம்பிக்கிட்டு இருக்கமுடியா கௌம்புங்க." என்று சொல்லிக்கொண்டே கிழக்குக் கட்டுமனையிலிருக்கும் வீட்டைநோக்கி போனான்.

"எப்புடி சின்னஞ்செருசுவொள அருக்கடையா அளச்சிக்கிட்டுப் போற?" என்று யோசித்தாள்.

"யாம்மா தெவச்சிப்போயி நிக்கிற? நம்ம என்ன கோயிலு கொளம், திருவிளா கண்காட்சின்னா பாக்கப்போறம். பொய

லடிக்கப் போவுதுன்னு உசுர காவந்து பண்ணிக்கிடத்தான போறம். ஊருசனத்துவொளோட பத்தோட பதினொன்னாப் போப்போறம். இதுக்காவயெல்லாம் பாக்காத" என்றாள் பெரியவள்.

அதற்குள் கொடியில் கிடந்த துணிமணிகளையும் முக்கியமான பொருட்களையும் ஓலைப்பெட்டி ஒன்றிற்குள் அள்ளிப் போட்டுக் கொண்டிருந்தார்கள் அஞ்சம்மாளும் ராசாம்பாளும்.

கீழண்டை மனைக்கட்டிலிருந்து கோவிந்தராசு சத்தம் போட்டான்.

"தண்ணி ஓசந்துக்கிட்டே போவுது. பாலம் ஒடச்சிக் கிட்டுன்னாக்க அப்பறம் போவமுடியா. வுடியாங்க சீக்கிரமா. எல்லாரும் பெயிட்டாவோ" என்று.

ஆளுக்கொரு பனைமட்டையை தலையில் வைத்துக் கொண்டு கோவிந்தராசுவின் பின்னால் ஓடினார்கள். கோவிந்தராசு சொல்வது உண்மைதான். இவர்கள் வேடிக்கை பார்த்துக் கொண்டிருந்தபோது இருந்ததைவிடவும் இப்போது கொல்லை களில் அதிகமாய் தண்ணீர் நின்றது. புல்பூண்டு பச்சை எதுவும் தெரியவில்லை.

"யாந்தம்பி மரப்பாலம் இன்னேரம் முளுந்திபோயிருக்குமே" என்றாள்.

"முளுந்திதாம்போயிருக்கும். வாங்க போயிப் பாப்பம். பாலம் முளுந்தி போயிருந்திச்சின்னாக்கா நம்மல்லாம் இஞ்சயேக்கெடந்து சாவவேண்டியாங்" என்றான்.

அஞ்சம்மாளுக்கு அழுகை வந்தது. அழுதுகொண்டே பின்னால் ஓடினாள். தண்ணீருக்குள் வேகமாய் ஓடவும் முடிய வில்லை.

"பனமட்டய தலக்கிப் புடிச்சிக்கிட்டு நடந்தெல்லாம் கதக்கிப் புண்ணியப்படாது" என்று தூக்கி வீசினாள் சுந்தராம்பாள். அவளுடைய மகள்களுக்கும் பனைமட்டையை பிடித்துக் கொண்டு வந்தது சிரமமாகத்தான் இருந்தது. எல்லோருமே பனை மட்டையை கீழே போட்டார்கள். வடிவாம்பாள் தலையில் ஓலைப்பெட்டியை வைத்திருந்தாள். அதிலிருந்த் துணிமணிகள் நனையாமலிருக்க அவள் மட்டும் பொட்டிக்கு பனைமட்டை யைப் போட்டு பிடித்துக்கொண்டு வந்தாள்.

ஊர்சனங்களெல்லாம் சத்தம் போட்டபடி ஓடுவது தெரிந்தது. நின்ற இடத்திலிருந்து சுந்தராம்பாள் தன்னுடைய

வீட்டைத் திரும்பிப் பார்த்தாள். 'கஷ்ட்டப்பட்டு கட்டுன வூடு... உள்ள அடுக்குப்பான ஒண்ணொண்ணுலயும் ஒண்ணொன்னு இருக்கு. எல்லாம் யாம் புள்ளைவொ கஷ்ட்டப்பட்டு வேலசெஞ்சி கொண்டாந்து சேத்தது. தின்னுப் பாக்க பொசுப்புல்லாம பெயிடுமோ'என்று நினைத்தாள். அவளுடைய கண்கள் கலங் கியது. 'ஆவுத்திக்காத்தா, ஒண்ணுஞ் செய்யக்கொடா... யாம் புள்ளைவொ ஒழச்சி கொண்டாந்து வச்சது வெள்ளத்தோட பெயிடக் கொடா. கைக்கெட்டுனத்த வாய்க்கு எட்டாம பண்ணிப்புடாத' என்று எதையெதையோ நினைத்து வேண்டி னாள்.

வடிவாம்பாளின் நினைவு முழுவதும் கொல்லையில் இருந்தது. நம்ம தெளிக்கச் சொல்லி தெளிச்சது போனபொய லுக்கும் வெள்ளத்தோட பெயிட்டு, இப்பவும் பெயிடும்பொல ருக்கே. ஆவுத்திக்காத்தா... ஒன்னதான நம்புனங்... யாங் எங்கள இப்புடி திண்டாடவுடுற? யாங் கலியாணத்துக்கு ஆவுமுன்னு சும்மாருந்த அம்மாவ படாதபாடுபடுத்தி தெளிக்கச் சொன்னனே இதுக்குத்தானா? ஆவுத்திக்காத்தா. நீயிருந்தா எங்கள காப்பாத்து. இன்னய்க்கு ஒரு பொளுதுக்குள்ளயே தண்ணியெல்லாம் வடிஞ்சிறணும். எங்கக் கொல்லயெல்லாம் நல்லா வெளயணும். ஆவுத்திக்காத்தா... ஆம்புளத் தொணயில்லாம எங்களுக்காவ கெடந்து கஷ்ட்டப் படுற எங்கம்மாவ ஏமாத்திப்புடாத.'

"சட்டுன்னு நடந்து வாங்க" என்றாள் சத்தம்போட்டு. ஊரில் ஆங்காங்கே இதுபோல் பல இடங்களிலிருந்தும் சத்தம் கேட்டது. எல்லோரும் மானங்கொண்டான் ஆற்றின் கரையில் கூடியிருந் தார்கள். மழை சோவென்று பெய்து கொண்டிருந்தது. மரப் பாலம் மூழ்கி பாலத்திற்கு மேலும் மார்பளவு தண்ணீர் இருந்தது.

"பாலம் இருக்குற எடமேத் தெரியல எப்புடிப் போற அந்தாண்ட கரய்க்கி" என்று எல்லோரும் திகைத்துப்போய் நின்றார்கள்.

"பாலத்துக்குமேல கொஞ்சந்தாந் தண்ணியிருக்கும் எப்புடி யாவுது எல்லாரும் அந்தாண்ட கரய்க்கிப் போய்ச் சேருங்க' என்று பரபரத்தான் ஒருவன்.

"பாலம் முளுந்திருக்கு எப்புடி நம்பிப்போற" என்றார் வயதானவர் ஒருவர். ஆளாளுக்கு ஒவ்வொரு யோசனை சொன்னார்கள்.

"நீங்க சொல்லறது எதுவும் கதக்கிப் புண்ணியப்பட்டு வராது. போயி மாலக்கயத்த எடுத்தாங்க. அந்தக் கரய்க்கிம் இந்தக்

கரய்க்கிமா மாலக்கயத்த கட்டிப்புட்டு கயத்தப் புடிச்சிக்கிட்டேப் போவவேண்டியாங்" என்றார் சோமு.

"ஆமாமா சோமண்ணஞ் சொல்லுறதுதாஞ் சரி" என்றான் ஒருவன்.

"அந்தக் கரய்க்கும் இந்தக் கரய்க்குமா இழுத்துக்கட்ட என்ன மரமாருக்கு ரெண்டுகரயிலயும்?" என்றான் ஒருவன்.

"அட யாருடாவன்? மரமில்லன்னாக்க என்னடா, நம்ம இருக்கமுல்ல கரய்க்கி பத்துபேரா நின்னு இழுத்துப் புடிச்சிக் கிர்றது?" என்றார் கோவமாய் சோமு.

யார் யாரோ ஓடிப்போய் பெரியபெரிய மாலைக்கயிற்றை எடுத்து வந்தார்கள். கோவில்தாழ்வில் பனைமரம் வெட்டுபவர்கள் இது போன்ற கயிறு வைத்திருப்பார்கள். பனைமரம் வெட்டும் ஆட்களும் நிறையபேர் இருந்தார்கள். அவசரத்திற்கு அவர்கள் கயிறு உதவியது. கயிறுகளை இணைத்து முடிச்சிட்டுக் கொண் டார்கள்.

"நீச்சலடிக்கத் தெரிஞ்ச நாலஞ்சிபேரு மின்னாடி அந்தாண்ட கரய்க்கிப்பெயிடுங்க. இந்த கரயில அஞ்சாறு பேரு நின்னுக்கிட்டு இழுத்துப் புடிச்சிக்கிட்டா, கயத்தப்புடிச்சிக்கிட்டு எல்லாரும் பெயிடலாம்" என்றார் ஒருவர்.

கயிற்றின் ஒரு நுனியை பிடித்து இழுத்துக் கொண்டே பாலத்தின் தன்மையையும் சோதித்தபடி நான்கைந்து பேர் முதலில் அந்தக் கரைக்குப் போனார்கள். எல்லோரும் வாலிப பையன்கள்.

சோமுப்பிள்ளை சொல்லியதுபோலவே பாலத்தின் மேல் கயிற்றை இழுத்துப் பிடித்துக் கொண்டார்கள்.

"புள்ளைவொளையும் பொண்டுவ சனத்தயும் மொதல்லப் போவச் சொல்லுங்க." என்றார் மாரிமுத்து.

"கெளங்கட்டயயெல்லாம் முடிஞ்சவ்வொ ஆளுக்கொருத் தரா கையப்புடிச்சிக்கிட்டு அளச்சிக்கிட்டுப் போங்க" என்று ஒருவர் சொன்னார்.

"பாலமெல்லாம் ஒண்ணும் ஆவல. நல்லாத்தான் இருக்கு பயப்புடாம கயத்தப் புடிச்சிக்கிட்டு வாங்க" என்றனர் அந்தக் கரையில் கயிற்றைப் பிடித்திருந்தவர்கள்.

முதலில் பிள்ளைகளையும் பெண்களையும் வயதானவர் களையும் போகவிட்டார்கள்.

பாலத்தில் போய்க்கொண்டிருக்கும்போது சுந்தராம்பாளுக்கு பயமாக இருந்தது. தண்ணீர் இழுத்தது. பாலம் ஆடுவது போலிருந்தது. அப்படியே பாலம் உடைந்து இழுத்துக்கொண்டு போய்விட்டால் என்ன செய்வதென்று பயந்தாள். 'குடும்பத்தோட பெயிட்டாலும் ஒண்ணுமில்ல... ஒருத்தரெண்டுபேரு பெயிட்டா?' என்று கவலைப்பட்டாள். தன் மகள்களை ஒரு கண்ணால் கவனித்தபடியே நடந்தாள்.

"கயத்த கெட்டியா புடிச்சிக்கிட்டு நடங்க" ஆளாளுக்கு சொன்னார்கள். பெற்றவர்கள் பிள்ளைகளிடம் சொல்வதைப் போல பிள்ளைகளும் "அம்மா கெட்டியா புடிச்சிக்க" என்று பயத்தில் சொல்லிக் கொண்டே நடந்தார்கள். சுந்தராம்பாளின் சின்ன மகள் அஞ்சம்மாள் அழுதுகொண்டே வந்தாள். அவ்வப் போது ஒருகையால் மட்டும் கயிற்றைப் பிடித்துக்கொண்டு மற்றொரு கையால் தன் அம்மாவின் சீலையைப் பிடித்தாள்.

"கயத்தப் புடிச்சிக்கிட்டு நடன்னாக்க சனியங் யாங் என்னயே புடிக்கிற, என்னயுந் தள்ளிவுட்டு நீனும் வுளுவணுமா?" என்று கோவமாய் பேசினாள். பத்திரமாய்ப் போய்ச்சேர வேண்டுமே என்ற பயம் அவளுக்கு.

"ஒஞ்சின்னமவ உசுருமட்டும் கருப்பட்டியா? போனாக்க எல்லாருந்தான போப்போறம். உளுந்து உளுந்து ஒஞ்சீலய புடிக்கிறாளே. ஒளுங்கா பாத்துப் போச்சொல்லு" என்றாள் பின்னால் வந்த பெண்ணொருத்தி.

கரையேறிவர்களுக்கு அப்பாடா என்றிருந்தது. இருந்தாலும் அவர்களுடைய வீட்டுக்காரர்கள் மட்டும் அக்கரையிலேயே நின்றுகொண்டிருப்பதைப் பார்த்த பெண்கள் பாதி உயிரை கையில் பிடித்துக் கொண்டு நின்றார்கள். வேண்டாத சாமிகளை யெல்லாம் வேண்டிக் கொண்டு நின்றார்கள். சுந்தராம்பாளுக்கு அதுபோல் எதுவும் பிரச்சினையில்லை. அவளுடைய கணவன் சுப்பையன் இருந்திருந்தால் அவளும் கூட மற்ற பெண்களைப் போல்தான் கலங்கி நிற்பாள். ஆனால் அவன் தான் இங்கில்லையே. ஊர் சனங்களெல்லாம் ஒருவரும் சேதமில்லாமல் இக்கரைக்கு வந்து சேர்ந்துவிட வேண்டும் என்று வேண்டினாள். அஞ்சம்மாளின் கண்கள் மட்டும் அக்கரையில் நின்றவர்களுக்கிடையில் பூச்சியைத் தேடியது.

கடைசியாய் வரலாம் என்ற எண்ணத்துடன் சற்று பின்னால் நின்றிருந்தான் அவன்.

'இந்தப் பூச்சிக்கி என்ன பெரிய ஆம்புளன்னு நெனப்பா? மின்னாடியே வந்துற வேண்டியான? எல்லாரயும் கரையேத்தி வுட்டுட்டு கடசா வரணுமுன்னுட்டு நிக்கா? பெரிய இதுதாங்...' என்று பூச்சிமேல் ஆத்திரம் கொண்டாள். ஆண்கள் வரிசையாய் வரத் தொடங்கினார்கள். பூச்சியும் வந்தான். அஞ்சம்மாளுக்கு அவன் பாலத்தில் வரும்போது மனது திக்திக்கென்று அடித்துக் கொண்டது. 'ஆவுத்திக்காத்தா பூச்சி பத்தரமா வந்துசேந் துடணும்.' பூச்சி கரையேறிய பிறகுதான் அஞ்சம்மாளுக்கு உயிரே வந்தது.

மழையில் நனைந்துகொண்டே கயலம்பேட்டை, பூந்தோட்டம் வழியாக நடந்தே வேதாரண்ணியம் வந்தார்கள். ஓட்டுவீட்டு சதாசிவம் தன்னுடைய மாடுகளை விட்டுவிட்டு வருவதை நினைத்து கவலைப்பட்டான்.

"யாம்மாடுவொ என்னாவுமோத் தெரியலையே... யாம்மாடு வொளவுட்டுட்டு வந்துட்டனே..." என்று புலம்பிக்கொண்டே வந்தான்.

"ஒம்மாடுவ மட்டுந்தானா ஊருக்குள்ள நிக்கி? எல்லாருட்டு மாடுவொளுந்தாங் கெடக்கு அம்போன்னு. யாரு என்ன பண்ண முடியுஞ் சொல்லு? நம்ம நேரங்காலம் நல்லாருந்தாக்க நம்ம பாடுபட்டு ஒளச்ச காசெல்லாம் நம்மளவுட்டுப் போவாது... பேசாம வா" என்றார் ஆறுதலாய்ப் பக்கத்தில் வந்தவர்.

ஊரில் சனங்களை வெளியேறச் சொல்லத்தான் நேரமிருந்தது. அதற்குள்ளாகவே மரப்பாலம் மூழ்கிவிட்டது. இந்த நிலையில் ஆடுமாடுகளையெல்லாம் என்ன செய்ய முடியும்? எல்லா மாடுகளையும் அவிழ்த்து விட்டுவிடச் சொல்லிவிட்டார்கள். எந்த மாட்டையும் ஆட்டையும் யாரும் கட்டிப் போடவில்லை.

"ஆயிசு கெட்டியாருந்தா மேட்டுவொள்ள நின்னாவுது பொழச்சிக்கிடட்டும்" என்று சொல்லியிருந்தார்கள். ஆடுகளும் மாடுகளும் திடீரென கட்டுகளை அவிழ்த்து விட்டதும் திகைத்துப் போய் நின்று கொண்டிருந்தன. நல்லவேளை சுந்தராம்பாளுக்கு ஆடுமாடுச் சோலி இல்லாமலிருந்தது.

கணேசன் கொடுத்துவிட்டுப்போன ஆடுகள் இரண்டும் பெருகி ஏழெட்டாய் நின்றன. ஆடுகளைப் பொறுத்தவரை மேய்ப்பது, வளர்ப்பது பராமரிப்பது தழை ஒடித்துப்போடுவது, ஆட்டுக்கட்டுத்தறி கூட்டுவது எல்லாமே அஞ்சம்மாள்தான். ஆட்டுப்பாலை குட்டியைப்போல குடித்துவிட்டு ஆடுகள்தான் தனக்கு உயிர் என்பதுபோல் வளர்த்தாள். கடைசியாய் இரண்டு

கிடாய்க்குட்டிகள் போட்டிருந்தன. இரண்டு கிடாய்களும் மொழுமொழுவென்று வளர்ந்து நின்றது. சென்றவருடம் ஆடிமாதம் நொண்டிவீரன் கோவிலுக்கு பூசைப்போட வந்தார்கள் கணேசன் மற்றும் அவருடைய பங்காளிகள் எல்லோரும். எங்காவது பார்த்து கிடாய் வாங்கவேண்டுமென்று வந்தவர்கள் சுந்தரம்பாளிடமே இரண்டு கிடாய்கள் இருப்பதைப் பார்த்து விட்டு கணேசனிடம் கேட்டார்கள். ஆடுகளுக்குச் சொந்தக்காரர் கணேசன் என்பதால். "ஆடு என்னுதுதாங்... ரெண்டுகிடா நிக்கி... ஒண்ணு எனக்கு வரும்... அத நீப்புடிச்சிக்க. இன்னொண்ணுக்கு யாந்தம்பி பொண்டாட்டிக்கிட்ட பணத்தக் குடுத்துட்டு புடிச்சிக்க" என்றார். கணேசன் சொல்லியதுபோலவே கிடாய்களைப் பிடித்துக்கொண்டு போனார்கள்.

பாதிக்குப்பாதி வளர்ப்புவாரம் என்பதுதான் ஊரில் வழக்கமாயிருந்தது. அதன்படிதான் கணேசனும் பிடித்துக் கொண்டார். ஆனால் சிறியவள் அஞ்சம்மாளுக்கு இது புரிய வில்லை. கணேசன் செய்தது சுத்தமாய்ப் பிடிக்கவில்லை. அதோடு நொண்டிவீரனுக்கு அந்தக் கிடாய்களை வெட்டியதைப் பார்த்து விட்டாள். வெட்டும்போது அவைகள் கதறிய கதறல் வெட்டிய பின்பு கிடந்து துடித்த துடிப்பு எல்லாம் அவள் கண்களைவிட்டு அகலாமல் இருந்தது. அஞ்சம்மாளால் அதைத் தாங்கிக் கொள்ளவே முடியவில்லை.

"இப்புடி வெட்டுறத்துக்காவயா நா ஆச ஆசயா வளத்தங்... இனிமே நா ஆடே பாக்கமாட்டங்" என்று அழுது அடம்பிடித்தாள். ஆறேழு நாட்கள் வரை சரியாகச் சாப்பிடாமல் ஆட்டை நினைத்தே கவலைப்பட்டுக் கொண்டிருந்தாள்.

மறுவாரம் உதிர்காய் உடைக்க வந்த கணேசனிடம் சுந்தராம்பாளே சொல்லிவிட்டாள்.

"ஆட்டுவொள எங்களால பாக்கமுடியல. எல்லாரும் வேலக்கிப் பெயிட்டாக்க. தண்ணிவைக்க, புடிச்சிக்கட்ட ஆளுல்ல. வேலக்கிப் பெயிட்டு வந்து பாக்குறத்துக்குள்ள வெயில்ல கெடந்து வெறச்சி பெயிடுதுவொ. வேலயிருக்கக்குள்ள ஓடுனாத்தான நாலுகாச பாக்கமுடியும்? சும்மாருந்து என்ன பண்ணுற? ஆட்டுவொள ஓட்டிக்கிட்டுப் பெயிடுங்க" என்றாள்.

சுந்தராம்பாள் எப்போதுமே தேவையில்லாமல் கணேசனிடம் பேசமாட்டாள். அவளே வந்து இப்படி சொல்கிறாளென்பதால் கணேசனால் சமாதானம் எதுவும் சொல்ல முடியவில்லை.

முருகேசனை அழைத்துவந்து நிற்கும் ஆடுகளுக்கெல்லாம் மதிப்புபோட்டார். ஆட்டின் மதிப்பில் பாதிப் பணத்தைக் கொடுத்துவிட்டு ஓட்டிக்கொண்டு போவதாகச் சொல்லிவிட்டுப் போனார். சொன்னது போலவே ஏழெட்டு நாட்களுக்குள் வந்து சுந்தராம்பாளுக்கு வரவேண்டிய பணத்தைக் கொடுத்துவிட்டு ஆடுகளை ஓட்டிக்கொண்டு போனார். நேராக சந்தைக்கு ஓட்டுவதாகச் சொல்லிவிட்டுப் போனார். இரண்டுமூன்று மாதங்கள் வரை ஆடில்லாததால் அஞ்சம்மாளுக்கு எரிச்சலா யிருந்தது. அவளையும் தன்னோடு சுந்தராம்பாள் வேலைக்கு அழைத்துக்கொண்டு போக ஆரம்பித்தபிறகு கொஞ்சம் கொஞ்ச மாய் மறந்துவிட்டாள்.

இப்போது ஆடுமாடுகளை விட்டுவிட்டு வந்தவர்கள் புலம்புவதைக் கேட்டபோது சுந்தராம்பாளுக்கு நிம்மதியா யிருந்தது. 'ஆடுவொள ஓட்டிவுட்டது எவ்வள புண்ணியமாப் பெயிட்டு' என்று நினைத்தாள்.

எல்லோரும் மேற்குக்கோபுர வாசல்வழியாக வேதாரண்யம் பெரிய கோயிலுக்குள் புகுந்தார்கள். வேதாரண்ணியத்தில் தங்குவதற்கு பாதுகாப்பான வேறு இடம் இல்லை. பக்கத்து ஊர் சனங்களெல்லாம் கோயிலில் வந்து தங்கியிருந்தார்கள். கோயில் மிகவும் பெரியதென்பதால் சுத்துப்பட்டு சனங்கள் எல்லோரும் தங்குவதற்கு தாராளமாய் இடமிருந்தது. விடாத மழையில் இரவா பகலா என்பதுகூட தெரியவில்லை. ஒரே இருட்டாக இருந்தது. பெரும்பாலும் எல்லோருமே நனைந்த உடைகளுடன்தான் இருந்தார்கள். சாரல் காற்று வேறு உடலை வாட்டியெடுத்தது.

காற்று கொஞ்சம் கொஞ்சமாய் வலுத்தது. கோபுரங்கள் இடிந்து விழுந்துவிடுமோ என்று பயப்படும் அளவுக்கு அடித்தது. கடல் கொந்தளித்தது. கடல் தண்ணீர் ஊருக்குள் புகுந்தது. ஊரெல்லாம் கடல்போல் ஆனது. மூன்று பனை மரங்கள் உயரத்திற்கு எழுந்த அலைகள் ஊரில் எதையும் விட்டு வைக்க வில்லை. வேதாரண்ணியத்தின் கிழக்கு வீதியை தரைமட்ட மாக்கிய அலைகள் 'மடேர் மடேர்' என்று மோதி பேரிரைச்சலை ஏற்படுத்தியது.

"இன்னங்கொஞ்ச நேரத்துல கோயிலுக்குள்ளவும் கடல் தண்ணி பூந்துடும்" என்று கணித்துச் சொன்னார்கள். அலைகளின் பேரிரைச்சலும் அது கொஞ்சம் கொஞ்சமாக கிட்டே வருவதையும் வைத்து இன்னும் இத்தனை நாழிக்குள் தண்ணீர் கோயிலுக்குள் புகுந்துவிடும் என்று சொல்லிக்கொண்டிருந்

தார்கள். தெரிந்த கடவுள்களின் பெயர்களையெல்லாம் சொல்லி வேண்டிக் கொண்டிருந்தார்கள். ஓவென்று காற்று பயங்கரமாய் வீசியது. சனங்களெல்லோரும் பயத்தாலும் குளிராலும் நடுங்கிக் கொண்டிருந்தார்கள்.

“ஊசியால குத்துறமேரிருக்கு குளுரு” என்று ஒடுங்கிய கிழங்கட்டைகளெல்லாம் கொஞ்ச நேரத்தில் விறைத்துப்போய் கிடந்தார்கள். செத்துப் போய்விட்டார்களா? என்று பார்க்கவும் அவர்களுக்காக அழவும் யாருக்கும் தோன்றவில்லை. “எல்லாருமே முளுந்திச் சாவத்தாம் போறம். இதுல முந்தி செத்தான்ன. பிந்தி செத்தான்ன” என்று சாவத் துணிந்தவர்கள் போல் சிலர் பேசிக் கொண்டார்கள்.

“இந்தமேரி கடல் கொந்தளிச்சி வரக்குள்ள சொரக் குடுக்கைக்குள்ள பூந்துக்கிட்ட முன்னாக்க பொழச்சிக்கிடலாமா முல்ல” என்றாள் ஒருபெண்.

“ஆமாஞ் சொர குடுக்கயத் தேடிக்கிட்டுப் போயி பூந்துக் கயேங். அதுவும் நீ பூந்துக்கிட்டியன்னாக்க, சொரக்குடுக்க வெள்ளத்துக்குமேல மெதக்காது. காத்துலயே பறக்கும் போ...” என்று அந்த நேரத்திலும் கிண்டல் செய்தாள் பக்கத்திலிருந்த பெண்ணொருத்தி.

ஆரம்ப காலத்தில் இப்படித்தான் கடல் கொந்தளித்ததாம். எல்லோரும் உயிர்பிழைக்க எதிலெல்லாமோ புகுந்து கொண்டார்களாம். ஒரு ஆணும் பெண்ணும் மட்டும் தங்களுடைய வீட்டிலிருந்த சுரைக் குடுக்கைக்குள் புகுந்து கொண்டார்களாம். உலகத்திலுள்ள மரம் செடி கொடி உயிரினங்கள் மற்ற பொருட்கள் எல்லாம் அழிந்துவிட்டதாம். ஆனால் சுரைக்குடுக்கைக்கு மட்டும் எந்தச் சேதமும் ஏற்படவில்லையாம். வெள்ளம் வடியும்வரை தண்ணீரிலேயே குடுக்கை மிதந்துகொண்டிருந்ததாம். சுரைக் குடுக்கைக்குள்ளிருந்த ஆணும் பெண்ணும் பலநாள் பட்டினியால் குடுக்கைக்குள்ளேயே மயங்கிக் கிடந்தார்களாம். வெள்ளம் வடிந்தபோது சுரைக்குடுக்கை ஏதோ இரண்டு பாறைகளுக் கிடையில் சிக்கிக் கொண்டதாம். நன்றாக வெயில் எரித்தபோது, அந்த வெயிலின் சூட்டால் சுரைக்குடுக்கை வெடித்து அந்த ஆணும் பெண்ணும் வெளியே வந்தார்களாம். பாறைகளுக்கு நடுவில் கையில் வேல் வைத்துக்கொண்டு நின்ற ஒரு சாமியின் சிலைமட்டும்தான் இருந்ததாம். உலகத்தில் வேறு எதுவுமே இல்லையாம். அந்த ஆணும் பெண்ணும் சேர்ந்து அவர்கள் மூலமாக பெருகியவர்கள் தாம் மனிதர்கள் என்பது இந்த சனங்கள் அடிக்கடி சொல்லும் கதை.

வேதாரண்ணியத்தின் கிழக்கு வீதியிலிருந்த வீடுகளெல்லாம் அலையோடு உள்ளே போனது. வைக்கோல்போர், ஆடுகள், மாடுகள் எல்லாவற்றையும் அலை அடித்துக்கொண்டு போனது.

'இன்னங் கொஞ்சநேரத்துக்குள்ள தண்ணியோட நம்மளும் பெயிடப்போறம்' என்று உணர்ந்தவர்கள் தனக்காகவும் பிள்ளைக்குட்டிகளுக்காகவும் அழுதார்கள். சிலர் அடிக்கும் காற்றைக்கூட பொருட்படுத்தாமல் மதில் சுவர்களின் மீதும் உயரமாயிருந்த சிலைகளின் மீதும் ஏறிக்கொண்டார்கள். கிடைத்த பிடிமானங்களை இறுக்கமாய்ப் பற்றிக் கொண்டார்கள் சிலர். இரவுதான் என்றாலும் கீழவீதியை கடல்நீர் தரைமட்ட மாக்குவதை எல்லோராலும் தெரிந்துகொள்ள முடிந்தது. எங்கு பார்த்தாலும் ஒரே இரைச்சல். கொஞ்சம் கொஞ்சமாய் முன்னேறி வந்தது கடல் நீர். வேதாரண்ணியம் கோயிலிலுள்ள கடவுள்களின் சக்தியாலோ அல்லது உள்ளேயிருந்த ஆயிரக்கணக்கான மக்களின் வேண்டுதலாலோத் தெரியவில்லை கிழக்குக் கோபுர வாசலில் அந்த படிக்கட்டில் வந்துமோதி நின்றது கடல் நீர். ஒரு சொட்டுத் தண்ணீர்கூட உள்ளே வரவில்லை. கொஞ்சம் கொஞ்சமாய் காற்றும் ஓய்ந்தது. கிழக்கு வானில் ஓரிரு நட்சத்திரங்கள் தெரிந்தது. பொழுது விடிந்தது. இரவு முழுவதும் காற்றும் கடலும் ஆடிய விளையாட்டில் அப்பகுதி முழுவதும் அழிந்து போயிருந்தது. வீடுகள் இருந்த இடமெல்லாம் தரைமட்டமாகி வெறிச்சோடிக் கி ந்தன.

இந்தப் புயலாலும் கடல் கொந்தளிப்பாலும் அதிகமாய் பாதிக்கப்பட்டது ஆர்காட்டுத்துறைதான். இங்கு வசிப்பவர்கள் எல்லோருமே 'மீனவர்' சனங்கள்தான். கடலையே நம்பி வாழும் அவர்களை கடல் அப்படி அழித்திருக்கக்கூடாது. ஆர்காட்டுத் துறை ஐந்நூறு குடும்பங்களைக் கொண்டது. தப்பித்து ஓடிவந்த சிலரைத் தவிர மற்றவர்களையெல்லாம் அலையடித்துக் கொண்டு போய்விட்டது. வீடுகளும், வைக்கோல் போரும், ஆடுமாடுகளும் அப்படியே அலையில் அடித்துச் செல்லப்பட்டன. வெள்ளம் வடிந்து பார்த்தபோது ஏராளமான உடல்கள் மின் கம்பங்களில் சிக்கித் தொங்கிக் கொண்டிருந்தன.

நான்கைந்து நாட்கள் எல்லோரும் கோயிலிலேயே இருந் தார்கள். அரசாங்கத்திலிருந்து அவர்களுக்கெல்லாம் சோறாக்கிப் போட்டார்கள். எல்லா ஊர்களும் பாதிப்புக்குள்ளாகி இருந்தன.

கோவில்தாழ்வில் உள்ள சுந்தராம்பாளும் அவளுடைய பெண் பிள்ளைகளும் என்ன ஆகியிருப்பார்களோவென்று பார்த்துவிட்டுப் போவதற்காக கணேசன் வந்தார். இவர்களெல் லாம் வேதாரண்ணியம் பெரியகோயிலில் இருப்பதைத் தெரிந்து

கொண்டு அங்கு வந்தார். அவரைப் பார்த்தவுடன் வடிவாம்பாளும் அவள் தங்கைகளும் ‘ஓ’ வென்று அழுதார்கள்.

“எப்புடியோ இங்க வந்து சேந்தியளே... ஊருலயே இருந்திருந்தா போன எடம் தெரியாமப் போயிருப்பிய” என்றார் கணேசன்.

“அங்கயெல்லாம் பொயலடிக்கலயாப் பெரியப்பா? வெள்ளம் வல்லயா?” என்றாள் அஞ்சம்மாள்.

“அங்க மட்டும் இல்லாமருக்குமா? அங்கயுந்தாம் பொயலடிச்சிச்சி கொட்டாயெல்லாம் உளுந்துட்டு. வெள்ளத்துல கொட்டாவ கூரமேல ஒக்காந்துருந்த நாயி கோழியெல்லாங்கொட செத்துப் பெயிட்டு” என்றார்.

“நீங்கல்லாம் எங்க பெரியப்பா போனிய?” என்றாள் வடிவாம்பாள்.

“பெரிய பள்ளிக்கொடத்துலதாங் இருந்தம். இப்பயும் சனங்கல்லாம் அங்கதாங் இருக்குவொ. நாந்தாங் ஒங்களப் பாத்துட்டுப் பெயிடணுமுன்னுட்டு உடியாந்தங்” என்றார்.

ஆறாம் நாள் எல்லோருக்கும் அரிசி, மண்ணெண்ணெய் எல்லாம் கொடுத்து அனுப்பி வைத்தார்கள். ஊருக்குள் வருவதற்கு வழியில்லாமல் நீச்சல் தெரிந்தவர்கள் மட்டும் நீந்தி வந்தார்கள். ஊரை வந்து பார்த்தபோது எல்லோருக்கும் அதிர்ச்சியாயிருந்தது. ஊரில் ஒரு புல் பூண்டு, ஈ எறும்புகூட இல்லை. சதாசிவம் தன்னுடைய மாடுகள் இல்லையென்பதைப் பார்த்துவிட்டு வாயிலும் வயிற்றிலும் அடித்துக்கொண்டு அழுதான்.

“யாம் பொண்டாட்டி புள்ளைவொள காப்பாத்திப் புட்டனே. யாம் புள்ளமேரி வளத்த மாடுவொள சாவடிச்சிட்டனே” என்று புலம்பினான்.

கோவில்தாழ்விற்குள் நிவாரண பொருட்களும் பணமும் வேட்டி சீலையும் கொடுக்க அதிகாரிகள் வந்தார்கள். அந்தக் கரையிலிருந்த படியேக் கொடுத்தார்கள். “இதெல்லாங் குடுக்காட்டியும் கொட பரவால்ல... எங்களுக்கு ஒரு பாலங்கட்டிக் குடுங்க மொதல்ல” என்று சனங்களெல்லாம் அதிகாரிகளை பிடித்துக் கொண்டார்கள். ஊரின் நிலைமையைப் பார்த்த அதிகாரிகளும் கூடிய சீக்கிரம் பாலங்கட்டித் தருவதாக சொல்லி விட்டுப் போனார்கள்.

12

“**சி**ன்னங்கச்சி, குட்டானயும் சல்லடயயும் எடுத்து வையி... இந்தா வந்தர்றங்” என்ற சுந்தராம்பாள் வடக்காலிருந்த பள்ளக்கொல்லைக்குள் இறங்கினாள். கொம்மட்டிக் கொடிகளை புரட்டிப் புரட்டித் தேடிப்பார்த்தாள்.

‘பளுத்ததா இல்லாட்டியும் முத்துன காயாருந் தாக்கொட போரும். ஒண்ணயுங் காணுமே’ என்றவாறே கொல்லை எங்கும் தேடிப் பார்த்தாள். சிறியதாய் குடுக்கைபோலிருந்த கொம்மட்டிப் பழமொன்று கொடிகளுக்கிடையில் யார் கண்ணிலும் படாமல் கிடந்தது. அதைப் பறித்துக்கொண்டு மேலே ஏறி வந்தாள்.

“அளத்துக்குப் போவ நாளியாவுதில்ல, எங்கபோன?” என்றாள் அஞ்சம்மாள்.

“அளத்துல அடியெடுத்து வச்சவொண்ணயேத் தாங் நாக்க இளுத்துப் புடிச்சமேரி வறட்டுதே, கொம்மட்டிப்பளம் இருந்தாக்க அப்பப்ப கடிச்சிக்கிட்டு தொண்டய ஈரமாக்கிக்கிடலாமேன்னு தேடிப் பாத்தங். கொல்ல முளுக்க கொடிகெடக்கே ஒழிஞ்சி ஒரு காய பளத்தக் கண்ணால பாக்கமுடியல.”

“எதாவுது அறுத்தாந்தியா இல்லயா?”

“தென்னங்குடுக்கக் கணக்கா இதாங் கெடந்திச்சி” என்று மடியில் கிடந்த கொம்மட்டிப்பழத்தைக் காண்பித்தாள்.

“பூவுலேருந்து பிஞ்சி வாரத்துக்குள்ளயே போயித் திருவியாந்தர்றம் அப்பறம் எங்க பெருக்குற பளுக்குற?” என்றாள் அஞ்சம்மாள்.

அவள் சொல்வதுபோல்தான் நடந்து கொண்டிருந்தது. கொம்மடிப் பிஞ்சுகளை அறுத்துவந்து அரிந்து உப்புபோட்டு அவித்து கொம்மடிக்காய் சோறென்று தின்றார்கள். மன்மத வருடத்து புயல் வெள்ளத்துக்குப் பிறகு கடும் பஞ்சம் ஏற்பட்டது. சனங்கள் பிழைப்பதற்கு வழியில்லாமல் போனது. ஊரில் ஆடுமாடுகள் இல்லை. நெல்லு நீரு விளையவில்லை. பனங்கிழங்கும் கிடைக்காமல் போய்விட்டது. மின்னிக் கிழங்கும் கொட்டிக் கிழங்கும், காரக்கொட்டிக் கிழங்கும் தான் சனங்களுக்கு உணவாக இருந்து உயிர்காத்தது. இந்த கிழங்குகளுக்காகக்கூட சனங்கள் தங்களுக்குள் சண்டை போட்டுக்கொண்டார்கள். கொல்லை களில் கீரைகள் துளிர்விடும்போதே ‘பலகீரை’ ஆய்ந்துவந்து கடைந்து தின்றார்கள். எந்தெந்த ஊர்களிலிருந்தெல்லாமோ வெள்ளத்தோடு வந்து ஒதுங்கிக் கிடந்த முருங்கை போத்துகளைப் புத்திசாலித் தனமாகக் கட்டுமனைகளில் ஊன்றி வைத்தார்கள். அடுத்த பத்து நாட்களுக்குள் துளிர்விட்டன அவை. துளிர் விடவிட உருவி உணவாக்கிக் கொண்டார்கள் சனங்கள். கொல்லைகளில் வெள்ளரி, தொம்மட்டி, கொம்மடிக் கொடிகள் தாமாகவே முளைத்துக் கிடந்தன. வெள்ளம் தேங்கி நின்ற பகுதிகளென்பதாலோ என்னவோ முளைத்தவைகளெல்லாம் தளதளவென்று வளர்ந்தது. கொடிகளில் கிடந்த கீரைகளும் உணவாகியது. கொம்மடிதான் பிஞ்சிலிருந்து பழம்வரை எல்லோருக்கும் முக்கிய உணவாக இருந்தது.

ஓலைக்குட்டானுக்குள் கொம்மட்டிப்பழத்தைப் போட்டு கக்கத்தில் எடுத்து வைத்துக்கொண்டாள் சுந்தராம்பாள். சல்லடையை தலையில் கவிழ்த்துக்கொண்டு சுந்தராம்பாளோடு போனாள் அஞ்சம்மாள்.

இந்தத் துர்முகி வருடம் வறட்சியாகவேப் பிறந்தது. நல்லது கெட்டதை நினைத்துப் பார்க்க முடியவில்லை. சித்திரையில் வெயில் அதிகமாயிருந்தது. ஊரில் வேலைவெட்டி எதுவுமில்லை. ஊருக்கு நேர் தெற்கே இருந்த அளத்திலிருந்த கண்டிகளில் உப்புபட்டுக் கிடந்தது.

மேற்கிலும் கிழக்கிலுமிருந்த கம்பெனி அளங்களெல்லாம் சீர்திருத்தம் செய்யப்பட்டிருந்தது. கடல் நீர் ஏகமாய் பாய்ந்து விடாதபடி பண்டெடுத்துக்கட்டி வேலைசெய்து பாத்தி

போட்டிருந்தார்கள். ஆனால் கோவில் தாழ்வு அளம்மட்டும் புறம் போக்காய்க் கிடந்தது. பரந்த ஓடைகளைப் போல் கண்டிகள் கிடந்தன. கடலில் ஏற்படும் ஆறுமணி நேர வெள்ளத்தின்போது கடல் நீர் மேலேறி கண்டிகள் வழியாய் பொங்கிவந்து அளமெங்கும் அலசும். அடுத்த ஆறுமணிநேர 'வத்தின்' போது பாய்ந்து வந்த தண்ணீரெல்லாம் திரும்பி கடலுக்குள் போய்விடும். அளம் துடைத்து வைத்ததுபோல் சுத்தமாயிருக்கும். ஆனால் கண்டிகளில் மட்டும் கடல்நீர் கிடந்து கொண்டேயிருக்கும். இந்த கண்டிகளில் தான் படு உப்புப்பட்டுக் கிடந்தது. சித்திரை, வைகாசியில் கடும் வெயிலாயிருக்கும்போது மட்டும்தான் கண்டிகளில் உப்பு படும். ஊர் சனங்களெல்லாம் அவர்களின் வீட்டிற்கு ஒரு வருடத்திற்கு தேவையான உப்பை இந்த சித்திரை வைகாசியில் அள்ளி வைத்துக் கொள்வார்கள்.

இந்த வருடப் பஞ்சத்திற்குப் பிழைக்க வழியில்லாமல் படுஉப்பை அள்ளி விற்க ஆரம்பித்தார்கள். சுந்தராம்பாளின் வீட்டை அடுத்தடுத்த கட்டுமனைகளில் இருந்தவர்களெல்லாம் தினமும் உப்பள்ளச் சென்றார்கள். அவர்களைப் பார்த்துவிட்டு சுந்தராம்பாளும் கிளம்பினாள். வடிவாம்பாளும் ராசாம்பாளும் அவளுடன் கிளம்பினார்கள்.

"நீங்க ரெண்டியரும் வூட்டுலயேருங்க, நானும் சின்னங்கச்சியும் பெயிட்டு வாறம்" என்று சொல்லிவிட்டு வந்தாள். கோவில் தாழ்வை அடுத்திருந்த சிறிய கருவைக்காட்டை தாண்டினால் அளம். அதிக தூரம் நடக்க வேண்டியதில்லை. இவர்கள் இருவரும் போன நேரம் சூரியன் கொஞ்சம் மேலே வந்திருந்தது. இவர்களுக்கு முன்பாகவே வந்து நிறையபேர் உப்பள்ளிக் கொண்டிருந்தார்கள். அள்ளிய உப்பை கண்டியின் கரை போலிருந்த இடங்களில் முட்டுமுட்டாய் கொட்டிவைத்திருந்தார்கள்.

"வா நம்ம அந்த கண்டிக்கிப் போவம்" என்று மூன்றாவது கண்டிக்கு அழைத்துக்கொண்டு போனாள். மூன்றாவது கண்டியில் யாரும் உப்பள்ளிக் கொண்டிருக்கவில்லை. கண்டி நெடுகிலும் வெறிச்சென்று கிடந்தது. ஒரு கண்டியில் ஐநூறு பேர் கூட நின்று ஒரே நேரத்தில் உப்பள்ளலாம். அவ்வளவு நீண்டதாக இருக்கும். கண்டியின் கரையில்போய் நின்றார்கள். "உப்ப கொண்டாந்து இந்த எடத்துலதாங் கொட்டணும்" என்றாள் சுந்தராம்பாள்.

கொம்மட்டிப்பழத்தை அந்த இடத்தில் வைத்தாள். கையோடு கொண்டு வந்திருந்த துணியைத் தலையில் கட்டிக்கொண்டார்கள்.

முழங்காலுக்கு மேலேயிருக்கும்படி, கட்டியிருந்த இடுப்புத் துணியை மடித்துச் செருகிக் கொண்டார்கள். சல்லடையையும் ஓலைக் குட்டானையும் எடுத்துக்கொண்டு கண்டிக்குள் இறங்கினார்கள். தண்ணீர்மேலே கிடந்தது. தண்ணீருக்கு அடியில் தரை தெரியாமல் வெள்ளையாய் பாறைபோல் உப்பு படர்ந்திருந்தது. காலைவைக்கும்போது உப்புப் படலம் உடைந்து கால் உள்ளே போனது. உள்ளேயிருந்த கருஞ்சேறு நீரோடு கலந்து குழம்பியது. குழம்பிய தண்ணீரில் கலந்திருந்த சேறு சுற்றிலும் பரவி வெள்ளை உப்பின்மீது மெதுவாய்ப் படிந்தது.

"சேத்தக் கொளப்பாம நட" என்றாள் சுந்தராம்பாள். மெதுவாய்க் காலை எடுத்துவைத்து நடந்தார்கள்.

"யாம்மா உப்பபோட்டு மிறிச்சிக்கிட்டே போற... இப்புடியே அள்ளுனான்ன?"

"சல்லட முளுந்துற அளவுக்கு தண்ணியுள்ள எடமாப் பாத்து அள்ளுவம், அப்பதான் உப்ப நல்லா அலசி அள்ளலாம்" என்றாள்.

கணுக்கால் அளவு தண்ணீர் இருந்த இடத்தில்போய் நின்றாள் அஞ்சம்மாள்.

"இப்புடியே நின்னு அள்ளுவமாம்மா?" என்றாள்.

"ஆங்" என்றவள் குட்டானை அஞ்சம்மாளிடம் கொடுத்து விட்டு சல்லடையை தண்ணீரில் போட்டாள். சல்லடை தண்ணீருக்குள்போய் உப்புப் படலத்தின் மேல் உட்கார்ந்தது.

அந்த இடத்தில் உப்பு பாறை பாறையாய்க் கொஞ்சம் கெட்டியாய் பட்டிருந்தது. தடித்திருந்த உப்புப் படலத்தில் ஓரிடத்தில் இரண்டு கையாலும் தட்டி கைகளை உள்ளே விட்டாள். விரித்த இரண்டு கையையும் உப்புப் படலத்தின் அடியில் கொடுத்து தோசைக் கரண்டியால் அடையை எடுப்பது போல் எடுத்தாள். படப்பையாய் பெயர்ந்து வந்தது உப்பு. அதன் அடிப்பக்கத்தில் லேசாய் கருஞ்சேறு ஒட்டியிருந்தது. உப்பை ஒரு கையால் ஏந்தியபடி அடிப்பக்கத்தில் ஒட்டியிருந்த சேற்றை அலசினாள். அலசியதை சல்லடையில் போட்டு இரண்டு கையாலும் நொறுக்கிவிட்டாள். தண்ணீரை விட்டு வெளியே எடுத்துவிட்டால் நொறுக்க முடியாதென்பதால் தண்ணீருக்குள் வைத்தபடியே நொறுக்கினாள். அதிகமான வெயிலால் உப்பு நன்கு முற்றிப்போயிருந்தது. அழுத்தி நொறுக்கும் போது இரண்டு

கையிலும் குத்திக் கிழித்தது. சல்லடை நிறையும் அளவுக்கு இதுபோல் உப்பை எடுத்து நொறுக்கிப்போட்டாள். சல்லடையில் ஓரளவு நிறைந்ததும் அப்படியே தண்ணீரில் சல்லடையை திருப்பித் திருப்பி ஆட்டி நன்றாக கழுவினாள். உப்பில் சிறு கருப்புகூட இல்லாதவாறு கழுவியபின்பு சல்லடையைத் தண்ணீரைவிட்டு மேலே தூக்கினாள். உப்புடனிருந்த தண்ணீர் சலசலவென்று வடிந்தது.

“குட்டான புடி சின்னங்கச்சி” என்றாள். அதுவரை சுற்று முற்றும் வேடிக்கைப் பார்த்துக்கொண்டிருந்த அஞ்சம்மாள் குட்டானை நீட்டினாள். குட்டானுக்குள் கொட்டிவிட்டு மறுபடியும் உப்பள்ளினாள் சுந்தராம்பாள். அவள் அள்ளி அலசிக் கொட்டும் வரை இடுப்பில் குட்டானை வைத்துக் கொண்டு அப்படியே நின்று கொண்டிருந்தாள் அஞ்சம்மாள். இரண்டு மூன்று சல்லடை கொட்டியதும் குட்டான் நிறைந்தது.

“என்னமா தும்பமலர்மேரி இருக்குப்பாரு உப்பு. கொண்ட போயி நா சொன்ன எடத்துல முட்டாக் கொட்டிப்புட்டு வா” என்றாள் சுந்தராம்பாள்.

குட்டானைத் தூக்கிக்கொண்டு கரைக்கு வந்தாள் அஞ்சம்மாள். கொம்மட்டிப் பழம் கிடந்த இடத்தில் முட்டாய்க் கொட்டி விட்டு மறுபடியும் கண்டிக்குள் இறங்கினாள். இதே போல் சுந்தராம்பாள் அள்ளிக் கொடுத்து அஞ்சம்மாள் கொண்டுவந்து கொட்டிவிட்டுப் போனாள். சுந்தராம்பாளுக்கு உப்புக்கல் வெட்டிய காயங்கள் உப்புத் தண்ணீரிலே நனைத்துக் கொண்டு நின்றதால் எரிந்தன. அஞ்சம்மாளுக்கும்கூட கண்டிக்கும் கரைக்கும் நடக்கும்போது இடையில் கிடந்த உப்பு வெட்டி இரண்டு காலும் எரிந்தது.

சூரியன் நன்றாக மேலே வந்துவிட்டது. சுள்ளென்று எரித்தது வெயில்.

“அம்மா ரெண்டு முட்டுக் கொட்டியாச்சி போறாதா பாரு” என்றாள் அஞ்சம்மாள்.

நிமிர்ந்து நின்று திரும்பி கரையைப் பார்த்தாள். கரையில் கொட்டியிருந்த இரண்டு முட்டுகளும் வெள்ளை வெளே ரென்றிருந்தது. சூரியனின் வெயில்பட்டு மின்னியது.

“ஆறாறு மரக்கா இருக்குமா சின்னங்கச்சி?”

2

"கூடயே இருக்கும்மா, போரும் வா இதுக்குமேல அள்ளு னாலும் தூக்கமுடியா. அள்ளிக்கொண்ட கரயில கொட்டிப்புட்டு போறத்தால என்ன புண்ணியம். வா கரயேறி" என்றாள். கையுப்பை சல்லடையில் எடுத்துக்கொண்டு கரையேறி வந்தாள் சுந்தராம்பாள்.

கொட்டியிருந்த உப்பிலிருந்து தண்ணீர் வடிந்து கொண் டிருந்தது. உப்பும் கசகசவென்று தண்ணியோடிருந்தது.

"எவ்வள தண்ணி வடிஞ்சிருக்குப் பாரும்மா."

"உப்பு தண்ணி மட்டும் சட்டுன்னு எறங்காது. சாங்காலம் வந்து பாத்தாக்கொட சொட்டு சொட்டா வடிஞ்சிக்கிட்டுத்தாங் இருக்கும்."

கொம்மடிப்பழத்தை கையில் எடுத்து உடைத்தாள் அஞ்சம் மாள். "இவ்வள நேரமா உப்பள்ளுற நெனப்புல இருந்துட்டம், கரயேறுனவொன்னே நாக்க வறட்டுது. சீக்கிரமா ஒடச்சிக் கொண்டா, ரெண்டு கரண்டு கரண்டி எறிஞ்சிட்டு ஊட்டப் பாக்கப் போவம்" என்றாள் சுந்தராம்பாள்.

அள்ளி கரையேற்றிய உப்பை அப்படியே போட்டுவிட்டு இருவரும் வீட்டிற்கு வந்தார்கள். வழிநெடுக நாக்கு வறளா மலிருக்க கொம்மடிப் பழத்தை கரண்டிக்கொண்டே வந்தார்கள்.

"உப்பள்ளி கரயேத்தி வச்சாச்சி. இதக்கொண்டபோயி எங்குட்டாவுது குடுத்துட்டு வந்தாத்தான் சோறு தண்ணின்னு எதயாவுது கண்ணால பாக்கலாம்" என்றாள் சுந்தராம்பாள்.

"நம்ம ஊருல நெறயா பேரு வூரவுட்டே பெயிட்டா வொம்மா."

"ஆமாங்... போவவேண்டியாங். ஒண்ணுக்கும் வழியில்லாத வூருக்குள்ள இருந்துக்கிட்டு என்னத்த பண்ணுற? வேல வெட்டியும் இல்ல வெள்ளாமயும் இல்ல, வயத்துபசிக்கி மண்ணயா அள்ளித்திங்க முடியும்?"

"..."

"சொந்தஞ்சோலின்னு போக்கெடம் உள்ளவ்வொ போறா வோ. நம்ம எங்க போற?"

"நம்மளயும் தான் பெரியப்பா வந்து கூப்புட்டாவோ. நீதான வரமாட்டோமுன்னு சொன்னே."

"ஆமா... பெரியப்பா வந்து கூப்புட்டா மட்டும் பெயிடுறதா? இப்ப மட்டுமா கூப்புட்டாவோ, நாலு வருசமாத்தாங் கூப்புடு றாவோ. நம்மளுக்கு அவ்வொகொட போறத்துக்குக் கொட முடியிதா? நாளக்கே ஒங்கப்பாரு வந்து எப்புடிடி போனன்னு கேட்டுப்புட்டா நா எங்குட்டுப் போயி தொங்குற? அவ்வொதாங் வாழவும் வுடாம சாவவும் வுடாம பண்ணிப்புட்டு பெயிட்டா வொளே."

"தப்புத்தா வூட்டுலகொட இன்னக்கிப் போறாவொளாம்மா."

"நெசமாவா?எனக்குத் தெரியாதே. யாரு சொன்னா ஒனக்கு?"

"தப்புத்தாவோட தம்பிதான் நேத்து சாங்காலம் யாரு கிட்டயோ சொல்லிக்கிட்டுருந்திச்சி. ஊத்துக்கு தண்ணித் தூக்கப் போனப்ப அவ்வொ பேசிக்கிட்டது அரகொறயாக் காதுல வுளுந்திச்சி" என்றாள் அஞ்சம்மாள்.

"எந்த வூருக்குப் போறாவொன்னு தெரியுமா?"

"கரியாப்பட்டணம் போறாவொளாம்மா. யாரோ ஒரு துலுக்க வூட்டுத் தோப்புல கொட்டாவக் கட்டிக்கிட்டு இருக்கப் போறாவொளாம். தப்புத்தாவும் அவ்வொ அப்பாரும் போயி கொட்டாவ கொடபோட்டுட்டு வந்துட்டாவொளாம்" என்றாள்.

"ம்...ம்...ம்... போவட்டும்... போவட்டும்." என்று பெருமூச்சு விட்டாள் சுந்தராம்பாள்.

உண்மையில் தப்புத்தாவின் தம்பி பூச்சி ஊத்துக்கு தண்ணீர் தூக்கப் போனபோது அஞ்சம்மாளிடம்தான் எல்லாவற்றையும் சொன்னான். சொல்லும்போதே அவன் முகம் சோர்ந்து போயிருந்ததை அஞ்சம்மாள் கவனித்தாள். குடும்பத்தோடு அவனும் போகப் போவதைக் கேட்டவுடன் அஞ்சம்மாளுக்கும் என்னவோ போலாகிவிட்டது.

"எனக்கு ஊரவுட்டுப் போவவே புடிக்கல அஞ்சம்மா" என்றான்.

"பஞ்சம் பொளக்கத்தான் போறிய?" என்றாள் இவளும்.

"ஒங்க குடும்பமெல்லாம் இஞ்சதான இருக்கு. நீங்கள்லாம் இருக்கக்குள்ள நாங்க மட்டும் இருக்க முடியாதா? வூருலயே எதயாவுது பாத்துக்கிட்டு இருந்துடலாமுன்னு எவ்வளதோ சொல்லிப் பாத்துட்டங். எங்கப்பாரும் அண்ணனும் ஒத்துக்கிடல. போயித்தான் ஆவணுங்குறாவோ" என்றான்.

“எப்ப திரும்பி வருவிய?”

“எப்ப வருவமுன்னு யாருக்குத் தெரியும். பஞ்சம் போயி கொல்லக்குடி வெளஞ்சி வூரு நல்லாருந்தாக்க வருவமோ என்னமோ யாரு கண்டா? எங்கப்பா சொல்லுறதுதாங்” என்றான்.

“சொந்த எடம் இருக்கக்குள்ள எரவ மனக்கட்டுல எத்துன நாளக்கி இருப்பிய? கொஞ்சநாளு இருந்து பாத்துட்டு வந்துடுங்க” என்றாள்.

“கரியாப்பட்டணம் இஞ்சதான இருக்கு நடந்தே வந்துட லாம். பத்து நாளக்கி ஒருநட வந்து ஊர எட்டிப் பாத்துட்டுத்தாம் போவங்” என்றான்.

“அதுமேரியாவுது வந்துபாத்துட்டுப்போ” என்றாள்.

“ஆனா, நா வரக்குள்ள நீதாங் யாங்கொட பேசுவியோ பேசமாட்டியோ தெரியல” என்றான் பூச்சி. அதற்கு பதிலேதும் சொல்லாமல் தண்ணிக்குடத்தை இடுப்பில் வைத்துக்கொண்டு தலைகுனிந்தபடியே வீட்டிற்கு வந்து விட்டாள்.

பூச்சி ஊரைவிட்டு போகிறான் என்பதை அறிந்ததிலிருந்து அஞ்சம்மாளுக்கு ஏனோ மனம் சோர்ந்துபோய்விட்டது. உப்பள்ளிக் கொட்டிக் கொண்டிருக்கும் போதுகூட பூச்சியின் நினைவே அடிக்கடி வந்து கொண்டிருந்தது. அவனைப்பற்றி ஏதாவது எப்படியாவது பேசினால் தேவலாம் போலிருந்தது. அதனால்தான் தன் மனதில் உள்ள கவலை எதுவும் தன் அம்மாவுக்கு தெரிந்து விடாதபடி இப்படி பேச்சை ஆரம்பித்து பேசிக் கொண்டு வந்தாள்.

ஊருக்குள் வந்து சேர்ந்தபோது உச்சிவெயில் தலையைத் துளைத்தது. தரையில் அடியெடுத்து வைக்க முடியவில்லை. வீட்டிற்கு வந்து, கைகால்களை கழுவிக்கொண்டு அப்படியேப் படுத்துவிட்டாள். ராசாம்பாளும் வடிவாம்பாளும் காலையிலிருந்து கொல்லையில் சாரணக்கீரைப் பறித்து புடைச்சட்டி நிறைய கடைந்து வைத்திருந்தார்கள்.

“சாரணக் கீர கடஞ்சி வச்சிருக்குறங். ஒரு ஆப்ப போட்டறன். தின்னுட்டு படும்மா” என்றாள் வடிவாம்பாள்.

“மேலெல்லாங் கசகசன்னு இருக்கு. செத்தக் கெடந்துட்டு கொளத்துலபோயி வுளுந்துஎளும்பி வந்தர்றங். நீங்கல்லாம் தின்னுங்க” என்றாள்.

“பிஞ்சிக்கீர வாயில போட்டா நீத்துப்பெயிடுது. அப்பறமா போயி குளிக்கலாம் இதத்தின்னு” என்று போட்டுவந்து நீட்டினாள்.

நுனி விரல்களால் எடுத்து வாயில் போட்டாள். தொண்டய அனத்துது” என்று சொல்லிக்கொண்டே தின்றாள். அஞ்சம் மாளும் இரண்டு ஆப்பை கீரையைப் போட்டுத் தின்றுவிட்டு படுத்துவிட்டாள். அவளுடைய கால்களில் கோடு கோடாயிருந் தது உப்பு கிழித்த காயம். வெயில் நேரத்திற்கு எரிச்சலெடுத்தது.

“பெரியக்கா, காலு எரியிது. தேங்காண்ண இருந்தாக் கொஞ்சம் குடு” என்றாள்.

“தலயெல்லாம் பன்னடயாட்டம் கெடக்கு. உச்சில வக்க சொட்டு எண்ணெ இல்ல. ஒனக்கு காலுக்குத் தடவ கேக்குதா. வாணியாங் வூட்டுல வாக்கப்பட்டா காலுக்குந் தடவிக்கிடலாம் மேலுக்கும் தடவிக்கிடலாம். நம்ம வூட்டுலஇருந்துக்கிட்டு இதுக்கெல்லாம் நெனக்கக் கொடாது. உப்புவெட்டுனது தான எரிஞ்சா சீக்கிரம் பட்டுப்பெயிடும் தாங்கிக்க” என்றாள்.

“அதயாம் பெரியங்கச்சி பேசுற. யாங் கைய ரெண்டயும் பாரு என்னமா வெட்டிருக்குண்ணு. கருக்குகணக்காருந்து வெட்டிப் புட்டு. நெருப்பு பத்திக்கிட்டமேரி எரியிது. என்னாலயே தாங்க முடியல” என்றாள் சுந்தராம்பாள்.

“யாம் அவ்வள முத்துன உப்ப அள்ளுனிய. நொர உப்பாப் பாத்து அள்ள வேண்டியான?” என்றாள் ராசாம்பாள்.

வருடாவருடம் வீட்டிற்குத் தேவையான உப்பை ராசாம்பாள் தான் அள்ளிக்கொண்டு வருவாள்.

“எரிக்கிற வெயிலுல எல்லாம் முத்திப்போயி பாறாங் கல்லுமேரி இருக்கு” என்றவள் தலையைப் பரட்பரட்’ என்று சொறிந்துகொண்டாள். பேன் தொல்லை தாங்கமுடியவில்லை சுந்தராம்பாளுக்கு. உப்பள்ளும்போதே பேன் கடித்தது. சொரிந்து கொள்ள முடியாமல் தாங்கிக்கொண்டு அள்ளினாள். இப்போதும் அதேபோல் கடித்தது.

“யாந் தலயப்போட்டு இந்த சொறி சொறியிற?” என்றாள் வடிவாம்பாள்.

“இந்த தும்பத்தத் தாங்க முடியல. எப்புடி பேனு புடிச்சி துன்னே தெரியல. கொலகொலன்னு கொலயிது. செத்த நாளி பாத்து ரெண்டு குத்து குத்திவுடுறியா பெரியங்கச்சி?”

ம்... இப்புடி வெளிச்சத்துல நவந்து ஒக்காரு” என்றவள் அம்மாவின் தலையை கிண்டத் தொடங்கினாள்.

“பேனுக்கு வெயிலு தாங்கலபொலருக்கு. உச்சாந் தலயில குண்டிய நட்டுக்கிட்டு கெடக்கு” என்றவாறே ஆடாமல் அசையாமல் கிடந்த பேனை எடுத்தாள்.

“இந்தா புடி ஓம்மொதல” என்று சுந்தராம்பாளின் உள்ளங் கையில் போட்டாள்.

உள்ளங்கையில் போட்டதும் குடுகுடுவென்று ஓடியது பேன். கையிலிருந்து கீழே விழுந்தது. தரையில் விழுந்த பேனை எங்கு விழுந்ததென்று கண்டுபிடிக்க முடியவில்லை.

“கீள வுளுந்ததயெல்லாம் தேடிக்கிட்டுருக்க முடியா. வுடு போனா போவுது” என்றாள் வடிவாம்பாள்.

“அய்யய்யோ அந்த ஒரு பேனும் ஒரு ஊருக்குப் போருமாச்சே. மொச்சக்கொட்டமேரி என்னமா இருந்திச்சி. வுட்டர்றதா அத? துணிமணில ஒட்டிக்கிட்டு மறுபுடியும் தலக்கே வந்துடும். நடுத்தங்கச்சி நீ வந்து பாரு” என்றாள்.

மெழுகிய தரையில் குடுகுடு வென்று ஓடிக்கொண்டிருந்தது பேன்.

“இஞ்ச பாரும்மா, நேரா நெலப்படியப் பாக்கப் போறத்த. வூட்டுக்குள்ள போவப் பாக்குது பொலருக்கு” என்றாள் ராசாம்பாள்.

“ஆமா... பதுனெட்டுக் கறியும் பஞ்சாமுருதமும் ஆக்கி வச்சிருக்குறேப் பாரு அதத் திங்கிறத்துக்காவ வூட்டுக்குள்ளப் போவப் பாக்குது” என்றாள் சுந்தராம்பாள்.

“இஞ்ச பாரும்மா எவ்வளதூரம் வந்துட்டுன்னு” என்ற வாறே பேனை திருப்பி விட்டாள்.

“எடுத்துக் குத்து நடுத்தங்கச்சி. எங்குட்டாவுது தவறிடப் போவுது.” என்று அதட்டினாள் சுந்தராம்பாள். அவள் அம்மா சொல்லியதை கொஞ்சமும் காதில் வாங்கிக்கொள்ளாமல் பேனுடன் விளையாடிக் கொண்டிருந்தாள் ராசாம்பாள்.

“இஞ்ச பாரும்மா திருப்பி வுடவுட அது உள்ளயேத்தாம் வருவேன்னுட்டு வாறத்த” என்றாள்.

“நீ எப்புடி திருப்பி வுட்டாலும் பேனு தெக்காக்கயும் கெழக்காக்கயும் போவாது. வடக்காக்கத்தாம் போவும்” என்றாள் குனிந்து பேன்பார்க்க வாகாய் தலையைக் காட்டியபடி.

"தெக்காக்கயும் கெழக்காக்கயும் மட்டும் யாம்மா போவாது? என்றாள் சோர்ந்து படுத்திருந்த அஞ்சம்மாள்.

"கடல் இருக்குல்ல அதுனாலதாம் போவாது. கடலுருக்குறப் பக்கம் போனாக்க கடலுக்குள்ள வுளுந்து செத்துப் பெயிடுவமுன்னு பயந்துக்கிட்டுப் போவாதம்" என்றாள்.

"நம்ம தலயில கெடக்குறப் பேனுக்கு கடலு இருக்குறது எப்புடித் தெரியும்?" என்றாள் வியப்போடு.

"எப்புடித் தெரியுமோ, யாருகண்டா? தெரிஞ்சிதான போவ மாட்டங்குது?"

அஞ்சம்மாள் பேனை எடுத்து தன் உள்ளங்கையில் போட்டு பேனை தெற்குப்பக்கமாய் ஓடவைக்க கையைத் திருப்பித் திருப்பிப் பார்த்தாள்.

"எடுத்துக்குத்து சின்னஙகச்சி பேனவச்சிக்கிட்டு வெளயாடாத" என்றாள் சுந்தராம்பாள்.

அதற்குள் நான்கைந்து பேன்களை எடுத்துக்கொடுத்தாள் வடிவாம்பாள்.

"அய்யய்யோ.. அய்யய்யோ... மொச்சக்கொட்ட மொச்சக் கொட்டயாட்டம் இருக்கே. யாந்தல எப்புடித்தாந் தாங்குதோ தெரியலையே. இப்புடிதலயில பேனு புடிச்சாலே சனியம் புடிச்சிடுமே" என்றாள் கவலையோடு.

"தாந் தல பேனாருந்தா இப்புடி ஓடாது. ஏதோ வரத்துப் பேனுதாங்" என்றாள் வடிவாம்பாள்.

"நா யாருகொட படுத்தங். வரத்துப்பேனுக்கு?"

"சின்ன தங்கச்சிக்கொட படுக்குறல்ல. அதுதாங் யாருவூட்டு லேருந்தாவுது வாங்கியாந்து கொட்டிக் குடுத்துருக்கும்" என்றாள் ராசாம்பாள்.

"ஆமாங்க்கா யாந் தலயிலயும் கடிக்கிது" என்றாள் அஞ்சம் மாள்.

"சின்னஙகச்சி......நீ நல்லாருப்ப... யாங்கொடயில்ல இனிமே வந்து படுத்துறாத" என்றாள் ராசாம்பாள்.

"ஒரு வூட்டுக்குள்ள படுத்தாலே போரும் ஒருத்த தலயி லேருந்து எல்லாரு தலக்கிம் வந்துடும். ஏளு பாயி தாண்டுமாம் பேனு" என்றாள் சுந்தராம்பாள்.

“பொளுது சாயிது. சாக்க எடுத்துக்கிட்டு வா சின்னங்கச்சி, போவம்” என்றாள் சுந்தராம்பாள்.

“நீ வூட்டுலயே இரும்மா. நா நடுத்தங்கச்ச அளச்சிக்கிட்டுப் போயி உப்ப அள்ளிக்கட்டித் தூக்கியாறம்” என்றாள் வடிவாம்பாள்.

“நெறயா பேரு அள்ளுனாவோ. யாராவுது அள்ளிக் கொட்டுனத்த கட்டிக்கிட்டு வந்துட்டியளுன்னாக்க என்ன பண்ணுற? நானே போறங்” என்றாள்.

சுந்தராம்பாளும் அஞ்சம்மாளும் இரண்டு சாக்குகளையும் இரண்டு சும்மாட்டுத் துணிகளையும் எடுத்துக்கொண்டு போனார்கள். சூரியன் மேற்கில் சாய்ந்தும் சுள்ளென்று கன்னத்தில் சுட்டது வெயில். இவர்கள் மூன்றாவது கண்டிக்கு நேராய்ப் போனார்கள். உப்பிலிருந்த தண்ணீரெல்லாம் வடிந்து போயிருந்தது. இரண்டு சாக்குகளிலும் அள்ளிக் கட்டினார்கள். ஒரு சாக்கில் கொஞ்சம் அதிகமாகவும் மற்றொன்றில் குறை வாகவும் கட்டினாள். தனது சும்மாட்டைக் கோலி தலையில் வைத்துக் கொண்டாள் அஞ்சம்மாள்.

“அம்மா சூரியம்போயி ஒக்காரப் போவுது. சீக்கிரமா சும்மாட்ட கோலும்மா போவம்” என்று பரபரத்தாள் அஞ்சம்மாள்.

அவள் அவசரப்பட்டதற்கு காரணமிருந்தது. பூச்சி வீட்டில் குடி கிளம்பிப் போகப் போகிறார்கள். பொழுதுபோன பிறகு தான் கிளம்புவார்கள். போவதற்கு முன்பாக நேற்று ஊற்றடியில் அஞ்சம்மாளிடம் பூச்சி வந்து பேசியதுபோல் இன்றும் வந்து ஏதாவது சொல்லிவிட்டுப் போக நினைப்பான். அவன் வந்து பார்த்துவிட்டு போய் விட்டால் என்ன செய்வது. பிறகு எப்போது பூச்சியைப் பார்க்கமுடியும் என்ற எண்ணத்தில்தான் அவள் அப்படி அவசரப்படுத்தினாள்.

“எனக்கு மொதல்ல தூக்கிவுடு” என்றாள் சுந்தராம்பாள். பெரிய மூட்டையை அவள் தூக்கிக் கொண்டாள். கொஞ்சம் சிறிய மூட்டையை அஞ்சம்மாளுக்கு ஒருகை போட்டு தூக்கிவிட்டாள்.

“ஏளெட்டு மரக்கா உப்புதாங் இருக்கும். என்ன கனம் கனக்குது பாரு எரும கனமாட்டம்”என்றவாரே நடந்தார்கள். பாதிதூரம் வருவதற்குள் சூரியன் மேற்கில் போய்விட்டது. வேகவேகமாய் இருவரும் நடந்தார்கள்.

“மசண்டயாருக்கக்குள்ளயே கருவக் காட்டத் தாண்டிப் புடணும்” என்றாள் சுந்தராம்பாள்.

"யாம்மா?"

"என்ன யாம்மா! கருவக்காட்டுக்குள்ள பாதத் தெரியணு முல்ல?"

தெனமும் போறவாறப் பாதத்தான தெரியாமப் பெயிடுமா நீ வேற என்னமோ நெனச்சிக்கிட்ட. என்னக்கிட்ட சொல்ல மாட்டங்குற" என்றாள் அஞ்சம்மாள்.

"அதெல்லாம் ஒண்ணுமில்ல முண்டாம போ" என்று அஞ்சம்மாளை முன்னால்விட்டு பின்னால் நடந்தாள்.

"நாயி நரி குறுக்க ஓடுனாலும் முன்ன பின்ன ஓடுனாலும் நிமுந்து பாக்காத" என்றாள்.

"யாம்மா?"

"யாம்மா... யாம்மான்னு உசுர வாங்காத. முண்டாம நட" என்று அதட்டினாள்.

உப்பளத்தில் அளத்துமினி இருப்பதாக எல்லோரும் நம்பினார்கள். உப்பளத்தில் வேலை செய்பவர்கள் உப்பள்ளிக் கொண்டு வருபவர்கள் எல்லோரும் அளத்துமினிக்கு வேண்டிக் கொண்டு ஏதாவது செய்வார்கள். அளத்தில் மினிக்கென்று ஒரு திடலும் அதில் இரண்டு மூன்று ஓதியமரங்களும் இருக்கின்றது. அந்த ஓதியமரத்தில்தான் மினி இருக்கும். உப்பளத்திற்கு வருபவர் போவோர் எல்லோரையும் கண்காணித்துக்கொண்டே இருக்குமாம். கம்பெனிக்காரர்களும் சொந்த அளம் உள்ளவர் களும் மினிக்குத் தேங்காய் உடைத்து பச்சைபோட்டு சாமி கும்பிடுவார்கள் முடியாதவர்கள் சூடம் கொளுத்தி விடுவார்கள். இப்படி எதுவும் செய்யாமல் அலட்சியப்படுத்துபவர்களை மினி சும்மா விடாதாம். வீடுவரை நாய்போல விரட்டிக்கொண்டு வந்து தனக்கு வேண்டியதை வாங்கிக் கொண்டுதான் போகுமாம். அப்படி வரும்போது பின்னால் வந்து காலைக் கவ்வுமாம்.

சுந்தராம்பாளுக்கு அளத்துமினியைப் பற்றிய பயம் இருந்து கொண்டேயிருந்தது. பொழுதுபோகும் நேரத்தில் தாயும் மகளும் மட்டும் தனியாய் வருவதால் பயம் இன்னும் கொஞ்சம் அதிகமானது.

"வயத்துக் கஞ்சிக்கி ஆவுமேன்னுதாங் அள்ளிக்கிட்டுப் போறம். ஓவ்வுப்ப அள்ளிக்கொண்ட போயி கோட்டகட்ட ஆசப்படல. என்னயும் யாம்புள்ளயயும் ஒண்ணும் பண்ணிப்

புடாத. இந்த உப்பெல்லாம் வித்து காசாக்குனாக்க நாள மறுநா ஒனக்கு ஒரு சூடம் வாங்கிக் கொளுத்தி வுட்டார்றங்" என்று வாய்விட்டு வேண்டிக்கொண்டாள்.

அம்மா வேண்டுவதைக் கேட்டவுடன் அஞ்சம்மாளுக்கு பயம் வந்துவிட்டது. கருவைக்காட்டுக்குள் இரண்டு பக்கமும் வெறித்து வெறித்து பார்த்தபடி நடந்தாள். ஒருவழியாய் வீடுவந்து சேர்ந்தார்கள். தலையிலிருந்த மூட்டையை ஒரு பனைமட்டை மேல் இறக்கி வைத்தாள் சுந்தராம்பாள். அந்த மூட்டை மேல் தன்னுடைய மூட்டையையும் இறக்கி வைத்தாள் அஞ்சம்மாள்.

"அம்மா நா ஊத்துல போயி கையக்கால களுவிப்புட்டு ஒரு கொடம் தண்ணி தூக்கியாறங்" என்று சொல்லிக்கொண்டே குடத்தை எடுத்துக்கொண்டு ஓடினாள். அவள் எதிர்பார்த்தபடி பூச்சி அங்கு அவளுக்காக நின்று கொண்டிருந்தான்.

"உப்பு கட்டியாரப் போயிருந்தம். கசகசன்னு இருக்கேன்னு கையகால களுவ வந்தங். வூரவுட்டுப் போறன்ன இன்னம் போவல?" என்றாள்.

"மூட்ட முடிச்சியெல்லாங் கட்டியாச்சி. நெலா வந்த பெறவுதாங் போவணும்" என்றான்.

லேசான இருட்டில் அவன் நிற்பதுதான் தெரிந்தது, அவன் முகம் தெளிவாய் தெரியவில்லை.

'கரியாப்பட்டணத்தாருக்கு வூரவுட்டுப் போறதுல ரொம்ப பெருமயாருக்கு பொலருக்கு" என்றாள்.

'வம்பு வளக்காத அஞ்சம்மா. நா எப்பவும் கோயித்தாவு காரந்தாங்" என்றான்.

"கோயித்தாவுலயே இருந்தாத்தாங் கோயித்தாவுகாரு. வூருவேண்டான்னு போறவ்வொளுக்கு வூரோட ஒறவு என்ன யிருக்கு. எல்லாம் போற வரக்கிம்தாம். ஊரவுட்டு தாண்டுன வொண்ணே ஊரு உறவு எல்லாம் மறந்து பெயிடும்" என்றாள். ஏன் அப்படிப் பேசினாள் என்று அவளுக்கேத் தெரியவில்லை.

"கோயித்தாவயே நா மறந்துடுவேன்னு சொல்லுறியா? எல்லார்யும்மேரி என்னயும் நெனச்சிக்காத" என்றான்.

'வெளயாட்டுக்குச் சொல்லுறங், கோச்சிக்கிடாத" என்றாள்.

"என்ன வெளயாட்டுக்குச் சொல்லுற?" என்றான் சற்று வருத்தமாக.

'வெளயாட்டு வெனயாயிடப் போவுது. நாம் போறங். இருட்டிப்பெயிட்டு. எங்கம்மா தேடும்." என்று சொல்லியவாறே வேகவேகமாய் நடந்தாள். சற்று தொலைவில் சென்றதும் நின்று திரும்பிப் பார்த்தாள். பூச்சி நின்ற இடத்திலேயே நின்று கொண்டிருப்பது லேசாய் தெரிந்தது. அவளுடைய மனதுக்கு என்னவோ போலிருந்தது. திரும்பிப்போய் பூச்சியிடம் ஏதாவது பேசிவிட்டு வந்தால் தேவலாம் போலிருந்தது. அதற்குள் 'ஊத்துக்குப் போன புள்ளய என்ன இன்னங்காணும்' என்று அவளுடைய அம்மா கேட்கும் குரல் லேசாய் காதில் விழுந்தது. வேகவேகமாய் வீட்டை நோக்கி நடந்தாள்.

இரவு உணவாகவும் கீரையும் தண்ணீரும்தான் இருந்தது.

"சோறுதிங்க ஆசயாருக்கும்மா" என்றாள் ராசாம்பாள்.

"சோத்துக்கு எங்கபோற, வெளிய கெடக்கு பாரு உப்பு. அதாங் இப்ப நம்மகிட்ட இருக்குற மொதலு. ஆண்டவம் புண்ணியத்துல போற எடத்துல வித்து, உப்பு நெல்லாச்சின் னாக்க நாளைக்காவுது சோறுதின்னுப்பாக்கலாம்" என்றாள் சுந்தராம்பாள்.

"எங்க கொண்ட போயிம்மா விக்கிற?"

"எங்குட்டாவுது கால்போன போக்குல கொண்டபோயி வித்துப்புட்டு வரவேண்டியாங்."

"எல்லா ஊருலயுந்தான பஞ்சமாருக்கும். கஞ்சிக்கே வழி யில்லாதப்ப நெல்லு நீர குடுத்துட்டு யாரும்மா உப்பு வாங்கு வாவொ?" என்றாள் வடிவாம்பாள்.

"செம்பராவூரு, தென்னம்பலம் பக்கமெல்லாம் வெள்ளத்துல அடிபட்டாலும் கொஞ்சம் சிலாவணியாத்தாந் இருக்குறமேரி தெரியிது. செரங்க அரிசிபோட்டு கஞ்சி வச்சாலும்கொட உப்புல்லாம குடிக்க முடியுமா? உப்ப வாங்கித்தான ஆவணும்" என்றாள்.

"கருக்கல்ல நீனும் சின்னங்கச்சியும் உப்ப கொண்டுக்கிட்டு போங்க. நானும் நடுத்தங்கச்சியும் போயி உப்பள்ளி கரயேத்தி வச்சிப்புட்டு வாறம்" என்றாள் வடிவாம்பாள்.

"அதெல்லாம் ஒண்ணும் வேண்டாம். நாங்க வந்து பெறவு ஓழியிறப்ப போயிக்கிர்றம். நீங்க ரெண்டியரும் வூட்டு வேலயள பாத்துக்கிட்டுருங்க போரும்" என்று மறுத்தாள் சுந்தராம்பாள்.

“யாங், எங்கள போவாண்டாங்குற? நீங்க ரெண்டியரும் தெக்காக்கயும் வடக்காக்கயும் ஓச்சயில்லாம அலயிறத்தப் பாத்துக்கிட்டு ஒக்காந்துருக்கச் சொல்லுறியா? எத்துன நாளக்கி நீ இப்புடி ஓடிகெடந்து அலையுவே? நாங்க சும்மாத்தான இருக்குறம். நாளக்கி நாங்க ரெண்டியரும் அளத்துக்குப் போறம். நீ உப்பகொண்ட குடுத்துட்டு வயத்துக்கு வழி பண்ணிக்கிட்டு வந்தாப் போரும்” என்றாள் உறுதியுடன்.

சுந்தராம்பாளுக்கும் நடந்து நடந்து கால்கள் அசந்துதான் போகிறது. அதுவும் தலைச்சுமையுடன் நடப்பது பெரும் கஷ்டமாக இருக்கும். எவ்வளவு சிரமம் என்றாலும் செய்ய வேண்டியதை செய்துதானே ஆகவேண்டுமென்று ஓடிக்கொண் டிருந்தாள்.

“என்னமாவுது பண்ணிப்புட்டுப் போங்க. யாஞ்சொல்ல கேக்கமாட்டிய” என்றாள் சோர்வாய்.

“நீபோறப்ப எங்களயும் எளுப்பிவுடும்மா. அப்பயே நாங்களும் போனமுன்னாக்க உப்பள்ளிக் கரயேத்திப்புட்டு வெயிலுக்கு மின்னாடி வூட்டுக்கு வந்துடுவம்” என்றாள்.

“விடியற்காலம் வரக்கிமா நா படுத்திருக்கப் போறங்? செம்பராவூரு, தென்னம்பலமெல்லாம் நம்ம வூட்டுக் கோடியில யாருக்கு? ராவோட ராவா தூக்கிக்கிட்டு நடந்தாத்தாங் விடியிறப்ப போயிச் சேரலாங். நிலா வெளிச்சத்துல தூக்கிக்கிட்டு நடந்தாத்தான சொம தெரியாது. உச்சியும் எரியாது. செத்த நாளி தலய சாச்சிக்கெடந்துட்டு எளும்பிப் பெயிடுவம். நீங்க அளத்துக்குப் போறன்னாக்க விடிஞ்சி எளும்பி போங்க” என்றாள் சுந்தராம்பாள்.

அசதியில் எவ்வளவுநேரம் தூங்கினாள் என்று தெரியவில்லை. நள்ளிரவில் ஆந்தை அலறும் சத்தம்கேட்டு எழுந்தாள். வெளியே வந்து பார்த்தாள். பள்ளக் கொல்லைக்குள் விழுந்து கிடந்த மரத்தில் உட்கார்ந்து கொண்டு அலறிக்கொண்டிருந்தது ஆந்தை.

“நாதியத்த ஆந்த எங்கவந்து ஒக்காந்துக்கிட்டு அலறுது பாரு என்று முணு முணுத்தவாறே குனிந்து கீழே கிடந்த பனங் குடுக்கையை எடுத்தாள்.

“ச்சூ..ச்சூ... நாங்கதாம் பஞ்சத்துல பசியகொட ஏலம்போட்டு வித்துக்கிட்டுருக்குறமே. இன்னமும் என்ன கெடணுமுன்னு இஞ்சவந்து ஒக்காந்துக்கிட்டு அலறுற?” என்றவாறே பனங்

குடுக்கையை வீசினாள். ஆந்தை தொடர்ச்சியாய் அலறியபடி பறந்து போனது.

வானத்தை அண்ணாந்து பார்த்தாள். நிலவு மேலே வந்திருந்தது. குறை நிலாதான். என்றாலும் ஓரளவு போதுமான வெளிச்சம் இருந்தது. அதற்குமேல் சுந்தராம்பாள் படுக்க வேண்டும் என்று நினைக்கவில்லை.

துணியொருபக்கமாகவும் கால்கள் ஒருபக்கமாகவும் விலகிக் கிடப்பது கூட தெரியாமல் அசந்து தூங்கிக்கொண்டிருந்த அஞ்சம்மாளை தட்டி எழுப்பினாள். படியை எடுத்து உப்புச் சாக்குக்குள் போட்டுக் கட்டிக்கொண்டாள். அஞ்சம்மாளுக்கு சின்ன மூட்டையைத் தூக்கிவிட்டாள். வடிவாம்பாளை எழுப்பி பெரிய மூட்டையை தன் தலையில் தூக்கிவிடச் சொல்லி தூக்கிக்கொண்டு போனாள்.

விடிவதற்கு முன்பாகவே வடிவாம்பாளும் ராசாம்பாளும் அளத்திற்குப் போய்விட்டார்கள். இவர்கள் இருவரும் உப்பள்ளி சேர்ப்பதும் சுந்தராம்பாளும் அஞ்சம்மாளும் விற்றுவிட்டு தானியங்களோடு வருவதுமாக இரண்டு மாதங்கள் ஓடியது.

13

“அம்மா... இந்த வருசம் ஆரம்பத்துலயே எதாவுது ஒரு வாடில பாத்திபுடிச்சி நம்ம தனிவேலயாச் செய்யணும். ஆளுவளோட ஆளா நின்னு செய் யாண்டாம்” என்றாள் வடிவாம்பாள்.

“அதெல்லாம் ஒத்துவருமா நம்மளுக்கு? அன்னன்ன வேலன்னா செஞ்சிப்புட்டு கூலிய வாங்கிக்கிட்டு வந்துடலாம். பாத்தி புடிச்சா தையிலேருந்து அடுத்த ஆவணி வரய்க்கிம் அளமே கதின்னுல்ல கெடக் கணும். முடியுமா நம்மளால?” என்றாள் சுந்தராம் பாள்.

“நம்ம நாலுபேரு இருக்குறம் முடியாதா? ஊட்டுல கெடக்குறத்த அளத்துல கெடந்துட்டுப் போவமே. எவ்வளது ஒழச்சம், எவ்வளது கட்டுச்சின்னு ஒரு கணக்காவுது இருக்குமுல்ல” என்றாள் வடிவாம்பாள். “நாளக்கி கருக்கல்லயும் போயி கங்காணி கிட்ட யாவுது இல்ல பாத்திபுடிச்சி வேலை செய்யிறவ்வொளுக் கிட்ட யாவுது கேட்டுப்பாக்குறங்” என்றாள் அரை மனதுடன் சுந்தராம்பாள்.

துர்முகி வருடம் வைகாசி மாதம் பஞ்சம் பிழைக்க படு உப்பள்ளி விற்கப்போன இடத்திலேயே அஞ்சம்மாள் வயதுக்கு வந்து விட்டாள். சுந்தராம்பாள் எதிர்பார்த்துக்கொண்டிருந்ததுதான் என்றாலும் அவள் வயதுக்கு வந்தவுடன் தன் பலமெல்லாம் இழந்து போனது போலிருந்தது சுந்தராம்பாளுக்கு.

'வெளில ஓடவுடியாற, ஒத்தாசைக்கி தொணக் கின்னு, ஒருபுள்ள இருந்திச்சி. அதுவும் இப்ப வெளிய எளும்ப முடியாமப் பெயிட்டே. வயசிக்கி வந்த மூணு புள்ளை வொள வச்சிக்கிட்டு நா ஒண்டியா இனிமே என்ன பண்ணப் போறனோத் தெரியலையே' என்று நினைத்து கவலைப்பட்டாள்.

ஊரில் பஞ்சம் தீரவில்லை. ஆனால் உப்பள வேலைமட்டும் வேகவேகமாக வளர்ந்துகொண்டிருந்தது.

'உப்பு வெளயிற வருசத்துல நாடு செழிக்காது. நாடு செழிக்கிற வருசம் உப்பு வெளயாது' என்று சொல்வதுபோலவே உப்பு உற்பத்தி அதிகமாகியது. ஊரைவிட்டு குடி கிளம்பியவர் களைத் தவிர மற்ற எல்லோருமே அளத்துக்குப்போக ஆரம்பித் தார்கள். சுந்தராம்பாளும் தன்னுடைய மூன்று மகள்களையும் அழைத்துக்கொண்டு அளத்து வேலைக்குப் போனாள். எல்லோருடனும் சேர்ந்து பொத்தாம் பொதுவாய் வேலை செய்வது வடிவாம்பாளுக்கு பிடிக்கவில்லை என்பதால்தான் தன் அம்மாவிடம் சொல்லி பாத்தி பிடிக்கச் சொன்னாள்.

மார்கழிப் பனி, மழைபோல் பெய்துகொண்டிருந்தது. நேற்றிரவு வடிவாம்பாள் சொன்னதை நினைத்துக்கொண்டு தூங்கியதாலோ என்னவோ எப்படியாவது விசாரித்துப் பார்த்து யாருடைய வாடியிலாவது பாத்தி பிடித்துவிட வேண்டும் என்ற எண்ணத்துடனே எழுந்தாள். மகள்கள் மூன்று பேரும் தூங்கிக் கொண்டிருந்தார்கள்.

'பெரியங்கச்சி-பெரியங்கச்சி-எளும்பி வாசல்ல சாணிகரச்சிப் போடு. நாம் போயி ராமமுத்தம்மாக்காவ விசாரிச்சிப் பாத்துட்டு வாறங்" என்று பனிக்கு சீலைத்தலைப்பைத் தலையில் போட்டுக் கொண்டுபோனாள்.

ராமமுத்தம்மாளின் குடும்பம் சவுனியவாடியில் இரண்டு கண்டம் பாத்தி பிடித்து வேலைசெய்து வந்தது. அவளிடம் கேட்டால் நல்லது கெட்டது புரியுமென்றுதான் அவள் வீட்டிற்குப் போனாள்.

இவள் போன நேரம் அடுப்பை பற்றவைத்து என்னவோ செய்து கொண்டிருந்தாள் இராமமுத்தம்மா.

"முத்தம்மாக்கா... முத்தம்மாக்கா... என்ன செய்யிறிய? காலயிலயும் அடுப்புக்கு மின்னாடி ஒக்காந்து பொகச்சிக் கிட்டுருக்குறியளே, விருந்தாடி வேத்தாடி வருந்துருக்கா" என்றாள்.

"சுந்தரமா, வா..வா.. யாங் விருந்தாடிக்கித்தாங் சுடுசோறாக்கிப் போடணுமா? நம்ம தின்னாக்க செரிக்காதா?"

"யாஞ் செரிக்காமப் போவுது? இந்தக் குளூருக்கு சுடுகஞ்சி குடிச்சாக்க நல்லாத்தாங் இருக்கும்" என்றாள் சுந்தராம்பாள்.

"கருக்கல்லயும் ஏது இந்தப் பக்கம் வந்துருக்குற?"

"ஒண்ணுமில்லக்கா. யாம் பெரியமவ இந்த வருசம் பாத்தி புடிச்சி வேல செய்யணுமுன்னு ஒத்தக்காலுல நிக்கி. எந்த வாடியில பாத்திகெடக்கிம். யாரப்போயி கேக்கலாமுன்னு தெரிஞ்சிக்கிட்டுப் போவத்தாங் வந்தங்."

'அடப் போயங். பொளக்கமாட்டாம யாம் பேசுற? பாத்தி புடிச்சி வேலசெய்யவா ஆசப்படுற? அதெல்லாம் ஒனக்கு ஒத்துவருமா? நாங்க புடிச்சி ஆக்கின படுறது போறாது? ராத்திரி பகல்னு பாக்காம வெக்கயிலயும் வேருவயிலயும் வேலசெஞ்சி, அள்ளிஅள்ளி கொட்டி தட்டிமேட்டுல உப்பம்பாரமா போட்டுவச்சிட்டு கைச்செலவுக்கு காசில்லாம சின்னப்படணும் தெரியுமா? எவன் வாரான் ஒடனே ஒடனே மூட்டபுடிக்க? மூட்டபுடிச்சி ஏத்திவுட்டாத்தான காசி கெடக்கிம். மாசத்துக்கு ஒரு நட வந்து எட்டிப்பாக்குறதே பெரும்பாடாருக்கு. எட்டயில மானம் கருத்திச்சின்னாக்க வயத்துல நெருப்பக் கட்டிக்கிட்டு தவிக்கணும். உப்பம்பாரம் நனஞ்சி கரஞ்சிராம பனமட்டயளப் போட்டு மூடிக்கிட்டு கொட்டுற மழயில நம்ம நனயணும். ஒருநாளு மழயில நாலஞ்சி நாளு பட்ட பாடெல்லாம் பாத்தியில பாழாப்பெயிடும். நாட்டு சனமெல்லாம் மழபேயணுமுன்னு தவமா தவங்கெடக்கக்குள்ள நம்ம மட்டும் மழயே பெய்யக் கொடாதுன்னு வேண்டிக்கிட்டு நிக்கணும். இந்தப் பொழப்பு எதுக்கு ஒனக்கு. அன்னன்னக்கி போனமா வேலய செஞ்சமா கூலிய வாங்குனமான்னு இருக்கணும். ஆமா... அதுதாங் ஒனக்கு நல்லது. பாத்திபுடிக்கிற ஆசயயெல்லாம் வுட்டுடு" என்றாள் ராமமுத்தம்மாள்.

"அந்த சனியனுக்கிட்ட சொன்னாக்க லேசுல ஒத்துக்கிடா துக்கா" என்றாள்.

"அதுமட்டுமில்ல சுந்தரம். நீங்க ஆயாமக்க நாலுபேரு இருக்குறிய. நாலுபேரும் யாங் ஒரே வாடியில போயி மாட்டிக் கிடணும். காசு வந்தா ஒரேடியா நாலுபேருக்கும் வரும். இல்லாட்டி நாலு பேருக்குமே வராது."

“ஒரே எடத்துல நின்னு செஞ்சா ஒருத்தருக்கொருத்த தொணயாருக்குமேன்னு பாத்தங்.”

‘என்ன பயம் இஞ்ச? ஊருல உள்ள ஆணுபொண்ணு அத்துனயும் அளத்துல நிக்கி. ஒனக்குமட்டும் என்ன பயம்? ஓம்மவளுவொ ஒவ்வொருத்தியயும் ஒவ்வொரு வாடிக்கி அனுப்பிடு. ஒத்துவந்தா எப்பவுஞ் செய்யலாம். புடிக்கலேன்னா செஞ்ச வேலக்கி கூலிய வாங்கிக்கிட்டு திரும்பிப் பாக்காம வந்துடலாமுல்ல” என்றாள்.

“அதுமேரிதாங்க்கா நானும் நெனச்சங். அதோட வயசிக்கி வந்த பொண்ணுவொள வச்சிக்கிட்டு பாத்திபுடிச்சி வேலசெஞ்சா பாக்குறசனம் என்ன சொல்லும்? கட்டிக்குடுக்கணுங்குற எண்ணம் கொஞ்சங்கொட இல்லாம வேல செய்யவுட்டு சம்பாரிக்கிறா ளேன்ன காரித்துப்பாது. நாளக்கே அதுவொள கட்டிக் குடுத்த முன்னாக்க பாத்தி வேலய பாதில வுடமுடியுமா? யாரு செய்யிற? நானும் எல்லாத்தயும் யோசிச்சிப் பாத்தந்தாங்க்கா. யாம் பெரியமவ படுத்துன பாட்டுல எளும்பி வந்தங்” என்றாள்.

‘பொம்புளபுள்ள புடிவாதம் புடிக்கிதுன்னு ஒரேடியா அதுபேச்சக் கேக்காத. நல்லதுகெட்டது நாலுத்தயும் யோசிச்சி எதச் செஞ்சாலும் செய்யி” என்றாள் ராமமுத்தம்மாள்.

“சேரிக்கா நா பெயிட்டு வாறங். போயி சொல்லிப் பாக்குறங்” என்று சொல்லிவிட்டு வீட்டிற்கு வந்தாள்.

“என்னம்மா போன கையோட திரும்பி வந்துட்ட? பாத்தி கெடச்சிச்சா? எந்த வாடில கெடச்சிச்சி?” என்று அடுக்கடுக்காய் கேள்விகளைக் கேட்டாள் வடிவாம்பாள்.

ராமமுத்தம்மாள் சொல்லியவற்றையெல்லாம் வடிவாம் பாளிடம் சொன்னாள். பாத்திபிடித்து வேலை செய்வதில் புண்ணியமில்லை என்று உறுதியாய் சொல்லிவிட்டாள் சுந்தராம்பாள். சுந்தராம்பாள் சொல்லியதைக்கேட்க வடிவாம் பாளுக்கு பிடிக்கவில்லைதான் என்றாலும் அதற்குமேல் அவளாலும் என்ன செய்யமுடியும்.

தை பிறந்தது. அளத்தில் வேலைகள் ஆரம்பித்தது. அருள் வாடி, ஆண்டவர் வாடி, ஐந்தாம் நம்பர்வாடி, ராப்பணத்தார் சீனாகானா சுப்பையாப்பிள்ளைவாடி என்று ஆளுக்கொரு வாடிக்கு வேலைக்குப் போனார்கள். அளத்து வேலை ஆரம்பித்த பிறகு வீட்டில் கொஞ்சம் கஷ்டடம் குறைந்தது. சோத்துக்கும்

துணிக்கும், தலையில் தடவ எண்ணெய்க்கும் சிரமமில்லாமல் ஓடியது.

சுந்தராம்பாளுக்கு மட்டும் கவலை அறித்துத் தின்று கொண்டிருந்தது. 'வயசுக்கி வந்த புள்ளைவொள காலாகாலத்துல கட்டிக்குடுக்காம அளத்துக்கு போச்சொல்லி திங்கிறமே'என்று நினைத்து நினைத்து மருகினாள்.

ஏவிளம்பி வருசம் ஐப்பசியோடு இருபத்து மூன்று முடிந்து விட்டது வடிவாம்பாளுக்கு. பார்ப்பவர்களிடமெல்லாம் சொல்லிவிட்டு அழுதாள் சுந்தராம்பாள். "எப்புடிப்பட்ட சம்மந்த மாயிருந்தாலும் கொண்டாங்க. கட்டிக்குடுத்துறணும் இதுக்குமேல வச்சிக்கப்புடாது" என்று தெரிந்தவர்களிடமெல்லாம் சொல்லி வைத்திருந்தாள்.

கயலம் பேட்டையிலிருந்து தில்லைக்கண்ணு என்பவள் ஒருநாள் சுந்தராம்பாளின் வீட்டிற்கு வந்தாள். அவளுக்கு சுமார் அறுபது வயதிருக்கும். நெற்றியில் எட்டணா அளவிற்கு பொட்டு வைத்திருந்தாள். மயில்கழுத்து நிறத்தில் சீலை கட்டியிருந்தாள். அவள் பிறந்தது வண்டுவாஞ்சேரி. வாழ்க்கைப்பட்டதுதான் கயலம்பேட்டை. பக்கத்தூர் சனங்களையெல்லாம் எல்லாருமே தெரிந்து வைத்திருப்பார்கள். இந்த ஊர்களில் யாரையும் யாருக்கும் தெரியாது என்ற பேச்சிற்கே இடமிருக்காது. அதுபோல் தான் தில்லைக்கண்ணுவையும் சுந்தராம்பாளுக்கு தெரிந்திருந்தது.

"வாங்க... வாங்க..."என்று வந்தவளை வரவேற்று பாய்போட்டு உட்கார வைத்தாள் சுந்தராம்பாள். தில்லைக்கண்ணுவின் தோற்றத்தைப் பார்த்தவுடனேயே ஏதோ நல்ல காரியமாகத்தான் வந்திருக்கிறாள் என்று நினைத்தாள்.

"சின்னங்கச்சி ஒரு சொம்புல தண்ணிகொண்டா" என்றாள் சுந்தராம்பாள். தில்லைக்கண்ணுவிற்கு கொடுப்பதற்காக.

"ஒங்க பெரியமவள கொண்டாரச்சொல்லுங்க" என்றாள் தில்லைக்கண்ணு.

அவள் அப்படிச் சொன்ன உடனேயே சுந்தராம்பாளுக்கு முகம் மலர்ந்தது. வாயெல்லாம் சிரிப்பாக 'பெரியங்கச்சி தண்ணி கொண்டாந்து குடு" என்றாள். அவளுக்கு சந்தோஷம் தாங்க முடியவில்லை.

'ஆவுத்திக்காத்தா இப்பயாவுது நல்லவழி காட்டு' என்று வேண்டிக்கொண்டாள்.

திடீரென்று இப்படி வந்து உட்கார்ந்துகொண்டு கூப்பிட்டால் என்ன செய்ய முடியும்? வடிவாம்பாளும் கட்டியிருந்த பழைய துணிகளுடனே தண்ணீர் செம்பை கொண்டுவந்து தில்லைக் கண்ணுவின் முன் வைத்துவிட்டுப் போனாள்.

அவள் வந்து சென்ற நாழிக்குள் ஏற இறங்க நன்றாகப் பார்த்துக் கொண்டாள் தில்லைக்கண்ணு.

வடிவாம்பாள் வைத்த சொம்புத் தண்ணீரை எடுத்து இரண்டுவாய் குடித்தாள். சிறிதுநேரம் உட்கார்ந்திருந்தவள் வந்ததைப்பற்றி எதுவும் சொல்லாமல் "நா பெயிட்டு வாறங்" என்று மட்டும் சொல்லிவிட்டு போய்விட்டாள். சுந்தராம்பாளுக்கு ஒரே குழப்பமாக இருந்தது. 'எதற்காக வந்தாள்? பெண் பார்க்க வந்திருந்தால் ஏன் ஒன்றும் பேசாமலேயே போகவேண்டும்? வடிவாம்பாளைக் கட்டுவதுபோல தில்லைக்கண்ணுவிற்கு மகன்கள் யாருமில்லையே'என்றெல்லாம் பலவாறு நினைத்துக் குழம்பினாள்.

இரண்டு மூன்று நாட்கள் கழித்து காலையிலேயே கணேசன் வந்தார்.

"வாங்க பெரியப்பா" என்றாள் வடிவாம்பாள்.

"அம்மா எங்கப்பா… ஊட்டுல இருக்கா?"

"கொல்லயில என்னமோ பண்ணிக்கிட்டு நிக்கி பெரியப்பா."

"நா வந்துருக்குறன்னு கூப்புடு" என்றார்.

வடிவாம்பாள் ஏதோ முக்கியமான விஷயமாகத்தான் கூப்பிடச் சொல்கிறாரென்பதை புரிந்துகொண்டு கூப்பிட்டாள்.

"வாங்க" என்று சொல்லியவள் பாயெடுத்துப்போட்டு உட்காரச் சொன்னாள்.

"உட்கார்ந்தவர் மேலும் கீழும் பார்த்தவாறு சொல்லத் தயங்கியபடி யோசித்துக் கொண்டிருந்தார்.

"வண்டாஞ்சேரிலேருந்து பெரிங்கச்சிய பொண்ணுபாக்க வாறாவோ. நல்ல துணிமணியிருந்தா கட்டிக்கிட்டு இருக்கச் சொல்லு" என்றார். சொல்லும்போதுஅவருடைய முகம் தெளிவில்லாமலிருப்பதை கவனித்தாள் சுந்தராம்பாள்.

"வண்டாஞ்சேரில யாரு?" என்றாள்.

"இஞ்ச அன்னக்கிவந்து பாத்துட்டு போச்சாமுல்ல கயலம் பேட்ட பொம்புள ஒண்ணு."

"ஆமா... கயலம்பேட்ட சொக்கலிங்கம்புள்ள பொண்டாட்டி தில்லக்கண்ணு வந்துட்டு ஒண்ணுஞ் சொல்லாமயில்ல எளும்பிப் போனாவோ."

"ஒங்களுக்கிட்ட ஒண்ணுஞ்சொல்லாம, நேரா திற்றபூண்டிக்கி வந்துட்டு என்ன பாக்குறத்துக்கு."

"..."

"அந்த பொம்புளதாங் அளச்சிக்கிட்டு வருது."

"யாருட்டு புள்ளக்கி பாக்க வாராவொளாம்?"

"அந்த பொம்புளையோட தம்பிக்காம். சின்ன வயசிலயே சிங்கப்பூருக்குப் போனவன் இப்பதான் திரும்பி வந்துருக்குறானாம். அவனுக்குக் கட்டி வக்கலாமுன்னுதாங் பாக்க வாராவோளாம்?"

கணேசன் கவலைப்படுவதற்கான காரணம் புரிந்தது சுந்தராம்பாளுக்கு.

"பளுத்த மரத்தப் பாத்தா நாலுபேரும் கல்லெறிவாவொத்தாங். பொண்ணுன்னு இருந்தாக்க பாக்க வராமயா இருப்பாவோ? வந்து பாத்துட்டுப் போவட்டுமே. என்ன இப்ப முளுவிப் பெயிடப் போவுது?" என்றாள் கணேசனை ஆறுதல் படுத்தும் விதமாக.

'சீந்துவாரில்லாம கெடந்தம் இவ்வளநாளா. இப்ப பொண்ணுன்னு பாக்கயாவுது ரெண்டுபேரு வாராவொளே. அதுவே பெரிசில்லயா' என்று நினைத்தாள்.

"மாப்புள்ளக்கி ஒருவேலி நெலமிருக்காம். பேங்குல ஆயர்வா பணம் போட்டு வச்சிருக்குறானாம். சொத்து சொவத்துக்கெல்லாம் கொறச்சயில்ல. ஆனா... ஆளுக்குத்தாங் கொஞ்சம் வயசாயிட்டு. தலயெல்லாங் கொட கொஞ்சம் நெறச்சிப் பெயிட்டு" என்றார் இழுத்தார் போல்.

"அது தலயில என்ன எழுதியிருக்கோ அப்புடித்தாங் நடக்கும். நம்ம கையில எதுவுமில்ல" என்றாள் சுந்தராம்பாள்.

இவர்கள் பேசிக்கொண்டதையெல்லாம் கோடியில் நின்றபடி வடிவாம்பாளும் கேட்டுக்கொண்டுதானிருந்தாள். அவளால் எதுவும் யோசிக்க முடியவில்லை.

"ஆவுத்திக்காத்தா... யாந்தலயெழுத்து எப்புடியிருக்கோ தெரியல. ஆனா எங்கம்மாவோ பெரியப்பாவோ என்ன எதுவும் சம்மதங்கேக்கக்கொடா.. எதுசெஞ்சாலும் அவ்வொ மனசுக்கு புடிச்சமேரியே செய்யணும். மாப்புள்ள புடிச்சிருக்கான்னு என்ன ஒரு வார்த்தகொட கேக்கக்கொடா' என்று வேண்டிக் கொண் டாள். மாப்பிள்ளையும் மாப்பிள்ளையின் உடன்பிறந்த அக்காள் கள் மூன்றுபேரும் வந்து கொண்டிருந்தார்கள். பெட்டிக்குள் இருந்த புதுச்சீலையை எடுத்துக் கட்டிக்கொண்டாள் வடிவாம்பாள்.

வடக்கேயிருந்து வரும்போது கூரை ஓட்டை வழியாக பார்த்தாள். சிங்கப்பூரிலிருந்ததால் மாப்பிள்ளையின் உடம்பு வெளுப்பாக மினு மினுப்பாக இருந்தது. தலை நரை விழுந்திருந்தது. தில்லைக் கண்ணு, வீரம்மா, ஏலம்பாள் இவர்கள் மூன்றுபேருக்கும் ஒரே தம்பி பொன்னையன். இவ்வளவு காலமும் சிங்கப்பூரிலிருந்து விட்டு ஐம்பது வயதில் ஊருக்கு வந்திருந்தான். கல்யாணம் செய்துகொண்டு குடும்பம் நடத்த ஆசைப்பட்டான். எவ்வளவு தான் சொத்து பத்திருந்தாலும் ஐம்பது வயது கிழவனுக்கு யார்தான் பெண் கொடுப்பார்கள்?

இருபத்துமூன்று வயதுவரை எடுபடாமலிருக்கும் வடி வாம்பாள்தான் அவனுக்கு ஏற்றவள் என்று பெண்கேட்டு வந்தார்கள்.

"எப்புடியாவுது எங்க தம்பிக்கி ஒங்க தம்பி மவள கட்டி வச்சிடணும். நீங்கதாங் இத முடிச்சி வக்கணும்" என்று பொன்னையனின் அக்காள்கள் மூன்றுபேருமே ஒரேபிடியாய் பிடித்துக் கொண்டார்கள். கணேசனும் இவர்கள் தொல்லை தாங்கமுடியாமல், வேண்டா வெறுப்பாய்தான் வந்திருந்தார்.

'கன்னி கழியாம கெடந்து மங்குறத்தவிட கெழவனாருந்தாலும் ஒருத்தனுக்கு பொண்டாட்டியாருக்கட்டும். இஞ்சதாங் பசி பட்டினின்னு கெடந்து சின்னப்பட்டு சீரழிஞ்சிச்சி. ஆண்டவம் புண்ணியத்துல போற எடத்துலயாவுது சோத்துக்கு தண்ணிக்கி செருமப்படாம நல்லாருக்கட்டும்' என்று நினைத்தவள் "யாம் பொண்ண ஒங்க தம்பிக்குத் தாறங்" என்று ஒத்துக்கொண்டாள்.

வந்தவர்களுக்கு மிகவும் சந்தோஷமாகிவிட்டது. பங்குனிக்குள் கல்யாணத்தை முடித்துவிட வேண்டுமென்று ஆசைப்பட்டான் பொன்னையன். முகூர்த்தநாள் எழுதினார்கள். முகூர்த்தநாள் எழுதும்போதே சிங்கப்பூர் சீலை, சரிகை வைத்த சாக்கெட் துணி, கழுத்துக்கு ரெட்டவடம் சங்கிலி, உட்கழுத்து அட்டியல் எல்லாம் கொண்டுவந்து போட்டு எழுதிக்கொண்டு போனார்கள்.

பொன்னையன் அடியெடுத்துவைத்த நேரமோ என்னவோ அடுத்த சில நாட்களில் ராசாம்பாளுக்கும் அகஸ்தியம் பள்ளியிலிருந்து சம்மந்தம் வந்தது. ராசாம்பாளின் குறிப்பை வாங்கிக் கொண்டு போனவர்கள் "பத்துபொருத்தமும் பொருந்தியிருக்கு. கட்டுனா இந்தப் பொண்ணத்தாங் கட்டுவோம்" என்று மாப்பிள்ளை வீட்டார்கள் சொல்லிவிட்டார்கள். அகஸ்தியம் பள்ளி மாப்பிள்ளைக்கு சொந்தமாய் அளமிருந்தது. ஒரே பையன். பையனும் சிறுவயது பையனாய் ராசாம்பாளுக்கு பொருத்தமானவனாயிருந்தான்.

இரண்டு 'தேவை'களையும் ஒரே நாளில் ஒரேசெலவில் முடித்து விடவேண்டுமென்று நினைத்தாள் சுந்தராம்பாள். இரண்டு மகள்களுக்கும் ஒரே நேரத்தில் கல்யாணம் ஆகப்போகிறது என்பதை நினைத்து சுந்தராம்பாளுக்கு நிம்மதியாயிருந்தது. செய்யவேண்டிய ஏற்பாடுகளையெல்லாம் ஓடி ஓடி செய்தாள். கணேசனைக் கூட அதிகமாய் சிரமப்படுத்தாமல் தானே எல்லாவற்றையும் கவனித்தாள்.

ஒருநாள் தனியாய் எதையோ நினைத்தபடி மனைக்கட்டு இறக்கத்தில் உட்கார்ந்திருந்தாள் வடிவாம்பாள். நீண்டநேரமாய் அவள் அப்படியே உட்கார்ந்திருப்பதைப் பார்த்துவிட்டு ராசாம்பாள் அவள் அருகில்போய் உட்கார்ந்தாள்.

'என்னக்கா யோசனயாருக்குற?" என்றாள்.

"ஒண்ணுமில்ல நடுத்தங்கச்சி, சும்மாதாங் வந்து ஒக்காந்தங். சோறு தின்னியா?" என்றாள்.

"தின்னங். யாங்க்கா கவலப்படுறியா?"

"இல்ல... இவ்வள நாளும் ஒண்ணாருந்தம். ஒரே பாயில படுத்துக்கெடந்தம். இன்னங் கொஞ்ச நாளுல நா எங்கயோ போப்போறங். நீ எங்கயோ போப்போறே. அம்மாவும் சின்னங் கச்சியும் மட்டும் இந்த வூட்டுல எப்புடி இருக்கப் போறாவோ" என்று சொல்லி கண்கலங்கினாள்.

ராசாம்பாளுக்கும் கண்கள் கலங்கின. இருந்தாலும் அதைத் துடைத்து விட்டு,

"பொண்ணாப் பொறந்தா என்னக்கிருந்தாலும் இன்னொருத்தன் வூட்டுக்கு போயித்தானக்கா ஆவணும். அதுக்காவயெல்லாம் கவலப்படாதக்கா" என்றாள்.

'எனக்கு என்னமோமேரிருக்கு நடுத்தங்கச்சி. யாண்டா பொண்ணாப்பொறந்து தொலஞ்சோமுன்னு நெனக்கிறன்" என்றாள்.

"யாங்க்கா அப்புடி நெனக்கிற? அத்தாங் கொஞ்சம் வயசானவரா இருக்குறாவொளேன்னு நெனக்கிறியா? கொணம் மணத்துல தங்கமானவ்வொளா இருப்பாவொபொலருக்கு. எனக்குந்தாம் முகூர்த்தோலு எழுதிப்புட்டுப் போனாவோ. யாங் கழுத்தப் பாரு. ஓங்கழுத்தயும் பாரு. ஒன்ன அத்தாங் நல்லா வச்சிருப்பாவொக்க. ஒனக்கு என்னகொறச்ச சொல்லு?" என்றாள்.

"அத்தான்... அத்தான்னு வார்த்தக்கி வார்த்த சொல்லாத நடுத்தங்கச்சி. நம்ம பெரியப்பாவுக்கு மூப்பாருப்பாடு பொலருக்கு. நம்மளுக்கு தாத்தாமேரி" என்றாள்.

"என்னக்கா இப்புடிச் சொல்லுற?"

"நீ இத அம்மாக்கிட்டயில்ல சொல்லிப்புடாத. நா சும்மா வெளயாட்டுக்குச் சொன்னங். கெழவரா இருக்கறத்தால எனக் கொண்ணும் கவலயில்ல. இஞ்சயிருந்து நாஞ் செருமப்படுறத்த விட அங்கபோயி நல்லாருக்கத்தாம் போறங் அங்க பெயிட்டாக்க மொதல்ல இந்த அளத்து வேலக்கி போவாம இருக்கலாமுல்ல. அதாம் பெரிய சந்தோஷம்" என்றாள்.

"இல்லக்கா நீ ரொம்ப கவலப்படுற" என்றாள்.

"அதெல்லாம் ஒண்ணுமில்ல, நம்ம ஆதனூறு மீனாட்சி ஆத்தா, சின்ன வயசில நம்மளுக்கு ஒருபாட்டு சொல்லுமே. ஒனக்கு நெனப்புருக்கா"

"...."

"கீழத்தெருவுலயே நா கெழவனுக்கு வாக்கப்பட்டேன்
வாக்கப்பட்ட மூணாம்நாளு பாக்குதிங்க பல்லு இல்ல.

ஆடு வளத்தாரடி தாத்தா, அட்டியபண்ணி போட்டாரடி
மாடு வளத்தாரடி தாத்தா, மாட்டல் பண்ணி போட்டாரடி
கோழி வளத்தாரடி தாத்தா கொலுசுபண்ணி போட்டாரடி
எல்லாம் பண்ணிபோட்ட தாத்தாபாடு முடிஞ்சிதடி

மாட்டல கயட்டுங்கடி தாத்தா மண்டையோரம் வச்சளுவ
அட்டியல கயட்டுங்கடி தாத்தா அடிமடியே வச்சளுவ
கொலுச கயட்டுங்கடி தாத்தா கொடங்கயோரம் வச்சளுவ."

“பேசாம எளும்பி வாக்கா. என்ன பாட்டு பாடுற? அம்மா வுக்குத் தெரிஞ்சா வேதனப்படாது? பாவம் அம்மா, அதுக்காவ யாவுது பாரு. இந்தமேரியெல்லாம் நெனக்காத.”

பதிலேதும் சொல்லாமல் கண்ணீரை சீலைத்தலைப்பால் துடைத்தாள் வடிவாம்பாள்.

“நீ நல்லாருப்பப் பாரு. நம்ம வூட்டுலயே நீதாங்க்கா நல்லாருக்கப் போற. ஒன்ன நத்தித்தான் நாங்கள்லாம் இருக்கப் போறம். தேவயில்லாம கவலப்படாத. எளும்பி வா வூட்டுக்கு” என்றாள்.

வண்டுவாஞ்சேரியிலிருந்தும் அகஸ்தியம் பள்ளியிலிருந்தும் ஒரே நாளில் வடிவாம்பாளையும் ராசாம்பாளையும் பரிசம்போட வந்தார்கள். பெண்களிருவரையும் பரிசம்போட்டு பெரியவளை மேற்கு நோக்கியும் நடுப்பெண்ணை கிழக்கு நோக்கியும் அனுப்பி விட்டு சின்னமகள் அஞ்சம்மாளுக்குத் துணையாக அழுதுபுலம்பிக் கொண்டு வீட்டிலேயே கிடந்தாள் சுந்தராம்பாள்.

“மவளுக்குக் கலியாணமாவனுமுன்னு தவமா தவங்கெடந்த, இப்ப என்னடான்னா கண்ணுகுளுர கலியாணத்தப் பாக்க போவாம வூட்டக்குள்ளயே இருக்குறியே யாங்?” என்று கேட்டவர்களுக்கெல்லாம் இரண்டு சொட்டு கண்ணீரை மட்டுமே பதிலாய் வடித்து விட்டு படுத்துவிட்டாள்.

“புருசங்காரன் திரும்பிவராத கவலயில வூட்ட வுட்டு வெளிய வராம கெடக்குறாபொலருக்கு” என்று பலரும் பலவிதமாகப் பேசிக் கொண்டார்கள். அழைப்பு, அனுப்பு, சம்மந்தம் போடுவது என்று எதையும் குறைவைக்காமல் செய்து, தன்னுடைய பெண்களிருவரையும் அவர்களுடைய கணவன் வீட்டிற்கு அனுப்பி வைத்தாள். இருவரும் அம்மாவையும் தங்கையையும் தனியாய் விட்டுவிட்டுப்போகும் வருத்தத்துடனேயே வாழப் போனார்கள்.

14

பொன்னையன் வீடு நல்ல வசதியான வீடாக இருந்தது. சிங்கப்பூரிலிருந்து வந்த உடனேயே எழுபத்தெட்டு பனைமரங்களை வெட்டி உடைக்கச் சொல்லி உயர்த்தி உத்தரம் போட்ட வீடாய் கட்டினான். வீட்டு வேலை முடிந்தவுடன் கல்யாணமும் செய்துகொண்டான். தென்னந்தோப்பிற்குள் இருந்தது வீடு. வண்டுவாஞ்சேரி முழுவதுமே வெறும் தென்னந்தோப்புதான். பொன்னையனுக்கு சேர்ந்தார்போல் பனிரெண்டுமா தென்னந்தோப்பிருந்தது. அதன் நடுவில்தான் வீடு கட்டியிருந்தான். கருக்கும் வெயிலில் உப்பளத்து வெக்கையில் வெந்து தணிந்தவளுக்கு தென்னந்தோப்பின் குளுமை சந்தோஷமாயிருந்தது. பொன்னையன் அவளிடம் காட்டிய அன்பு அதைவிடவும் ஆறுதலாயிருந்தது. அண்ணன் தம்பி கூடப் பிறக்காதவள், வளரும்போது அப்பாவின் அன்பும் கிடைக்காமல் ஏங்கியவளுக்கு பொன்னையனை ரொம்பவும் பிடித்துப்போனது. அவனுடைய வயது முதிர்ச்சிகூட அவளுக்கு பெரிதாய்த் தெரியவில்லை. சந்தோஷமாய் வாழத்தொடங்கினாள். பொன்னையனின் மனம் கோணாமல் அவனுக்கு செய்ய வேண்டிய பணிவிடைகளையெல்லாம் செய்தாள். ஒருமாதம் ஓடியது. தாயையும் தங்கையையும் பார்க்கவேண்டும் என்ற ஆவல் அவளுக்கு ஏற்பட்டது. கணவனிடம் சொன்னால் எதுவும் நினைத்துக் கொள்வானோவென்று மனதிற்குள்ளே ஆசையை அடக்கிக்கொண்டிருந்தாள்.

அவளுடைய மனதில் உள்ளதை எப்படியோ தெரிந்து கொண்ட பொன்னையன், “வடிவு நாளக்கி கோயித் தாவு பெயிட்டு வருவம். அங்கேருந்து வந்து ஒருமாசத்துக்கு மேல ஆவுதுல்ல. கருக்கல்லயும் கௌம்பிடுவம். ஒங்கம்மாவுக்குக் குடுக்க காராமணி பயறு, தேங்கா எல்லாம் எடுத்து வச்சிட்டுப் படு” என்றான்.

வடிவாம்பாளால் அவன் சொல்வதை நம்பவே முடியவில்லை.

‘நம்ம போவணுமுன்னு ஆசப்பட்டது எப்புடித் தெரிஞ்சிச்சி?’ என்று ஆச்சரியப்பட்டாள்.

சொன்னதோடு நிற்காமல் தேங்காய் முட்டிலிருந்து நல்ல தேங்காய்களாய்ப் பத்து பனிரெண்டு பொறுக்கிவந்து தானே உறித்துப் போட்டான்.

பெரிய பை நிறைய பயறும், தேங்காயும் எடுத்துக்கொண்டு விடியற்காலையிலேயே வீட்டைவிட்டு கிளம்பிவிட்டார்கள். பையிலுள்ளது போதாதென்று வாய்மேட்டில் வந்து பழமும் பூவும் இன்னும் சில தின்பண்டங்களும் வாங்கி கொடுத்து அழைத்துக் கொண்டு வந்தான்.

சின்ன வயது முதல் அவள் வேண்டிக்கொண்டிருந்த ஆவுத்திக்காத்தானெல்லாம் பொய். எல்லா சாமியும் பொன்னையன் உருவத்தில் வந்திருப்பது போலிருந்தது வடிவாம்பாளுக்கு.

பளபளப்பான சிங்கப்பூர் சீலையும் கழுத்து நிறைய நகையுமாய் கணவனுடன் கோவில் தாழ்வு வந்து இரண்டு நாள் தங்கியிருந்துவிட்டுப் போனாள்.

பொன்னையனுக்கு கல்யாணப் பேச்சை எடுத்ததிலிருந்து அவனுடைய அக்காள்கள் மூன்று பேரும் பொன்னையன் வீடே கதியென்று கிடந்தார்கள். கல்யாணத்திற்கு முன் பொன்னையனை கவனித்துக்கொள்ள என்று முறைமாற்றி வந்து கொண்டிருந்தவர்கள் வடிவாம்பாள் அந்தவீட்டில் அடியெடுத்து வைத்த நாளிலிருந்து நிரந்தரமாய் தங்கியிருக்கத் தொடங்கினார்கள். மூன்று பேருக்குமே குடும்பம் குடி எல்லாவற்றையும் கவனிக்க மருமகள்கள் வந்து விட்டதால் வீட்டில் பழம்பாயைப் போல ஓர் ஓரத்தில் முடங்கிக்கிடக்க வேண்டியவர்கள், தம்பி வீட்டிற்குப் போனால் “நாட்டாமை பண்ணிக் கொண்டு நல்லசோறு திங்கலாமென்று ஒரேயடியாய் தங்கிவிட்டார்கள். அத்தனை பேருக்கும் சோறாக்கி குழம்புவைத்துப் போடுவதுதான் வடிவாம்பாளுக்கு முழுநேர வேலையாயிருந்தது.

"வயத்துக்குத்தான ஆக்கிப்போடுறம் அதுக்கெல்லாம் கணக்கு பாக்கக்கொடாது. அலுப்புஞ்சலிப்பும் பட்டுக்கிட்டு ஆக்கிப் போடுறத்துல என்ன புண்ணியம்?" என்று தனக்குத்தானே சொல்லிக்கொண்டு எப்போது பார்த்தாலும் அடுப்பை புகைத்துக் கொண்டேயிருந்தாள். பொன்னையனே கூட இவள் செய்வதைப் பார்த்துவிட்டு,

"பூன படுத்துருந்த அடுப்பு, நீ வந்ததுலேருந்து பொகஞ்சிக் கிட்டேருக்கு வடிவு" என்று அவளிடம் பலமுறை பெருமையோடு சொல்லியிருக்கின்றான்.

வடிவாம்பாள் பகல் முழுவதும் அடுப்படியில் கிடப்பதால் பொன்னையன் வீட்டிற்கு வெளியே தென்னைமர நிழலில் கயிற்றுக் கட்டிலை போடச்சொல்லி அதில் படுத்திருப்பான். அக்காள்கள் மூன்று பேரும் தின்னும் சோறு செரிக்க வேண்டுமே யென்பதற்காக தென்னை ஓலைகளை அள்ளிப்போட்டு ஈர்க்கு கிழித்துக் கொண்டிருப்பார்கள். அன்றும் அப்படித்தான் பொன்னையன் கட்டிலில் படுத்திருந்தான். உடன்பிறந்தவள்கள் மூன்றுபேரும் வெற்றிலையை மென்றபடி ஈர்க்கு கிழித்துக் கொண்டு ஊர்க்கதை உறவுக்கதையெல்லாம் பேசிக்கொண்டிருந் தார்கள். தோப்பில் இரண்டு மூன்று ஊத்து வெட்டிப் போட்டிருந் தான் பொன்னையன். அதில் இறங்கினால் பிடுங்கித்திங்கும் அளவுக்கு ஏராளமாய் மீன்கள் பெருகியிருந்தன. காலையில் தென்னைமட்டையின் நுனிமட்டையை ஒடித்து பல்துலக்கிக் கொண்டே போய் குட்டையில் இறங்கி வாய்க்கொப்பளித்த போது பார்த்தான் மீன்களை. தினமும் பார்ப்பதுதான் என்றாலும் அன்றைக்கு அவற்றைப் பிடித்து குழம்பு வைக்க வேண்டுமென்று ஆசைப்பட்டான். யார் வீட்டிலோ போய் கச்சா எடுத்துக் கொண்டுவந்தான். சிங்கப்பூரில் இருந்துவிட்டு வந்தாலும் கச்சா போட்டு மீன்பிடிக்கத் தெரிந்தது அவனுக்கு. பெரிய பெரிய 'விறாத்தரும்பை'கள் அகப்பட்டன. கொண்டுபோய் வடிவாம் பாளிடம் கொடுத்து குழம்புவைக்கச் சொல்லியிருந்தான். மூன்று நாத்திகள் கூடயிருந்தும் ஒருத்திகூட ஒத்தாசைக்கு வரவில்லை. வடிவாம்பாளே மீனை சுத்தமாய் ஆய்ந்து அலசி வைத்துவிட்டு, அரைப்படி மல்லி அதற்கு தகுந்தாற்போல் சோம்பு, சீரகம், மிளகாய் எல்லாம் ஓட்டில் போட்டு வறுத்து அம்மியில் வைத்து அரைத்தாள். குழம்பு கொதித்து இறக்கும் நேரம். 'நடுத்துண்டையெல்லாம் அவ்வொளுக்குப் போட்டு டணும். கொடலும் குறுவலுமாருக்குறத்துவொள நாத்துனாளு

வொளுக்குப் போடணும். நம்மளுக்கு வாலுந்தலயும் கெடந் தாப் போரும்' என்று நினைத்துக்கொண்டே அடுப்பிலிருந்து சட்டியை இறக்கப் போனாள். பிடி துணியை இரண்டு கையிலும் பிடித்துக்கொண்டு சட்டியை அடுப்பிலிருந்து தூக்கிய நேரத்தில்,

'ஆ...அய்யோ ...அம்மா' என்று பொன்னையன் அலறும் சத்தம் கேட்டது. கையிலிருந்த சட்டி அப்படியே கீழே விழுந்து உடைந்தது. அலறியடித்துக் கொண்டு ஓடிப்போய் முத்தத்தில் தடுக்கி விழுந்தாள் வடிவாம்பாள். வடிவாம்பாளுக்கு யார் யாரோ ஓடிவந்து தண்ணீர் தெளித்து விசிறி விட்டார்கள். மயக்கம் தெளிந்து கண்விழித்து பார்த்தபோது நடுவீட்டில் பேச்சு மூச்சில்லாமல் கிடந்தான் பொன்னையன். அவன் தலை மாட்டைச் சுற்றி மூன்று நாத்திகளும் மூக்கைச் சிந்திக்கொண்டு உட்கார்ந்திருந்தார்கள். வாய்மேட்டிலிருந்து கோபால கிருஷ்ணய் யரை அழைத்துவந்து வைத்தியம் செய்தார்கள்.

"பெரிய தேங்காயாருக்கு, அதுவும் மல்லாக்க படுத்துருக்கக் குள்ள நேரா நெத்திப்போட்டுல வுளுந்தா என்னாவும்? தேத்துறது கொஞ்சம் செரமந்தான்" என்றார் வைத்தியர்.

பொன்னையனை கண்கொண்டு பார்க்கமுடியவில்லை வடிவாம்பாளால். வாயிலும் வயிற்றிலும் அடித்துக்கொண்டு அழுதாள். சுவற்றில் தலையை மோதிக்கொண்டாள். தரையில் கிடந்து புரண்டாள். அவள் எப்படி அழுதுஅரற்றி புலம்பியும் பொன்னையன் கண்திறக்கவில்லை. உயிர் மட்டும் இழுத்துக் கொண்டு கிடந்தது. பார்க்க வந்த சனங்களெல்லாம் வடிவாம் பாளைப் பார்த்துவிட்டு அழுதுவிட்டுப் போனார்கள்.

"பொன்னையன் இனிமே தேறமாட்டான்". 'கண்ணு முளிக்காமயே பெயிடப்போறாங்' என்று எல்லோருமே பேசிக் கொண்டார்கள்.

"பாவம் கப்பலுக்குப் போயி, பொன்னத்தேடி, பொருளத்தேடி மண்ணத்தேடி, மனயத்தேடி வாளுற நேரத்துல எமன் வந்து எதுக்க நிக்கிறானே" என்றனர் சிலர்.

"சம்பாரிச்சி மண்ணுமனைய தேடுனவன், காசி பணத்தச் சேத்தவங். வச்சிவாள ஆசப்பட்டவன் ஆச அடங்காம செத்தா ஆவியா அலயுவானே" என்று அனுதாபப்பட்டார்கள். "நெஞ்சுல ஆசயிருந்திச்சின்னாக்க உசுரு சீக்கிரம் அடங்காது. இளுத்துக் கிட்டேத்தாங் கெடக்கும்" என்றனர் சிலர். அவனுடைய அக்காள்கள் மூன்றுபேரும் அவன் ஆசை அடங்கவேண்டுமென்பதற்காக

யோசனை செய்தார்கள். மூத்தவள் தில்லைக்கண்ணு காசை கல்லில் வைத்து இழைத்து அவனுடைய வாயில் ஊற்றி "காச கரச்சிவூத்துறங், குடிச்சிட்டு அடங்குடா பொன்னய்யா அடங்குடா" என்றாள்.

அடுத்தவள் வீரம்மாளோ அவன் கையில் கிடந்த மோதிரத்தை கழற்றி அதை இழைத்து வாயில் ஊற்றினாள். "பவுனக்கரச்சி வூத்துறங் குடிச்சிட்டு அடங்குடா பொன்னய்யா அடங்குடா" என்றாள்.

சின்னவள் ஏலம்பாள் மண்ணைக்கரைத்து அவன் வாயில் ஊற்றி, "நீ தேடுன மண்ணயெல்லாங் கரச்சி வூத்துறங் அடங்குடா பொன்னய்யா அடங்குடா" என்றாள். என்னென்னவோ செய்து பார்த்தார்கள். பொன்னையன் விழுந்து ஒரு மாதமாகியும் அப்படியேத் தான் கிடந்தான். வடிவாம்பாள் மட்டும் வேண்டாத தெய்வங்களையெல்லாம் வேண்டி அழுதாள்.

"எல்லாரும் புள்ளைக்காவ மஞ்சோறு திம்பாவோ. நா யாம் புருசனுக்காவ திங்கிறேன். யாம் புருசன என்னக் கிட்டேருந்து புடிங்கிக்கிடாத" என்று தரையைக் கூட்டிவிட்டு அதில் சோற்றைப் போட்டு கையிரண்டையும் பின்னால் கட்டிக்கொண்டு மண்டியிட்டு குனிந்து தின்றாள்.

தினமும் இரவில் படுக்கும் முன் அடுப்பை மெழுகி அடுப் போரத்தில் ஒரு செம்பு தண்ணீரும் இரண்டு மூன்று விறகும் போட்டு வைத்தாள். கடவுள் வந்து சோறாக்கி திங்கவென்று. சாமியே ஆக்கித் திங்கும் வீட்டில் சாவு இருக்காதென்று எண்ணி அப்படிச் செய்தாள்.

குளத்தில் குளிக்கும் போது கல்லில் வைத்து துணி துவைக்காமல் குடத்தைக் கவிழ்த்துப்போட்டு துணி துவைத்துக் கட்டினாள்.

பொன்னையன் விழுந்ததிலிருந்து வடிவாம்பாள் எடுக்காத விரதங்களே இல்லை என்கிற அளவுக்கு விரதமிருந்தாள். அழுது புலம்பி ஆண்டவனிடம் முறையிட்டாள்.

"கட்டிக்கிட்டு வந்த மூணாவுது மாசமே என்ன மூளியாக்கிப் புடாத கடவுளே" என்று கோயிலிருக்கும் திசையையெல்லாம் பார்த்து கையெடுத்துக் கும்பிட்டாள்.

"பேச்சு மூச்சியில்லாட்டியுங்கொட யாம் புருசன உசுரோடயாவுது போட்டுவையி தெய்வமே" என்று தினமும் கண்ணீர் வடித்தாள்.

எவ்வளவு கெஞ்சியும் வேண்டியும் வடிவாம்பாளின் அழுகை கடவுளின் காதுகளுக்கு எட்டவில்லை. ஒருநாள் இழுத்துக் கொண்டிருந்த உயிர் வடிவாம்பாள் பக்கத்தில் உட்கார்ந்து ஆசையோடு அவன் நெஞ்சைத் தடவியவுடன் நின்றுபோனது. வடிவாம்பாளுக்கு எல்லாமே இருட்டானது போலாகிவிட்டது.

"நீ வந்தநேரம், நல்லாருந்த எங்க தம்பிய எடுத்து முளுங்கிப் புட்டு நிக்கிற" என்ற நாத்திகளின் சுடுசொற்கள் வேறு வடிவாம் பாளை குத்திக்கிழித்தது. பொன்னையன் செத்த பதினாறாம் நாள் கருமாதி செய்தார்கள். வடிவாம்பாளுக்கு துக்கம் கொடுத்து அவள் தாலியை அறுத்துக்கொண்டார்கள்.

"இனிமே இந்த வூட்டுக்கும் ஒனக்கும் எந்த சம்மந்தமும் இல்ல. எல்லாம் இன்னயோட ரத்தாயிட்டு" என்று சொல்லி கட்டியிருந்த துணியோடு விரட்டிவிட்டார்கள்.

அதை வடிவாம்பாளால் தாங்கிக்கொள்ள முடியவில்லை.

"புள்ளகுட்டியிருந்தாக்க சொத்துசொவத்துல பங்கு கேக்கலாம். நீ தாங் கட்டிக்கிட்டு போன மூணாவுது மாசமே அறுத்துட்டு வந்து நிக்கிறியே. ஒனக்கு அங்கேருந்து என்ன கேக்க முடியும்?" என்று துக்கம் விசாரிக்க வந்த சனமெல்லாம் சொன்னார்கள்.

"சொத்து சொகத்துக்கோ பணங்காசிக்கோ நா ஆசப்படல. யாம் புருசன் மிதிச்ச மண்ணப் பாத்துக்கிட்டேயிருந்தான்னாக்க போதுமே. அதுக்கு என்ன யாரும் வுடலயே" என்றபடி அழுது கொண்டிருந்தாள்.

15

ராசாம்பாள் போனநேரம் அகஸ்தியம்பள்ளியில் அவளுடைய கணவன் வேதப்பனுக்கு தொட்டதெல்லாம் துலங்கியது. அவனுக்கும் உப்பளத்து வேலைதானென்றாலும் சொந்த அளமென்பதால் கொஞ்சம் லாபமும் பார்க்க முடிந்தது. வேதாரண்யம் கடலோரமாய் உள்ள அகஸ்தியம் பள்ளியின் ஒவ்வொரு இடத்திற்கும் ஒவ்வொரு பெயர். பூவந்தோப்பு, மணியந்தீவு, குட்டச்சிக்காடு, மோட்டான்டித்தோப்பு, நாவத்தோப்பு, சேதுரஸ்தா இப்படி இன்னும் பல இடங்கள். வேதப்பனின் வீடு நாவத்தோப்பில் நல்லடி ஊத்தங்கரையிலிருந்தது.

வேதப்பன் உழைப்பாளி. வாட்டசாட்டமான உடம்பு அவனுக்கு. கல்யாணமான பத்தாம்நாளே புதுப்பெண்டாட்டியையும் அளத்துக்கு அழைத்துக் கொண்டு போக ஆரம்பித்தான். 'பொறந்த எடத்துலயும் அளத்துவேல செஞ்சம் புவுந்த எடத்துலயும் அதே வேலதாங்' என்று ஆரம்பத்தில் நினைத்தாள். ஆனாலும் வேதப்பனுடன் அளத்துக்குப் போனது அவ்வளவு சலிப்பாய்த் தெரியவில்லை. மாறாக சந்தோஷமாகவேயிருந்தது.

இரவு ஒரு மணிக்கெல்லாம் எழுந்துவிடுவான் வேதப்பன். ராசாம்பாளையும் எழுப்பிவிடுவான். அவளை அழைத்துக்கொண்டு ரோட்டோடு அளத்துக்கு வருவான். மரப்பாலத்தைத் தாண்டினால் சேதுரஸ்தாவில் அளத்தோரமாய் இரண்டு மூன்று டீக்கடைகள் இருக்கும். வழக்கமாய் தாயுமானவன்

கடை 'யில்தான் வேதப்பன் டீ குடிப்பான். அளத்தில் ஆணும் பெண்ணுமாய் ஆயிரம்தான் உழைத்தாலும் ஆண்கள் மட்டுமே கடைக்குப்போய் டீ குடிப்பார்கள். பெண்கள் வீட்டில் குடித்து விட்டுவரும் 'தெளுவோடு' அளத்தில் இறங்கிவிடுவார்கள். அப்படியே யாராவது குடிக்க நினைத்தாலும் "சரிக்கி சரியா ஆம்புளையோட போயி டீ கடையில டீ குடிக்காவுது. ஒலவம் தாங்குமா?" என்று யாராவது தடுத்துவிடுவார்கள். எனவே பெண்கள் யாரும் டீ குடிக்க நினைக்க மாட்டார்கள். வேதப்பன் தன் அம்மாவுடன் அளத்துக்குப் போகும்போதுகூட இவன் மட்டும்தான் குடிப்பான். ஆனால் புதுப்பெண்டாட்டி வந்த பிறகு அவனால் அப்படி தான் மட்டும் குடித்துவிட்டு வர முடியவில்லை. ராசாம்பாளை ரோட்டோரமாய் மரத்தோடு மரமாய் நிற்க வைப்பான். தாயுமானவன் கடைக்குப்போனால் கூட்டம் அதிகமாக இருக்கும் என்பதால் வீரமணி கடைக்குப் போவான். "ஒரு கிளாசிலயும் ஒரு செட்டுலயும் ரெண்டு டீ குடு வீரமணி" என்று கேட்பான். இவனுக்குத்தான் கேட்கிறானென்று நினைத்து அவனும் கொடுப்பான். 'ஒரே சமயத்துல ரெண்டு டீ குடிக்க கூச்சப்பட்டுக்கிட்டு இருட்டுக்கு எடுத்துக்கிட்டுப் போறாம் பொலருக்கு' என்று நினைப்பான் வீரமணி. ஆனால் செட்டு டீயை ராசாம்பாளிடம் கொடுத்துவிட்டு கிளாஸ் டீயை அவன் குடிப்பான். சில நாட்களுக்குப் பிறகு விஷயம் வீரமணிக்குத் தெரிந்தது. "செட்டுல டீ கேக்கக்குள்ளயே நெனச்சங்" என்று சிரிப்பான் வீரமணி.

"யாருகிட்டயும் சொல்லிப்புடாத வீரமணி" என்று கெஞ்சுவது போல் சொல்லுவான் வேதப்பன். டீயைக் குடித்துவிட்டு அளத்தில் இறங்கி விடுவார்கள். அகஸ்தியம்பள்ளி கைக்காட்டிக்கும் சற்று கிழக்கால் இருந்தது வேதப்பனின் அளம்.

சொந்த அளமென்பதால் இன்னன்னார் இந்த வேலையைத் தான் செய்ய வேண்டுமென்கிற கட்டாயமில்லை. செய்யவேண்டிய வேலைகளை இருவரும் சேர்ந்தே செய்வார்கள். சிரிப்பும் விளையாட்டுமாய் வேலைசெய்வதால் நேரம் போவதேத் தெரியாது. இரவு இரண்டு மணிக்கு அளத்தில் இறங்கினால் விடிகிறவரை வேலைசெய்வார்கள். சமயங்களில் அதற்குமேலும் பதினோருமணி ரயில்வண்டி வரும்வரை செய்வார்கள். அதற்கு மேல் வீட்டிற்கு வந்து தண்ணீர்தூக்கி கூட்டிப்பெருக்கி விளக்கிக் கழுவி சோறாக்குவாள். கணவனுக்கும் மாமியாருக்கும் போட்டு விட்டு பிறகுதான் சோறு தின்பாள்.

ராசாம்பாளைப் பொறுத்தவரை அவளுக்கு நல்லதொரு வாழ்க்கையே அமைந்திருந்தது. அவள்தான் வீட்டிற்கு ராணி. மாமியாருக்கு வயதாகிவிட்டது. வேலை வெட்டிக்குப் போக முடியாது. வீட்டோடு முடங்கிக்கிடந்தாள். இவள்தான் மாமியாரை கவனிக்க வேண்டியிருந்தது. எனவே வீட்டின் முக்கியமான இடத்தில் அவளிருந்தாள். அவளுடைய பேச்சுக்கு மறு வார்த்தை சொல்லமாட்டான் வேதப்பன். ராசாம்பாளும் வேதப்பனின் மனம் கோணும்படி எதையும் செய்யமாட்டாள். "கல்யாணமாயிபோன முப்பது நாளுக்குள்ளயே குடும்பத்தப் புடிச்சிக்கிட்டா ராசாம்பா" என்று சொந்தக்காரர்கள் எல்லோருமே பேசிக் கொண்டார்கள்.

பத்து நாட்களுக்கொருமுறை வேதப்பனுடன் கோவில் தாழ்விற்கு வந்துவிட்டுப் போவாள் ராசாம்பாள்.

"வடிவாம்பா புருசஞ் சாவக்கெடக்குறான்" என்று யாரோ வந்து சொல்லியதைக் கேட்டு அடித்துக்கொண்டு அழுதாள். வேதப்பன் உடனே அவளை வண்டுவாஞ்சேரிக்கு அழைத்துக் கொண்டுபோனான். அங்கு அக்காவும் தங்கையும் கட்டிப்பிடித்துக் கொண்டு அழுதார்கள். அவன் இழுத்துக்கொண்டு கிடந்தபோது இரண்டு மூன்று முறை போய் பார்த்துவிட்டு வந்தார்கள். கடைசியாய் அவன் செத்தபோது போனது தான் வண்டுவாஞ் சேரிக்கு. பதினாறாம் நாள் நடந்த கருமாதிக்குப் போகவில்லை.

"எங்கக்கா தாலியறுக்குறத்த என்னால பாக்கமுடியா. நா வரமாட்டன்" என்று பிடிவாதமாய் சொல்லிவிட்டாள். வடிவாம்பாள் கோயில்தாழ்விற்கு வந்தபிறகு நான்கு நாட்களுக்கொருமுறை கோவில் தாழ்விற்கு போய் இருவரும் பார்த்துவிட்டு வந்தார்கள்.

"எங்கக்காவ நெனச்சாத்தாங் சோறு உள்ள எறங்கமாட் டங்குது. எங்க வூட்டுலயும் அதுதாங் ரொம்ப செருமபட்டிச்சி. கட்டிக்குடுத்த எடத்துலயும் இருந்து வாளமுடியாம அறுத்துப் புட்டு வந்து நிக்கி" என்று அடிக்கடி வேதப்பனிடம் சொல்லி விட்டு கலங்குவாள்.

"எங்க ரெண்டியரையும் எப்படா வூட்டவுட்டு கரயேத்துற துன்னு நெனச்சிச்சி எங்கம்மா. இப்ப எங்கக்கா அறுத்துபோயி வந்து ஒக்காந்துருக்குறத்தப் பாத்துக்கிட்டு எங்கம்மா எப்புடித் தாங் உசுரோட இருக்கோத் தெரியல" என்று அம்மாவுக்காக கவலைப்படுவாள்.

“ஆம்புளயில்லாத வூட்டுல எங்கள வளக்க எங்கம்மா பட்ட செரும சொல்லிமாளாது. புருசன் இல்லாட்டியும் தாவ்வயத்துபுள்ளயில்லாட்டியும் ரெண்டு மவளுவொளயும் கட்டிக்குடுத்துட்டா ரெண்டு மருமவனுவொளும் மவனுக்கு மவனாருந்து குடும்பத்த ஏத்துக்கிட்டு நல்லதுகெட்டது செய்வா வொண்ணு நெனச்சிச்சே. இப்புடி ஆயிட்டே” என்று சொல்லி விட்டு அழுவாள்.

“நீ அளுவாத ராசாம்பாள். ஏதோ நம்மளோட கெட்ட காலம் நடந்தது நடந்துபெயிட்டு. அதயே நெனச்சி நெனச்சி அளுவுறத்தால என்ன புண்ணியம். வண்டாஞ்சேரியண்ணம் மேரி எனக்கு வராதுதாங். இருந்தாலும் ஆம்புளன்னு நான் இருக்குறன்ல்ல ஒங்க வூட்டுல உள்ளவ்வொள நாதியில்லா தவ்வொமேரி நா வுட்டுருவனா?” என்பான் ஆதரவாய்.

உண்மையாகவே ராசாம்பாளுக்கு வேதப்பன்போல் ஒருவன் கிடைத்தது அவள் செய்த புண்ணியம்தான். அவன்தான் அவளுக்கு மலைபோலிருந்து ஆறுதலளித்தான். அவனிருக்கும் வரை தனக்கும் தன்னுடைய அம்மா, அக்கா, தங்கைக்கும் ஒரு குறையும் வராமல் பார்த்துக்கொள்வான் என்று நம்பினாள். ராசாம்பாள் தன்னுடைய பிறந்தவீட்டை நினைத்து லேசாய் கண்ணைக் கசக்கினால்போதும் உடனே என்ன வேலை எப்படிக் கிடந்தாலும் அதை அப்படியேப் போட்டுவிட்டு ராசாம்பாளை அழைத்துக் கொண்டு கோவில்தாழ்விற்கு வந்துவிடுவான்.

கோவில்தாழ்வில் சுந்தராம்பாள் வீட்டில் அவன் யாருடனும் பேசமாட்டான். மருமகன் என்று சுந்தராம்பாள் அவனிடம் பேசமாட்டாள். வயதிற்கு வந்த பெண்கள் யாருமே மாமன் மச்சான் முறையுள்ளவர்களுடன் பேசுவது வழக்கமில்லை என்பதால் அஞ்சம்மாளும் அவனுடன் பேசமாட்டாள். ‘கட்டிக் கொடுத்து மூன்றாவது மாதமே மூளியாகிவிட்டோம் யாருடனும் தலைநிமிர்ந்து பேசக்கூடாது’ என்று வடிவாம்பாளும் அவனுடன் பேசமாட்டாள். எனவே நல்லது கெட்டதென்றால் ராசாம்பாள் தான் குறுக்கே நின்று இந்தப் பக்கமும் அந்தப் பக்கமும் கேட்டு சொல்லுவாள். வேதப்பன் ஒவ்வொருமுறை வரும் போதும் திண்ணையில் உட்கார்ந்துகொண்டு எல்லோருக்கும் கேட்கும் படி மறக்காமல் சொல்லுவான்.

“இஞ்ச யாரும் எதுக்காவயும் கவலப்படக் கொடாது. நா ஒருத்தன் இருக்கக்குள்ள ஒங்களுக்கு என்ன? எதுன்னாலும் நாம்

பாத்துக்கிடுவம்." என்பான். அவன் இப்படிச் சொல்லுவது சுந்தராம்பாளுக்கு ரொம்பவும் ஆறுதலாயிருக்கும்.

வீட்டில் எந்த ஒரு சிறிய பிரச்சினையாயிருந்தாலும், வேலையாயிருந்தாலும், சுந்தராம்பாளுமேகூட "அகஸ்தியம் பள்ளி தம்பி வரட்டும், அகஸ்தியம் பள்ளி தம்பி என்ன சொல்லுமோ, அகஸ்த்தியம்பள்ளி தம்பியத்தாங் கேக்கணும், அகஸ்த்தியம்பள்ளி தம்பி சொன்னாத்தீன்," என்று வார்த்தைக்கு வார்த்தை தன் மருமகனைப் பற்றியே சொல்லிக் கொண்டிருப் பாள். அஞ்சம்மாளைப் பற்றிய நினைவு வரும்போதுகூட "கடக்குட்டிய கட்டிக்குடுக்கணுமேங்குற கவல எனக்கில்ல. நாங் கண்ண மூடிட்டன்னாக்கொட அகஸ்தியம்பள்ளி தம்பி அம்போன்னு வுட்டுடாது. யாம்பொண்ணுக்கு நல்ல எடமாப் பாத்து ஒரு கொறயுமில்லாம கட்டிக்குடுத்துரும். யாங்கவல யெல்லாம் யாம் பெரிய மவள நெனச்சித்தாங்" என்பாள்.

'பச்ச மண்ணாட்டம் இருக்குறாளே. ஆண்டவன் அவள அதுக்குள்ள மூளியாக்கி ஒக்கார வச்சிட்டானே, மண்ணோட மண்ணு கணக்கா மங்குறாளே யாம்மவ" என்று அவளை நினைத்தே கவலைப்பட்டாள்.

சுந்தராம்பாளும் வடிவாம்பாளும் பெரும்பாலும் வீட்டிற் குள்ளேயே சுருண்டு கிடந்தார்கள். வடிவாம்பாளால் யாரையும் நிமிர்ந்து முகம்பார்த்து பேசமுடியவில்லை. குளிப்பதற்காகக்கூட குளத்துப்பக்கம் போகவில்லை. இரவோடு இரவாக ஊற்றில் குளித்துவிட்டு வருவாள். வெளியே தலைகாட்டாமலே இருந்தாள். மகளின் துக்கத்தைப் பார்த்து குமைந்துபோவாள் சுந்தராம்பாள்.

"தாய் வாழ்வுதான் தலப்பொண்ணுக்குன்னு சொல்லு வாவொ. நானாவுது புருசங்கொட ஏழெட்டு வருசம் வாழ்ந்து மூணு புள்ளைவொள பெத்துக்கிட்டன். யாம்பொண்ணு ஒருமாசங்கொட ஒழுங்காருந்து வாழலயே." என்று கண்ணீர் வடித்துக்கொண்டு வடிவாம்பாளுக்குத் துணையாக வீட்டோடு கிடந்தாள் சுந்தராம்பாள்.

சொந்தக்காரர்கள் வீட்டில் ஏதாவது சாவு வாழ்வென்றால் மட்டும் ஒரு எட்டு ஓடிப்போய் தன் தலையைக் காட்டிவிட்டு வந்து விடுவாள். அவ்வளவுதான் அவள் வெளியே கிளம்புவது. அஞ்சம்மாள்தான் அளத்து வேலைக்கும் அளத்தில் வேலையில்லாத மழைகாலங்களில் கொல்லை வேலைக்கும் போய்விட்டு வந்தாள். அவள் கொண்டு வருவதை வைத்துக் கொண்டுதான் குடும்பம்

ஓடியது. நடுமகள் ராசாம்பாளும் மருமகனும் இடையிடையே இவர்களுக்குத் தேவையானவற்றை வாங்கிக் கொடுத்துவிட்டுப் போனதால் அவ்வளவாய் சிரமமில்லாமல் இருந்தது.

சுந்தராம்பாளின் வீட்டு கொல்லைகளெல்லாம் தரிசாகவே கிடந்தன. "சொந்தக்கொல்லியில குனிஞ்சி நிமுற ஒருவேலயும் இல்லியே" என்று புலம்பிக்கொண்டே ஊராரின் கொல்லைகளிலெல்லாம் போய் வேலைசெய்துவிட்டு வந்தாள் அஞ்சம்மாள். தன்னுடைய அம்மாவும் அக்காவும் இப்படி கிடப்பதால் அவளுக்கு ஒருநாள் கூட வீட்டில் சும்மாயிருக்கப் பிடிக்காது. ஏதாவதொரு வேலையைத் தேடிக்கொண்டு தினமும் போய்விடுவாள்.

விஷக்கடிகளுக்கு மந்திரிக்கும் கூன நடேசப்பிள்ளை வீட்டிற்குப் புகையிலைக் கண்ணுவைக்க கூப்பிட்டிருந்தார்கள். கண்ணுவைத்து மேலே சவுக்குத்தழை ஊன்றுவது வரை நான்கைந்து நாட்கள் தொடர்ந்து வேலையிருக்குமென்பதால் அஞ்சம்மாளும் போயிருந்தாள். மார்கழி ஆரம்பத்திலேயே கண்ணுவைக்கக் குழி போட்டிருந்தார்கள். மறுவாரம் கண்ணு வைத்தார்கள். இரண்டாவதுநாள் வேலை செய்துகொண்டிருந்த போது அந்த வழியாக பூச்சியும் அவனுடைய அம்மாவும் வந்து கொண்டிருந்தார்கள். பூச்சியின் தலையில் தட்டுமுட்டு சாமான்கள் கட்டிய சாக்குமூட்டை இருந்தது. அவனுடைய அம்மாவும் தலையில் ஒரு பெரிய கூடையை வைத்திருந்தாள். கக்கத்தில் ஒரு புதிய மண்தோண்டி இருந்தது. வரும்வழியில் எங்கோ வாங்கி யிருந்தார்கள்.

பூச்சியைப் பார்த்தவுடன் அஞ்சம்மாளுக்கு கைகால்களெல்லாம் வெடவெடத்தது. நெஞ்சு படக்குபடக்கென்று அடித்துக்கொண்டது. பஞ்சம்பிழைக்கவென்று கரியாப்பட்டினத்திற்கு போனவர்கள் இவ்வளவு வருசமும் அங்கேயேதான் இருந்தார்கள். பூச்சியின் அண்ணன் தப்புத்தாவிற்கு அந்த ஊரிலேயே பெண்பார்த்து கட்டிவைத்தார்கள். இரண்டு மூன்று மாதங்களுக்கு முன் பூச்சியின் அப்பா திடீரென்று ஒருநாள் ஏதோ கடித்துவிட்டதென்று துடித்தார். குழையடி பக்கிரியாப் பிள்ளையை கூப்பிட்டு காட்டினார்கள். அவர் ஏதோ கொடிய விஷம்தான் என்று சொல்லி வேப்பிலையை ஒடித்து, கடிவாயில் புளியங்கொட்டையை வைத்து குழையடித்தார். விஷக்கடியை முறிப்பதில் கெட்டிக்காரராயிருந்த பக்கிரியாப்பிள்ளையின் குழையடியலிலும் முறியாமல் உடலில் நீலம் படர்ந்தது. வாயில் நுரை தள்ளியது. கொஞ்ச நேரத்திலேயே செத்துப் போய்

விட்டார். பஞ்சம் பிழைக்கப் போனவர்போன இடத்திலேயே செத்துவிட்டார் என்ற செய்தி கோவில்தாழ்விற்கும் வந்தது. எல்லோரும் துக்கத்திற்குப் போனார்கள். எங்கும் வெளியே கிளம்பாத சுந்தராம்பாள்கூட "வாழ்வ ஒதுக்குனாலும் சாவ ஒதுக்கக்கொடா" என்று எல்லோருடனும் போய்விட்டு வந்தாள். அஞ்சம்மாள் தன் சொந்த மாமனார் செத்துவிட்டதைப் போல நினைத்து கருமாதி முடியும்வரை தலையில் எண்ணெய் தடவாமல் 'சூதகம்' காத்தாள். அவளது தலை பரட்டையாய் கிடந்ததைப் பார்த்துவிட்டு வடிவாம்பாளேகூட "யாஞ் சின்னங்கச்சி தலயில பொட்டு எண்ணெய தடவி சீவி அள்ளிக் கட்டுனான்ன. இப்புடி பரட்டயா பறக்கவுட்டுட்டு இருக்குறியே" என்றாள்.

"ஆமா... நீங்கள்லாம் இருக்குற இருப்புல எனக்கு சீவவும் சிங்காரிக்கவும்தான் யாவுவம் வருதாக்கும்" என்றாள் உண்மையை மறைத்து.

"இப்புடி போட்டுருந்தியன்னாக்க இருக்குற மசுரெல்லாம் நாலே நாளுல கொட்டிப்பெயிடும் சின்னங்கச்சி" என்றாள் அக்கறையோடு

"போனாப்போவுது. மசுருருந்து என்னத்துக்காவப் போவுது? மனுசனால முடியாதது மசுராலயா முடியப்போவுது?" என்றாள் பதிலுக்கு விடாப்பிடியாக.

பூச்சியின் அப்பா செத்து பதினாறாம் நாள் கல்லு கருமாதியெல்லாம் முடிந்தபிறகுதான் அஞ்சம்மாள் தன் தலையில் எண்ணெய் தடவி சீப்புபோட்டு சீவிக் கட்டினாள். ஒவ்வொரு நாளும் பூச்சியின் நினைவாகவேயிருக்கும் அவளுக்கு இப்போதெல்லாம் சதா அவனைப்பற்றிய நினைவே மனதில் வந்து கொண்டிருந்தது. உடனே பூச்சியை பார்க்கவேண்டும் போலிருக்கும். ஆனால் அவனுடைய அப்பா செத்ததிலிருந்து அவன் கோவில் தாழ்வு பக்கமே வரவில்லை.

ஊரைவிட்டு போனபிறகு பதினைந்து நாட்களுக்கு ஒரு முறையாவது ஊரைப் பார்க்கவென்று வந்துவிடுவான். அவன் வந்திருப்பதை அஞ்சம்மாள் பார்க்கவில்லையென்றால் யாரிடமாவது பேசுவது போல சத்தம்போட்டு பேசுவான். அவன் குரலைக்கேட்ட அடுத்த நிமிடமே என்ன வேலை எப்படி கிடந்தாலும் அதை அப்படியேப் போட்டுவிட்டு மண்தோண்டியை எடுத்து கக்கத்தில் வைத்துக்கொண்டு ஊத்தங்கரைக்குப்

போய்விடுவாள். ஊத்தாங்கரை மேட்டில் நொச்சிக் குத்தடி அடர்ந்திருக்கும். நொச்சிக்குத்தடி ஓரமாய்ப் பூச்சி நின்று கொண்டிருப்பான். ஊத்திற்குள் இறங்கிக்கொண்டே,

“யாருது கரியாப்பட்டணத்தாருமேரியில்ல தெரியிது” என்பாள்.

“இந்த வெவண்ட பேச்செல்லாம் பேசாண்டாம். நா ஒண்ணும் கரியாப்பட்டணத்தான் இல்ல. என்னக்கிம் நா கோயித்தாவாந்தான்” என்பான் முறைப்புடன்.

அவன் அப்படி முறைப்போடு சொல்வது அவளுக்குப் பிடிக்கும். சிரித்துக்கொண்டே “ஏது இந்தப்பக்கம்?” என்பாள்.

“வூடு வாசல்லாம் எப்புடி கெடக்குன்னு பாத்துட்டுப் போவலாமுன்னு வந்தங்” என்பான்.

“பாத்துட்டியளா?” என்று கேட்டுக்கொண்டே தலையை குனிந்தபடியே கரையேறி வருவாள்.

“ம்....ம்...ம்...”என்று இழுத்தாற்போல் அரைமனதுடன் சொல்லுவான் அவன்.

“கைவேலய அப்புடியே போட்டுட்டு வந்துட்டன். எங்கம்மா பாத்தா பேசும். போயி சீக்கிரமா செய்யணும்” என்றபடியே தோண்டியை இடுப்பில் வைத்துக்கொண்டு வீட்டை நோக்கி நடப்பாள். அக்கம்பக்கம் யாருமில்லையென்றால் இடையிடையே இரண்டு மூன்றுமுறை திரும்பிப் பார்ப்பாள். அவன் அவள் போவதையே பார்த்துக்கொண்டு நிற்பான்.

அவன் வந்துபோகும் ஒவ்வொரு முறையும் அஞ்சம்மாள் அவனிடம் இப்படித்தான் பேசிக்கொண்டிருந்தாள். அதுவும் அவள் வயதுக்கு வரும் வரைதான். அதற்குப்பிறகு எத்தனையோ முறை பூச்சி தான் வந்திருப்பதை அவளுக்கு உணர்த்திவிட்டு ஊத்தங்கரையில் வந்து நின்று பார்த்திருக்கிறான். ஆனால் ஒருமுறைகூட அஞ்சம்மாள் குடத்தை எடுத்துக்கொண்டு அவன் முன்னால் வந்ததேயில்லை. அவள் வேலைசெய்து கொண்டிருக்கும் போது அவ்வழியாய் அவன் சாதாரணமாய் வருவது போலிருந்தால் அவள் மெதுவாக நழுவி விடுவாள். எந்த மறைவையாவது தேடிக்கொண்டுபோய் மறைந்து நிற்பாள். தன்னுடைய குரலைக் கூட அவனுக்குக் காட்டமாட்டாள். ஆனால் அவள்மட்டும் அவனை அவனுடைய தலைமறையும்வரை இமைக்காமல் பார்த்துக்கொண்டேயிருப்பாள். அவள் காதில் விழும்படி

யாரிடமாவது எதையாவது பேசிக்கொண்டு போவான். அடுத்த முறை அவன் வரும்வரை அந்த பேச்சையே மனதிற்குள் அசைபோட்டுக் கொண்டிருப்பாள் அஞ்சம்மாள்.

'இன்னக்கி எக்கசக்கமா மாட்டிக்கிட்டமே. போயி ஒளிஞ்சிக்கிட மறவுகொட ஒண்ணுமில்லயே' என்று நினைத்தாள் 'அவ்வொ வர்ரத்தப் பாத்துட்டு எளும்பி போனாக்க கூட வேல செய்யிற இவ்வொல்லாம் என்ன நெனப்பாவோ?' என்றும் நினைத்தாள். நெஞ்சு வேகவேகமாய் அடித்துக்கொண்டது. அவள் மனதில் எழுந்த படபடப்பு உடல் முழுவதும் பரவியது. பூச்சி வந்துகொண்டிருந்த வரப்போரமாகவே அஞ்சம்மாளும் மற்றவர்களும் உட்கார்ந்து கண்ணுவைத்துக் கொண்டிருந்தார்கள்.

'அவ்வொ வரக்குள்ள மரியாதயில்லாம எப்புடி ஒக்காந் துருக்குற? எளும்பிடுவமா?' என நினைத்தாள். 'எளும்பி மட்டும் எப்புடி நிக்கிற? என்னப் பாரு. யாங் அளகப் பாருன்னு நிக்கிறமேரியிருக்குமே. எளும்பி எங்குட்டாவுது பெயிடுவமா?' என்று நினைத்தாள். கால்களிரண்டும் வெடவெடத்தது.

'ஒரு அடி எடுத்துவச்சாக்கொட தடுமாறி வுளுந்துடுவம் பொலருக்கே' என்று நினைத்தவள் தலையைக் குனிந்தபடி அப்படியே உட்கார்ந்திருந்தாள்.

'நம்ம வர்ரம், கொஞ்சங்கொட மரியாதயில்லாம கல்லு மேரி அப்புடியே ஒக்காந்துருக்குறாளேன்னு நெலச்சிக்கிடுவா வொளோ?' என்ற சந்தேகம் எழுந்தது. அந்த நேரம் பார்த்துத் தானா கூன நடேசப்பிள்ளை அவனை நிறுத்தி வைத்துக் கொண்டு விசாரிக்க வேண்டும்.

"யாம்ப்பா பூச்சி... என்ன மூட்டமுடிச்சோட வார?" என்றார்.

"இனிமே இஞ்சயே இருந்துருவமுன்னுட்டு சாமாஞ்சட்டு வொளயெல்லாம் கட்டிக்கிட்டு வர்ரம் மாமா" என்றான் வரப்பில் நின்றபடியே.

"வாப்பா தங்கச்சி... சவுரியந்தானா?" என்றார் பூச்சியின் அம்மாவைப் பார்த்து.

எப்போது கேட்பானென்று காத்திருந்தவளைப்போல அழ ஆரம்பித்துவிட்டாள் அவள்.

"யாம் மலயே சரிஞ்சி மண்ணோட பெயிட்டு யாஞ் சவுரியத்துக்கு என்னண்ண கொறச்ச?" என்றாள் மூக்கை உறிஞ்சியபடி

“அளுவாதப்பா... மனுசன்னு பொறந்தா எல்லாரும் ஒரு நாளக்கி போவத்தாம் போறம். போனவ்வொள நெனச்சி அளுவுறத்தால என்ன புண்ணியஞ்சொல்லு? மறந்துட்டு வேலயப் பாக்க வேண்டியாங்” என்றவர் பூச்சியைப் பார்த்து “ஒங்க அண்ணங்காரன் வர்றானா?” என்றார்.

“இல்ல மாமா. அண்ண அங்கயே இருந்துகிர்ரன்னுட்டு. எனக்கு அங்கருக்க ஒத்துவல்ல. அதாங் அம்மாவ அளச்சிக்கிட்டு வந்துட்டங்” என்றான்.

“பெரியவனுக்கு புள்ளகுட்டி இருக்கா?”

“ரெண்டு பயலுவொ இருக்குறானுவொ மாமா” என்றான் பூச்சி.

“அப்ப இனிமே இஞ்சதாங் இருக்கப்போற?”

“ஆமாம் மாமா. இஞ்சயே பாத்து எதாவுது செஞ்சிகிட்டு இருந்துட வேண்டியாங்.”

“அதாம்ப்பா சரி. என்னயிருந்தாலும் ஊரோட பேரோட இருக்குறது தான் நல்லது. இந்த மாசம் மட்டுந்தான் வேலருக்காது. மார்கழி பெயிட்டா அளத்துவேல வந்துரும்” என்றார்.

“அத நெனச்சித்தாம் மாமா நானும் வந்துட்டங்” என்றான்.

“ரெண்டு வருசம் செருமப்பட்டு சம்பாரிச்சியின்னாக்க பெறவு ஒரு பொண்ண, குட்டிய பாத்து கல்யாணத்தப் பண்ணிக் கிட்டு இருந்துடலாம்”என்றார்.

கல்யாணம் என்றதும் பூச்சிக்கு லேசாய் வெட்கம் ஏற்பட்டது. அஞ்சம்மாளைச் சாடையாகப் பார்த்தான்.

அவளுக்கு உடம்பெல்லாம் உதறுவது போலிருந்தது. வியர்த்துக் கொட்டியது. குனிந்த தலையை நிமிராமல் அப்படியே உட்கார்ந் திருந்தாள். வயதுக்கு வந்தபிறகு பூச்சி அவளை இன்றுதான் பார்க்கிறான்.

“மொவத்த காட்ட மாட்டங்குதே” என நினைத்தான்.

“சேரிப்பா தலச்சொமயோட நிக்கிற, போப் போ. போயி வேலயப் பாரு” என்றார், கூன நடேசப்பிள்ளை.

"சேரி மாமா பெயிட்டு வர்ரங்" என்று சொல்லிவிட்டு அவனும் போய்விட்டான். அவன் நீண்டதூரம் போயும்கூட நிமிர்ந்து பார்க்க துணிவில்லாதவள்போல் குனிந்தேயிருந்தாள். அவன் போய் ரொம்ப நேரம் ஆகியும் அவளிடம் ஏற்பட்ட படபடப்பு குறையவில்லை. ஆனால் அவளுடைய மனம் முழுவதும் சந்தோஷத்தில் துள்ளியது.

"அவ்வொ இனிமே இஞ்சத்யேத்தாங் இருக்கப் போறா வொளாம்" என்று நினைத்து சந்தோஷப்பட்டாள். தன்னுடைய உயிர் பக்கத்திலேயே வந்துவிட்டதுபோல் நிம்மதியாயிருந்தது. அம்மா அக்காவைப்பற்றிய கவலைகள்கூட அவளுக்கு பெரிதாய் தெரியவில்லை.

16

மார்கழி கடைசியிலேயே அளத்தில் வேலை ஆரம்ப மாகிவிட்டது. எங்கு பார்த்தாலும் வரப்பு ஒதுக்கி பாத்திபோடும் வேலைகள் நடந்துகொண்டிருந்தன. "இந்த வருசம் உப்பு வெள்ளாம நல்லாருக்கும்" என்று மார்கழி வெயிலை பார்த்து ஆளாளுக்கு பேசிக்கொண்டார்கள்.. கிழக்குக் கடலோரமாய் தெற்குக் கடைசிவரை இருந்த அளம் சூவியளம். குரு குலத்திற்கு சொந்தமானது. காந்தியடிகள் தண்டியில் வெள்ளையர்களை எதிர்த்து உப்பெடுத்தபோது ராஜாஜி தலைமையில் வேதரெத்தினம் முதலா னோர் உப்பெடுத்தது இந்த அளத்தில்தான். அகஸ் தியம் பள்ளியில் கொஞ்ச அளம் ஊர்சனங்களுக்கு இருந்தது. மற்றபடி கிழக்கு மேற்காயிருந்த அளங்கள் முழுதும் வேதாரண்ணியத்தில் பெரும் பணக் காரர்களாயிருக்கும் சிலருக்கு சொந்தமாகிவிட்டது. அளம் எல்லாமே அரசாங்கத்திற்குச் சொந்தமான புறம் போக்கு நிலங்கள்தான். எப்படியோ வளைத் துப் போட்டுக்கொண்டார்கள். வெள்ளாள பெரும் புள்ளிகளும் தேவர்களும் அளங்களை பிடித்துக் கொண்டதையறிந்த கயலம்பேட்டை சனங்கள் தங்களால் முடிந்த கொஞ்ச இடத்தை சொந்தமாக்கிக் கொண்டார்கள். கயலம்பேட்டைக்கு அடுத்திருப்பது கோவில்தாழ்வு அளம். இது மிகவும் தாழ்வானது. இந்த அளத்தை எப்போதும் கடல்வந்து அலசும். இதை சீர்திருத்துவதென்பது அவ்வளவு சுலபமில்லை என்பதால் யாரும் கண்டு கொள்ளவில்லை. அதற்

கடுத்து மேற்கேயிருப்பது கடிநெல்வயல் அளம். இது வின்கோ கம்பெனி அளமாகும்.

பூச்சி கோவில்தாழ்விற்கு திரும்பி வந்தது முதல் எப்படி யாவது கஷ்டப்பட்டு முன்னுக்கு வரவேண்டும் என்ற எண்ணத் துடனேயே இருந்தான். அதற்கு அவனுடைய அண்ணன் தப்புத்தாவுடன் ஏற்பட்ட மனத்தாங்கல் ஒரு காரணமாயிருந்தது. அண்ணனைவிடவும் நன்றாக வாழ்ந்து காட்ட வேண்டுமென்று நினைத்தான். அதைவிடவும் அஞ்சம்மாளை கட்டிக்கொண்டு நன்றாக குடும்பம் நடத்தவேண்டும் என்பதும் முக்கிய காரணமா யிருந்தது.

வகுப்பாட்களுடன் சேர்ந்து மூட்டைபிடிக்கும் வேலையை செய்யவேண்டுமென்று நினைத்திருந்தான். உடலில் வலுவுள்ள இளவயது ஆண்கள் எல்லோருமே வகுப்பாள் வேலையைத்தான் விரும்பிச் செய்தார்கள். அளத்தில் கால் நோக பாத்தி மிதிப்பது, தண்ணீர் விடுவது, வரப்பு பிடிப்பது, உப்பு வாருவது போன்ற வேலைகளெல்லாம் அவர்களுடைய உடல் வலுவிற்கு தகுதி யில்லாத வேலைபோல் யாரும் இந்த வேலைகளைச் செய்வதில்லை. பெண்களும் வயதானவர்களும் மட்டுமே இதுபோன்ற தரிசுவேலைகளை செய்து வந்தார்கள். பூச்சியைப் போன்றவர்கள் வகுப்பாட்கள் வேலையையே விரும்பிச் செய்தார்கள். ஒரு வகுப்புக்கு இருபது இருபத்தைந்துபேர் இருப்பார்கள். தட்டி மேட்டில் கொட்டி வைத்திருக்கும் உப்பை இந்த வகுப்பாட்கள் தான் மூட்டைபிடித்து வண்டிகளில் ஏற்றிவிடுவார்கள். உப்பு வாங்குபவருக்கும் விற்பவருக்கும் உப்பு இத்தனை மூட்டை என்று இவர்கள்தான் கணக்கு கொடுப்பார்கள். ஊருக்குள் இரண்டு மூன்று வகுப்பாட்கள் செட்டு இருக்கும். அதையல்லாமல் அகஸ்தியம்பள்ளியிலும் நிறைய செட்டுகள் உள்ளன. பூச்சி ஏதாவதொரு செட்டு வகுப்பாட்களுடன் தானும் சேர்ந்து கொள்ளவேண்டும் என்று நினைத்து தெற்கே அளத்திற்குப் போனான். அளத்தில்போய் நின்று பார்த்தான். கிழக்கிலும் மேற்கிலும் உப்பு விளையும் அளமாக இருந்தது. தன்னுடைய ஊர் அளம் மட்டும் பயனில்லாமல் கிடப்பதைப் பார்த்தான். அவனுக்கு என்னவோபோலிருந்தது. நாமும் இந்த அளத்தைத் திருத்திவெள்ளாமை செய்தாலென்ன என்ற எண்ணம் தோன்றியது.

வேலை தேடும் எண்ணத்தை அதோடு விட்டுவிட்டு நேராக ஊருக்குள் வந்தான். முக்கியப்பட்ட நான்கைந்து பேரிடம் தன் மனதில் தோன்றியதை சொல்லிப் பார்த்தான்.

“கரகட்டி மாளுமா? கடல்தண்ணி வந்து அலசுமே. நம்மளால முடியா பூச்சி.” என்று தயங்கினார்கள் சிலர். ஆனால் ஓட்டுவீட்டு சதாசிவம், கோவிந்தராசு எல்லோருமே பூச்சி சொன்னதைப் போல் செய்து பார்க்கவேண்டும் என்று ஆசைப்பட்டார்கள். கோவில்தாழ்வில் மொத்தம் நூற்று முப்பத்திரண்டு வீடுகள் தானிருந்தன. வீடுவீடாய் போய் பூச்சி கேட்டான். அவனுடன் சதாசிவமும் கோவிந்தராசுவும் சேர்ந்து கொண்டார்கள். இவர்களின் எண்ணம் ஓரளவு ஈடேறியதென்றுதான் சொல்ல வேண்டும். மறுநாளே வீட்டிற்கொருவராய் மண்வெட்டியும் வெட்டுக்கூடையும் எடுத்துக்கொண்டு அளத்திற்கு போய் விட்டார்கள். ஆண்கள் இருந்த வீடுகளிலிருந்து மட்டும் ஆட்கள் போனார்கள். அளத்திற்கு போகமுடியாத வயதானவர்களையும், ஆண்களில்லாத வீடுகளையும் இந்த வேலையிலிருந்து ஒதுக்கி விட்டார்கள். சுந்தராம்பாள் வீட்டில் ஆண்கள் யாருமில்லாத தால் அவளிடம் இதுபற்றி யாரும் சொல்லவில்லை. இவ்விஷயத்தை முதலில் யார் மூலமாகவோ கேள்விப்பட்டாள் அஞ்சம்மாள். தன் அம்மாவிடம் ஓடிவந்து சொன்னாள்.

“அம்மா நம்ம ஊருக்கு தெக்காலருக்குற அளத்த வூருல எல்லாருமாசேந்துபண்டெத்துக்கட்டி பாத்திபோட்டு ஆளுக்கொரு ஏக்கரா புரிச்சிக்கிடப் போறாவொளாம்மா”

“நெசமாவா சொல்லுற?”

“வூட்டுக்கொரு ஆம்புளன்னு கூட மம்மட்டிய எடுத்துகிட்டுப் போறத்த யாங்கண்ணால பாத்துட்டுத்தான் வாரங்.”

“என்னகிட்ட யாருமே சொல்லலயே.”

“ஒன்னகிட்ட எப்புடி சொல்லுவாவோ? ஆம்புள புள்ளய பெத்திருக்கணும். இல்லாட்டி ஆம்புடயானாவுது வூட்டுல இருக்கணும். ஒனக்குத்தான் எதுவுமே இல்லையே எப்புடி சொல்லுவாவோ.”

“அதுதாங் நா வாங்கிவந்த வரம். அத யாஞ் சொல்லி சொல்லி காட்டுற?”

“ஊருல எல்லாருக்கும் சொந்த அளம் கெடச்சிரும். நம்மளுக்கு மட்டும் ஒண்ணுமிருக்கா.”

“அதுக்கு என்ன என்னடி பண்ணச்சொல்லுற?”

“நம்ம பங்குக்கு யாராவுது ஒரு ஆம்புள ஆள புடிச்சிவுட்டு வேலய செய்யச் சொல்ல வேண்டியாங். செய்யிற வேலக்கி கூலிய குடுத்துடலாமுல்ல?”

“சுந்தராம்பாளுக்கும் இந்த யோசனை சரியென்றுதான் பட்டது. அதுவரை எதுவும் பேசாமல் இவர்கள் பேசியதை கேட்டுக்கொண்டிருந்த வடிவாம்பாளுக்கும் சொந்த அளம் பற்றிய ஆசை ஏற்பட்டது.

“நம்மளுக்கும் சொந்த அளம் கெடச்சா நல்லதுதாம்மா. நா இனிமே என்ன செய்யப்போறங். எனக்காவவாவுது அளம் புடிக் கணும்மா” என்றாள் வடிவாம்பாள்.

“அகஸ்தியம்பள்ளி தம்பி வந்தாலும் எப்புடி யோசுனைன்னு கேட்டுப் பாக்கலாம். அந்தத் தம்பி இனிமே எப்ப வருதோத் தெரியலயே” என்றாள் சுந்தராம்பாள்.

“நீ அகஸ்தியம்பள்ளி தம்பி ஆதனூரு தம்பியயெல்லாம் எதிரு பாத்துக்கிட்டுருந்தியன்னாக்க வேலக்கிப் புண்ணியப்பட்டு வராது. நீ மொதல்ல கெளம்பிப்போயி அளத்துக்குப் போறவ் வொள மறச்சி கேட்டுட்டு வா. யாரயாவுது ஆளுபுடிச்சி அமத்தி வுடுறத்தப்பாரு. நா வேல செஞ்சி ஆளுகூலிய குடுக்குறங். அகஸ்தியம் பள்ளி தம்பி வந்து கையறுத்துக் குடுக்கப் போறல்ல” என்றாள் அஞ்சம்மாள்.

“ஒனக்கு யாஞ் சின்னங்கச்சி அந்தத் தம்பிய பத்திச் சொன்னாக்க இப்புடி பத்திக்கிட்டு வருது? நம்ம குடும்பத்துக்கு நல்லது கெட்டது செய்யண்ணு இருக்குற ஒரே ஆளு அந்தத் தம்பி தான் அதப்போயி இப்புடி பேசிறியே. ஒனக்கு கொஞ்சமாச்சிம் அறிவுருக்கா? அந்தத் தம்பிய ஒருவார்த்த கலக்காம நா எதுவுஞ் செய்ய மாட்டன்” என்றாள் சுந்தராம்பாள்.

வடிவாம்பாளுக்கு தன் அம்மா பேசியது சுத்தமாய்ப் பிடிக்கவில்லை.

‘நம்ம தலவிதிதாம் இப்புடி ஆயிட்டே, யார குத்தஞ்சொல்லி என்ன பண்ணுற? நடக்குறது நடக்கட்டும்’ என்று வாயே திறக்காமல் உட்கார்ந்திருந்தாள்.

ஆனால் அஞ்சம்மாளால் அப்படி இருக்க முடியவில்லை.

“அய்யரு வாரவரய்க்கிம் அம்மாச காத்திருக்குமா? ஓம் மருமவன் வந்து யோசுன சொல்லுரவரய்க்கிம் வேலய ஆரம் பிக்காம மத்தவ்வொ ஒக்காந்துருப்பாவொளா? யாங் கெடந்து புரியாம தட்டுக்கெடுற. நம்ம செய்யவேண்டியத்த நம்மதாஞ்

செய்யணும். அடுத்தவ்வொள எதிருபாத்துக் கிட்டுருந்தா ஒண்ணும் முடியா."

"பாக்கவும் கேக்கவும் ஆளுல்லன்னாக்க நம்ம இஷ்டத் துக்குச் செய்யலாம். வூட்டுக்குன்னு ஒரு மருமவன் இருக்குறப்ப எப்புடி கேக்காம செய்யிற?" என்றாள் சுந்தராம்பாள்.

"அதிசயமானவ ஆம்புளப்புள்ள பெத்தாளாம், கொடிக்கு பதிலா மானிய புடிச்சி அறுத்தாளாம். அந்தக் கதயாத்தாங் இருக்கு ஓங்கத. கெடச்சாலும் கெடச்சான் பாரு ஒனக்கு ஒரு மருமவன். யாருக்கும் கெடக்காத தெரவியம் மேரிதான் தலயில தூக்கிவச்சிக் கிட்டு ஆடுற" என்றாள் எரிச்சலாய்.

"நீ யாம் பேசமாட்ட. தலக்கிமேல வளத்தூட்டுட்டன்ல. இதுவும் பேசுவ இன்னமும் பேசுவ" என்றாள் சுந்தராம்பாள்.

'ஒன்னகிட்ட கரச்ச வளக்க ஆசப்படல, நீ இப்ப கௌம்பிப் போறியா இல்லாட்டி நானே போவட்டா?" என்றாள் அஞ்சம்மாள்.

"போறங்... போறங்" என்று அரைமனதோடு எழுந்து போனாள் சுந்தராம்பாள்.

தெற்கே அளத்துக்கு முன்னிருந்த திடலில் எல்லோரும் கூடியிருந்தார்கள். ஒவ்வொருவர் பக்கத்திலும் மண்வெட்டியும் கூடையுமிருந்தது. எங்கேயிருந்து வேலையை ஆரம்பிப்பது, எவ்வளவு உயரத்திற்கு பண்டெடுப்பது போன்றவற்றை கலந்து பேசிக் கொண்டிருந்தார்கள். கருவை காட்டின் ஓரமாய் போய் நின்று பார்த்தாள். யாரக் கூப்புட்டு என்ன கேக்குற? எல்லாரும் ஆம்புளயளா இருக்குறாவோ' என்று தயக்கமாயிருந்தது சுந்தராம் பாளுக்கு. இவள் தயங்கித்தயங்கி நிற்பதைப் பார்த்துவிட்டு யாரோ சொல்ல கோவிந்தராசு எழுந்து வந்தான்.

'என்ன சின்னம்மா, இஞ்ச வந்து நிக்கிறிய?" என்றான்.

"அளம் போடுறியளாமுல்ல. என்னகிட்ட ஒருவார்த்த சொல்லக் கொடாதா? நானும் இந்த வூருலதான இருக்குறங்?" என்றாள்.

அவள் கேட்டது அவனுக்கே என்னவோ போலிருந்தது. எதுவும் பதில் சொல்லத் தெரியாமல் சிறிதுநேரம் நின்றவன் "வேல செய்யணுமே சின்னம்மா" என்றான்.

"யாம் பங்குக்கு நா ஒரு ஆள புடிச்சி வுட்டுட்டுப் போறங். யாங் எங்களமட்டும் ஒதுக்கணும்?" என்றாள்.

“இருங்க சின்னம்மா நாம்போயி எல்லாருக்கிட்டயும் கேட்டுப்பாக்குறங் என்று வேகமாய்த் திரும்பிப் போனான்.

சுந்தராம்பாள் சொல்லியவற்றை அப்படியேச் சொன்னான். எல்லோரும் ஒருவரையொருவர் குழப்பமாய்ப் பார்த்துக் கொண்டார்கள். பூச்சி எதையும் கண்டுகொள்ளாதவன்போல குனிந்துகொண்டான். கொஞ்சம் விவரமாகப் பேசும் ராசாங்கம் தான் சொன்னார்.

‘தம்பி... அவ்வொ நெனக்கிறத்துல தப்புல்ல, இந்த வூருல இருக்குறத்தால அளத்துல எடங்கேக்குறத்துக்கு அவ்வொளுக்கும் உரிமயிருக்கு. ஆனா வேல செய்யணுமே. ஒரு நாளுல ரெண்டு நாளுல முடியிற வேலயா இது? எவ்வள ஒசரத்துக்கு பண்டெடுத்துக் கட்டணும் வாய்க்கா வெட்டணும் இதயெல்லாஞ் செஞ்சி முடிக்க எவ்வள நாளாவும், எல்லாத்தயும் யோசன பண்ணி பாக்கணுமுல்ல? கூலியாளு புடிச்சிவுட்டு கட்டுபடியாவுமா? இது நம்ம வேலங்குறத்தால ராத்திரி பகல் பாக்காம நேரங்கெடக்கக் குள்ளயெல்லாஞ் செய்யவேண்டிய வேல. கூலியாளு இதுக் கெல்லாம் ஒத்துவருவானா? இது சரிப்பட்டு வருமா?” என்றார்.

ராசாங்கம் சொல்லியதெல்லாம் சற்று பக்கமாய் வந்து நின்ற சுந்தராம்பாளுக்கு நன்றாகக் காதில் விழுந்தது.

‘இவ்வொகிட்ட இதுக்குமேல கேட்டு என்ன புண்ணியம்?’ என்று நினைத்தவள் திரும்பி வீட்டிற்கு வந்துவிட்டாள். அவள் வந்து சொன்னதைக் கேட்டதும் அஞ்சம்மாளுக்கு மிகவும் ஏமாற்றமாயிருந்தது. வடிவாம்பாளுக்கு அதைவிடவும் அதிகக் கவலையாயிருந்தது.

‘சொந்த அளமாருந்தா நம்ம பாட்டுக்கு வேலய செஞ்சிக் கிட்டு அக்கடான்னு கெடக்கலாமே. அடுத்தவ்வொ மின்னாடி நிக்காமருக்கலாமேன்னு ஆசப்பட்டங். யாங் ஆச என்னக்கித்தாங் நெறவேறிச்சி? யாந் தலயெழுத்து எப்புடியிருக்கோ அப்புடித்தான நடக்கும். விதிய யாரால மாத்த முடியும்?’ என்று நினைத்துப் பெருமூச்சு விட்டாள்.

நூற்றியிருபது வீட்டின் ஆண்களும் மாதக்கணக்கில் அளத்தில் வேலைசெய்து கொஞ்சம் கொஞ்சமாய்த் திருத்திக் கொண்டு வந்தார்கள். பெரிய அலைகள் ஏற்படும்போதெல்லாம் எளிதாய் வந்து அலசும் கடல் தண்ணீரை உள்ளே விடாதபடி உயரமாய் பண்டெடுத்துக் கட்டுவதுதான் பெரிய வேலையா யிருந்தது. குடும்பத்தை ஓட்ட மற்ற அளங்களுக்குப் போய்

வேலை செய்துகொண்டே தம்பாட்டளத்தை திருத்திக்கொண்டு வந்தார்கள். நீண்ட செவ்வக வடிவத்தில் தெற்கே கண்ணுக் கெட்டிய தூரம் வரை அளத்தைப் பிடித்திருந்தார்கள். அளத்தை கிழக்கிலும் மேற்கிலுமாக இரண்டாகப் பிரித்து நடுவில் தெற்குக் கடைசிவரை ரோடு போட்டார்கள். பண்டிற்குள்ளேயே மேற்கு ஓரத்திலும் கிழக்கு ஓரத்திலும் கடல்தண்ணீர் வருவதற்காக ஆழமான வாய்க்கால் வெட்டினார்கள். நூற்றியிருபது பேருக்கும் சமமாய்ப் பிரித்து அடையாளக் கல் வைத்து புதைத்தார்கள். மொத்தமாய் எல்லா அளத்தையும் விநாயகர் சொசைட்டி என்று பதிவுசெய்து கொண்டு அவரவருக்கு ஒதுக்கிக் கொடுத்ததற்கு பணம் கட்டி பட்டாவும் வாங்கிக் கொண்டார்கள். பட்டா வாங்கிய சொந்த அளத்தை அதற்குமேலும் சீர்திருத்தி பாத்திபிடித்து மறுவருடம்தான் அவர்களால் அளத்தில் தரிசு வேலை செய்யமுடிந்தது.

17

“அம்மா, நம்ம வேலசெய்யிற அளத்த விக்கப் போறா வொளாம்மா” என்று சொல்லிக்கொண்டே ஈரத்துணியோடு வந்தாள் அஞ்சம்மாள்.

“என்ன சொல்லுற சின்னங்கச்சி, நெசமாவா சொல்லுற?” சுந்தராம்பாளால் அஞ்சம்மாள் சொல்லியதை ஏற்றுக்கொள்ள முடியவில்லை.

“ஆமாம்மா. நெசமாத்தாஞ் சொல்லுறங். இப்ப ஏரிக்கரயில அந்த பெரியப்பாவ பாத்துட்டுத்தான் வாரங்” என்றவள், தோளில் போட்டிருந்த துணிகளை ஒவ்வொன்றாய் எடுத்து காயப்போட்டாள்.

“அவ்வொபாட்டுக்கும் அளத்த விக்கிறன்னாக்க என்ன அர்த்தம். நம்ம என்ன செய்யிற? இந்த அளத்த நம்பித்தான இதுவரய்க்கும் வேற எங்குட்டும் அடியெடுத்து வக்காம இருக்குறம். இப்ப போயி இப்புடி சொன்னாக்க நம்ம எங்கபோறது?” என்றாள் சுந்தராம்பாள்.

இதையெல்லாம் கேட்டுக் கொண்டிருந்த வடிவாம்பாளுக்கு லேசாய் நெஞ்சு அடித்துக் கொண்டது போலிருந்தது.

“நம்ம பாடு என்ன ஆவுற? ஆரம்பத்துலேருந்து இந்த அளமே கதின்னு கெடந்துட்டம். இனிமே பாதில போயி புதுசா எங்க வேல செய்யிற?” என்றாள்.

கம்பெனி அளங்களுக்கு வேலைக்குப் போவதை பெரும்பாலும் கோவில்தாழ்வு சனங்கள் குறைத்துக்

கொண்டார்கள். எல்லோருக்குமே சொந்த அளமிருந்ததால் அதில் வேலை செய்யவே நேரம் போதவில்லை. பெண்கள் யாரும் தம்பாட்டளத்தை விட்டு போவதேயில்லை. ஆண்கள் சிலபேர் மட்டும் மற்ற அளங்களிலும் வேலை செய்து கொண்டிருந்தார்கள். இரவு பகல் பார்க்காமல் வீட்டிலிருக்கும் ஆண்பெண் அத்தனை பேரும் அளத்திலிருந்தார்கள்.

சுந்தராம்பாளுக்கு அவளுடைய இரண்டு மகள்களையும் அழைத்துக் கொண்டு கம்பெனி அளங்களுக்குப்போகப் பிடிக்கவில்லை. தம்பாட்டளத்திலேயே வேலைசெய்ய வேண்டு மென்று வீடுவீடாய்ப் போய் வேலை கேட்டாள். சொந்த அளத்துக்காரர்கள் அவர்களே செய்து கொள்வதால் யாராலும் இவர்களுக்கு வேலைகொடுக்க முடியவில்லை. அதிக வேலை யிருக்கும் நாட்களில் மட்டும் வேலைக்கு கூப்பிட்டுக் கொண் டார்கள். ஒருநாள் வேலை, இரண்டுநாள் வேலையென்று எப்போதாவது தான் வேலை கிடைத்தது.

“ஊருல எல்லாருக்கும் சொந்தமா அளமிருக்கே, நம்மளுக்கு மட்டும் இல்லாம பெயிட்டே, இந்த ஆம்புள இருந்திருந்தா இப்புடி நம்மளுக்கு மட்டும் கெடக்காம போயிருக்குமா?” என்று ஓயாமல் சொல்லியழுவாள் சுந்தராம்பாள். இவர்களுக்கு அளம் கிடைக்காமல் போனதற்காக அதிகமாய் கவலைப்பட்டது வடிவாம்பாள்தான்.

“சொந்த அளமில்லாட்டியுங்கொட பரவால்ல, தம்பாட் டளத்துலயே வேல செய்யிறத்துக்கு யாராவுது கூப்புட்டால்ல நல்லாருக்கும். அதுக்குந்தான் வளியில்லியே” என்று சுந்தராம்பாள் கவலைப்பட்டுக் கொண்டிருந்தாள். அந்த நேரத்தில்தான் இவர் களுடைய நல்லகாலமோ என்னவோ காக்கார குப்புசாமியின் அளம் தரிசுவேலை செய்வதற்காக சுந்தராம்பாளுக்குக் கிடைத்தது.

காக்கார குப்புசாமிக்கு ஆணும் பெண்ணுமாய் ஐந்து பிள்ளைகள் பிறந்தன. ஆனால் வடிவேலு மட்டும்தான் அதில் தங்கினான். மற்ற பிள்ளைகளெல்லாம் அரைகுறை ஆயுசோடு போய்ச் சேர்ந்துவிட்டார்கள். வடிவேலு ஒரே பிள்ளையாயிருந்த போதிலும் வின்கோ கம்பெனி அளத்தில் நிரந்தரமான வேலையில் சேர்ந்திருந்தான். தம்பாட்டளத்தில் அவனுக்கும் ஒரு அளம் கிடைத்தது. ஆள்வைத்து அளத்து வேலைகளையும் கவனித்துக் கொண்டு கம்பெனி வேலையையும் செய்துகொண்டிருந்தான். ஒருநாள் திடீரென்று கம்பெனி அளத்திலேயே அவனுக்கு உடம்பு முடியாமல் போய்விட்டது. ரத்தரத்தமாய் வாந்தியெடுத்

தான். ரத்தமாய் வயிற்றுப்போக்கும் போனது. தூக்கிக்கொண்டு வேதாரண்ணியம் அரசமரத்தடி ஆஸ்பத்திரிக்கு ஓடினார்கள். போகும் வழியிலேயே செத்துப்போய்விட்டான். தங்கியிருந்த ஒரே மகனும் செத்துப் போய்விட்ட கவலையால் காக்கார குப்புசாமி படுக்கையில் விழுந்துவிட்டார். அவருடைய சொந்த அளத்தைப் பார்க்கவும் கவனித்து வேலை செய்யவும் யாருமில்லாமல் போய்விட்டது.

"அளத்த அப்புடியே போட்டுவச்சிருந்து என்ன புண்ணியம்? யாருகிட்டயாவுது தரிசிவேல செய்ய வுடுங்க. செலவுக்கு காசி யாவுது கெடக்கிம்" என்று அக்கம்பக்கத்தினர் சொன்ன யோசனையால் சுந்தராம்பாளிடம் அளத்தை விட்டார்.

தம்பாட்டளத்திலேயே வேலைசெய்ய பாத்தி கிடைத்தது, சுந்தரம்பாளுக்கும் அவளுடைய மகள்களுக்கும் நிம்மதியாகவே இருந்தது. சொந்த வேலையைப்போல் செய்ய முடிந்தது. அரட்டி உருட்டி வேலைவாங்க யாரும் வரவில்லை. எவ்வளவு பாடுபடுகிறார்களோ அவ்வளவு பலன் கிடைத்தது. உப்பை வாரி தட்டி மேட்டில் கொட்டி உப்பம்பாரம் போடுவது வரைதான் இவர்களின் வேலையாக இருந்தது. மாதத்திற்கு இரண்டுமுறை மூட்டைபிடித்து வண்டியில் ஏற்றிவிடுவார்கள் வகுப்பாட்கள். உப்பு பணம் காக்கார குப்புசாமியிடம் வந்து சேர்ந்துவிடும். மூட்டைக்கு தக்கபடி தரிசுவேலை செய்ததற்கான காசை அவருடைய வீட்டில்போய் வாங்கிக்கொண்டு வருவாள் சுந்தராம்பாள். காக்கார குப்புசாமியும் பிசுவாமல் தரவேண்டிய காசை ஒழுங்காகத் தந்து கொண்டிருந்தார்.

"நிம்மதியா இருந்துக்கிட்டுருந்தம். இந்தப் பொளப் புலயும் மண்ணு உளுந்துட்டுதே" என்று பெருமூச்சுவிட்டாள் சுந்தராம்பாள்.

அளத்தை விற்கப்போகிறார்கள் என்பதை அவளால் தாங்கிக்கொள்ள முடியவில்லை.

"பெரியங்கச்சி, நாம்போயி அவ்வொளயே அளத்த விக்கப் போறது நெசமான்னு ஒருவார்த்த நேராவேக் கேட்டுட்டு வந்தர்ரங்" என்று சொல்லிவிட்டு கிளம்பினாள் சுந்தராம்பாள்.

"விக்காண்டாம், இப்ப செய்யிறமேரியே எப்பவும் நாங்க தரிசிவேலய செஞ்சித் தாறமுன்னு சொல்லிப்பாரும்மா" என்றாள் வடிவாம்பாள்.

“கேட்டுப்பாக்குறன்.” என்று முனகியபடியே எழுந்து போனாள் சுந்தராம்பாள்.

“எப்புடியாவுது கெஞ்சி கூத்தாடியாவுது கேட்டுப்பாக்கணும். அவ்வொ அளத்த வித்துப்புட்டா நம்மபாடு சந்தீலயில்ல பெயிடும். இவ்வள நாளா வரப்புபுடிச்சி, பாத்திமிரிச்சி, எல்லா வேலயும் செஞ்சம், இப்ப தண்ணி வச்சிகட்டி வாருமொதல பாக்குற நேரத்துல பாதில பாத்தியவுடுறதா? பட்ட கஷ்ட மெல்லாம் பாளாப்போறதா? அறுத்துப்புட்டு வந்து மூளியா நிக்கிற நம்ம பெரிய மவளுக்கு இந்த அளத்துல வேலசெய்யிறது செருமயில்லாம இருந்திச்சே, இந்த அளத்தயும் வுட்டுட்டாக்க அது பாவம் எங்க போயி நிக்கிம். வூட்டுலயே ஒக்காரவச்சி சோறுபோட யாங்கிட்ட தாங் என்னருக்கு?’ என்று எதை யெதையோ நினைத்தபடி காக்கார குப்புசாமியின் வீட்டிற்குப் போனாள். அவருடைய வீடு கொஞ்சம் வடக்கே சாம்பலம் ஏரிக்கரையோரம் இருந்தது. காக்கார குப்புசாமி, வீட்டில் கயிற்றுக்கட்டிலில் படுத்திருந்தார். கட்டில் காலொன்றில் சாய்ந்தபடி கால்களை நீட்டிப் போட்டுக்கொண்டு உட்கார்ந் திருந்தாள் அவருடைய மனைவி முத்தம்மாள். சுந்தராம்பாளை கண்டவுடன் “வா” என்றாள் சுரத்தில்லாமல். மோட்டுவளையை வெறித்தபடி படுத்திருந்த காக்கார குப்புசாமி தலையை மட்டும் இவள் பக்கம் திருப்பி “வாப்பா’ என்றார்.

“ஒக்காரு சுந்தராம்பா” என்றாள் முத்தம்மாள்.

‘இருக்கட்டுங்கா” என்றபடியே வாசலோரமாக உட்கார்ந் தாள்.

“ஒடம்பு இப்ப சவுரியமாருக்கா?” என்றாள் இருவரையும் பார்த்தபடி.

“ஆமா... இனுமேதாங் நாங்க சவுரியப்பட்டு சவயேறப் போறம். ஏதோ கெடக்குறம்’ என்றாள் முத்தம்மாள் விரக்தியாய்.

‘என்னக்கா ரெண்டியரும் இப்புடி பெயிட்டிய? அன்னக்கி பாத்துட்டு போனத்துல பாதி ஒடம்புல்லயே. சோறு தண்ணி குடிக்கிறியளா இல்லயா?” என்றாள் சுந்தராம்பாள்.

“சோறு தண்ணி குடிச்சம். மண்ணாப் போனம். எப்ப போயி சேறுவமுன்னுதாம் பாத்துக்கிட்டுருக்குறம். எமன் ஏட்ட எடுத்து பாக்கமாட்டாம்பொலருக்கு” என்றாள் முத்தம்மாள்.

‘யாங்க்கா இப்புடியெல்லாம் பேசுறிய? போனது பெயிட்டு. அதயே நெனச்சி அளுதுகிட்டுருக்குறத்தால என்ன புண்ணியம்?” என்று ஆறுதல் சொன்னாள்.

‘இப்புடி மவன பறிகுடுத்த கவலயோட இருக்குறவ்வொ கிட்ட எப்புடி அளத்தப் பத்தி பேசுற?” என்று நினைத்தாள் சுந்தராம்பாள்.

அதுவரை பேசாமல் படுத்திருந்த குப்புசாமி “தரிசி வேல யெல்லாம் நடந்துக்கிட்டுருக்காப்பா?” என்று கேட்டார்.

“ஆங்... நடந்துகிட்டுதாங் இருக்கு. நேத்துதாங் வாருமொதல் பாத்தம். உப்ப வாரி கொட்டிப்புட்டு காலவரய்க்கிம் தண்ணி யெறச்சிக் கட்டுனம். இனுமே இன்னக்கி ஒண்ணும் வேலயில்ல. சாங்காலமா போயி சும்மா பாத்துட்டு வரவேண்டியாங்” என்றாள்.

“ம்” என்றவர் அதற்குமேல் எதுவும் பேசவில்லை. அப்படியே படுத்திருந்தார். அவராகவே சொல்லுவாரென்று சுந்தராம்பாளும் கொஞ்சநேரம் பேசாமல் உட்கார்ந்திருந்தாள். ஆனால் அவர் எதுவும் பேசுவதாய்த் தெரியவில்லை. மெதுவாக இவளே பேச்சை ஆரம்பித்தாள்.

‘யாஞ் சின்னமவ வந்து ஒரு சேதி சொன்னிச்சி, அது உம்மையா பொய்யான்னு தெரிஞ்சிக்கிட்டு போவமேன்னுதாங் வந்தங்” என்றாள்.

“ஆமாம்ப்பா, குளிக்க வந்த ஓம்மவகிட்ட நாந்தாஞ் சொன்னங்” என்றார்.

“அளத்த இப்ப எதுக்காவ விக்கணும்? நாங்கதாங் தரிசிவேல செஞ்சி குடுக்குறமே” என்றாள்.

“வேல செய்யிறத்தப் பத்தியெல்லாம் ஒண்ணும் கொற கெடயாப்பா. இன்னக்கோ நாளக்கோன்னு கெடக்குறம். செத்தாக்க இளுத்துப்போட யாரும் யோசிக்கக்கொடாது. யாருக்கும் செரும குடுக்காம நாலு காச தலமாட்டுலயே வச்சிக்கிட்டுச் சாவணும்ப்பா. அதாங். காசாருந்தா நல்லாருக்கும். அளமா கெடந்து யாருக்குப் புண்ணியப்படப் போவுது?” என்றார்.

“அஞ்சி பெத்தங்... ஒண்ணு ஒண்ணயா எமங்கிட்ட தூக்கிக் குடுத்துட்டு இப்ப கொள்ளிபோட புள்ளயில்லாம ரெண்டியரும்

கெடக்குறம். எறவகொள்ளில யாங் கட்ட வேவுமா சுந்தரம்பா?" என்று கேட்டுவிட்டு அழுதாள் முத்தம்மாள்.

'அளவாதியக்கா, நம்ம வாங்கிவந்த வரம் அவ்வளதுதான். யாரு யாருக்கு எப்புடியெப்புடி நடக்கணுமுன்னு ஆண்டவன் எளுதிவச்சிருக்குறானோ அப்புடித்தான் நடக்கும். நம்ம அளுவுறத்தால என்ன மாறிடப் போவுது?" என்றாள் சுந்தராம்பாள்.

இவர்களிடம் இதற்குமேல் எப்படிப் பேசி என்ன செய்வதென்று சுந்தராம்பாளுக்கு ஒன்றும் புரியவில்லை.

'அளத்த விக்கிறத்தால ஒனக்கொண்ணும் செருமயில்ல யேப்பா?" என்றார் காக்கார குப்புசாமி.

"செருமன்னாக்க என்ன செரும. இவ்வள நாளும் சொந்த அளம்மேரி செஞ்சிக்கிட்டுருந்தம். இனிமே இதுமேரி எங்கபோயி செய்ய முடியும்? ஒவ்வொரு வாடியா அலயணுமேன்னு யாம் பெரிய மவளுக்குத்தாங் கொஞ்சம் கவலயாருக்கும்பொலருக்கு" என்றாள் தன் மனதிலுள்ள கவலையெதையும் காட்டிக் கொள்ளாமல்.

"தம்பாட்டளத்தவுட்டு எங்குட்டும் போவ யாம் பெரிய மவளுக்குப் புடிக்க மாட்டங்குது. என்ன செய்யிற வவுத்து பொளப்புக்காவ இனிமே ஓடித்தான் ஆவணும்" என்றாள்.

"நாங் கேக்குறனேன்னு எதுவும் நெனச்சிக்கிடாத, சும்மா ஒரு வார்த்தக்கித்தாங் கேக்குறன். ஓம்பெரியமவ இனிமே இஞ்சயேதான இருந்தாவணும். அந்த பொண்ணுக்காவ நீனே அளத்த வாங்கிக்கிட்டான்ன?" என்றார்.

'என்னக்கிட்ட ஏது அவ்வள பணம். ஏதோ ஆயா மக்க ஓடுறம். சோத்துத்தண்ணிக்கி செருமயில்லாம காலம் ஓடுது. அளம் வாங்குற அளவுக்கு சேத்துவச்சிருக்குறமா?" என்றாள்.

"வாங்க முடிஞ்சாத்தான் சொல்லுறங். எதுக்கும் யோசிச்சிப்பாரு" என்றார்.

சுந்தராம்பாளுக்கும் குப்புசாமி சொல்வதுபோல அளத்தை வாங்கிக்கொண்டால் தேவலாம் போல்தானிருந்தது. எப்படி வாங்குவது? நாம் வாங்காவிட்டால் வேறு யாரிடமாவது விற்றுவிடுவாரே, நாம் வேலைசெய்த அளத்தை அடுத்தவர்களிடம் விட்டுக் கொடுப்பதா என்றெல்லாம் யோசித்தாள்.

"அவசாரப்பட்டு யாருகிட்டயும் குடுத்துறாதிய்ய. நான் யாம் மருமவன ஒருவார்த்த கேட்டுக்கிட்டு வந்து சொல்லுறங்" என்றாள்.

"சேரிப்பா, நீ வாங்கிக்கிர்ரதாருந்தா எங்களுக்கும் நிம்மதி யாருக்கும்" என்றார் குப்புச்சாமி.

"நாம் பெயிட்டு நாளக்கி வந்து சொல்லுறங்" என்றவள் கிளம்பிவிட்டாள்.

சுந்தராம்பாள் எப்போது வருவாளென்று எதிர்பார்த்துக் கொண்டு முத்தத்திலேயே நின்றாள் வடிவாம்பாள். சுந்தராம்பாள் வந்ததும் வராததுமாய் கேட்டாள்.

"என்னம்மா சொன்னாவொ அந்த பெரியப்பா?"

"என்ன சொல்லுறாவோ, அளத்த விக்கணுமுன்னுதாஞ் சொல்றாவோ."

"நம்மளுக்கு அந்த அளத்த வுட்டுட்டாக்க ரொம்ப செருமயா பெயிடுமுன்னு சொல்லிப் பாத்தியா?"

"சொல்லாமயா? நம்ம கஷ்டம் நம்மளுக்கு அவ்வொ கஷ்டம் அவ்வொளுக்கு. விக்கணுமுன்னு நெனக்கிறாவொ நம்ம எப்புடி வேண்டாங்குற?"

"யாருகிட்ட விக்கப் போறாவொளாம்?" என்றாள் வடிவாம் பாள்.

"இன்னாருகிட்ட விக்கப்போறன்னு ஒண்ணும் சொல்லல, நம்மளயே வேணுமுன்னாலும் வாங்கிக்கிட சொல்றாவோ."

"நெசமாவாம்மா?"

"நெசமாத்தாங். ஆனாக்க நம்மளுக்கிட்ட அதுக்கெல்லாம் ஏது பணம்?"

"எப்புடியாவுது வாங்கிபுடணும்மா."

"எப்புடி பெரியங்கச்சி வாங்குற? என்னருக்கு நம்மளுகிட்ட?"

"யாங் நெலமய நெனச்சிப்பாரும்மா ஒனக்குப் பெறவு நா என்ன செய்யிற? எனக்குன்னுட்டு யாருருக்குறா? அளமாவுது இருந்திச்சின்னாக்க அதுலகெடந்து பாடுபட்டு யாங்காலத்த ஓட்டுவன்ல்ல?" என்றாள்.

"நீ சொல்லுறது சரிதாம் பெரியங்கச்சி, எனக்கும் வாங்கிப் புட்டா தேவலாமுன்னுதாங் இருக்கு. ஆனா ஆசப்பட்டா மட்டும்

முடியுமா? கையில எதுவும் இருக்காண்டாம்? கொல்ல குடின்னாக்கக் கொட கொஞ்ச வெலயில வாங்கிடலாம். அளம் அப்புடியா? உப்பு காசி ஏறஏற அளத்து காசியுமுல்ல ஏறிக்கிட்டேப் போவுது" என்றாள் சுந்தராம்பாள்.

"மூணுமா நெலத்துல எனக்கொரு மா எளுதி வக்கிறன்னு சொன்னியில்ல. அத வித்துப்புட்டு எனக்கு அளத்த வாங்கிக்குடு." என்றாள் பிடிவாதமாய்.

"என்ன பெரியங்கச்சி இப்புடி அறிவுகெட்டத்தனமா பேசுற? அது ஒங்கப் பாட்டம்பாட்டியா வச்சிட்டுப் போனது. ஒங்கப்பாருல்லாம நம்ம இஷ்ட்டத்துக்கு விக்க முடியுமா? அதெல்லாம் ஒத்துவராது. இந்தப் பேச்ச இத்தோட வுட்டுரு" என்றாள்.

"மூணுமா நெலமும் சும்மாதான கெடக்கு. அதால ஒரு நெல்லுமொனக்கி புண்ணியுமுண்டா? அதவித்துப்புட்டு அளத்த வாங்குனமுன்னா நம்மளுக்கு நல்லதுதான?" என்றாள்.

"நெலத்த விக்க முடியா பெரியங்கச்சி, அகஸ்தியம்பள்ளி தம்பி வரட்டும், அதுகிட்ட கேட்டுப்பாக்குறங். அது வாங்கிப் போட்டுச்சின்னாக்க நம்ம கவலயில்லாம வேலசெய்யலாம்" என்றாள் சுந்தராம்பாள்.

"ஓம் மருமவன் அளத்துல வேல செய்யிறத்த நான் வேற யாரு அளத்துலயாவுது செஞ்சிட்டுப்போறங். அதுக்காவயாங் நீ மெனக்கடணும்?" என்றாள் கோபமாய்.

"எனக்குத்தான் மருமவனா? ஒனக்கு எந்த சொந்தஞ் சோலியும் இல்லயா?"

"அதப்பத்தியெல்லாம் யாம் பேசுற? கொல்லய வித்துப்புட்டு அளத்த வாங்க முடியுமா முடியாதா?" என்றாள் வடிவாம்பாள்.

"நீ என்ன சொன்னாலும் நாங் கேக்க மாட்டங். நாளக்கே ஒங்கப்பா வந்து என்னயில்லாம யாங்கொல்லய எப்புடி வித்தேன்னு கேட்டாக்க நான் என்ன பதிலு சொல்லுற?" என்றாள் சுந்தராம்பாள்.

"எங்கயோ கண்ணுகாணாம இருக்குற ஓம்புருசனுகிட்ட நல்லபேரு வாங்கிக்கிடணுமுன்னு நெனக்கிற நீ. ஓங் கண்ணு மின்னாடி சின்னப்பட்டு சீரழுஞ்சி நிக்கிறன் நா. என்னப்பத்தி கொஞ்சங்கொட ஒனக்கு கவலயில்ல. எனக்காவ ஒரு நல்லது செய்ய ஒனக்கு மனசு வரமாட்டங்குது. எனக்குன்னு யாருருக்குறா?

யாங் உசுர வளக்குறத்துக்காவ நா யாந்தாங் கெடந்து அடிச்சிக் கிடணும். எங்குட்டாவுது போயி செத்துட்டுப் போறங். இன்னக்கி செத்தா நாளக்கி ரெண்டான்நாளு. நாலுநாளக்கிப் பெறவு என்னய நெனச்சி அளுவகொட ஆளுல்ல" என்று கோவமாய் பேசியவள் அப்படியே உட்கார்ந்து அழ ஆரம்பித்து விட்டாள்.

அவள் அழுவதைப் பார்த்து சுந்தராம்பாளுக்கு கஷ்டமாக இருந்தது. வடிவாம்பாள் தாலியறுத்துவிட்டு வந்த இந்த இரண்டு வருடங்களில் அவள் மனம் வருந்தும்படியாக எதுவும் சொல்லாமல்தான் பார்த்துக் கொண்டிருந்தாள். 'நம்ம மவளோட வாழ்க்க இப்புடி ஆயிட்டே' என்று நினைத்து சுந்தராம்பாள் வருத்தப்படாத நாளே கிடையாது. ஆனால் இன்று இரண்டு பேருமே ஒருவரையொருவர் கடுமையாய்ப் பேசிக்கொள்ளும்படி ஆகிவிட்டதே என்று வருத்தப்பட்டாள். வடிவாம்பாளை எப்படியாவது சமாதானப்படுத்த வேண்டுமென்ற எண்ணமே அதிகமாய் ஏற்பட்டது.

"இஞ்ச பாரு பெரியங்கச்சி. இப்ப எதுக்கு அளுவுற? நா என்ன சொன்னங்? ஒன்ன நெனச்சி நா கவலப்படாமயா இருக்குறங்? நாயி படுறபாடாவுது தடிக்கம்புக்குத் தெரியும், ஆனா ஒன்னநெனச்சி நாம் படுறபாடு அந்த ஆண்டவனுக் கொட தெரியா" சுந்தராம்பாளுக்கும் அழுகை வந்தது. கண்களை துடைத்துக்கொண்டு வடிவாம்பாளின் முன்னால் வந்து உட்கார்ந்தாள். "ஒனக்கென்ன இப்ப அளத்த வாங்கணும் அதான?" என்றாள் சுந்தராம்பாள்.

"எனக்காவயெல்லாம் ஒண்ணும் வாங்காண்டாம். ஓம் வேலயப் போயி பாரு" என்றாள் கோவம் குறையாமல்.

"நா ஒண்ணும் செய்யல. திற்றபூண்டிக்குப்போயி ஒங்க பெரியப்பா கிட்ட சொல்லுறங். அவ்வெ இஞ்ச வரட்டும். நீனே சொல்லிக்க ஒங் ஞாயத்த" என்றாள்.

வடிவாம்பாள் எதுவும் பேசவில்லை. அப்படியே உட்கார்ந் திருந்தாள். கண்ணீர் வடிந்து கொண்டேயிருந்தது.

கணேசனிடம் சொல்லி கொல்லையை விற்றுவிட்டு காக்கார குப்புசாமியின் அளத்தை வாங்கிவிட வேண்டும் என்ற முடிவோடு திருத்துறைப்பூண்டிக்கு புறப்பட்டுப் போனாள் சுந்தராம்பாள்.

18

“சின்னங்கச்சி... சின்னங்கச்சி...என்ன தூக்கம்? எளும்பு அளத்துக்குப் போவாண்டாங்?” என்று அதட்டி எழுப்பினாள் சுந்தராம்பாள்.

“ம்... ம்...” என்று முனகியபடியே திரும்பிப் படுத்து மறுபடியும் தூங்க ஆரம்பித்தாள் அஞ்சம்மாள்.

“பொளுதோட தூங்குறவனுக்கு பொண்டாட்டி யில்ல, விடிஞ்சி தூங்குறவனுக்கு வெள்ளாம யில்ல’ன்னு சொல்லுவாவோ. நீ இப்புடி தூங்கிக் கிட்டே கெடந்தியன்னாக்க எப்ப அளத்துக்குப் போற? வேலய செய்யிற?” என்றாள் சுந்தராம்பாள்.

இவர்களுக்கு முன்பாகவே எழுந்துவிட்டாள் வடிவாம்பாள். அளத்துக்குப் போகும் ஆர்வத்தோடு தயாராய் கிளம்பி நின்றுகொண்டிருந்தாள். இன்று ‘பொன்னுப்பு’ எடுப்பதால் அளத்து சாமிக்கு கும்பிடுவதற்கென்று பச்சை போட பச்சரிசி, வெல்லம் மற்றும் தேங்காய், பூ, பழம், சூடம், பத்தி எல்லாவற்றையும் வாங்கி வைத்திருந்தார்கள். இந்த சாமான்களையெல்லாம் ஒரு குட்டானுக்குள் எடுத்து வைத்திருந்தாள். ஓர் அலுமினிய வாளியில் பழைய சோத்தையும் அதற்குள் தொட்டுக்கொள்ள ஏழெட்டு வெங்காயத்தையும் எடுத்துப்போட்டுக் கொண்டு நின்றாள்.

தூக்கம் கலையாத கண்களை தேய்த்துவிட்டபடி எழுந்து வெளியே வந்தாள் அஞ்சம்மாள்.

“இப்பதாம் படுத்தமேரிருக்கு அதுக்குள்ள எளுப்பி வுடுறியே” என்று சொன்னபடியே முகத்தைக் கழுவப்போனாள்.

“இப்பயேப் போனாத்தாங் வெயிலு வாரத்துக்குள்ள வேலய செஞ்சி முடிக்கலாம்” என்றாள் சுந்தராம்பாள்.

வடிவாம்பாள் அளத்தை வாங்கியே ஆகவேண்டுமென்று வற்புறுத்தியதால் கணேசன் வந்து இவர்களுடைய நிலத்தில் வடிவாம்பாளுக்கு சேரவேண்டிய ஒரு ‘மா’ நிலத்தையும் விற்றுவிட்டு அளத்தை வாங்கிக் கொடுத்துவிட்டுப் போனார்.

அளத்திற்கு முழு பணமும் கொடுத்து எழுதி வாங்குவதற்குள் வெயில் நாள் போய் மழை நாள் ஆரம்பித்துவிட்டது. மழை நாளில் அளத்தில் என்னசெய்ய முடியும்? சும்மாவேதான் கிடந்தது. மறுபடியும் மார்கழியில் வேலையை கொஞ்சம் கொஞ்சமாய் ஆரம்பித்தார்கள். சுந்தராம்பாள் இரண்டு மகள்களையும் வைத்துக்கொண்டே ‘மம்பட்டி வேலை’ எல்லா வற்றையும் செய்தாள். அவள் வாங்கியிருந்தது கிழக்கு மேற்கான கண்டம்.

அளத்தின் நடுவில் ஒன்றரை அடி அகலத்திற்கு நேராக ஒரு வாய்க்கால். இந்த வாய்க்காலின் வழியாகத்தான் பாத்திகளுக்கு தண்ணீரை இறைத்துவிடுவார்கள். வாய்க்காலின் இரண்டு பக்கமும் நான்கடி அகலத்திற்கு பண்ணை வரப்புகள். பாத்தியை நோக்கி சரிவாய் இருக்கும். பாத்தி உப்பை வாரி இந்த பண்ணை வரப்புகளில் கரையேற்றி குவித்து வைப்பார்கள். உப்பிலிருக்கும் அழுக்கை குட்டானால் இறைத்து ஊற்றிக் கழுவுவார்கள். பண்ணை வரப்புகளையடுத்து இரண்டு பக்கமும் பதினைந்திற்கு பத்தடி என்ற அளவில் பாத்திகள். பாத்தி வரிசைக்கு செறவு என்று பெயர். பக்கத்துக்கு பதினாறு பாத்திகள். இரண்டு செறவிலும் மொத்தம் முப்பதிரண்டு பாத்திகள். பாத்திகளுக் கிடையே உள்ள வரப்பு புல்வரப்பு. பாத்தித் தண்ணீரை வடிய விட அளத்தின் இரண்டு ஓரத்திலும் ஆழமான ஐந்தடி அகல கஞ்ச வாய்க்கால்கள். அளத்தின் தலைப்பகுதியை உயர்த்திப் போட்டு அதைத் தட்டிமேடாகவும் மறுபகுதியில் கருங்களி தோண்டியெடுத்து பள்ளமாக்கி அதைத்தெப்பமாகவும் சீர்படுத் தினார்கள். இந்த ‘ மம்மட்டி வேலை’களையெல்லாம் செய்து முடிக்க இரண்டு வாரங்களாகியது. அதற்குமேலும் பாத்தி மிதிப்பது இன்னும் சிரமமான வேலையாயிருந்தது. மிதித்த பாத்திகளில் ‘கடும’ தண்ணீரை இறைத்துக்கட்டும் நாளும்

வந்தது. பொங்கல் முடிந்த மூன்றாம் நாள் நல்ல நாளாயிருந்தது. அன்றைக்கு பாத்திகளில் தண்ணீர் இறைத்துக்கட்ட முடிவு செய்தாள் சுந்தராம்பாள்.

‘மம்மட்டி வேலை’ செய்யும்வரை அளத்திலேயே கிடந்த வடிவாம்பாள் முதன்முதலில் பாத்திகளுக்கு கடும தண்ணி வைத்து கட்டும்போது மட்டும் போகக்கூடாதென்று நினைத்தாள். வழக்கமாய் எல்லோருக்கும் முன்பாக எழுந்திருப்பவள், அன்று மட்டும் படுத்தே கிடந்தாள்.

“யாம் பெரியங்கச்சி இன்னமும் படுத்துக்கெடக்குற? அளத்துக்குப் போவாண்டாம்? எளும்பு” என்றாள் சுந்தராம்பாள்.

“நா வல்லம்மா நீங்க ரெண்டியரும் பெயிட்டுவாங்க” என்றாள்.

“யாங்? ஒடம்புகிடம்பு சவுரியமில்லயா? என்ன செய்யிது?” என்று பதறினாள் சுந்தராம்பாள்.

“புதுசா வாங்குன அளம். மொதமொத உப்புவேல செய்யப் போறிய. நா எதுக்கு மின்னாடி வந்து நிக்கணுமுன்னுதாங்” என்றாள்.

“என்ன பெரியங்கச்சி நீ இப்புடி சொல்லுற? நம்மவூட்டு வேலய செய்ய சவுனம் பாக்கலாமா? நீ கெளம்பி வா” என்றாள் சுந்தராம்பாள்.

“இல்லம்மா, நா வல்ல. நீங்க பெயிட்டு வாங்க. பொன்னுப்பு எடுக்குற வரக்கிம் என்னக் கூப்புடாத. அதுக்குப் பெறவுதான் வருவங்”என்றாள் முடிவாக.

எவ்வளவோ வற்புறுத்திக் கூப்பிட்டும் வடிவாம்பாள் எழவில்லை. வேறுவழியில்லாமல் அஞ்சம்மாளை மட்டும் அழைத்துக் கொண்டு போனாள் சுந்தராம்பாள். இருவரும் பாத்திகளில் தண்ணீரை இறைத்துக் கட்டினார்கள். பொங்கல் முடிந்த ஏழாம் நாள். ஓரளவு உப்புபட்டிருந்தது. அன்று நாளும் நல்ல நாளாயிருந்தது. அன்றைக்கே பொன்னுப்பு எடுத்து விடலாமென்று நினைத்தாள் சுந்தராம்பாள்.

‘பெரியங்கச்சி, நாளக்கி பொன்னுப்பு எடுக்குறது. வரமாட்டன்னு அளிச்சாட்டியம் பண்ணிக்கிட்டு இருக்கக் கொடாது. நம்ம ஊட்டு அளம். நம்ம மூணியரும் போயிதாங் உப்பெடுக்கணும்” என்றாள் முதல் நாள் இரவு.

“இல்லம்மா நாள தெறிச்சிலேருந்து நா வாரங். நாளக்கி மட்டும் கூப்புடாத. நீங்க ரெண்டியரும் போங்க. பொன்னுப்பு எடுக்குறன்னக்கி நா எதுக்கு மூளி. நா மின்னால வந்து நின்னாலே ஒண்ணும் விடியா” என்றாள்.

“அளத்த வாங்கியே ஆவணுமுன்னு ஒத்தக்காலுல நின்னது நீதான். நீ வந்தாக்க உப்பு வெளயிறது கெட்டுப்பெயிடுமா? நாளுகெளம பாக்கறது சாத்துரஞ்சவனம் பாக்குறதெல்லாம் இருக்கப்பட்டவ்வொளுக்குத்தாங் ஒத்துவரும். நம்மல்லாம் பாத்தாக்க ஒண்ணுக்கும் புண்ணியப்படாது” என்றாள்.

“நீயில்லாம நாங்க மட்டும் எப்புடிக்கா எடுக்குற? நீனும் வரணும். நீ நாளக்கி அளத்துக்கு வல்லன்னாக்க நானும் போவமாட்டங்” என்றாள் அஞ்சம்மாள்.

அம்மாவும் தங்கையும் அவ்வளவுதூரம் சொல்லியபிறகும் பிடிவாதம் பிடிக்கமுடியவில்லை வடிவாம்பாளால். அவளும் அளத்துக்குவர ஒத்துக்கொண்டாள்.

பொன்னுப்பு எடுக்கும்முன்பு அளத்து சாமி கும்பிட்டு விட்டுத் தான் உப்பெடுப்பது எல்லோருக்குமே வழக்கமாயிருந்தது. சாமி கும்பிடுவதற்குத் தேவையான பொருட்களையெல்லாம் அண்டர்காட்டிற்குப் போய் வாங்கிக்கொண்டு வந்திருந்தாள் சுந்தராம்பாள்.

முகம் கழுவியவுடன் அஞ்சம்மாளுக்கு தூக்கம் கலைந்தது.

அளத்துக்குப் போகவேண்டுமென்ற சுறுசுறுப்பு வந்தது. “சாமி சாமான்ல்லாம் இருக்குற குட்டான நீ எடுத்துக்கிட்டு வா சின்னங்கச்சி” என்றாள் வடிவாம்பாள்.

குட்டானை எடுத்து கக்கத்தில் வைத்துக்கொண்டாள் அஞ்சம்மாள். வீட்டின் வாசல் தட்டியை எடுத்து சாத்தி வைத்துவிட்டு மூன்றுபேரும் அளத்திற்குப் போனார்கள்.

நிலா வெளிச்சத்தில் பேசிக்கொண்டே நடந்ததில் தூரம் தெரியவில்லை. கொஞ்ச நேரத்திலேயே அளத்துக்கு வந்து விட்டது போலிருந்தது.

பாத்திகளில் நிலா வெளிச்சம் பட்டு மின்னிக்கொண்டிருந்தன. கடலிலிருந்து வீசிய காற்று சில்லென்று உடம்பில்பட்டுச் சென்றது. கண்ணுக்கெட்டிய தூரம் வரை தெரிந்த அளத்தை புதிதாய் பார்ப்பதைப்போல பார்த்தாள் வடிவாம்பாள்.

வெள்ளை வேட்டிகளை வரிசையாய் விரித்துப்போட்டது போலிருந்தன பாத்திகள். தட்டிமேடுகள் சிலவற்றில் வெள்ளைக் குவியலாய் உப்பம்பாரம் போட்டிருந்தார்கள்.

'அம்மாச இருட்டாருந்தாக்கொட இந்த உப்பளத்துக்கு வெளிச்சம் வேண்டாம்பொலருக்கு. என்னமா மின்னுது உப்பு' என்று நினைத்தாள்.

உப்புக்காற்றும் அதன் குளுமையும், உப்பளமும் அதன் அமைதியும் வடிவாம்பாளுக்கு ரொம்ப பிடித்திருந்தது.

"சோறு தண்ணியில்லாம பட்டினியாவே இருக்கச் சொன்னாக்கொட இந்த அளத்துலயே அலுக்காம சலிக்காம ஆயிசிக்கிம் இருந்துடலாம் பொலருக்கும்மா" என்றாள்.

"இப்ப ராத்திரிதான? அப்புடித்தான் நெனப்பு வரும். சூரியன் உச்சில இருக்கக்குள்ளத்தான தெரியும், அளத்துல நிக்கிற அவதி" என்றாள் சுந்தராம்பாள்.

"என்னமோ நாம் பகல்ல அளத்தயே பாக்காதமேரியில்ல சொல்லுற?"

"இப்ப சொல்லுற வார்த்தய உச்சிவெயிலுக்குச் சொல்லு நம்புறங்" என்றாள் சுந்தராம்பாள்.

"அப்பயும் நா இப்புடித்தாம்மா சொல்லுவங். இந்த அளத்தவுட்டா நா வேற எதப் பெரிசா நெனக்கப்போறங்?" என்றாள் வடிவாம்பாள்.

"எவளோ ஒருத்தி ஆம்புடயாங்காரன் அடிச்சிப்புட்டான் னுட்டு கைப்புள்ளய தூக்கிக்கிட்டு அலேத்திக்காட்டுக்குப் போனாளாம் சாவுறத்துக்காவ. உச்சிவெயிலுக்கு அளத்துல மாட்டிக்கிட்டாளாம். சூடுதாங்க முடியலயாம். ஈயத்த காச்சி ஊத்துனமேரிருந்திச்சாம் உப்புத் தர. கால கீள வக்க முடியலயாம். கைப்புள்ளய கீளபோட்டு புள்ளமேல ஏறி நின்னுக்கிட்டாளாம். உசுர வெறுத்துப்புட்டு சாவப் போனவளுக்கே இந்த கதின்னாக்க பாத்துக்கயேன்" என்றாள் சுந்தராம்பாள்.

இந்தக் கதையை எத்தனையோமுறை யார் யாரோ சொல்லக் கேட்டிருக்கிறாள் வடிவாம்பாள். ஆனால் இன்று இந்த நேரம் பார்த்து இந்தக் கதையை தன் அம்மா சொன்னது அவளுக்குக் கொஞ்சம்கூட பிடிக்கவில்லை.

‘இந்த அம்மாவுக்கு எப்பயுமே நல்லதா நாலு வார்த்த பேசத் தெரியா’ என்று நினைத்தாள். அம்மாவின் மேல் கொஞ்சம் கோவம் வருவது போலிருந்தது.

‘பாவம் அம்மா உள்ளத்ததான சொன்னிச்சி. அதப் போயி நம்ம இப்புடி நெனக்கிறமே’ என்றும் நினைத்தாள்.

சுந்தராம்பாள் சொல்லியதிலுள்ள உண்மை புரிந்தாலும்கூட வடிவாம்பாளுக்கு அளத்தில் நிற்பது மனதிற்கு இதமாகவும் நிம்மதியாகவும் இருப்பது போலிருந்தது. இதுபோல் இரவு நேரத்தில் எத்தனையோ நாட்கள் அளத்திற்கு வந்திருக்கிறாள். என்றாலும் இன்றுபோல் அவள் மனம் என்றைக்கும் இவ்வளவு சந்தோஷப்பட்டதில்லை. சொந்த அளமென்பதாலோ என்னவோ இன்று அவளுக்கு இப்படியிருந்தது.

‘இனிமே நம்ம ஆயிசிக்கும் இந்த அளந்தான் நமக்குத் தொண. துணிக்கும், சோத்துக்கும், தல எண்ணெய்க்கும் இந்த அளந்தாங் குடுக்கப் போவுது’ என்று நினைத்தாள். அளத்தின் மீது ஒருவித பிடிப்பு ஏற்பட்டது அவளுக்கு.

“என்ன பெரியங்கச்சி செலமேரி அப்புடியே நிக்கிற, வா சாமி கும்புடு” என்று கூப்பிட்டாள் சுந்தராம்பாள்.

அளத்தின் ரனிமூலையில் ஒரு குச்சியை ஊன்றினாள். அதில் பூவை எடுத்துப்போட்டாள். கொண்டுவந்திருந்த பழம் வெற்றிலை பாக்கு தேங்காய் எல்லாவற்றையும் குச்சிக்கு முன்பாக எடுத்துவைத்தாள். சர்க்கரையைக் கொட்டி பச்சரிசியை கிளறினாள். பாத்திரத்தோடு வைத்தாள். தேங்காயை உடைத்து சூடத்தை ஏற்றி விட்டாள்.

கண்மூடி கை குவித்து நின்றாள் சுந்தராம்பாள்.

“முனியய்யா. புதுசா அளம் வாங்கி இன்னக்கித்தான் மொதமொத பொன்னுப்பு எடுக்குறம். பாத்தியில பொன்னா வெளயணும். பொம்புளைவொளாருக்குற எங்களுக்கு தொண யாருந்து காப்பாத்தணும். சீக்கு புண்ணியில்லாம, நோய்நொடி வராம ஆளா ஒளய்க்கணும் நாங்க. அம்பாரமா கொட்டி வைக் கணும். எங்களுக்கு நீதாந்தொண” என்று நெஞ்சுருக வேண்டிக் கொண்டாள்.

அஞ்சம்மாளும் கும்பிட்டபடி ஏதோ முணுமுணுத்துக் கொண்டிருந்தாள். வடிவாம்பாளுக்கு மட்டும் எதுவும் வேண்டிக் கொள்ளத்தோன்றவில்லை. அவளுடைய அம்மா சொல்லியதற்காக

ஒப்புக்குக் கும்பிட்டாள். சாமி கும்பிடுவதில் மனம் ஈடுபடவில்லை. அளத்தையே பார்த்துக் கொண்டிருக்க வேண்டும் போலிருந்தது. ஒவ்வொரு பாத்தியாய் போய் பார்க்க வேண்டும் போலிருந்தது. பண்ணை வரப்பில் இரண்டு பக்க பாத்திகளையும் பார்த்தவாறே நடந்தாள்.

“எங்க பெரியங்கச்சி போற? இஞ்ச வா உப்ப வாருவம்” என்று கூப்பிட்டாள் சுந்தராம்பாள்.

“இல்லம்மா. மொதமொத நீனும் தங்கச்சியும் அள்ளுங்க” என்று சொல்லிக்கொண்டே நடந்தாள்.

“ஏடாஞ்சி பண்ணாத பெரியங்கச்சி. இஞ்ச வா” என்றாள் அதட்டலாய்.

மொதமொத யாங் கைய வைக்காண்டாம். நீங்களே அள்ளுங்க” என்றவளாய் மேலக்கடைசிக்குப் போனாள். தெப்பக் கரையில் போய் நின்றாள். தெப்பத்தை ஒரு சுற்று சுற்றி வந்தாள். கடைசி பாத்திகளைப் பார்த்துக்கொண்டு நின்றாள். வெயில் அதிகமாய் இல்லாததால் உப்பு முற்றவில்லை. நுரை உப்பாயிருந்தது.

“சின்னங்கச்சி மொதமொத ஒங்கையாலயே அள்ளு” என்றாள் சுந்தராம்பாள்.

வாரு பலகையால் பாத்தியில் பட்டுக்கிடந்த உப்பை சன்னமாய் இடித்துவிட்டாள். பின்பு பலகையைப்போட்டு இழுத்து வாரினாள். பாத்திக்குள்ளேயே பண்ணை வரப்பு ஓரமாய் உப்பைக் கூட்டி முட்டாக்கினாள்.

“பண்ண வரப்புல வாரி வக்கிறத்துக்குள்ள ஒருபுடி உப்ப அள்ளி சாமிக்கிட்ட போடு சின்னங்கச்சி” என்றாள் சுந்தராம்பாள். கூட்டி முட்டாய் வைத்திருந்த உப்பிலிருந்து ஒருபிடி, திணறு பிடியாய் அள்ளி சாமிக்குச்சியிடம் போட்டாள் அஞ்சம்மாள்.

சுந்தராம்பாளும் வாருபலகையை எடுத்துக்கொண்டு அடுத்த பாத்தியில் வாரத் தொடங்கினாள். இவர்களிருவரும் இரண்டு மூன்று பாத்திகளில் உப்பை வாரி பண்ணை வரப்பில் குவித்து வைத்தபிறகு அவர்களிடம் வந்தாள் வடிவாம்பாள். அவளும் ஒரு வாருபலகையை எடுத்துக்கொண்டு அடுத்த பாத்தியை வாரத் தொடங்கினாள்.

வடிவாம்பாள் ஒருநாள்கூட வீட்டில் தங்காமல் தொடர்ந்து அளத்துக்கு போய்விடுவாள். அளத்தில் வேலையில்லாத நாட்களில் அவளால் வீட்டில் உட்கார்ந்திருக்க முடியவில்லை. ஒரு சுற்று அளத்தை பார்த்துவிட்டுத்தான் போவாள். நல்ல வெயில் நாட்களில் தெப்பத்தில் கிடக்கும் 'கடும தண்ணி' குங்குமத்தைக் கரைத்து ஊற்றியது போல் சிவப்பாயிருக்கும். அந்த தண்ணீரை பாத்திகளில் வைத்துக் கட்டினால் மறுநாளே உப்பு பட்டுவிடும். அதுபோன்ற நாட்களில் உட்காரக்கூட நேரமில்லாமல் உழைப்பாள். வேலை எவ்வளவுதான் உடம்பை வருத்தினாலும் வடிவாம்பாளுக்கு நிம்மதியாயிருந்தது, அளம் சொந்தமாயிருப்பதால்.

19

"நீங்க என்ன சொல்லுறிய? இதெல்லாம் சரிப்பட்டு வருமா?" என்று சந்தேகமாய்க் கேட்டார் கணேசன்.

"யாங் ஓய் நடக்காதுங்குறிய? ஒங்க தம்பிப் பொண்ணு அந்த வயசான ஆளுகிட்ட என்னத்த ஓய் வாழ்ந் திருக்கப் போவுது? அதுவும் தாலிகட்டுன மறுமாசமே படுத்திட்டான். நல்லாருந்த அந்த ஒரு மாசத்துக் குள்ள ரெண்டியரும் பேசப் புடிக்கயிருந்து ஆண்டு அனுவிச்சிருப்பாவொன்னா நெனக்கிறிய?" என்றார் ஆதனூர் வேலாயுதம்.

வேலாயுதத்திற்கும் கணேசன் வயதுதான். பக்கத்தூர் காரரென்பதால் ஆரம்பத்திலிருந்தே இருவருக்கும் நல்ல பழக்கமிருந்தது. "சந்தைக்கு வந்த நா அப்புடியே ஒங்களயும் சும்மா ஒரு எட்டு பாத்துட்டுப் போவலா முன்னு வந்தங் ஓய்" என்று சொல்லிக்கொண்டு வந்திருந்தார். அவர் சும்மா பார்த்துவிட்டுப்போக வந்ததாகச் சொன்னாலும் ஏதோ விஷயமாகத்தான் வந்திருக்கிறார் என்பதை தெரிந்துகொண்டார் கணேசன். எதுவும் காரணமேயில்லாமல் திருத் துறைப்பூண்டிவரை தேடிக்கொண்டுவந்து யாரா வது சும்மா பார்த்துவிட்டுப் போவார்களா? என்றும் நினைத்தார். வந்ததிலிருந்து அவருடைய பேச்சு தம்பிமகள் வடிவாம்பாளைப் பற்றியிருந்ததால் ஆரம்பத்தில் கொஞ்சம் குழப்பமாகவுமிருந்தது கணேசனுக்கு.

“சின்னப்புள்ள தாலியறுத்துப்புட்டுன்னு வச்சிக்கிட்டுருக் காம மறுபுடியும் எங்கயாவது பாத்து கட்டிக்குடுத்துருங்க ஓய்” என்று வேலாயுதம் சொன்னபோது கணேசனுக்கு கொஞ்சம் அதிர்ச்சியாகவே இருந்தது.

‘கட்டிக்குடுத்து ஆறுமாசம் வரய்க்கிம் ஆம்புடயாம் மொவத்தப் பாத்து பேசவே கூச்சப்படுற பொம்புளைவொளாச்சே நம்ம பொம்புளைவொ’ என்றும் நினைத்தார்.

“என்னருந்தாலும் தொட்டுத் தாலிகட்டி அவன் வூட்டுக்குள்ள அடியெடுத்து வச்ச பொண்ண அவம் பொண்டாட்டியில்லன்னு சொன்னா ஒத்துக்கிட முடியுமா?” என்றார் கணேசன்.

“அவம் பொண்டாட்டிதான். அத இல்லன்னு யாரு சொன்னா? ஆனா அவஞ் செத்த பெறவும் பொன்னய்யம் பொண்டாட்டித் தான்னு கடசி வரய்க்கிம் சொல்லிக் கிட்டுருக்குறத்தால என்ன புண்ணியம்?” என்றார் வேலாயுதம்.

“ஒண்ணும் புண்ணியமில்லதாங். இருந்தாலும் பாக்குற சனம் என்ன சொல்லுமோ தெரியலையே” என்றார்.

“என்ன ஓய் சனம் சொல்லுறது? சொல்லுறத்துக்கு என்ன ருக்கு இதுல. அப்புடியே சொன்னாலுங்கொட நெஞ்சுக்குழில ஈரமில்லாத சனம் சொல்லுதுன்னு வுட்டுட்டுப் போவவேண்டி யாங். அதுக்காவ நம்ம பொண்ணு வாழ்க்கய வீணடிக்கலாமா?” என்றார்.

“பொண்ணோட அம்மா, சொந்தஞ் சோலியெல்லாம் ஒத்துக்கிடுவாவொளான்னு யோசிக்கிறங்” என்றார்.

“சொந்தஞ் சோலின்னாக்க யாரு? நீங்களுவ தான. நீங்களுவளா பாத்து செஞ்சி வைக்க வேண்டியாங்” என்றார் வேலாயுதம்.

“போயிக் கேட்டா அந்தப்பொண்ணு என்ன சொல்லுமோ” என்றார் தயங்கியபடி.

“அந்தப் பொண்ண என்ன ஓய் கேக்கப்போறிய. நம்மளாப் பாத்து அதுக்கொரு வாழ்க்கய அமச்சிக் குடுக்க வேண்டியாங்” என்றார் வேலாயுதம்.

“எல்லாஞ்சரி, நம்ம சொல்லுறம். பொண்ணும் ஒத்துக்கிடு துன்னு வச்சிக்கிங்க. இப்புடிப்பட்ட பொண்ணக் கட்டிக்கிட எவன் சம்மதிப்பாங்?” என்றார் கணேசன்.

“அதுக்கெல்லாம் ஆளுல்லாமயா ஓய் ஒங்களுக்கிட்ட நான் இவ்வளதூரம் பேசுறங்?” என்றார் வேலாயுதம்.

“அதான பாத்தங். ஆதாயமில்லாத ஆத்தக்கட்டி எறப் பாய்ங்களா ஆதனூருகாரய்ங்க?” என்று சொல்லிவிட்டு சிரித்தார் கணேசன். வேலாயுதத்திற்கு கணேசன் சம்மதத்தை வாங்கிவிட்டோ மென்று சந்தோஷமாயிருந்தது.

“யாங் வாயக் கௌறி ஆழம் பாத்திட்டியல்ல. இப்ப சொல்லுங்க யாருக்காவ பேசுறிய? இனிமேயாவுது உள்ளத்த சொல்லங்க” என்றார் கணேசன்.

“நாம் மட்டும் பெரிசா எந்தநாட்டு எளவரசன கொண்டாந் துரப்போறங். பொண்ணுமேரியே கெட்டுமலிஞ்ச ஒருத்தனுக் காவத்தாங் கேக்குறங்” என்றார்.

“யாரு ஆளு?”

“எங்கவூரு நடேசம்புள்ள தெரியுமுல்ல. ஏளெட்டு வருசத்துக்கும் மின்னாடி இடிவுளுந்து செத்தாரே.”

“ஆமாங்”

“அவரு சின்னமவன் முத்துசாமிக்குத்தாங் கேக்குறங்.”

“அந்த காக்கா வலிப்புக்காரனுக்கா?”

“ஆமா... அவனுக்குத்தாங்” என்றார் வேலாயுதம்.

“...”

“அவனோட அம்மாகாரவ்வொ இருந்தவரக்கிம் கவலயில்லாம இருந்தான். அந்த பொம்புளையும் ஆறுமாத்தக்கி மின்னாடி செத்துப் பெயிட்டு. இப்ப சோத்துத்தண்ணிக்கிக் கெடந்து ரொம்ப செருமபடுறாங்” என்றார்.

“அவஞ் செரும படுறது இருக்கட்டும். அவனுக்கு எங்க பொண்ணகட்டிக்குடுத்து என்னத்துக்காவுமுங்குறிய?” என்றார் ஆர்வமேயில்லாமல்.

“என்னத்துக்கு ஆவணுமுங்குறிய? ஒங்க பொண்ணு மட்டும் இன்னொரு கல்யாணம் பண்ணிக்கிட்டு நல்லா வாழணுமுன்னா ஆசப்படுது. ரெண்டியருமே கெட்டு மலிஞ்சவ்வொதான? ஒருத்தருக்கொருத்த ஒத்தாசயா தொணயாருக்க மாட்டா வொளா?”

“என்னப் பேசுறிய? காக்கா வலிப்புக்காரனுக்கு சும்மா சோறாக்கிப் போடுறத்துக்காவ ஒரு பொண்ணக் கட்டிக்குடுக்கச் சொல்லுறியளே? பாவமில்லயா?” என்றார் சற்று கோவமாக. கணேசனுக்கு உண்மையாகவே கோவம் வந்துவிட்டது. இந்த ஆளுகிட்ட கோவப்பட்டு என்ன புண்ணியம்? நம்ம தம்பிப் பொண்ணு நெலம இப்புடியாயிட்டுதே, என்று வருத்தப்பட்டார்.

“என்ன பாவத்தக்கண்டிய ஓய் இதுல? ஊட்டுல பொண்ண சும்மாத்தான வச்சிருக்கப் போறிய? அதுக்குன்னு ஒரு குடும்பம், தொணக்கி ஒருத்தன்னு இருந்துட்டுப் போவட்டுமே” என்றார் வேலாயுதம்.

“நீங்க என்ன சொன்னாலும் எனக்கென்னமோ இது சரியாப் படல” என்றார் கணேசன்.

“இதுமேரியெல்லாம் யோசிக்காதிய ஓய். அவனுக்கு இப்ப யெல்லாம் வலிப்பே வாரதில்ல. ஆளு நல்லா தெளிஞ்சி போயிருக்குறான். வேலவெட்டிக்கிப் போறான். அவனுக்கிட்ட சொந்தமா வண்டி, வண்டிமாடு இருக்கு. தெனமும் சம்பாரிக் கிறான். ஒங்க பொண்ணு வேலவெட்டிக்கின்னு எங்குட்டும் போவாண்டாம். வூட்டுல இருந்துக்கிட்டு சோறாக்கிக் குடுத்துக் கிட்டு இருந்தாலே போரும்” என்றார்.

வேலாயுதம் என்ன சொன்ன போதும் கணேசனின் மனம் சம்மதப்படவில்லை. முத்துசாமியைப்பற்றி எல்லோருக்குமேத் தெரியும். ஆரம்பத்தில் எல்லோரையும் போல நன்றாகத்தான் இருந்தான். இருபத்தியிரண்டு வயதில் அவனுக்கு கல்யாணம் செய்து வைக்க ஏற்பாடு செய்தார்கள். கல்யாணத்தன்று மனையில் உட்கார்ந்திருந்தான் முத்துசாமி. பெண்ணையும் முத்துசாமியின் பக்கத்தில் கொண்டுவந்து உட்காரவைத்தார்கள். மாலையை எடுத்து அவன் கழுத்தில் பெண்போட்டபோது திடீரென்று வலிப்பு வந்து மனையிலிருந்து கீழே விழுந்துவிட்டான்.

“மால மயக்கத்துலதாங் இப்புடியாயிட்டு, மயக்கம் தெளிஞ்சா எல்லாஞ் சரியாப்பெயிடும். மாப்புள்ள கையில குடுத்து வாங்கி நல்ல நேரம் போறத்துக்குள்ள தாலிய கட்டிப்புடுங்க” என்று ஆளாளுக்குச் சொன்னார்கள்.

‘மாலயும் களுத்துமா மனயில ஒக்காந்த பொண்ண திருப்பியளச்சிக்கிட்டு போவக்கொடாது. ஆவுறது ஆவட்டும் தாலிய கட்டச் சொல்லுங்க” என்று பெண்ணுக்குச் சொந்தக் காரர்களும் சொல்லி விட்டார்கள்.

தாலி கட்டியவனோடு எப்படியாவது வாழ்ந்துதானாக வேண்டும் என்று அந்தப் பெண்ணும் அவனோடு குடித்தனம் நடத்தினாள். வருடம் ஐந்தாகியும் குழந்தைகுட்டி எதுவுமில்லை.

பெண்ணைப் பெற்றவர்களுக்கு அதற்குமேல் அவர்களுடைய மகள் இருந்து மங்குவதைப் பார்த்துக்கொண்டிருக்க முடியவில்லை.

"யாம் பொண்ணு வூட்டவுட்டு போனமேனிக்கே இருக்கு யாம் பொண்ண அளச்சாந்து வேற எடம்பாத்துக் கட்டிக் குடுத்துடுங்க" என்று அழுதாள், பெண்ணைப் பெற்றவள்.

பெண்ணின் சொந்தக்காரர்களெல்லாம் "அது எப்புடி முடியும்? ஆம்புடையாங்காரன் உசிரோட இருக்கக்குள்ள எப்புடி பொண்ணஅளச்சாந்து வேற எடத்துல கட்டிக்குடுக்குற?" என்று தயங்கினார்கள்.

"யாங் அக்கா மவள இனிமே இன்னொரு எடத்துல கட்டிக் குடுக்காண்டாம். நானே ரெண்டாந்தாரமாக் கட்டிக்கிடுறங். அந்த காக்கா வலிப்புக் காரனுக்கிட்டேருந்து தீத்துவுட்டு அளச்சாங்க மொதல்ல" என்றான் பெண்ணின் மாமன்காரன்.

இரண்டு ஊர் பஞ்சாயத்தையும் கூட்டிவைத்து முத்துசாமி கட்டிய தாலியை வாங்கிக்கொண்டு இருவருக்குமுள்ள உறவை 'தீத்து' விட்டார்கள். இரண்டாம் தாரமாய் சொந்த மாமனைக் கட்டிக்கொண்டு போனவள் முத்துசாமியிடம் வாழாததற்கு அடையாளமாக மறுவருடமே பிள்ளையையும் பெற்றுக் காண்பித்தாள்.

முத்துசாமிக்கு இனிமேல் கல்யாண வாழ்க்கை இல்லை என்றுதான் எல்லோருமே நினைத்துக் கொண்டிருந்தார்கள். அவன் ஒரு வண்டியும் வண்டி மாடுகளும் வாங்கிக்கொண்டான். வின்கோ கம்பெனி அளத்திற்கும் மற்ற அளங்களுக்கும் தண்ணி அடித்துக்கொடுப்பான். மற்றவர்களுக்கும், உரம், சவுக்குக் கட்டை, விறகு எது ஏற்ற வேண்டுமானாலும் வண்டியிலேற்றிக் கொண்டு போவான். தினமும் வண்டிச்சத்தம் கிடைத்தது. தன் அம்மாவிடம் சம்பாதிப்பதை அப்படியேக் கொண்டுவந்து கொடுத்துவிடுவான். கவலையில்லாமல் ஏதோ ஓடிக்கொண் டிருந்தது அவனுடைய வாழ்க்கை. அவனுடைய அம்மா செத்த பிறகு அவனுடைய பாடு திண்டாட்டமாகிவிட்டது. சோறாக்கிக் கொடுக்க ஆளில்லை. வலிப்புகாரன் அடுப்படிக்குப்போய் தானே சோறாக்கி சாப்பிடுவதை யாரும் விரும்பவில்லை. அதற்காக

சொந்தக்காரர்கள் எத்தனை நாட்களுக்குத்தான் சோறுபோட முடியும்? எனவேதான் அவர்களெல்லாம் கூடிப்பேசி முத்துசாமிக்கு கல்யாணம் செய்துவைப்பதென்று முடிவு செய்தார்கள்.

ஆள் பார்ப்பதற்கு நன்றாக இருந்தான். என்னதான் வேலைக் குப்போய் சம்பாதித்தாலும் வலிப்புகாரனுக்கு யார்தான் பெண் கொடுக்க முன்வருவார்கள்?

இதனால் தான் வடிவாம்பாளைக் கேட்டுப் பார்க்கலாமென்று வேலாயுதத்தை திருத்துறைப்பூண்டியிலுள்ள கணேசனின் வீட்டிற்கு அனுப்பி வைத்திருந்தார்கள்.

"ஒண்ணும் யோசன பண்ணாதிய ஓய். ஆண்டவம் புண்ணியத் துல அவனுக்கு நோய்தெறிச்சி ரெண்டியரும் நல்லா குடும்பம் பண்ணுனாலும் பண்ணுவாவொ. அப்புடியாயிட்டுன்னாக்க ஒரு குடும்பத்துக்கு வெளக்கேத்தி வச்ச புண்ணியமாவுது நம்மளுக்கு வந்து சேரட்டுமே" என்றார் வேலாயுதம்.

"நா ஒத்துக்கிடுறங். ஆனாக்க நானாப்போயி யாந்தம்பி பொண்டாட்டிக்கிட்ட இதப்பத்தி பேசமாட்டன். நீங்கதாம் பேசிப்பாக்கணும்" என்றார் கணேசன்.

"அதுக்கென்ன? நாம் பேசுறங். யாருகிட்ட வேணுமுன் னாலும் நாம் பேசுறங். நம்ம என்ன பொய்சொல்லி யாரயாவுது கெடுக்கயாப் போறம்" என்றார்.

இவ்வளவு தூரம் வேலாயுதம் எடுத்துச் சொல்லியும்கூட கணேசனுக்கு மனம் ஆறவில்லை.

"என்னமோ யாந்தம்பி புள்ளைவொ நல்லாருக்கணு முன்னுதான் நா நெனக்கிறன். நம்ம நெனக்கிறதெல்லாமா நடக்குது?" என்றார் பெருமூச்சு விட்டபடி.

"ஒண்ணும் நெனக்காதிய ஓய், நாம் பெயிட்டு வாரங். நாளக்கி கருக்கல்லயும் கௌம்பி விடியக்கால வண்டிக்கே வந்துடுங்க. நம்ம கோயித்தாவு போவம். நீங்க கூட நின்னா போரும். பேச வேண்டியத்தயெல்லாம் நாம் பேசிக்கிர்றங்" என்று சொல்லிவிட்டு கிளம்பிப்போனார் வேலாயுதம்.

'கரைப்பார் கரைத்தால் கல்லும் கரையும்' என்பது உண்மை யாகியது. வேலாயுதம் பேசவேண்டிய விதத்தில் பேசி சுந்தராம் பாளின் மனதை மாற்றி சம்மதிக்க வைத்துவிட்டார். ஆனால் வடிவாம்பாளிடம் தான் இதை எப்படிச் சொல்வதென்று தயக்கமாயிருந்தது எல்லோருக்கும்.

"ஓங்க பொண்ணுக்கிட்டயும் நானே பேசுறங்" என்றார் வேலாயுதம்.

"இல்ல. நீங்க பேசாண்டாம். மொதல்ல நானே மெதுவா சொல்லிப்பாக்குறங்" என்றாள் சுந்தராம்பாள்.

அடுப்புக்கு முள் நறுக்கிக்கொண்டிருந்தார்கள் அஞ்சம்மாளும் வடிவாம்பாளும். அருகில் போனாள் சுந்தராம்பாள்.

"என்னம்மா பெரியப்பா வந்துருக்குறாவோளே. என்ன சங்கதி?" என்றாள் அஞ்சம்மாள்.

"ம்... ஒரு சோலியா வாந்தாவொளாம்" என்றால் சுந்தராம்பாள்.

"என்ன சோலியாம்மா?" என்றாள் வடிவாம்பாள்.

"ஆதுனூருலேருந்து சம்மந்தம் ஒண்ணு கொண்டாந்துருக்குறாவொ" என்றாள் சுந்தராம்பாள்.

"ஆதுனூருன்னா நல்லதுதாம்மா. நெனச்ச நேரம் உடியாந்து நம்மள பாத்துட்டுப் போவுமுல்ல?" என்றாள் வடிவாம்பாள் அஞ்சம்மாளைப் பார்த்தபடியே.

"போக்கா.., ஒனக்கு வேற வேலயில்ல. நாங் கல்யாணமே பண்ணிக்கிடமாட்டன். அப்புடியே பண்ணிக்கிட்டாலும் இந்த ஊரவுட்டு போவமாட்டன்" என்றாள் அஞ்சம்மாள்.

"மாப்புள்ளய நம்ம வூட்டுக்கே அளச்சிக்கிட்டு வந்துடு வியா சின்னங்கச்சி?" என்று சிரித்துக்கொண்டே கேட்டாள் வடிவாம்பாள்.

"சம்மந்தம் சின்னங்கச்சிக்கி இல்ல" என்றாள் சுந்தராம்பாள்.

"அப்பறம்?"

"ஒனக்குத்தாங் வந்திருக்கு" என்றாள்.

கையிலிருந்து கத்தியையும் எடுத்த முள்ளையும் அப்படியே போட்டுவிட்டு சலேரென்று எழுந்தாள் வடிவாம்பாள்.

"என்னம்மா ஒளருர?"

"நா ஒண்ணும் ஒளரல நெசமாத்தாஞ் சொல்லுறங். அதுக்காவதாம் பெரியப்பா வந்துருக்குறாவொ" என்றாள்.

"நீங்க நெனக்கிறதெல்லாம் நடக்காது. நீ முண்டாம போ" என்றாள் சிடுசிடுப்போடு.

“நாஞ் சொல்லுறத்த கேளு பெரியங்கச்சி. நீ நெனக்கிறமேரி இதுல ஒண்ணும் தப்புகெடயா” என்றாள் சுந்தராம்பாள்.

“தப்பா தப்புகெடயாதான்னு எனக்கொண்ணும் தெரியா. ஆனா மொதல்ல கரய்க்கிறதுதாம் புளி, மறுபுடி கரய்க்கிறது சக்கதாந் தெரிஞ்சிக்க. எனக்கு இன்னொரு கல்யாணம் வேண்டாம்” என்றாள் பிடிவாதமாய்.

“நீ நெனக்கிற மேரிதாங் நானும் நெனச்சங். அப்பறமும் யோசன பண்ணி பாத்தாக்க நீ கல்யாணம் பண்ணிக்கிறதுதான் நல்லதுன்னு தெரியிது. நா இருக்குற வரய்க்கிம்தான் நீ கவலயில்லாம இருக்கமுடியும் எனக்குப் பெறவு நீ எப்புடியிருப்ப? ஒனக்குன்னு ஒரு தொண வேண்டாமா? சொல்லு.”

“நீ இருக்குற வரய்க்கிம் இருந்துட்டாப் போரும். அதுக்குப் பெறவு இருந்து நா என்னப் பண்ணப்போறங்?” என்றாள் வடிவாம்பாளும் விடாமல்.

“இன்னிக்கி இருக்குற நா நாளக்கி இருப்பனான்னு சொல்ல முடியா. பாம்போ பல்லியோ கடிச்சி பொசுக்குன்னு பெயிட்டன்னு வச்சிக்க. அதுக்குப் பெறவு நீ என்ன செய்யிவ. யாங்கூடயே வுளுந்து செத்துப் பெயிடுவியா? நாலு நாளைக்காவுது தனியா நீ தெவச்சிதான் நிக்கணும். நம்ம புள்ளய ஒண்டியா உட்டுட்டு வந்துட்டமேன்னு செத்தும் எனக்கு நிம்மதியிருக்கா.”

“....”

“ஒன்ன பெத்த நான் ஒனக்கு கெடுதலா சொல்லுவங்?”

“நீனே பெயிட்டாக்கொட நா தனியா இருப்பம்மா. எனக் காவத்தான அளத்த வாங்குன? அப்பறம் எதுக்கு தொணகிணன்னு வெட்டிப் பேச்சு பேசுற? பேசாம போயி ஓம் வேலயப்பாரு” என்று அடித்துச் சொல்லிவிட்டாள்.

எவ்வளவு எடுத்துச் சொன்னாலும் வடிவாம்பாள் ஒத்துக் கொள்வதாய்த் தெரியவில்லை. சோர்ந்த முகத்தோடு வந்த சுந்தராம்பாளைப் பார்த்துவிட்டு “என்னப்பா சொன்னிச்சி ஓம்மவ?” என்று கேட்டார் வேலாயுதம்.

“அது ஒத்துக்கிட மாட்டங்குது. வுட்டுடுங்க. இப்புடியே இருந்துட்டுப் போவட்டும்,” என்றாள்.

“பெத்த தாயே இப்புடி சொல்லலாமா? நம்ம புள்ளைக்கி நம்மதான நல்லதுகெட்டத செய்யணும். நாம் பேசிப்பாக்குறங்” என்றார் வேலாயுதம்.

வடிவாம்பாளிடம் நீண்ட நேரம்பேசினார் வேலாயுதம். கடைசி வரை அவருடைய முகத்தைக்கூட ஏறெடுத்துப் பார்க்காமல் எதுவும் பதில் சொல்லாமல் எல்லாவற்றையும் கேட்டுக் கொண்டிருந்தாள் வடிவாம்பாள்.

“நீ இந்தக் கல்யாணத்துக்கு ஒத்துக்கிடாண்டாம். நாங்களாத் தாஞ் செஞ்சி வக்கிறம். நாங்க செய்யிற எதயும் தட்டிக் கழிக்காம நீ முண்டாம இருந்தாப்போரும். ஒனக்கு யாரும் கெடுதல் செய்யல, அதமட்டும் நெனப்பு வச்சிக்க” என்றார் முடிவாக.

“ஒங்க சொந்தக்காரவ்வொ நாலஞ்சிபேரு எங்க சொந்தக் காரவ்வொ நாலுஞ்சிபேரு மட்டும் வந்தாப் போரும். அதியமா கூட்டஞ்சேக்காண்டாம். பொண்ணுமாப்புள்ளக்கி புதுத் துணிமணிய கட்டிவுட்டு வேதாரண்ணியம் கோயிலுக்கு அளச்சிக்கொண்ட போயி தாலிய கட்டச்சொல்லி கூப்புட்டாந் துருவம். அதுக்குமேல எந்த ஆடம்பரமும் வேண்டாம். இன்னம் பயிஞ்சி நாளக்குள்ள கல்யாணத்த முடிச்சிப்புடணும்” என்று சொல்லிவிட்டுப் போனார் வேலாயுதம்.

அவர் சொல்லிச் சென்றது போலவே அடுத்த பதினைந்து நாட்களுக்குள் நல்ல நாளாய்ப் பார்த்து கல்யாணத்தைச் செய்து வைத்தார்கள்.

அளத்தையும் அம்மாவையும் தங்கையையும் விட்டுவிட்டு விசும்பலுடன் முத்துசாமியின் பெண்டாட்டியாய் ஆதனூருக்கு வாழப் போனாள் வடிவாம்பாள்.

20

“ஏ… அம்மோவ்…வ்…” கூப்பிடும் சத்தம் கேட்டு நிமிர்ந்து பார்த்தாள் சுந்தராம்பாள். வடக்கேயிருந்து அஞ்சம்மாள் கூப்பிட்டுக்கொண்டே வந்தாள்.

‘யாம் இப்ப இது வருது? செத்த மின்னாடிதான வூட்டுலேருந்து வந்தம். அதுக்குள்ள என்ன அவசாரம்?’ என்று நினைத்தவள் பண்ணை வரப்பில் வேகமாய் நடந்து தட்டிமேட்டுக்கு வந்தாள். நேற்றுதான் ‘வாருமொதல்’ உப்பை வாரி தட்டி மேட்டில் கொட்டிவிட்டு பாத்திகளுக்கு நீர் இறைத்து கட்டியிருந்தார்கள். இன்றும் நாளயும் அளத்தில் எதுவும் வேலையில்லை. பாத்திகளில் உப்பு பட்டால்தான் இனிவேலையிருக்கும். அளத்தில் வேலையில்லையென்றாலும் சும்மா ஒருசுற்று பார்த்துவிட்டுப் போகலாமென்று வந்திருந்தாள் சுந்தராம்பாள்.

“ஒன்ன வூட்டுலருந்து சோறாக்கத்தான சொல்லிப்புட்டு வந்தங். யாம் பின்னாடியே வார?” என்று கேட்டாள் சத்தம்போட்டு.

இவள் கேட்டதை காதில் வாங்காதவளாய் “அம்மா இஞ்சவா” என்று மறுபடியும் கூப்பிட்டுக்கொண்டே வந்தாள். அவளது நடையில் வேகம் தெரிந்தது.

ஏதோ முக்கியமான விஷயமாகத்தான் வருகிறாள் என்பதை உணர்ந்தவளாய் தட்டிமேட்டை விட்டு இறங்கி ரோட்டுக்கு வந்தாள்.

அஞ்சம்மாளை எதிர்கொண்டு வேகமாய் நடந்து வந்தாள்.

அஞ்சம்மாள் கொஞ்சம் அருகில் வந்துவிட்டாள்.

"யாஞ் சின்னஙகச்சி?"

"நம்ம சின்னக்காவுக்கு ஆம்புளபுள்ள பொறந்துருக்குதாம்மா. அகஸ்தியம்பள்ளி அத்தான் ஆளுவுட்டுருக்குறாவொ" என்றாள்.

"நெசமாவா சொல்லுற?" சுந்தராம்பாளால் நம்ப முடியவில்லை.

"நெசமாத்தாம்மா."

இது ஆடி மாசமாச்சே, ஆவணிதான கணக்கு. கொறபுள்ளயா பொறந்துருக்குமோ' என்று நினைத்தாள்.

"தாயும் புள்ளயும் சவுரியமா இருக்குறாவொளாமா?"

"ஆங்" என்றாள் அஞ்சம்மாள்.

'ஆடி மாத்தயில ஆம்புளபுள்ள பொறந்துருக்கே. குடும்பத்த ஆட்டிவச்சிடுமே' என்று நினைத்து வருத்தப்பட்டாள்.

'புள்ள பொறக்குற நேரம் நம்ம மவ கிட்டயிருந்து பாக்கணு முன்னு நெனச்சமே, இப்புடியாயிட்டே' என்று நினைத்தவளாய் நடையில் வேகத்தைக் கூட்டினாள்.

ராசாம்பாளுக்கு இது மூன்றாவது பிரசவம். வருசத்திற்கு ஒன்றாய் பெற்றுக்கொண்டிருந்தாள். முதலில் பிறந்தவை. இரண்டும் பெண் பிள்ளைகள். மூன்றாவதாய் ஆண்பிள்ளை பிறந்திருப்பதை நினைத்து சுந்தரம்பாளுக்கு ஆறுதலாயிருந்தது.

'நம்மளுக்குத்தாங் ஆம்புளப்புள்ளய பெத்தெடுக்குற பாக்கியமில்லாம பெயிட்டு. நம்ம பொண்ணுக்காவுது ஒரு ஆம்புளப்புள்ள பொறக்கணும்' என்று தினமும் வேண்டிக் கொண்டிருப்பாள்.

"புள்ளதாச்சிப் பொண்ண அளச்சிக்கிட்டு வந்து பத்துநாளு வச்சிருந்து அனுப்ப முடியாம பெயிட்டு. நம்மளாவது புள்ளபேரு நேரத்துல கிட்டயிருப்பமுன்னு நெனச்சங். அதுக்கும் வளியில்லாம பெயிட்டே" என்றாள் சுந்தராம்பாள்.

"நம்ம அளச்சிக்கிட்டு வரக்கொடாதுன்னா இருந்தம்? ஓம்மருமவன் உட்டாத்தான? அக்காவுக்கு என்ன கொற? அத்தாந் தான் பொண்டாட்டிய உள்ளங்கையில வச்சி தாங்குறாரே, அவரவுடவா நம்ம பெரிசா பாத்துடப் போறம்?" என்றாள் அஞ்சம்மாள்.

அஞ்சம்மாள் சொல்வது உண்மைதான். ராசாம்பாளின் கணவன் வேதப்பன் அவளை 'தலைச்சன் புள்ளைக்கி'க்கூட தாய்வீட்டிற்கு அனுப்பவில்லை. வற்புறுத்திக் கேட்ட போது,

"இஞ்சருந்தான்ன அங்கருந்தான்ன? சவுரியமாருக்கணும் அதாம் முக்கியம். இஞ்சயே இருக்கட்டும். இஞ்ச என்ன சவுரியத் துக்குக் கொறச்ச?" என்று மறுத்துவிட்டான்.

"பாக்குற சனம் எதாவுது சொல்லும். நா எங்கம்மா வூட்டுக்கே போறங்" என்று ராசாம்பாளே கேட்டுப் பார்த்தாள்.

"ஒன்ன வுட்டுட்டு என்னால இஞ்ச தனியா இருக்க முடியா ராசாம்பா. நீ யாங்கொடயேத்தாங் இருக்கணும். ஒனக்கு என்னென்ன செய்யணுமோ சொல்லு நாஞ் செய்யிறங். நீ ஆளாயிருந்து 'அதச்செய்யி இதச்செய்யின்னு' சொல்லிக்கிட்டுருந் தாக்க போரும். எல்லா வேலயயும் நானே செய்யிறங்" என்று கெஞ்சுவது போல் சொல்லிவிட்டான்.

'இப்புடியாப்பட்ட புருசன வுட்டுட்டு நம்மதாங் யாம் போவணும்' என்று நினைத்தோ என்னவோ தலைப்பிரசவத்திற்கு கோவில் தாழ்வு போகும் எண்ணத்தையே மறந்துவிட்டாள். சொல்லியது மட்டுமல்ல யாருமில்லாத நேரங்களில் மருந்து அரைத்துப் போடுவதிலிருந்து பிள்ளைத் துணி அலசிபோடுவது வரை எல்லா வேலைகளையும் அவனே செய்தான்.

தன் வீட்டிற்கு தன் மகளை அனுப்பிவைக்கவில்லை என்றாலும் மருமகன் அவள்மேல் இவ்வளவு ஆசையோடு இருக் கிறானே என்று நினைத்து நிம்மதியடைந்தாள் சுந்தராம்பாள். இரண்டாவது பிள்ளை பிறந்தபோதும் வேதப்பன் ஆசையோடு எல்லாவற்றையும் செய்தான்.

'சின்னங்கச்சி நாம் பெயிட்டு பாத்துட்டு ராத்திரிக்கே வந்துடவா இல்ல இருந்துட்டு ரெண்டுநாளு மருந்தரச்சிப் போட்டுட்டு வரட்டா?" என்றாள்.

"நீ அறகளிக்கிற வரக்கிம் இருந்துட்டே வாம்மா. எனக் கொண்ணும் பயமில்ல. நா கோயிந்தராசண்ண வூட்டு பெரியம் மாவ தொணக்கி கூப்புட்டாந்து போட்டு படுத்துக்கிடுறங்" என்றாள்.

'ஒரேடியா அறகளிக்கிற வரய்க்கிம் அங்கருக்க மாட்டங். வந்துடுவம். வேணுன்னா போயி போயி பாத்துட்டு வரவேண்டி யாங்" என்றாள் சுந்தராம்பாள்.

இருவரும் வேகவேகமாய் நடந்தார்கள். பள்ளக் கொல்லை களில் குறுக்கே விழுந்து வந்தார்கள்.

"அந்தத் தம்பி வேற நம்மமேல கோவமாருக்கு பொலருக்கு" என்றாள் சுந்தராம்பாள்.

"யாங்? அவ்வொளுக்கு என்னகோவம் நம்மமேல?" என்றாள் அஞ்சம்மாள்.

"அது கிட்ட ஒருவார்த்த கேக்காம அளத்த வாங்கிப் புட்டேன்னு ஏற்கனவே வருத்தமாருந்திச்சி. அதோட பெரியங்கச்ச கட்டிக்குடுக்கக்குள்ள அது அயிப்பிராயத்த கேக்காமயே பதில் சொல்லிப் புட்டேன்னு வேற வருத்தம் பொலருக்கு" என்றாள்.

வீட்டுக்கு வந்தவள் கைகால்களைக் கழுவிக்கொண்டு வீட்டிற்குள் வந்தாள். கட்டியிருந்த சீலையை அவிழ்த்துப் போட்டுவிட்டு வேறொன்றை எடுத்துக் கட்டிக்கொண்டாள். வரிச்சியில் கட்டித் தொங்கிக்கொண்டிருந்த சுரைக் குடுக்கைக்குள் கையைவிட்டு தடவினாள். கையில் தட்டுபட்ட காசுகளை எடுத்து முந்தானையில் முடிந்துகொண்டாள்.

"நாம் பெயிட்டு வாரங் சின்னங்கச்சி. பத்தரமாரு. போவக்குள்ள வடக்கிவூட்டு அக்காக்கிட்ட சொல்லிப்புட்டுப் போறங். கூப்புட்டாந்து தொணக்கி படுக்கப்போட்டுக்க" என்று சொல்லிவிட்டு போனாள்.

ராசாம்பாளுக்கு ஆண்பிள்ளை பெற்றுவிட்ட பூரிப்பில் பிரசவ வலிகூட தெரியவில்லை. சுந்தராம்பாளைக் கண்டவுடன் எழுந்து உட்கார்ந்துவிட்டாள்.

"இந்தாம்மா ஓம் பேரன பாரு" என்று அவள் மடியில் தூக்கிப் போட்டாள். பேரனைப் பார்த்த சந்தோஷத்தில் பேச்சுவரவில்லை சுந்தராம்பாளுக்கு.

"யாரு மேரிம்மா இருக்கு புள்ள? எனக்கு பாக்குறத்துக்கு நம்ம அப்பா சாடயாருக்குற மேரி இருக்கும்மா" என்றாள் ராசாம்பாள்.

"தம்பி சாடயாத்தாங் இருக்குறான்" என்றாள் சுந்தராம்பாள்.

தன் அம்மாவைப் போலவே தனக்கும் ஆண்பிள்ளை இல்லாமல் போய்விடுமோ என்ற பயம் ராசாம்பாளுக்கு இருந்து கொண்டேயிருந்தது. பிள்ளை பிறந்தபிறகு யாருக்கும் கிடைக்காத திரவியம் தனக்குக் கிடைத்துவிட்டதைப் போல சந்தோஷப்

பட்டாள். பிள்ளையின் மீதும் பிள்ளையைக் கொடுத்த வேதப்பன் மீதும் அதிகமான வாஞ்சை ஏற்பட்டது. பிள்ளையைப் போட்டுக் கொண்டு அறையிலிருக்கும்போது தன்னுடைய கணவனும் பக்கத்திலேயே இருக்கவேண்டுமென்று ஆசைப்பட்டாள். மாமியார் வீட்டிற்குள் இருக்கும்போது வேதப்பன் எப்போதுமே உள்ளே வரமாட்டான். சுந்தராம்பாள் வந்ததிலிருந்து அதிக நேரம் வேதப்பன் வெளியிலேயே சுற்றிக்கொண்டிருந்தான். மாமியார் பிள்ளைத்துணி அலசப்போகும் போதும் வேறு ஏதாவது வெளிவேலைகளை அவள் செய்யும்போதும் மட்டும் பிள்ளையையும் பெண்டாட்டியையும் வந்து எட்டிப் பார்த்து விட்டுப் போவான்.

தன் அம்மா இருப்பதால்தான் தன்னிடம் அதிகமாய் தன் கணவன் வரவில்லை என்று நினைத்தாள் ராசாம்பாள். எப்படியாவது சுந்தராம்பாளை அனுப்பிவைத்துவிட வேண்டு மென்று எண்ணினாள்.

“தங்கச்சிய தனியா வூட்டுல வுட்டுட்டு வந்திட்டியேம்மா. யாரும் எதுவும் சொல்லிப்புடப் போறாவொ. நீ வூட்டுக்குப் போறன்னாலும் போம்மா” என்றாள் மெதுவாக.

“எனக்கும் அதான் நடுத்தங்கச்சி யோசனயாருக்கு. சின்னஞ் செறு பொண்ண வூட்டுல தனியா வுட்டுட்டு அவபாட்டுக்குப் போயி மவவூட்டுல ஒக்காந்துகிட்டான்னு சனஞ்சொல்லும். நா என்ன பண்ணுற? ஒன்ன பாக்குறதா? இல்ல வூட்ட நெனக்கிறதா?” என்றாள்.

“என்னப்பத்தி கவலப்படாதம்மா. அவ்வொ என்ன நல்லா பாத்துக்கிடுவாவொ. நீ போயி தங்கச்சிய பாரு” என்றாள்.

ராசாம்பாளே சொல்லிவிட்ட பிறகு சுந்தராம்பாளுக்கு அதற்குமேல் இருப்பு கொள்ளவில்லை. கோவில்தாழ்விற்கு கிளம்பிவிட்டாள்.

“பெரிசிவொ ரெண்டயும் நா அளச்சிக்கிட்டுப் போறங் நடுத்தங்கச்சி. நீ புள்ளய பத்தரமா பாத்துக்க. பச்ச தண்ணியில யில்ல கையவச்சிடாத” என்று சொல்லிவிட்டு ராசாம்பாளின் பெரிய பெண்பிள்ளைகள் இரண்டையும் அழைத்துக்கொண்டு கோவில்தாழ்விற்கு வந்துவிட்டாள்.

அம்மா போனபிறகு தன் கணவன் தன்னுடனேயே இருப்பானென்ற ஆசையை வளர்த்துக் கொண்டிருந்த

ராசாம்பாளுக்கு பெரும் ஏமாற்றமாகப் போய்விட்டது. சொந்தக் காரப் பெண்ணொருத்தியை ராசாம்பாளுக்கு துணைக்குக் கொண்டுவந்து வைத்துவிட்டான் வேதப்பன். அவன் சாப்பிடும் நேரத்திற்கு மட்டுமே வீட்டுக்கு வந்தான். மற்ற நேரத்தில் அளத்திற்குப் போகிறேன் என்று சொல்லிவிட்டுப்போய்விடுவான். அளத்தில் வேலையில்லாத நாட்களிலும்கூட அவன் வீட்டில் தங்குவதில்லை. ராசாம்பாள் தன் கணவன் அவ்வாறு நடந்து கொள்வதை நினைத்து வருத்தப்பட்டாள். அவன் ஏன் அவ்வாறு மாறினான் என்பதை புரிந்துகொள்ள முடியாமல் தவித்தாள். மகனைப்பெற்ற சந்தோஷம்கூட அவளை விட்டுப்போய்விட்டது. எந்த நேரமும் வேதப்பனை நினைத்தே கலங்கினாள்.

பதினைந்தாம் நாள் அறை கழித்தார்கள். மறுநாள் காப்பு விடுவதாய் எல்லோருக்கும் சொல்லிவிட்டு வந்தான் வேதப்பன். சேர்த்து வைத்திருந்த காசையும் எடுத்துக்கொண்டு காப்பரிசி கிளறி எடுத்துக்கொண்டு பேத்திகளுடன் வேதாரண்ணியத்திற்கு வந்தாள் சுந்தராம்பாள். பேரனுக்கு ஒரு அரைஞாண் கொடியும் கால் கொலுசும் புதுச்சட்டையும் எடுத்துக்கொண்டு இருட்டுவதற்குள் அகஸ்தியம்பள்ளிக்கு போய்ச் சேர்ந்தாள். இரவு பதினாறாம் காப்புவிட வேதப்பனின் சொந்தக்காரர் களெல்லாரும் வந்திருந்தார்கள். சுந்தராம்பாளைத் தவிர ராசாம் பாளின் சொந்தமென்று ஒருவரும் வரவில்லை. காப்புவிடும் நேரமும் நெருங்கிவிட்டது.

“என்னம்மா இன்னம் நம்ம அக்காவகொடக் காணும்” என்று கேட்டாள் ராசாம்பாள்.

“அதாந் தெரியல. ஒம்புருசனுக்கிட்ட கேட்டுப்பாத்தியா? யாருகிட்ட சொல்லிப்புட்டு வந்திச்சாம் தம்பி? அக்கா என்ன சொன்னிச்சாம்?” என்றாள்.

“எப்ப போயி சொன்னாவொன்னு என்னகிட்ட எதுவும் சொல்லலம்மா” என்றாள் ராசாம்பாள்.

“இப்பதாங் கேட்டுப்பாரங்” என்றாள் சுந்தராம்பாள்.

வீட்டிற்கு வெளியே பெட்ரோமாஸ் லைட்டு வெளிச்சத்தில் பலகை போட்டு உட்கார்ந்திருந்தார்கள் ஆண்கள். அவர்களுடன் வேதப்பனும் உட்கார்ந்திருந்தான். அவனை சற்று தள்ளி நின்று கொண்டு கூப்பிட்டாள் ராசாம்பாள்.

“இஞ்சேருங்க... இஞ்சேருங்க, ஒங்களத்தாங் கூப்புடுறங். காதுல வுளுவுதா?” என்றாள் மெதுவாக.

“யாங்?” என்று கேட்டுக்கொண்டே எழுந்துவந்தான் வேதப்பன்.

“எங்கக்கா வூட்டுல யாருகிட்ட சொன்னிய? இன்னமுங் காணுமே” என்றாள்.

“ஒங்கக்கா வூட்டுக்கு யாரு போயி சொன்னா? போயி வேலயப்பாரு. அவ்வொல்லாம் வந்துதாங் இஞ்ச மோட்டுவளய ஒசத்தி வச்சிட்டுப் போப்பொறாவொளாக்கும்” என்றான் சிடுசிடுப்பாக.

ராசாம்பாளுக்கு அவன் சொல்லியதைக் கேட்டு தாங்கிக் கொள்ள முடியவில்லை. கண்களை முட்டிக்கொண்டு கண்ணீர் வந்தது. யாரும் கவனித்துவிடாதபடி துடைத்துக்கொண்டு வீட்டிற்குள் வந்துவிட்டாள்.

மருமகன் என்ன சொன்னானென்று தன் அம்மா கேட்டால் அவளுக்கு என்ன பதில் சொல்வதென்று தெரியாமல் மனதிற் குள்ளேயே புழுங்கிக்கொண்டிருந்தாள்.

ராசாம்பாளும் வேதப்பனும் பேசிக்கொண்டதை கவனித்துக் கொண்டுதானிருந்தாள் சுந்தராம்பாள். யாருக்கும் தெரியாமல் கண்ணைத் துடைத்துக்கொண்டு ராசாம்பாள் போவதைப் பார்த்தபோது சுந்தராம்பாளின் நெஞ்சு துணுக்குற்றது. கொஞ்ச நாட்களாகவே அவளும் கவனித்துக்கொண்டுதான் வருகிறாள் வேதப்பன் செய்வதெதுவும் முன்புபோலில்லை. அவன் ராசாம் பாளிடம் நடந்து கொள்வதைப் பார்த்து சுந்தராம்பாளுக்கும் மனதுக்கு கஷ்ட்டமாவே இருந்தது.

முகத்தில் எதையும் காட்டிக்கொள்ளாமல் அன்று இரவுப் பொழுதை மட்டும் கழித்துவிட்டு போய்விடவேண்டுமென்று நினைத்துக் கொண்டிருந்தாள். விடிந்ததும் விடியாததுமாக கிளம்பிவிட்டாள்.

“நடுத்தங்கச்சி நா வூட்டுக்கு பெயிட்டு வாரங். புள்ளைவொள பத்தரமா பாத்துக்க” என்றாள்.

“யாம்மா அதுக்குள்ள கெளம்பிட்ட?”

“இன்னக்கி அளத்துல வேலயிருக்கும். சின்னதங்கச்சி மட்டும் செய்ய முடியா. நேரத்துலயே போனாக்க நல்லாருக்குமுன்னு பாத்தங்” என்றாள்.

“இருவாரங்” என்று சொல்லிவிட்டுப் போனவள். ஒரு சுதேசி வாளியில் காப்பரிசியும் பழங்களும் வெற்றிலைப் பாக்கும் எடுத்து வைத்து

“இந்தாம்மா இதக்கொண்டுகிட்டுப்போ” என்று சுந்தராம்பாளின் கையில் கொடுத்தாள்.

“வேண்டாங் நடுத்தங்கச்சி. இதயெல்லாம் கொண்டுகிட்டுப் போயி யாரு திங்கப்போறா?” என்றாள் சோர்வாக.

“யாம்மா சோந்தமேரி இருக்குற? எதுவும் கோச்சிக்கிட்டியா?”

“அதெல்லாம் ஒண்ணுமில்ல. நீ புள்ளய பத்தரமா பாத்துக்க” என்றாள்.

“பெயிட்டு மறுபுடி எப்பம்மா வருவ?”

“நா எங்க வரப்போறங். வேல ஒளிஞ்சாத்தான வாரத்துக்கு.”

“தெரியும்மா எனக்கு. இனிமே நீ இஞ்ச வரமாட்டன்னு தெரியும். நீ வருத்தமாத்தாம் போற” என்றவளின் கண்கள் கலங்கியது.

“பச்சபுள்ளகாரி... இப்ப யாங் கலங்குற? எனக்கு ஒண்ணும் கோவமில்ல. எப்பவும்மேரிதான் போறங்” என்றாள்.

ராசாம்பாளின் அழுகை கொஞ்சம் கொஞ்சமாய் அதிகமானது.

“இப்ப எதுக்காவ நீ அளுவுற? நாம் பெயிட்டு இன்னம் ரெண்டு நாளுல வந்து பாத்துட்டுப் போறங். அளுவாத” என்று சமாதானப் படுத்தினாள்.

“நா அதுக்காவ அளுவலம்மா.”

“பெறவு எதுக்காவ? ஒனக்கும் தம்பிக்கும் எதாவுது வருத்தமா?”

“...”

“உள்ளத்தச் சொல்லு நடுத்தங்கச்சி. என்ன பெரச்சன?”

“என்னன்னே தெரியலம்மா. அவ்வொ முந்திமேரி இல்ல. எதுக்கெடுத்தாலும் எரிஞ்சி வுளுவுறாவோ. நா ஏதாவுது கேட்டா வேண்டாவெறுப்பா பதில் சொல்றாவோ. சரியா என்னக்கிட்ட மொவங்குடுத்து பேசுறதில்லம்மா. வேண்டாத பொண்டாட்டி கைபட்டா குத்தம் கால்பட்டாக் குத்தமுங்குறமேரி நான் எது சொன்னாலும் வம்பா பெயிடுதும்மா” என்றாள் அழுதுகொண்டே.

"நீ மட்டுமாவுது நல்லாருக்குறன்னு நெனச்சி நிம்மதியாருந்தங். இப்ப நீனும் இப்புடிச் சொல்லுறியே" என்றாள் சுந்தராம்பாள். சுந்தராம்பாளுக்கு நெஞ்சு வலிப்பது போலிருந்தது. அவளால் இதைத் தாங்கிக்கொள்ள முடியவில்லை.

"என்ன பேசுனாலும் கேட்டுக்க. நீனா வாயத்தொறந்து எதுவும் பேசிப்புடாத. ஒன்னால வந்துதுன்னு எதுவும் இருக்கக் கொடாது. பொம்புள நம்மதாங் கொஞ்சம் பொறுமையா போவணும். பாத்து நடந்துக்க. எல்லாஞ் சரியாப்பெயிடும்" என்றாள்.

"பெரிசி ரெண்டயும் கொஞ்ச நாளக்கி நீனே கொண்ட வச்சிக்கம்மா" என்றாள் ராசாம்பாள்.

"கொஞ்ச நாளக்கென்ன? ஒம்புள்ளைவொ வளருர வரய்க்குமே வேணுன்னாலும் நாம் பாத்துக்கிடுறங்" என்றாள் சுந்தராம்பாள்.

இரண்டு பிள்ளைகளும் நன்றாகத் தூங்கிக்கொண்டிருந்தன. எழுப்பி பெரிய பிள்ளையை முகம் கழுவிவிட்டு கையில் பிடித்துக்கொண்டாள். சின்னப்பிள்ளையைத் தோளில் தூக்கிப் போட்டுக்கொண்டு போனாள்.

கோவில்தாழ்வு வந்தபிறகும் சுந்தராம்பாளுக்கு ராசாம் பாளின் நினைவாகவேயிருந்தது. 'நல்லாருந்த குடும்பத்துக்கு என்ன வந்துருக்கும்? அந்த தம்பிக்கி தங்கமான கொணமாச்சே. அந்த கொணம் எப்புடி மாறிச்சி. தாலிகட்டிப்போன பத்தாந் நாளே குடும்பத்தப் புடிச்சி நல்லபடியா வாழ்ந்துகிட்டுருந்திச்சே யாம்பொண்ணு. யாரு கண்ணுபட்டுச்சோத் தெரியலயே. பொச்சாப்பு பொறாம புடிச்ச யாராவுது செய்வென செஞ்சிருப்பா வொளோ?" என்றெல்லாம் பலவாறாக நினைத்து கவலைப் பட்டாள். என்னவாக இருந்தாலும் ராசாங்கட்டளை மந்திரவாதி யிடம் போய் பார்த்துவிட்டு வருவதென்று முடிவுசெய்தாள். அதன்பிறகுதான் சுந்தராம்பாளுக்கு கொஞ்சம் நிம்மதியாயிருந்தது.

பிள்ளைபெற்ற இருபத்தி ஆறாம் நாள். கைப்பிள்ளையைத் தூக்கிக்கொண்டு துணிமணிகளையும் சுருட்டி ஒரு பைக்குள் வைத்துக்கொண்டு கோவில்தாழ்விற்கு வந்துவிட்டாள் ராசாம்பாள். அளத்து வேலை செய்துவிட்டு களைத்துப்போய் திரும்பிக் கொண்டிருந்தார்கள் சுந்தராம்பாளும் அஞ்சம்மாளும். ராசாம்பாளின் பெண் பிள்ளைகள் இரண்டையும் இரண்டுபேரும் தூக்கிக்கொண்டு வந்திருந்தார்கள். வீட்டில் பிள்ளைகளைத்

தனியாய் விட்டுவிட்டுப் போக முடியாமல் தங்களுடனேயே கொண்டுபோய் விடுவார்கள். பனைமட்டையைப் போட்டு தட்டிமேட்டில் உட்காரவைத்துவிட்டு இவர்கள் வேலை செய்வார்கள். இன்றும் அப்படித்தான் தூக்கிக்கொண்டு போயிருந்தார்கள். வேலை கொஞ்சம் அதிகமாயிருந்ததால் அதிகநேரம் செய்யவேண்டியிருந்தது. வெயில் நேரத்திற்கு பிள்ளைகள் இருவரும் உட்கார்ந்திருந்த இடத்திலேயே படுத்துத் தூங்கிவிட்டார்கள். வெயில் படாமல் துணியைப்போட்டு மூடிவிட்டு வேலை செய்தார்கள். வேலை முடிந்ததும் தூங்கிக் கொண்டிருந்த பிள்ளைகளை ஆளுக்கொருவராய்த் தூக்கி தோளில் போட்டுக்கொண்டு வந்தார்கள்.

தூரத்தில் வரும்போதே வாசல்தட்டி திறந்திருப்பதைப் பார்த்தாள் அஞ்சம்மாள்.

"அம்மா நம்ம வூடு தொறந்துருக்குப் பாரு. யாராவுது வந்துருப்பாவொளா?" என்றாள்.

"யாரு வந்துருக்கப்போறா? பெரியக்காால்ல பாத்துட்டுப் போவமுன்னுட்டு வந்துருக்கோ என்னமோ" என்றாள் சுந்தராம் பாள்.

"பெரியக்காதாங் நம்ம வூட்டுக்கே வரக்கொடாதுங்குறமேரி வைராக்கியமாருக்கே. அதெல்லாம் வந்துருக்கா. வேற யாராவுது வந்துருப்பாவோ" என்றாள் அஞ்சம்மாள்.

அஞ்சம்மாள் சொல்வது உண்மைதான். முத்துசாமிக்கு வடிவாம்பாளைக் கட்டிவைத்ததிலிருந்து என்ன நினைத்தாளோத் தெரியவில்லை. யாருடனும் சரியாகப் பேசுவதில்லை. வீட்டை விட்டு வெளியே எங்கும் கிளம்புவதில்லை. ஆதனூருக்கு முத்துசாமியுடன் போனவள் ஒருநாள்கூட கோவில்தாழ்வுக்கு வந்து இவர்களை எட்டிப்பார்க்கவில்லை.

வீட்டிற்கு வந்திருப்பது யாரென்று தெரிந்துகொள்ளும் ஆவலில் கொஞ்சம் வேகமாய் நடந்து வந்தார்கள். அருகில் வந்தபோது பிள்ளை அழும் சத்தம்கேட்டது.

"புள்ள அளுவுறமேரிருக்கும்மா சின்னக்காவாருக்குமா?" என்றாள் அஞ்சம்மாள்.

சுந்தராம்பாளுக்கு திடீரென்று நெஞ்சை அடைத்தது போலிருந்தது.

'வாரன்னு நம்மகிட்ட ஒருவார்த்தகொட சொல்லலயே. நல்லாருந்தா சொல்லாம கொள்ளாம இப்புடி வந்த நிக்க மாட்டாளே' என்று நினைத்தவளுக்கு என்ன செய்வதென்று எதுவும் புரியவில்லை.

இவர்களிருவரும் வருவதை உள்ளேயிருந்து பார்த்துவிட்டு அழும்பிள்ளையைத் தூக்கிக்கொண்டு முத்தத்துக்கு வந்தாள் ராசாம்பாள்.

'வாக்கா' என்றவாரே தோளில் கிடந்த பிள்ளையை இறக்கி கீழே விட்டாள். தூக்கம் கலைந்த பிள்ளைகளிரண்டும் ராசாம் பாளைப் பார்த்துவிட்டு 'அம்மா' என்று ஓடிக்கட்டிப்பிடித்துக் கொண்டன.

சுந்தராம்பாள் ராசாம்பாளின் முகத்தையே துளைத்து விடுவது போல் பார்த்தாள்.

ராசாம்பாளால் அந்த பார்வையை தாங்க முடியவில்லை. நெஞ்சிலிருந்த துக்கமெல்லாம் வெடித்துவர ஓவென்று அழ ஆரம்பித்து விட்டாள் அவள்.

ராசாம்பாளின் கையிலிருந்த பிள்ளையை அஞ்சம்மாள் வாங்கிக் கொண்டாள். அவளுக்கு எதுவும் புரியவில்லை. தன் காலைக்கட்டிப்பிடித்துக் கொண்டிருந்த பெண்பிள்ளைகளி ரண்டையும் கட்டிக்கொண்டு தேம்பித் தேம்பி அழுதாள்.

சுந்தராம்பாளுக்கு மனம் தாங்கவில்லை. மகள் அழுது ஓயட்டுமென்று அவள் பக்கத்தில் உட்கார்ந்து அவளையே பார்த்துக் கொண்டிருந்தாள்.

"அளுவாதக்கா... அளுவாதக்கா..." என்ற ராசாம்பாளின் தோள் பட்டையைப் பிடித்து இழுத்து சமாதானப்படுத்தினாள் அஞ்சம்மாள்.

ஒருவழியாய் அழுது ஓய்ந்தாள்.

"என்ன பெரச்சன நடுத்தங்கச்சி, யாம் இப்புடி அளுவுற?" என்றாள் சுந்தராம்பாள்.

"..."

"தம்பி கொண்டாந்து வுட்டுட்டுப்போச்சா, நீ தனியா வந்தியா?"

"நாந் தனியாத்தாம்மா வந்தங்."

“யாந், தம்பி எங்க பெயிட்டு? கொண்டாந்துவுடச்சொல்ல வேண்டியான?”

“அவ்வொளப்பத்தி பேசாதம்மா. அவ்வொ இனிமே வரமாட்டாவொ” என்றாள்.

“யாம் அப்புடி சொல்லுற? என்ன பெரச்சன ஓங்க ரெண்டியருக்குள்ள?”

“...”

“வாயத்தொறந்து சொல்லங். யாங வராது?”

“அவ்வொளுக்கும் எனக்கும் இனிமே ஒறவேயில்ல. நான் தாலிய கயட்டி பெரியகோவில் உண்டியல்ல போட்டுட்டு வந்துட்டடங்” என்றாள்.

அப்போதுதான் ராசாம்பாளின் கழுத்தை கவனித்தாள் சுந்தராம்பாள். வெறுங்கழுத்தாயிருந்தது. பார்த்தவளுக்கு ஆத்திரம் வந்துவிட்டது.

“என்ன வேல செஞ்சிப்புட்டு வந்து நிக்கிற? ஒரு பொம்புள செய்யிற வேலயா இது? என்னதாங் சண்ட வம்பாருந்தாலும் இப்புடியா செய்யிற? பொம்புளயா நீ?” என்றவாறே இரண்டு கையாலும் ஆவேசம் வந்தவளாய் ராசாம்பாளின் முதுகில் ஓங்கி ஓங்கி அடித்தாள்.

“படுபாவி கெடச்ச வாழ்க்கய நாசம் பண்ணிப்புட்டு வந்து நிக்கிறியே” என்று இரைந்தாள்.

கையில் பிள்ளையை வைத்துக்கொண்டு நின்ற அஞ்சம்மாளால் திடீரென்று அடித்தபோது தன் அம்மாவை தடுக்க முடியவில்லை. ராசாம்பாளின் பெண் பிள்ளைகளிரண்டும் தங்களுடைய அம்மாவை ஆத்தா அடிப்பதைப் பார்த்துவிட்டு மிரண்டு போனார்கள். ராசாம்பாளை கெட்டியாய் கட்டிப் பிடித்துக் கொண்டு அழுதார்கள்.

சுந்தராம்பாளின் கையைப் பிடித்து இழுத்துவிட்டாள் அஞ்சம்மாள். அவளுடைய கையிலிருந்த பிள்ளையும் வீறிட்டு அழுதது.

“ஓங்கையாலயே என்ன அடிச்சிக் கொல்லும்மா. இந்த பாளும் உசுர வச்சிக்கிட்டு நாயாந்தாங் இருக்கனும்?” என்று சொல்லி அழுதாள் ராசாம்பாள்.

“அய்யய்யோ புள்ள பெத்தவளாச்சே ... பச்சை ஒடம்புக் காரின்னு கொட நெனக்காம அடிச்சிப்புட்டமே” என்று நினைத் தாள் சுந்தராம்பாள். மகளோரமாய் உட்கார்ந்து கொண்டு அழுதாள்.

“நல்லா வாழ்ந்துக்கிட்டுருந்த பொண்ணு, இப்புடி தாலிய கயட்டி உண்டியல்ல போட்டுட்டு வந்துட்டாளே” என்ற கோவத்தால்தான் அடித்தாளே தவிர அடித்துவிட்ட பிறகு அதற்காக உட்கார்ந்து அவளும் அழுதாள்.

“அப்புடி என்னதாஞ் செஞ்சிச்சி அந்தத் தம்பி?” என்று கேட்டாள்.

“காப்புவுட்ட மூணாம்நாளு வூட்டுட்டுப் போனவ் வொம்மா நேத்தக்கி வரய்க்கிம் வூட்டுக்கு வல்ல.”

“எங்க போச்சி?”

“எங்க போச்சி. யாவ் வாயால அதச் சொல்லச் சொல்லுறியா?”

“சொல்லு நடுத்தங்கச்சி” என்றாள் பதறியபடி.

“குட்டச்சிக்காட்டுல கட்டுமன வாங்கிப் போட்டமுல்ல.”

“ஆமாங்.

“அதுல எனக்குத் தெரியாமயே எப்பவோ வீடு கட்டிருக்கு.”

“வூடுதான கட்டிச்சி அதுக்கென்ன?” என்றாள் சுந்தராம்பாள்.

“ஆமா வூடு மட்டுந்தாங்கட்டிச்சி. வா நம்மல்லாம் போயி வூட்டுல உளுந்து பெறளுவம்.” என்றாள்.

“சொல்லங். என்னதாங் நடந்திச்சி?”

“எவளோ ஒரு செருக்கிய கல்யாணம் பண்ணிக்கிட்டு குடும்பம் பண்ணிக்கிட்டுருக்காம்” என்றாள்.

“அப்புடியெல்லாம் இருக்காது நடுத்தங்கச்சி. யாராவுது ஒன்னக்கிட்ட இல்லாததும் பொல்லாததும் சொல்லிருப்பாவோ. கேப்பா பேச்சி கேக்காத” என்றாள்.

“யாங் கண்ணாலயே பாத்தம்மா. ரெண்டியரும் சோடி போட்டுக்கிட்டு போனத்த” என்று சொல்லிவிட்டு மறுபடியும் அழுதாள்.

“யாம் இப்புடி பண்ணிச்சி? ஒனக்கு என்ன கொறச்ச? புள்ளக்குட்டி இல்லயா? சீக்கு புண்ணியா கெடக்குறியா? எதுக்காவ இப்புடி பண்ணிச்சி?” சுந்தராம்பாளாலும் தாங்கிக் கொள்ள முடியவில்லை.

இந்த ரெண்டையும் வச்சிக்கிட்டு வயத்து புள்ளயோட நா அளத்து வேலக்கி அவங்கொட போவலயாம். நா எப்புடிம்மா போவ முடியும்? என்றாள்.

“வேல செய்ய ஆளுல்லங்குறத்துக்காவயெல்லாம் ஒரு கல்யாணம் பண்ணிக்கிடலாமா? புள்ளைவெ செத்த நெடுவிச் சின்னாக்க அதுவொள வுட்டுட்டு நீ போவமாட்டியாமா? அதுவரய்க்கிம் கூலியாளு வச்சித்தாஞ் செய்யிற?” என்றாள் சுந்தராம்பாள்.

“இந்த சாக்க வச்சிக்கிட்டு இன்னொரு கல்யாணம் பண்ணிக் கிடணும். அதுதான் எண்ணம். என்னவிட எளசா பாத்துக்கட்டிக் கிட்டு சோடி போட்டுக்கிட்டு சுத்தணுமுன்னு திட்டம் போட்டுத் தாம்மா செஞ்சிருக்குறான். நாந்தாம் ஏமாந்துபோயி இருந்துட்டன்” என்றாள்.

சுந்தராம்பாளால் எதுவும் சொல்ல முடியவில்லை. நொறுங்கிப் போய் உட்கார்ந்திருந்தாள்.

“அவனுக்கு நா என்னம்மா கொறவச்சங். தாலிகட்டிப் போனத்துலேருந்து யாங்குடும்பம் யாங்குடும்பமுன்னு வேல வெட்டிய உளுந்து உளுந்து செஞ்சன். அந்தக் குடும்பத்துக்காவ நா எவ்வளது ஒழச்சங் கஷ்டப்பட்டங். கொஞ்சங்கொட நன்றியில்லாம இப்புடி பண்ணிட்டானே. அவன் வெளங்கு வானா?’ இவனுக்கு கல்லு கருமாதியெடுக்க குட்டச்சிக்காட்டுல கட்டுமன வாங்கிக் கொடுத்தனே. அவன் நல்லாருப்பானா. புதுப் பொண்டாட்டியோட நெலச்சி வாழுவானா?” எனறு குமுறினாள்.

“ஒனக்கு மின்னாடியே தெரியலயா? ஆரம்பத்துலயே கண்டிச்சிருக்கலாமுல்ல?” என்றாள் சுந்தராம்பாள்.

நான் இப்புடியெல்லாம் வருமுன்னு நெனக்கலம்மா. அவன மலயா நம்பியிருந்தம்மா. இப்புடிப் பண்ணுவான்னு நாங் கொஞ்சங்கொட நெனக்கலம்மா” என்றாள். கண்ணீரைத் துடைத்துக் கொண்டாள். அவள் மனம் துடிப்பதைப் பார்த்து ஒன்றும் சொல்லமுடியாமல் அப்படியே உட்கார்ந்திருந்தாள் சுந்தராம்பாள்.

“ஆனா கொஞ்ச நாளாவே அவம் ஒரு தினிசாதாம்மா பேசிக்கிட்டுருந்தான்.”

“ஒன்னப் பாத்தா சாவாடு செத்தமேரிருக்கு ராசாம்பா. ஒங்கையிகாலுல ரெத்தமே ஓடலபொலருக்கு. ஓம் மொவத்த பாத்தா சவத்த பாக்குற மேரிருக்கு’ன்னு அடிக்கடி சொன்னாம்மா. அப்பகொட நா சந்தேகப்படல. நம்மமேல உள்ள அக்கறயில தான் நம்ம புருசன் இப்புடி சொல்லுறாவொன்னு நெனச்சிக் கிட்டுருந்தம்மா. என்ன இப்புடி மோசம் பண்ணிப்புட்டானே” என்றாள் ஆறாத மனதுடன்.

“அதுக்காவ நீ யாங் அவசாரப்பட்டு தாலிய கயட்டிப் போட்டுட்டு வந்த? தாலிகட்டி நாலுவருசம் வாழ்ந்த நீ, மூணு புள்ளைவொள பெத்த பெறவு இப்புடி வுட்டுகுடுத்துட்டு வரலாமா? நீனா அவளான்னு பாக்குறதில்ல” என்றாள் சுந்தராம்பாள்.

“இவனே பீதிங்கதான் எனக்கு புடிக்குமுன்னுட்டு போனத்துக்குப் பெறவு அவளுகிட்ட நான் போட்டிபோட்டா நல்லாருக்குமா?”

“கல்லுல நெல்லு மொளச்சமேரி ஒரு ஆம்புளப்புள்ள பொறந்துருக்குறான். ஓங்குடும்பம் வெளங்கிவார நேரத்துல இப்புடி பண்ணிப்புட்டியே நடுத்தங்கச்சி” என்றாள் சுந்தராம்பாள் வேதனையுடன்.

“என்ன யாம்மா குத்தஞ்சொல்லுற? நா என்ன பண்ணுனங்? அவனுக்கே என்னப் புடிக்கலன்னுட்டு போனத்துக்குப் பெறவு நா எப்புடிம்மா இளுத்தாந்து வச்சி வாளுற?” என்றாள்.

“என்ன இருந்தாலும் ஓவ் வாழ்க்கதான வீணாப்போவுது?”

“என்ன யாங் வாழ்க்க வீணாப்பெயிட்டு. அப்புடி என்ன அவங்ககொட இருந்து இனிமே பெரிசா வாழ்ந்துடப் போறங். உப்புபோட்டு சோறு திங்கிற யாரும் இதுமேரி துரோவம் பண்ணுனவ்வொகொட சொரணயில்லாம வாழ மாட்டாவோ. நான் உப்பளத்துலயே கெடந்தவ எனக்கு சொரணயிருக்காது?”

“...”

“அங்கயிருந்தாலும் ஒழக்கத்தாம் போறம். சும்மாருக்கப் போறதில்ல. அங்கயிருந்து அவனுக்கு ஒழச்சி போட்டு அவங் காருமாதிய பாக்குறத்த இஞ்சயிருந்து கஷ்டப்பட்டுட்டுப்போறங்.

அக்காவுக்கு வாங்கிக்குடுத்தமேரி எனக்கு எளுதிக்குடுக்குறன்னு சொன்ன நெலத்த வித்துப்புட்டு எனக்கும் ஒரு அளத்த வாங்கிக்குடு. ராசாவூட்டு புள்ளயமேரி யாம்புள்ளயள நான் வளத்துட்டுப் போறங்."

"பொம்புளைவொ கொஞ்சம் பொறுமையாத்தாங் இருக்கணும். நீ இப்புடியெல்லாம் அறுத்துகட்டிப் பேசாத. நான் திற்றபூண்டிக்குப் போயி பெரியப்பாவ கூப்புட்டாரங். அவ்வொ என்ன செய்யணுமோ செய்வாவொ" என்றாள் சுந்தராம்பாள்.

"அம்மா நீ சும்மா கெடந்து அலயாத. நான் இன்னக்கிச் சொலுறதுதான். நீ எத்துனபேர அளச்சாந்து பஞ்சாயத்து வச்சாலும் யாம்மனசு மாறாது. இனிமே அந்த பாவியோட மொவத்துல முளிக்கமாட்டங். அவன் வச்ச அடிய மிறிக்க மாட்டங். அவன் இருக்கற தெசயில தலவச்சிக்கொட படுக்கமாட்டங். அவன் யாரோ நான் யாரோதான். அந்த ஆண்டவனே வந்து சொன்னாக்கொட அவனுக்கும் எனக்கும் இனிமே எந்த சொந்தஞ்சோலியும் கெடயா" என்று பிடிவாதமாக சொல்லிவிட்டாள்.

"இப்புடி சொல்லுறாளே, வைராக்கியகாரியாச்சே" என்று நினைத்து வெகுநேரம் வரை அப்படியே கலங்கிப்போய் உட்கார்ந்திருந்தாள் சுந்தராம்பாள்.

21

‘என்னது கோடில காளமாடு வாரமேரி சத்தங் கேக்குதே. அவ்வொ வந்துட்டாவொளோ?’ என்று நினைத்தாள் வடிவாம்பாள். வீட்டிற்கு வந்தவுடன் மாடுகளுக்குத் தீனி வைப்பதற்காக ஊறவைத்த பருத்திக்கொட்டையை ஆட்டுக்கல்லில் போட்டு அரைத்துக் கொண்டிருந்தாள். எழும்பி வெளியே வந்தாள். இவள் வெளியே வருவதற்கும் மாடு முத்தத்திற்கு வருவதற்கும் சரியாக இருந்தது. ஒரு மாடு மட்டும்தான் வந்துநின்றது. இன்னொரு மாட்டையும் முத்துசாமியையும் காணவில்லை.

“நீ மட்டும்தான் வந்துருக்குற எங்க அவ்வொ ரெண்டியரும்?” என்று மாட்டிடம் கேட்டுக் கொண்டே வந்து அதன் தலைக்கயிற்றைப் பிடித்தாள்.

மாட்டின் ஒரு பக்கத்து உடம்பு கழுவி பளிச் சென்றிருந்தது. இன்னொரு பக்கம் ஈரமாயிருந்ததே தவிர தேய்த்துக் கழுவியதுபோல் தெரியவில்லை.

“என்ன நீ மட்டும் இப்புடி வந்து நிக்கிற? ஒரு பக்கம் தேச்சிக்களுவிருக்கு இன்னொருபக்கம் அளுக் காருக்கு. குளிக்கப் பயந்துக்கிட்டு உடியாந்துட்டியா?” என்றாள்.

இவள் இப்புடி பேசுவதை விரும்பாததுபோல் ஏதோ ஒருவித “சோகத்தில்” இருந்தது மாடு.

“ஒங்களத்தான் நாங் குளுப்பாட்டி வுடுறன்னு சொல்லிருக்கன்ல்ல. யாங் அவ்வொ கொளத்துக்கு ஓட்டிக்கிட்டுப் போனவொளாம்?” என்றாள்.

முத்துசாமியிடம் இந்த மாடுகளிரண்டும் நான்கைந்து வருடங்களாக இருக்கின்றன. பழைய விலையில் புஷ்பவனத்தில் யாரிடமோ வண்டியும் வண்டிமாடுமாய் வாங்கிக்கொண்டு வந்தான். மாடுகள் வந்ததிலிருந்து அவனுக்கு அவைகள்தான் எல்லாமுமாயிருந்தது. மாடுகளிரண்டும் அவனிடம் நன்றாகப் பழகியது. அவன்மீது பாசமாயிருந்தன. ஒருநாள் முத்துசாமி வெளியூருக்குப் போய்விட்டால்கூட அவன் திரும்பிவரும் வரை இரையெடுக்காமல் அப்படியே நிற்கும். அவன் பெரும்பாலும் மாடுகளை விட்டுவிட்டு எங்கும் போகமாட்டான்.

வடிவாம்பாளைக் கட்டிக்கொண்டு வந்த இந்த ஒரு வருடத்தில் அவளிடமும் மாடுகளிரண்டும் நன்றாக பழகி விட்டன. மாடுகளைக் கவனிப்பதில் பாதிவேலைகளை வடிவாம் பாளும் செய்து வந்தாள்.

கல்யாணமாகி வந்த புதிதில் முத்துசாமியிடம் முகம் கொடுத்து வடிவாம்பாள் பேசவே மாட்டாள். இவர்களுடனிருந்த சொந்தக்காரர்களெல்லாம் ஏழெட்டு நாட்களில் இருவரையும் தனியாய் விட்டுவிட்டு போய்விட்டார்கள். வடிவாம்பாளும் முத்துசாமியும் ஒருவருடன் ஒருவர் பேசாமலிருக்கவும் முடியாமல் பேசிக்கொள்ளவும் சங்கடப்பட்டுக்கொண்டு கஷ்டப்பட்டார்கள். அப்போதெல்லாம் இந்த மாடுகளிடம் சொல்லுவதுபோல்தான் இருவரும் பேசிக்கொண்டார்கள். நாட்கள் ஆக ஆக கொஞ்சம் கொஞ்சமாய் நேரடியாகவே பேசிக்கொண்டார்கள்.

இப்போதெல்லாம் எவ்வளவோ தேவலாம். வடிவாம் பாளுக்கு அனுசரணையாய் முத்துசாமியும், அவனுக்கு தேவை யானதையெல்லாம் பார்த்துப் பார்த்து செய்யுமளவுக்கு வடிவாம்பாளும் மாறியிருந்தார்கள். அன்றன்று சம்பாதிக்கும் காசையெல்லாம் அப்படியே வடிவாம்பாளிடம் கொண்டுவந்து கொடுத்துவிடுவான் முத்துசாமி. மாட்டுக்குத் தேவையான பருத்திக்கொட்டை, புண்ணாக்கு வீட்டுக்குத் தேவையான சாமான்கள் வாங்கவேண்டுமென்றால் வடிவாம்பாள் சொல்லித் தான் கருப்பம்பலத்திற்குப் போய் வாங்கிக்கொண்டு வருவான்.

எந்த சிரமமுமில்லாமல் இவர்களின் குடும்ப வாழ்க்கை நன்றாகவே ஓடிக்கொண்டிருந்தது. வடிவாம்பாள் வீட்டைவிட்டு கூலிவேலைக்கென்று எங்கும் போவதில்லை. மாடுகளுடன் சேர்த்து நான்கு பேருக்கும் தேவையானதை முத்துசாமியே சம்பாதித்துக் கொண்டு வந்தான். வடிவாம்பாளின் கவனிப்பால் முத்துச்சாமியின் உடம்பு வலுகூடியது போலிருந்தது. நோய் தெளிந்துவிட்டதென்றே எல்லோரும் நினைத்தார்கள். இருந்தாலும்

வடிவாம்பாளுக்கு மட்டும் உள்ளுக்குள் ஏதோ ஒரு பயம் இருந்துகொண்டேயிருந்தது. தண்ணீரிலும் நெருப்புப்பக்கத்திலும் முத்துசாமியை அதிகமாய் விடாமல் பார்த்துக்கொண்டாள். ஊர் சனங்களெல்லாரும் குளத்தில் குளிக்கும்போது முத்துசாமி மட்டும் வீட்டுவாசலிலேயே குளித்தான். ஒருநாள்கூட அவனை குளத்தில் குளிக்க விடமாட்டாள். தொட்டி நிறைய தண்ணீரை நிரப்பிவைத்து முதுகுதேய்த்துவிட்டு குளிப்பாட்டி விடுவாள்.

இரவில் சாப்பிடும்போதும் மண்ணெண்ணெய் விளக்கை அவன் பக்கத்தில் வைக்கமாட்டாள். அவ்வளவு கவனமாக இருப்பாள். மற்றபடி அவன் வண்டி ஓட்டிக்கொண்டு எந்த ஊருக்குப் போனாலும் அதுபற்றிய பயமெல்லாம் அவளுக் கிருக்காது.

ஆனால் இப்போது கொஞ்சநாளாய் முத்துசாமி குளத்தில் குளிக்க ஆரம்பித்திருந்தான்.

"யாம் இப்புடி பண்ணுறிய?" என்று வடிவாம்பாள் கேட்டதற்கு "எனக்கொண்ணும் ஆவாது வடிவு. எத்துன நாளக்கித்தான் நான் மேல தண்ணிய வூத்திக்கிட்டுருக்குற. வுளுந்து குளிக்க ஆசயாருக்கு. உப்பளத்து சூடுவேற, கண்ணுபொங்கி பெயிடுது. கொளத்துல வுளுந்து முளுவிக் குளிச்சா எல்லாஞ் சரியாப் பெயிடும். நீ பயப்புடாத. எனக்கு இனிமே ஒண்ணுஞ்செய்யாது" என்று சொல்லியிருந்தான்.

இரண்டு மூன்று நாட்கள் இவளுக்கு 'கெத்து கெத்தெ'ன்று தான் இருந்தது. நான்கைந்து நாள் ஆனதும் பழகிப்போய்விட்டது. இனிமேல் முத்துசாமிக்கு வலிப்பு எதுவும் வராது என்றே அவளும் நம்பினாள்.

இன்று காலையிலேயே கம்பெனி அளத்திற்கு தண்ணிவண்டி ஓட்டிக்கொண்டு போனான். திரும்பி வரும்போது வெயில் தாங்காததால் குளத்தில் மாடுகளைக் குளிப்பாட்டி விட்டுவிட்டு தானும் குளிக்கிறான் போலிருக்கிறது என்று நினைத்தாள் வடிவாம்பாள்.

"யாவ் அவ்வொ ஒன்னமட்டும் ஒளுங்கா குளிப்பாட்டி வுடலயா? இல்ல குளிப்பாட்டி வுடுறத்துக்குள்ள நீனா வுடியாந் திட்டியா?" என்றாள்.

"யாம் இப்புடி இருக்குற? ரொம்ப களச்சிப் பெயிடா. இரு வைக்கள்ளி போடுறங்" என்று சொல்லியவாறே தலைக்கயிற்றைப் பிடித்து பக்கத்திலிருந்த பூவரசு மரத்தில் இழுத்துக் கட்டப் போனாள்.

மாடு கயிற்றோடு அவளைப் பிடித்து இழுத்தது.

"எப்பவும் இளுத்த இளுப்புக்கு வர்றமாடு இன்னக்கி இப்புடி விசும்பி இளுக்குதே" என்று நினைத்தாள். மாடு மேலும் இழுத்தது. தலைக்கயிற்றை கெட்டியாக பிடித்துக்கொண்டாள். அவளை இழுத்துக்கொண்டு வந்தவழியே போனது மாடு.

'யாம் மாடு இப்புடி நம்மள இளுத்துக்கிட்டுப் போவுது' என்று நினைத்தாள். நெஞ்சு லேசாய் அடித்துக்கொண்டது.

முன்பை விடவும் மாடு வேகமாய் விசும்பியது. கையில் பிடித்திருந்த தலைக்கயிற்றை பிடித்திருக்க முடியாமல் விட்டு விட்டாள். மாடுவேகமாய் ஓட ஆரம்பித்தது. மாட்டின் பின்னாலேயே வடிவாம்பாளும் ஓடினாள். மாடு கருப்பட்டியாங் குளத்தை நோக்கி ஓடியது. குளக்கரையில் நின்றுகொண்டு இதனுடைய சோடி மாடு கத்தும் சத்தம் கேட்டது.

'மாடுவ ரெண்டும் வெளயாடுதோ' என்று ஒருகணம் நினைத்தாள். அப்படி நினைத்தது மனதுக்கு கொஞ்சம் ஆறுதலாய் இருந்தது.

'மாடு ஓடுனா ஓடட்டும் அங்கதான் அவ்வொ இருப்பா வொளே புடிச்சிக்கட்டுவாவோ' என்ற எண்ணத்தில் கொஞ்சம் மெதுவாய் நடந்தாள். இவ்வளவு தூரம் ஓடிவந்ததால் அவளுக்கு மேல் மூச்சு கீழ்மூச்சு வாங்கியது. முத்துசாமி நிற்கிறானாவென்று பார்த்துக்கொண்டே நடந்தாள். குளக்கரையில் வண்டி கிடப்பது தெரிந்தது. வண்டிச் சக்கரத்தில் சோடிமாடு கட்டிக்கிடந்தது. கட்டியது தறிக்காமல் கட்டிக்கிடந்த இடத்திலேயே சுற்றிச்சுற்றி வந்தது. குளத்தையும் இவளையும் மாறி மாறிப் பார்த்தபடி கத்தியது. இவளுக்கு முன்னால் ஓடியமாடு நேராக குளத்திற்குள் இறங்கியது. அதைப் பார்த்ததும் வடிவாம்பாளின் மனது திடுக்கிட்டது. வேகமாய் ஓடினாள். உயிரைக்கையில் பிடித்துக் கொண்டு ஓடினாள். முத்துசாமி குளக்கரையில் எங்காவது நிற்கிறானாவென்று பதற்றத்தோடு தேடிப்பார்த்தாள். கரைமேட்டில் ஏறிநின்று சுற்றிலும் பார்த்தாள். அவனைக் காணவில்லை. அவன் அவிழ்த்து சுருட்டிவைத்த இடுப்பு வேட்டி பந்துபோல் குளக்கரையிலிருந்தது.

"இஞ்சேருங்க... எங்க இருக்குறிய இஞ்சேருங்க, இஞ்சேருங்க" என்று பலங்கொண்ட மட்டும் சத்தம்போட்டு கூப்பிட்டாள்.

'எங்காவது ஓரிடத்திலிருந்து பதில் சொல்ல மாட்டானா' என்று மனம் துடித்தது.

மாடு குளத்திற்குள் இறங்கி தண்ணீருக்குள் பார்ப்பதும் வெறித்துக் கரையேறி ஓடிவருவதுமாக இருந்தது. வடிவாம் பாளுக்கு எதுவோ புரிந்த மாதிரியிருந்தது.

“அய்யய்யோ உடியாங்கஏளேன்” என்று சத்தமாய் அலறி னாள். கண்கள் இருண்டுகொண்டு வந்தது. வானமே கவிழ்ந்து அவள் தலையில் விழுந்தது போலிருந்தது. நினைவில்லாதவளாய் குளக்கரையில் மயங்கி விழுந்தாள்.

வடிவாம்பாள் அலறிய சத்தம்கேட்டு தூரத்தில் நின்ற சிலபேர் ஓடிவந்தார்கள். நிலைமையைப் பார்த்தபோது எல்லோருக்கும் புரிந்தது.

“சட்டுன்னு எறங்கிப் பாருங்க” என்று சொல்லிக்கொண்டே குளத்திற்குள் இறங்கினார்கள். ஓர் ஆள் ஓடிப்போய் எல்லோருக் கும் சத்தம்போட்டு செய்தியைச் சொன்னான். கொஞ்சநேரத்தில் ஊரே குளக்கரைக்கு திரண்டு வந்தது. முத்துசாமியின் உடல் சீக்கிரம் கிடைக்கவில்லை. ஆளாளுக்கு சல்லடைபோட்டு சலித்தார்கள். முத்துசாமியின் உடல் பாசிக்குள் போய் செருகி யிருப்பதை நீண்டநேரம் தேடிய பிறகே கண்டுபிடிக்க முடிந்தது.

“அய்யோ... அய்யோ” என்று அடித்துக்கொண்டு அழுதார்கள் பெண்கள். மயங்கிக்கிடந்த வடிவாம்பாளை தூக்கி உட்காரவைத்து முகத்தில் தண்ணீர் தெளித்தார்கள். அவளுக்கு பற்கள் கட்டிப் போயிருந்தது ஒரு சொட்டு தண்ணீர்கூட உள்ளே இறங்கவில்லை.

“பாக்கட்டிய போட்டு நெம்பிவுட்டு தண்ணிய தொண்டைக் குள்ள ஊத்துங்க” என்றாள் ஒருத்தி. அதேபோல் செய்து தண்ணீரை வாயிக்குள் ஊற்றியவுடன் மயக்கம் தெளிந்து லேசாய் கண் விழித்துப் பார்த்தாள். மறுபடியும் மயங்கி விழுந்துவிட்டாள்.

முத்துசாமி முதலில் ஒரு மாட்டை குளிப்பாட்டி கரையில் கட்டிவிட்டு, இன்னொரு மாட்டைக் குளிப்பாட்டிக் கொண்டிருந் திருக்கிறான். அந்த நேரத்தில் வலிப்பு வந்துவிட்டது. கைகால்கள் இழுத்து இழுத்து வெட்டியதால் பாசிக்குள் போய் உடம்பு செருகிவிட்டது.

செய்தி கேட்டு வாயிலும் வயிற்றிலும் அடித்துக்கொண்டு ஓடிவந்தாள் சுந்தராம்பாள். யார் எப்படி அழுதுதான் என்ன? இறந்துபோன முத்துசாமி எழுந்து வரவாப் போகிறான். இரண்டாவதாக கட்டிக் கொடுத்த இடத்திலும் கணவனோடு இருந்து வாழக் கொடுப்பினையற்றவளாய் கோவில்தாழ்விற்கு திரும்பிவந்தாள் வடிவாம்பாள்.

22

ராசாம்பாள் கோவித்துக்கொண்டு வந்து ஒன்றரை வருடம் ஆகிவிட்டது. வடிவாம்பாள் அறுத்து வந்தும் ஒரு வருடத்திற்கு மேலாகிவிட்டது. வடிவாம்பாள் வீட்டைவிட்டு எங்கும் கிளம்பாமல் வீட்டிற்குள்ளேயே அடைந்துகிடந்தாள். வடிவாம் பாளிடம் தன் பிள்ளைகளை பார்த்துக்கொள்ளச் சொல்லிவிட்டு ராசாம்பாள் அஞ்சம்மாளுடன் அளத்துக்குப் போய்க் கொண்டிருந்தாள். சுந்தராம் பாள் எப்போதும் மனது ஒரு நிலையில் இல்லா தவள்போல் நடந்துகொண்டாள். நினைத்தால் அளத்துக்குப் போவாள். இல்லையென்றால் வீட்டிலேயே இருப்பாள். தன்னுடைய இரண்டு மகள்களின் வாழ்க்கையும் இப்படியாகிவிட்டதே என்ற கவலையில் சின்ன மகளை கட்டிக்கொடுக்க வேண்டுமென்ற நினைவே இல்லாமலிருந்தாள்.

பூச்சி ஓரளவு எல்லா வசதிகளையும் தேடிக் கொண்டான். புதிதாய்க் கூண்டுவண்டி வாங்கி யிருந்தான். கல்யாணம் செய்து கொள்வது ஒன்று மட்டும்தான் பாக்கியாயிருந்தது அவனுக்கு. ஆனால் அஞ்சம்மாளை பெண்கேட்டு வராமலேயிருந்தான்.

"நம்ம அக்காளுவ ரெண்டுபேருக்கும் இப்புடியா யிட்டேன்னு அம்மா கவலயாருக்குல்ல, அத நெனச்சித் தாம் கல்யாணத்தப்பத்திபேசாம இருக்குறாவொ. இன்னங்கொஞ்ச நாளு களிச்சி பண்ணிக்கிடலாமுன்னு இருக்குறாவொ பொலருக்கு'

என்று அஞ்சம்மாள் நினைத்துக்கொண்டிருந்தாள். ஆனால் பூச்சியின் வீட்டில் நடந்தது வேறாக இருந்தது.

நான்கைந்து மாதங்களுக்கு முன்பாகவே பூச்சிக்கு கல்யாணம் செய்துவைக்க நினைத்தாள் பூச்சியின் அம்மா. பூச்சியிடமும் கேட்டாள்.

"தம்பி என்னால வூட்டு வேலயெல்லாஞ்செய்ய முடியலடா. ஒனக்கு ஒரு கல்யாணத்தப் பண்ணி வச்சிட்டன்னா நா எந்த கவலயுமில்லாம போடுறத்தத்தின்னுட்டு அக்கடான்னு கெடப்பம்" என்றாள்.

"ம்... பண்ணிக்கிர்றம்மா" என்றான் பூச்சி.

யார் யாரிடமோ சொல்லிவைத்தாள். தகட்டூரில் ஒரு சம்மந்தம் இருப்பதாகச் சொன்னார்கள்.

"தம்பி தவுட்டூருல ஒரு பொண்ணுருக்காண்டா. போயி பாத்துட்டு வருவமா?" என்றாள் பூச்சியின் அம்மா.

"யாம்மா வெளியூருக்கெல்லாம் போயிக்கிட்டு? உள்ளூரு சம்மந்தமாருந்தா பாரம்மா" என்றான் பூச்சி.

"உள்ளூருல ஒனக்குக் கட்டுறமேரி யாரூட்டுலடா பொண்ணுருக்கு?"

"சுந்தரம்பா அத்தமவள கேட்டுப்பாரும்மா" என்றான்.

"நீ யாரடா சொல்லுற?" என்றாள்.

அஞ்சம்மாளத்தான் சொல்லுறங். நல்ல பொண்ணு, ஒழப்பாளி யாருக்கு, உள்ளூராவுமிருக்கு, அதக்கட்டுனா நம்ம குடும்பத்துக்கு நல்லதுதாம்மா" என்றான்.

"வாய மூடுடா தம்பி. இன்னோருநட அப்புடிச் சொல்லாத" என்றாள் பதறியபடி.

"யாம்மா அப்புடிச் சொல்லுற?"

"அந்தப் பொண்ணு வேண்டாண்டா தம்பி. வேற பொண்ணுருந்தா சொல்லு கட்டி வக்கிறங்."

"யாம்மா அந்த பொண்ணுக்கு என்ன கொறச்ச?"

"அது வேண்டாண்டா."

"அதாங் யான்னு கேக்குறங்?"

“வாழணுமுன்னு ஆசப்படுறவ்வொ யாரும் அந்த வூட்டுல சம்மந்தம் வச்சிக்கிட மாட்டாவொ” என்றாள்.

“யாம்மா?”

“அந்த பொம்புளையோட புருசன் கப்பலுக்குப் போறன் னுட்டுப் போனவந்தாங். உசுரோட இருக்குறானா இல்ல செத்தானான்னே ஒண்ணுந்தெரியல. மொத்திய கட்டிக் குடுத்தாவொ ஒரு எடத்துக்கு ரெண்டடெடமா. ரெண்டெடத் துலயுமே மூணேமுக்கா நாளி இருந்து வாளாம ஆம்புடையானு வொள தூக்கிப்போட்டு முளுங்கிப்புட்டு மூளியா வந்துட்டு. அதுதாம் அப்புடின்னாக்க நடுப்பொண்ணக் கட்டிக்குடுத்தா வொளே அதாவுது புருசங்கொடயிருந்து ஒளுங்கா வாழ்ந்திச்சா. அதவும் வாளாவெட்டியா வந்து ஒக்காந்துருக்கு. அந்த குடும்பத்து பொண்ணுவொ இருந்து வாளாதுவொ. அதக் கட்டுனமுன்னாக்க ஒன்னோட வாழ்க்கயும் வீணாத்தாம் போவும். கண்ணு தெரிஞ்சிம் நம்மபோயி பாளுங் கெணத்துக்குள்ள வுளக்கொடாது. நீ குடியா குடுத்தனமா நல்லா வாழணும். ஒனக்கு உள்ளூரு சம்மந்தமே வேண்டாம். அந்தப் பொண்ண கட்டுற ஆசய வுட்டுருப்பா” என்றாள்.

பூச்சியால் ஒன்றும் பேசமுடியவில்லை. தன் அம்மாவிடம் எப்படிச் சொல்லி புரியவைப்பதென்று தெரியாமல் தவித்தான். ஆனால் அவளிடம் இப்போது எதைச் சொன்னாலும் ஏற்றுக்கொள்வது போல தெரியவில்லை.

“கொஞ்சநாளு போவட்டும். அப்பறமா அம்மாக்கிட்ட சொல்லி ஒத்துக்கிட வச்சிடுவம்.” என்று நினைத்தான்.

“சேரிம்மா, இப்ப இந்தப் பேச்ச வுட்டுடு. இன்னம் ரெண்டு மாசங்களிச்சி பாத்துக்கிடுவம்” என்றான் பூச்சி.

அவன் சொல்லியதில் சமாதானமடையவில்லை அவனுடைய அம்மா. ‘நம்ம இவ்வளதூரம் சொல்லியும் கேக்கமாட்டங் குறானே’ என்று நினைத்து வருத்தப்பட்டாள். நெருங்கிய சொந்தக்காரர்களிடமெல்லாம் சொல்லி புலம்பினாள்.

“அஞ்சம்மாவ கட்டிக்கிறத்துக்கு ஆசப்படுறான். என்ன காரணமுன்னு ஒண்ணுந்தெரியல. யாம்புள்ள நல்லாருக்கணும். அவனுக்கு நல்ல புத்திமதிய சொல்லுங்க” என்றாள் அவர்களிடம்.

அஞ்சம்மாளைக் கட்டிக்கொள்ள வேண்டுமென்ற பூச்சியின் ஆசையை யாரும் ஏற்றுக்கொள்ளவில்லை. மாறாக பூச்சிக்கு புத்திமதி சொல்லுவதிலேயேயிருந்தார்கள்.

“எல்லாரும் யாம் இப்புடி இருக்குறிய? இதுமேரியெல்லாம் என்னக்கிட்ட பேசாதிய. ஒங்களுக்குப் புடிக்கலேன்னா வுட்டுடுங்க. இப்ப எனக்குக் கல்யாணம் வேண்டாம். பெறவு பாத்துக் கிடலாம்” என்று பேச வந்தவர்களின் வாயையும் அடைத்து விட்டான்.

‘நம்மபேச்சக் கேக்காம மவன் இப்புடி புடிவாதமா நிக்கிறானே’ என்ற எண்ணம் பூச்சியின் அம்மாவுக்கு நாளுக்கு நாள் அதிக மாகிக் கொண்டே வந்தது. அந்த எண்ணமே கடைசியில் எந்தப் பாவமும் அறியாத அஞ்சம்மாளின் மீது வெறுப்பாக மாறியது. அஞ்சம்மாளையும் அவளின் அம்மா, அக்காள்களையும் இழித்தும் பழித்தும் பேச ஆரம்பித்தாள். அவள் பேசியது ஒன்றுபட்டு ஒன்றுபட்டு சுந்தராம்பாளின் காதுக்கும் வந்தது.

சுந்தராம்பாளால் அதைத் தாங்கிக்கொள்ள முடியவில்லை.

“நம்ம யாருக்கு என்ன செய்யிறம்? யாம் நம்மள கண்ணால காணவுடாம பேசுறாவோ?” என்று மகள்களிடம் சொல்லிவிட்டு வருத்தப்பட்டாள்.

அன்று குளத்தில் சுந்தராம்பாள் குளித்துக்கொண்டிருந்தாள். இவளுடன் இன்னும் இரண்டு மூன்று பேர் குளித்துக்கொண்டிருந் தார்கள். அந்தநேரம் பார்த்து பூச்சியின் அம்மாவும் அங்கு வந்து சேர்ந்தாள். மற்றவர்களி ம் பேசுவதுபோல் சுந்தராம்பாளின் மனம் வருந்துவது போல ‘சாடை’ பேசினாள்.

“செலபேருமேரியெல்லாம் நம்மளால இருக்கமுடியாது. எத்துனபேரு காரித் துப்புனாலும் தொடச்சிப்புட்டு சொரண யில்லாம இருக்குறாவொ. எப்புடித்தாங் இருக்குறாவொளோத் தெரியல. நம்மன்னா உசுரவச்சிக்கிட்டு இருக்கமாட்டம். மானம் மரியாத கெட்டப்பெறவு என்னத்துக்கு உசுரு? நாக்க புடுங்கிக்கிட்டு சாவ வேண்டியான?” என்றாள் கடைசியாக. சுந்தராம்பாளால் அதற்குமேல் பொறுத்துக்கொண்டு இருக்க முடியவில்லை.

“யாண்ணி இப்புடியெல்லாம் சாட பேசுறிய? நா ஒங்களுக்கு மின்னாடிதான நிக்கிறன். நேராவே கேளுங்களேங்”

“நா யாரயோ பேசுறங், எவரயோப் பேசுறங், ஒங்களுக்கு யாங் கோவம் வருது? ஒங்கள யாங் நாம் பேசுறங்?” என்றாள்.

“நீங்க என்னத்தாம் பேசுறியன்னு சொல்லித்தான் தெரியணுமா? என்னால புரிஞ்சிகிட முடியாதா?”என்றாள் சுந்தராம்பாள்.

"குத்தமுள்ள மனசு குறுகுறுக்குது பொலருக்கு. அதுக்கு நான் என்ன செய்ய முடியும்?" என்றாள் பூச்சியின் அம்மா.

சுந்தராம்பாளுக்கு ஆத்திரம் வந்துவிட்டது.

"யாண்ணி, யாம் பொண்ணுவ வாளாம வந்துருந்தா அதுவ பாட்டுக்கு யாவ்வூட்டுல இருக்குவ. அதுனால ஒங்களுக்கு என்ன செரும? சோத்துக்குக் குடுங்க. தண்ணிக்கிக் குடுங்கன்னு ஒங்க வூட்டு வாசலுல வந்து நின்னமா? இல்ல ஒங்க கைய அறுத்துக் கிட்டு எங்களுக்கு எதாவுது செய்யிறியளா? எதுக்காவ எங்களப் பழிச்சிப் பேசுறிய? நாங்க ஒங்களுக்கு என்ன பாவத்த செஞ்சம்? ஊருல ஒருத்த வுடாம எல்லாருக்கிட்டயும் எங்களப்பத்தி பேசி இருக்குறியளே யாங்?" என்றாள் சுந்தராம்பாள்.

"நா ஒண்ணும் அதுமேரியெல்லாம் பேசலயே. எவ வந்து ஒங்களுக்கிட்ட கோளுபொணச்சா?" என்றாள் பூச்சியின் அம்மா.

"கேப்பா பேச்சிக் கேட்டுக்கிட்டு வம்புசண்டைக்கிப் போறவ நா இல்ல. நீங்க பேசுனத்த நல்லாத் தெரிஞ்சிக்கிட்டுத்தாங் கேக்குறங். ஒங்களுக்கிட்ட எந்த வம்புக்கும் நானா வல்ல. இனிமே எங்களப்பத்தி பேசாதிய. அப்புடிப் பேசினியன்னா நா யாவ் வாயத் தொறந்து ஒண்ணும் சொல்ல மாட்டங்."

"..."

"எங்களப்பத்தி பேசிப்புட்டு எச்சிய எப்பவுமே காரித் துப்பிக்கிட்டா இருக்கப்போறிய? ஊத்த உமுற உள்ளத்தான எறக்கப்போறிய? அது கேட்டுக்கிரும்" என்றாள் ஆத்திரத்தோடு.

"நீங்க பாட்டுக்கு பேசுறியளே. சும்மாருக்கக்குள்ள ஒங்க வூட்டப்பத்தி நாயாம் பேசப்போறங்?" என்றாள் பூச்சியின் அம்மா.

"நாங்க எதாவுது ஒங்களுக்கு எடஞ்ச பண்ணுனமா?" என்றாள் சுந்தராம்பாள்.

"நீங்க ஒண்ணும் பண்ணல. யாம் மவந்தாங் இப்ப எடஞ்ச பண்ணுறாங். கட்டுனாக்க ஒங்க மவளத்தாங் கட்டுவன்னு ஒத்தக்காலுல நிக்கிறான். புள்ளயப் பெத்தவ. நா யாம்புள்ளக்கி நல்லது கெட்டது சொல்லமாட்டங்? அந்தக் குடும்பத்து சம்மந்தம் நம்மளுக்கு ஒத்துவராதுடான்னு சொல்லி ஒங்கப் பொண்ணுவளப்பத்தி சொன்னந்தாங். அதுல என்ன குத்தம்?" என்றாள் பூச்சியின் அம்மா.

சுந்தராம்பாளால் அதற்குமேல் ஒரு வார்த்தைகூட பேசமுடிய வில்லை. ஈரத்துணிகளை தோளில் அள்ளிப் போட்டுக்கொண்டு வேகவேகமாய் வீட்டிற்கு வந்தாள்.

குடத்தடியில் பாத்திரங்களைபோட்டு விளக்கிக் கொண்டிருந் தாள் அஞ்சம்மாள். வந்த வேகத்தில் அவளுடைய முடியைக் கொத்தாய்ப் பிடித்து வீட்டிற்குள் இழுத்துக் கொண்டு போனாள் சுந்தராம்பாள். இப்படி திடீரென்று தன் அம்மா செய்வதைப் பார்த்து அஞ்சம்மாளுக்கு அதிர்ச்சியாயிருந்தது.

"யாம்மா? யாம்மா?" என்று கேட்டபடியே சாம்பல் கையால் சுந்தராம்பாளின் கைகளை விலக்க முயற்சித்தாள். அதற்குள் அஞ்சம்மாளின் முதுகில் இரண்டு மூன்று அடிகளும் விழுந்தது.

சத்தம்கேட்டு ராசாம்பாளும் வடிவாம்பாளும் ஓடி வந்தார்கள். சுந்தாரம்பாளின் கையைப் பிடித்து இழுத்து தூரமாய் தள்ளி விட்டாள் வடிவாம்பாள்.

"யாம்மா தங்கச்சிய அடிச்ச? அது என்ன தப்பு செஞ்சிச்சி?" என்றாள் ராசாம்பாள்.

"இவ என்ன தப்பு செஞ்சா, எல்லாம் யாந் தலயெழுத்து. பொம்புளயா வளத்தாலும் ஊருசனம் பாத்து ஒரு வார்த்த சொல்லாம கட்டிக்குடுத்துட்டு நிம்மதியா இருக்கணுமுன்னு நெனச்சங். என்ன நடந்திச்சி? ரெண்டெடத்துல கட்டிக் குடுத்து நீனும் இருந்து வாழல. இவ நல்லாருந்த புருசன புடிக்கலேன்னு வந்துட்டா யாங் ஏளவெடுக்க. வூட்டுல இருக்கறதாவுது நம்மளுக்கு அனுசரணையா இருக்குமுன்னு நெனச்சா அது யாம் மானம் மரியாதையயெல்லாம் கப்பலேத்தப் பாக்குது" என்று கோபத்தில் கொட்டினாள்.

"யாம்மா அப்புடி என்னதாஞ் செஞ்சிச்சி சொல்லங்?" என்றாள் வடிவாம்பாள்.

"அந்த பூச்சியில்ல, அந்தப்புள்ள கட்டுனாக்க அஞ்சம்மாளத் தாங் கட்டுவன்னு ஒத்தக்காலுல நிக்காம். அதோட அம்மாகாரி நாலுபேருக்கு நடுவுல கொளத்தாங்கரயில வச்சிக்கிட்டு 'நாக்கப் புடுங்கிக்கிட்டு சாவன்னு' கேக்குறா' என்றாள் வலியோடு. கேட்டுக்கொண்டிருந்த மூன்று பேருக்குமே அதிர்ச்சியாயிருந்தது. எதுவுமே சொல்லமுடியவில்லை.

"இவ எதுவும் கோடி காட்டாமயா அந்தப்புள்ள அப்புடிச் சொல்லுது?" என்றாள் சுந்தராம்பாள்.

"யாம்மா அப்புடிச் சொல்லுற? நம்ம கொடயேத்தான இருக்குது தங்கச்சி. அப்புடிருந்தா நம்மளுக்குத் தெரியாதா? இதப்போயி தப்பா நெனக்கிறியே. பாவம்மா தங்கச்சி. யாரோ என்னமோ சொல்லுறாவொங்குறத்துக்காவ நம்மளே நம்ம தங்கச்சிய தப்பா நெனக்கலாமா? நம்மளே அப்புடி சொன்ன முன்னாக்க மத்தவ்வொ என்னதாஞ் சொல்லமாட்டாவோ" என்று அம்மாவை கடிந்து கொண்டாள் வடிவாம்பாள்.

அஞ்சம்மாள் வாயைத் திறந்து எதுவுமே பேசவில்லை. அழுது கொண்டு சுருண்டு படுத்துவிட்டாள். அன்று முழுவதும் எதுவும் சாப்பிடவுமில்லை அவள்.

சுந்தராம்பாளுக்கும் பூச்சியின் அம்மாவுக்கும் குளத்தங் கரையில் ஏற்பட்ட பிரச்சினையை அங்கிருந்த ஒருத்தி பூச்சியிடம் சொன்னாள். அதை மட்டுமல்லாமல் சுந்தராம்பாள் கோவமாய் அஞ்சம்மாளை முடியை இழுத்துப்போட்டு அடித்ததையும் அவள் சாப்பிடாமல் கிடப்பதையும் சொன்னாள்.

பூச்சிக்கு மிகவும் கஷ்டமாக இருந்தது. 'நம்மளால பாவம் அஞ்சம்மா அடிவாங்கிருக்கே' என்று நினைத்தான். சுந்தராம் பாளிடம் தன்னுடைய அம்மா எல்லாருக்கும் முன்பாக வம்பு வளத்ததை நினைத்து வருத்தப்பட்டான். தன் அம்மாவின் மீது அவனுக்கு கோபம் வந்தது. என்ன செய்வதென்று தெரியாமல் இருந்தான்.

அஞ்சம்மாளை பார்த்து பேசி சமாதானப்படுத்தினால் தேவலாம் போலிருந்தது அவனுக்கு. ஆனால் அவளை எப்படிப் பார்ப்பது பேசுவது என்று நினைத்தான். இவன் பேசினாலும், அவள் இவனுடன் பேசவேண்டுமே. அவள் அப்படிப்பட்ட பெண்ணில்லை. மனதிற்குள் ஆசையிருந்தாலும்கூட இன்றுவரை இவனுக்கு நேராய் நின்று இவன் நிற்கும் திசையை நிமிர்ந்து பார்த்ததில்லை. அப்படிப்பட்ட பெண்ணை அடியும் பேச்சும் வாங்க வைத்துவிட்டதே நம் அம்மா என்று நினைத்து நினைத்து மருகினான்.

"இவ்வளத்துக்குப் பெறவும் சும்மாருக்கக் கொடாது. கட்டிக்கிட்டா அஞ்சம்மாளத்தாங் கட்டிக்கிடணும். இல்லாட்டி கல்யாணமே பண்ணிக்கிட மாட்டன்னு சொல்லிப்புடணும்' என்று நினைத்தான்.

தூக்கம் கலைந்து எழுந்து வெளியே வந்து பார்த்தாள் சுந்தராம்பாள். இன்னும் வெள்ளி முளைக்கவில்லை. நிலா வெளிச்சம் நன்றாக எரித்தது. அளத்தில் இன்று செய்யவேண்டிய

வேலைகள் நிறைய இருப்பது நினைவுக்கு வந்தது. "இப்பயே போனாத்தாங் வெயிலு வாரத்துக்குள்ள பாதி வேலயயாவுது செஞ்சி முடிக்க முடியும்" என்று நினைத்தாள்.

வீட்டிற்குள் வந்து பார்த்தாள் மகள்களும் பேரப்பிள்ளை களும் நன்றாகத் தூங்கிக்கொண்டிருந்தார்கள்.

"பெரியங்கச்சி, நடுத்தங்கச்சி, எளும்புங்க. அளத்துக்குப் போவ நாளியாயிட்டு" என்று எழுப்பிவிட்டாள். இருவரும் எழுந்து முகம் கழுவிக்கொண்டு வந்தார்கள்.

"தங்கச்சிய அளச்சிக்கிட்டுப் போவமா வேண்டாமா?" என்றாள் ராசாம்பாள்.

"நேத்தயேபுடிச்சி சோறுதிங்காம கெடக்கு. அது வூட்டுலயே கெடக்கட்டும்" என்றாள் சுந்தராம்பாள்.

"புள்ளைவொள தூக்கிக்கிட்டுப் போவமா, வூட்டுலயே கெடக்கட்டுமா" என்றாள் வடிவாம்பாள்.

"பெரிசி ரெண்டயும் தூக்கிக்கிட்டு வாங்க. பய மட்டும் கெடக்கட்டும். சின்னங்கச்சி பாத்துக்கிடும்" என்றாள் சுந்தராம்பாள்.

இரண்டுபெண் பிள்ளைகளையும் தூக்கிக்கொண்டு மூன்று பேரும் அளத்திற்கு போனார்கள். அஞ்சம்மாளும் விழித்துக் கொண்டுதான் கிடந்தாள். அவர்கள் பேசியதையெல்லாம் கேட்டுக் கொண்டு படுத்திருந்தவள் அவர்கள் போனபிறகு படுத்திருக்க முடியாமல் எழுந்து வெளியே வந்தாள். வீட்டின் கோடியில் யாரோ வருவது போல் காலடியோசை கேட்டது. சந்துப்பக்கமாய் போனாள். நிலா வெளிச்சத்தில் பூச்சி நிற்பது தெரிந்தது. எதற்காக வந்திருக்கிறான் என்று நினைத்தாள்.

"எங்கம்மா அப்புடி பேசிபுட்டுன்னு கோச்சிக்கிடாத."

"..."

"நா கட்டிக்கிட்டா ஒன்னத்தாங் கட்டிக்கிடுவேன் அஞ்சம்மா."

"..."

"யாம் மேல ஒனக்குக் கோவமா?"

"..."

"நம்ம ரெண்டியரும் ஊரவுட்டு எங்குட்டாவுது பெயிடுவமா?"

"..."

"கேரளாவுக்குப் போனா வேலசெஞ்சி பொளச்சிக்கிடலாம் அஞ்சம்மா."

"சொல்லாம கொள்ளாம ஓடிப்போற பொண்ணு நான் இல்ல. எங்கம்மா என்ன அப்புடி வளக்கல" என்றவள் விறுவிறுவென்று வீட்டிற்குள் போனாள். தூங்கிக்கொண்டிருந்த ராசாம்பாளின் பிள்ளையைத் தூக்கி தோளில் போட்டுக் கொண்டாள். அம்மாவும் அக்காள்களும் தூரத்தில் போவதை பார்த்தபடி வேகவேகமாய் நடந்தாள்.

கருவக்காட்டை தாண்டுவதற்குள் அவர்களை பிடித்துவிட வேண்டுமென்று நினைத்துக் கொண்டு நடந்தாள்.

பின்னால் யாரோ வருவதை உணர்ந்து திரும்பி நின்று பார்த்தாள் வடிவாம்பாள்.

"யாங் சின்னங்கச்சி.... இன்னக்கி மட்டும் நீ வுட்டுலயே இருந்தான்ன? எதுக்கு இப்ப வார?" என்றாள் வடிவாம்பாள்.

"எனக்கு தனியாருக்க அலுப்பாருக்குக்கா" என்றவள் தன் அக்காள்கள் அம்மாவுடன் சேர்ந்து நடந்தாள். தூரத்தில் நிலா வெளிச்சத்தில் அவர்களுடைய அளமும் தட்டிமேடும் தெரிந்தது.

※※※